ಮನಸೇ...
ಸ್ವಲ್ಪ.. ನಿಲ್ಲು...!

(ವ್ಯಕ್ತಿತ್ವ ವಿಕಸನ)

ಸಾಯಿಸುತೆ

ಸುಧಾ ಎಂಟರ್‌ಪ್ರೈಸಸ್

ನಂ. 761, 8ನೇ ಮುಖ್ಯರಸ್ತೆ, 3ನೇ ಬ್ಲಾಕ್,
ಕೋರಮಂಗಲ, ಬೆಂಗಳೂರು – 560 034.

Manase... Swalpa... Nillu...! (Kannada): a book on personality development written by Smt. Saisuthe; published by Sudha Enterprises, # 761, 8th Main, 3rd Block, Koramangala, Bangalore - 560 034.

ಮೊದಲನೆಯ ಮುದ್ರಣ	:	2004
ಎರಡನೆಯ ಮುದ್ರಣ	:	2016
ಮೂರನೆಯ ಮುದ್ರಣ	:	2025
ಪುಟಗಳು	:	142

ಉಪಯೋಗಿಸಿದ ಕಾಗದ	:	70 ಜಿ.ಎಸ್.ಎಂ. ಮ್ಯಾಪ್‌ಲಿಥೋ
ಮುಖಪುಟ ವಿನ್ಯಾಸ	:	ಚಂದ್ರನಾಥ ಆಚಾರ್ಯ
ಹಕ್ಕುಗಳು	:	ಲೇಖಕಿಯವರದು
ISBN	:	978-93-83053-88-9

ಸಗಟು ಮಾರಾಟಗಾರರು
ವಸಂತ ಪ್ರಕಾಶನ
524/ಎಫ್, 8ನೇ ಅಡ್ಡರಸ್ತೆ, 7ನೇ ಬ್ಲಾಕ್
ಜಯನಗರ, ಬೆಂಗಳೂರು – 560 070
ಮೊ: 7892106719
email : vasantha_prakashana@yahoo.com
website: www.vasanthaprakashana.com

ಅಕ್ಷರ ಜೋಡಣೆ :
ವಸಂತ ಪ್ರಕಾಶನ

ಮುದ್ರಣ :
ರೀಗಲ್ ಪ್ರಿಂಟ್ ಸರ್ವೀಸ್

ಮುನ್ನುಡಿ

(ಮೊದಲ ಮುದ್ರಣದ ಸಂದರ್ಭದಲ್ಲಿ)

ಆತ್ಮೀಯ ಓದುಗರಲ್ಲಿ,

ಮನಸ್ಸು ನೀರಿನಲ್ಲಿ ತೇಲುವ ಹಿಮುಗಡ್ಡೆಯಂತೆ. ಮುಕ್ಕಾಲು ಭಾಗ ನೀರಿನೊಳಗಿರುತ್ತದೆ; ಮೇಲೆ ಕಾಣಿಸುವುದು ಕಾಲು ಭಾಗದಷ್ಟು ಮಾತ್ರ. ಅದೇ ಜಾಗೃತ ಮನಸ್ಸು. ನೀರಿನೊಳಗಿರುವುದೆ ಸುಪ್ತಮನಸ್ಸು.

- ಮನಶಾಸ್ತ್ರಜ್ಞ ಪಿತಾಮಹ ಸಿಗ್ಮಂಡ್ ಫ್ರಾಯ್ಡ್

ಮನಸ್ಸು... ಅದರ ಕಾರ್ಯ ವ್ಯಾಪ್ತಿಯ ಅಗಾಧ, ಅಗೋಚರವಾದ ಮನಸ್ಸು ಮಾನವನ ಪ್ರತಿಯೊಂದು ಕ್ರಿಯೆಗೂ ಸೂತ್ರಧಾರಿ. ಒಂದು ತುಂಟ ಕುದುರೆಗೆ ಹೋಲಿಸಬಹುದು. ಲಗಾಮನ್ನು ಸ್ವಲ್ಪ ಸಡಿಲಬಿಟ್ಟರೇ ಎಲ್ಲಿಗೆ ಒಯ್ಯುವುದೋ. ಅದಕ್ಕಾಗಿಯೇ ನಿಗ್ರಹವೆನ್ನುವ ಲಗಾಮು ಹಾಕಿರಬೇಕು. ತನುವಿನೊಂದಿಗೆ ಮನವು ಬೆರೆತಾಗಲೇ ಯಶಸ್ಸು. ಮನಸ್ಸು ತಿಳಿ ನೀರಿನ ಕೊಳವಿದ್ದಂತೆ. ಕಲ್ಲು ಬಿದ್ದರೆ ಇಡೀ ಪ್ರತಿಬಿಂಬವೇ ಅಲ್ಲೋಲಕಲ್ಲೋಲ. ಇಂಥ ಮನಸ್ಸಿನ ವಿಶ್ವರೂಪದರ್ಶನ ನೋಡಲು ಸಾಧ್ಯವೇ.

ಮನುಷ್ಯನ ಸಂಪೂರ್ಣ ಗುಣ ನಡತೆಯನ್ನು ನಿರ್ಧರಿಸುವುದು ಕಾಣದ ಮನಸ್ಸು! ಒಬ್ಬ ಧಾರಾಳವಾಗಿ ಖರ್ಚು ಮಾಡುವವನನ್ನು ಉದಾರ ಮನಸ್ಸಿನವನೆನ್ನುತ್ತೇವೆ. ಸ್ವಲ್ಪ ಜಿಪುಣತನ ಪ್ರದರ್ಶಿಸಿದರೇ ಸಂಕುಚಿತ ಮನಸ್ಸಿನವನೆಂದು ಮುಖ ತಿರುಗಿಸುತ್ತೇವೆ.

'ವನಸುಮದೊಳೆನ್ನ ಜೀವನವು ವಿಕಸಿಸುವಂತೆ ಮನವನುಗೊಳಿಸು ಗುರುವೇ ಹೇ ದೇವ' ಎಂದು ಡಿ.ವಿ. ಗುಂಡಪ್ಪನವರು ಬದುಕಿನ ಸಾರ್ಥಕತೆಯಲ್ಲಿ ಮನಸ್ಸಿನ ಪಾತ್ರವೆಷ್ಟು ಎನ್ನುವುದನ್ನು ಅರ್ಥೈಯಿಸುತ್ತ ದೇವರಲ್ಲಿ ಮೊರೆ ಇಟ್ಟಿದ್ದಾರೆ. ಇಂಥ ಮನಸ್ಸು ಲೆಕ್ಕದ ಹಿಡಿತಕ್ಕೆ ತಂದುಕೊಳ್ಳುವುದು ಕಷ್ಟ. 'ಜೀವನದಲ್ಲಿ ಏನಾದರೂ ಸಾಧಿಸಬೇಕೆಂದರೆ ಮನಸ್ಸನ್ನು ಹಿಡಿತದಲ್ಲಿಟ್ಟುಕೊಳ್ಳಬೇಕು.' ನನ್ನ ಅಜ್ಜಿ ಚಿಕ್ಕಂದಿನಲ್ಲಿ ಪದೇ ಪದೇ ಈ ಮಾತು

ಹೇಳುವುದರ ಜೊತೆಗೆ 'ಮನಸ್ಸನ್ನು ಸ್ಥಿಮಿತದಲ್ಲಿ ಇಡಲು ಏಕಾಗ್ರತೆ ಅಗತ್ಯವೆಂದು' ಹೇಳುತ್ತಿದ್ದರು.

ಮಾನವನನ್ನು ಕಷ್ಟ, ಕೋಟಲೆ, ಸಂಕೋಲೆಗಳಿಂದ ಮುಕ್ತವಾಗಿಸುವುದು ಹೇಗೆಂಬುದು ಬುದ್ಧನ ಪ್ರಶ್ನೆಯಾಗಿತ್ತು. ಅನೇಕ ವರ್ಷಗಳ ನಿರಂತರ ಹುಡುಕಾಟದಿಂದ ಕಷ್ಟ ಕೋಟಲೆಗಳು ಮನುಷ್ಯನ ಮನಸ್ಸಿನಲ್ಲಿಯೇ ಹೊರತು ಜಗತ್ತಿನಲ್ಲಿಲ್ಲ. ಸುಖ-ದುಃಖ, ಶಾಂತಿ, ಅತೃಪ್ತಿ ಪ್ರತಿಯೊಂದಕ್ಕೂ ಮಾನವನಲ್ಲಿರುವ ಮನಸ್ಸೇ ಕಾರಣ.

ಇಂಥದೊಂದು ಬರೆಯಬೇಕೆನಿಸಿದಾಗ, ನನ್ನ ಅಧ್ಯಯನ ಅನುಭವ ಅನಿಸಿಕೆಗಳನ್ನು ಒಪ್ಪ ಓರಣವಾಗಿ ಉತ್ತಮವಾದ ಆರಂಭದಿಂದ ನಡುವಿನಲ್ಲಿ ಸುಶ್ರಾವ್ಯತೆಯನ್ನು ತುಂಬಿ ಸಮಗ್ರವಾದ ಕತೆಯ ಅಂತ್ಯದಂತೆ ಮುಕ್ತಾಯ ಮಾಡಿದರೇ ಹೇಗೇಂತ ಯೋಚಿಸಿ ನಂತರ ಬರವಣಿಗೆ ಆರಂಭಿಸಿದ್ದು. ಈ ಲೇಖನಗಳ ಮೂಲಕ ಯಾವುದೇ ಇಸಮ್‌ಗೆ ಒಳಗಾಗದೆ ಹಮ್ಮು ಬಿಮ್ಮು ಬಿಟ್ಟು ಸರಳವಾಗಿ ನಿಮ್ಮ ಮನ ಮುಟ್ಟುವ ಪ್ರಯತ್ನ ನನ್ನದು. ಸರಳವಾದ ಯೋಚನೆ ನೆಮ್ಮದಿಯ ಮೂಲ.

ಸ್ವಲ್ಪ ಆಳವಾಗಿ ಮನಸ್ಸಿನ ಹಿಡಿತದಲ್ಲಿರುವ ಬದುಕಿನ ಬಗ್ಗೆ ನೋಟ ಹರಿಸಿದವಳೇ ದಿಗ್ಭ್ರಾಂತಳಾದೆ. ಜೀವನವೆನ್ನುವುದು ಎಷ್ಟು ಅರ್ಥಪೂರ್ಣವೋ, ಅಷ್ಟೆ ವಿಲಕ್ಷಣವೆನಿಸಿತು. ಬಾಲ್ಯದ ಮುಗ್ಧತೆ ಕಳೆದುಕೊಳ್ಳುವುದಕ್ಕೆ ಮುನ್ನವೇ ಪರೀಕ್ಷೆಗಳು ಕಾಡುತ್ತೆ. ಆಮೇಲೆ ಶುರುವಾಗುವುದೇ ನಿಜವಾದ ಹೋರಾಟ. ಕೆರಿಯರ್, ನೌಕರಿಗಾಗಿ ಅಲೆದಾಟ, ಲೈಫ್‌ನಲ್ಲಿ ಸೆಟ್ಲಾಗಬೇಕೆಂಬ ತುಡಿತದ ಹಿಂದೆ ಹಿರಿಯರ ಒತ್ತಾಯ, ಒತ್ತಡ. ಆಮೇಲೆ ಕಾಡುವ ಪ್ರೇಮ, ಕಾಮ, ಆತಂಕದ ನಡುವೆ ದುಡಿಮೆ, ಮಕ್ಕಳವರೆಗೆ ಹೆಚ್ಚು ಕಡಿಮೆ ಮೊದಲ ಇನ್ನಿಂಗ್ಸ್ ಮುಕ್ತಾಯವಾಗುತ್ತೆ. ಒಂದಿಷ್ಟು ಅರಿವಾಗುವ ವೇಳೆಗೆ ಇದೆಲ್ಲ ಮುಗಿದು ಹೋಗಿರುತ್ತೆ. ಎರಡನೆ ಇನ್ನಿಂಗ್ಸ್ ಮೊದಲನೆಯದಕ್ಕಿಂತ ಭಿನ್ನವಾಗಿರುತ್ತೆ. ಮಗನ ಅವಿಧೇಯತೆ, ಮಗಳ ಸುತ್ತಾಟದ ದಾಂಧಲೆಯ ಹಿಂದೆಯೇ ಸುಸ್ತು, ಸೊಂಟ ನೋವು, ಕಾಲು ಬೆನ್ನು ನೋವುಗಳ ಮುಂದಿನ ಭಾಗದಂತೆ ಸದ್ದುಗದ್ದಲವಿಲ್ಲದೆ ಬಿ.ಪಿ. ಷುಗರ್, ಮುಪ್ಪಿನೊಂದಿಗೆ ಆಗಮಿಸಿರುತ್ತೆ. ಇಷ್ಟರ ನಡುವೆ ಜೀವನ ಎನ್ನುವ ಭಾವ ನಮ್ಮನ್ನು ಮುಸುಕಿಬಿಟ್ಟಿರುತ್ತೆ. ಇದರ ನಡುವೆ ನಾವು ಕಳೆದುಕೊಂಡಿದ್ದೆಷ್ಟು.

ಎಲ್ಲಾ ಗೋಜಲು ಗೋಜಲು. ಮಾನವನ ಬದುಕನ್ನು ಎಲ್ಲಾ ತತ್ವಜ್ಞಾನಿಗಳು ವಿವಿಧ ಕೋನಗಳಿಂದ ಚಿಂತನೆ ಮಾಡಿದ್ದಾರೆ. ತಮ್ಮ ವಿಚಾರಗಳನ್ನು ಪದಗಳ ಮೂಲಕ ದಾಖಲಿಸಿದ್ದಾರೆ. ಇಂಥ ಅನನ್ಯವಾದ, ಅದ್ಭುತವಾದ, ವ್ಯಾಪಕವಾದ ಬದುಕನ್ನು ಸಂಪೂರ್ಣವಾಗಿ ಅರಿಯುವುದಾದರು ಹೇಗೆ? ಇಲ್ಲಿ ಸಮಸ್ಯೆಗಳು, ಅನಿರೀಕ್ಷಿತಗಳು, ಅದ್ಭುತಗಳ ಜೊತೆ ದುಃಖ ಸಾವು-ನೋವು ಎಲ್ಲಾ ಇದೆ. ಇವೆಲ್ಲದರ ನಡುವೆ ಅಮೂಲ್ಯವಾದ ಸಮಯ ವ್ಯಯವಾಗಿರುತ್ತೆ.

ನಾನು ಬರೆದ ಕಾದಂಬರಿಗಳಲ್ಲಿ ಹೇಳಬೇಕಾದ್ದು ಹೇಳಲಿಲ್ಲವೆನ್ನುವ ಭಾವ ಕಾಡಿದಾಗ, ಇಂಥದೊಂದು ಮಾದರಿ ಇರಲೀಂತ ಬರವಣಿಗೆ ಪ್ರಾರಂಭಿಸಿದ್ದು. ಇಂಥದನ್ನೇ ಬರೆಯಬೇಕೆಂಬ ಚೌಕಟ್ಟು ಹಾಕಿಕೊಂಡಿದ್ದಿಲ್ಲ. ಸಣ್ಣಪುಟ್ಟ ವಿವರ,

ವಿಚಾರಗಳ ಮಧ್ಯೆ ಅನುಭವ ಅನಿಸಿಕೆಗಳೆ ಇದಕ್ಕೆ ಆಹಾರ.

ನನ್ನದೇನಿದ್ದರೂ ಬರವಣಿಗೆಯ ಜಗತ್ತು. ಆಯಾಸವಿಲ್ಲದೆ ಎಷ್ಟು ದೂರವಾದರೂ ನಡೆಯಬಲ್ಲೆ. ನನ್ನ ದಾರಿ ನಿಚ್ಚಳವಾಗಿದೆ. ಸೋಮಾರಿತನ ಒತ್ತಟ್ಟಿಗೆ ಇಷ್ಟು ಇನ್ನಷ್ಟು ಪರಿಶ್ರಮಪಟ್ಟರೇ ಮತ್ತಷ್ಟು ನೀವು ಮೆಚ್ಚುವಂತೆ ಬರೆಯಬಲ್ಲ ನಂಬಿಕೆ.

ಇಲ್ಲಿಯ ಬರಹಗಳು ಎಲ್ಲಿಂದಲೋ ಆಯ್ದು ತಂದಿದ್ದಲ್ಲ. ನಮ್ಮ ನಿಮ್ಮ ನಡುವೆಯೇ ಇದೆ. ಸ್ವಲ್ಪ ಯೋಚಿಸುವಿರಲ್ಲ.

ಪ್ರತಿಯೊಬ್ಬರಿಗೂ ಮಾನಸಿಕ ಶಾಂತಿ ಅತ್ಯಗತ್ಯ. ಅದನ್ನು ಕದಡಿ ರಾಡಿ ಮಾಡಿಕೊಳ್ಳುವುದು ಏಕೆ? ಇನ್ನು ಹೇಳುವುದು ಸಾಕಷ್ಟಿದೆ.

ಮನಸ್ಸೇ... ಸ್ವಲ್ಪ... ನಿಲ್ಲು!

ಈ ಲೇಖನ ಮಾಲೆ ನಿಮ್ಮ ಮುಂದಿದೆ. ಇದನ್ನು ಹೊರತಂದ ಕರ್ನಾಟಕ ಸಾಹಿತ್ಯ ಪ್ರಕಾಶನದವರಿಗೂ, ಮುಖ್ಯವಾಗಿ ನನ್ನ ಎಲ್ಲ ಕೃತಿಗಳ ಮಾರಾಟದ ಬಗ್ಗೆ ಆಸ್ಥೆ ವಹಿಸಿರುವ ಗೀತಾ ಏಜನ್ಸೀಸ್‌ನ ಶ್ರೀ ಕೆ. ರಾಮಚಂದ್ರಯ್ಯನವರಿಗೂ, ಅರ್ಥಪೂರ್ಣ ಮುಖಚಿತ್ರ ರಚಿಸಿಕೊಟ್ಟ ಕಲಾವಿದರಿಗೂ, ಸುಂದರವಾಗಿ ಮುದ್ರಿಸಿದ ಎಸ್.ಜಿ.ಎಂ. ಆಫ್‌ಸೆಟ್ ಪ್ರಿಂಟರ್ಸ್ ಅವರಿಗೂ ನನ್ನ ಕೃತಜ್ಞತೆಗಳು.

ಖಂಡಿತ ನಿಮ್ಮನ್ನು ಮರೆಯಲಾರೆ. ನನ್ನ ಬರವಣಿಗೆಗೆ ನೀವೇ ಸ್ಫೂರ್ತಿ. ತಪ್ಪದೇ ಓದಿ ಪತ್ರ ಬರೆಯಿರಿ. ಫೋನ್ ಮಾಡೋದು ಸುಲಭ. ಅದಕ್ಕೆ ಮೊರೆ ಹೋಗದೆ ನಿಮ್ಮ ಭಾವನೆಗಳನ್ನು ಅಕ್ಷರ ರೂಪದಲ್ಲಿ ತುಂಬಿ ಕಳಿಸಿ.

- ಸಾಯಿಸುತೆ

ಮುನ್ನುಡಿ

ಪ್ರಿಯ ಓದುಗರೇ,

ಕಾದಂಬರಿಗಳ ಜೊತೆಗೆ ಅಪರೂಪಕ್ಕೆ ಬರೆದ ಕತೆಗಳನ್ನು ಬಿಟ್ಟರೇ ನಾನು ಓದಿದ್ದು, ನನ್ನ ಅನುಭವಕ್ಕೆ ಬಂದಿದ್ದನ್ನು ಲೇಖನ ರೂಪದಲ್ಲಿ ನಿಮ್ಮ ಮುಂದಿಟ್ಟೆ. ಇದನ್ನು ನೀವು ಹೇಗೆ ಸ್ವೀಕರಿಸುತ್ತೀರೀ ಎನ್ನುವ ಜಿಜ್ಞಾಸೆ ಇತ್ತು. ಇಷ್ಟವೆನಿಸಿ ಕೊಂಡು ಓದಿದ್ದೀರಿ. ತಡವಾಗಿ ಮರು ಮುದ್ರಣವಾಗಿದೆ.

ಪ್ರಕಾಶಕರಿಗೂ ನನ್ನ ಜಿಜ್ಞಾಸೆಗೆ ಉತ್ತರ ನೀಡಿದ ನಿಮಗೂ ಧನ್ಯವಾದಗಳು.

ಬೆಂಗಳೂರು

ಸಾಯಿಸುತೆ
"ಸಾಯಿಸದನ"
12, 2ನೇ ಮುಖ್ಯರಸ್ತೆ, 2ನೇ ಅಡ್ಡರಸ್ತೆ,
ಮಾರುತಿನಗರ, ಕೋಗಿಲೆ ಕ್ರಾಸ್,
ಯಲಹಂಕ, ಬೆಂಗಳೂರು – 560064.
ದೂ.: 080–28571361

ನಮ್ಮಲ್ಲಿ ದೊರೆಯುವ ಸಾಯಿಸುತೆಯವರ ಇತರ ಕಾದಂಬರಿಗಳು

ಪರಿವಿಡಿ

'ಬಾಡದ ಹೂ ಮಧುರ ಗಾನವಾದಾಗ'

When Love becomes thick, faults become thin

ಒಂದು ಹತ್ತು ವರ್ಷದ ಹಿಂದಿನ ಕತೆಯಾದರೂ ಈಗಿನದು ಎನ್ನುವಷ್ಟೇ ಹೊಸತು. ಪ್ರೇಮ, ಪ್ರೀತಿ ಸದಾ ನವೀನ. ಅದಕ್ಕೆ ಮುಪ್ಪು ಎಂಬುದಿಲ್ಲ. ಬಹುಶಃ ಅದು ಹಳೆತಾದ ದಿನ ಇಡೀ ಜಗತ್ತಿನಲ್ಲಿ ಶೂನ್ಯ ನೆಲೆಸಿಬಿಡಬಹುದೇನೋ! ಅಂಥ ಒಂದು ಕಲ್ಪನೆಯೆ ಭಯವನ್ನು ತರುತ್ತದೆ.

ಪ್ರೀತಿ ಸರ್ವವ್ಯಾಪಿ. ಸದ್ಯಕ್ಕೆ ಹರೆಯದವರ ಪ್ರೀತಿಯ ಬಗ್ಗೆ ಮಾತ್ರ ಚಿಂತನೆ. ಮಿಕ್ಕೆಲ್ಲ ಪ್ರೀತಿಯ ಬಗ್ಗೆ ಇನ್ನೊಂದು ಲೇಖನದಲ್ಲಿ.

ಪತ್ರಗಳ ರಾಶಿಯನ್ನು ಮುಂದೆ ಹಾಕಿಕೊಂಡು ಕೂತಾಗ ಒಂದು ಚಂದದ ಪತ್ರ ನನ್ನ ಗಮನ ಸೆಳೆಯಿತು. ಒಂದತ್ತು ಪುಟಗಳನ್ನಾದರೂ ತನ್ನೊಳಗೆ ಅಡಗಿಸಿಟ್ಟುಕೊಂಡು ಗಪ್ ಚಿಪ್ ಆಗಿತ್ತು. ಸಂಜೆಯ ವೇಳೆ ಇಂಥದೊಂದು ಕಾಯಕ ಕೆಲವು ವೇಳೆ ತೀರಾ ಇಷ್ಟವಾಗಿಬಿಡುತ್ತೆ. ದಿಢೀರೆಂದು ಇಣುಕುವ ಬೇಸರವೋ ಇಲ್ಲ ಕುತೂಹಲವೋ- ಅಂತು ಅಂಥದೊಂದು ಕಾರ್ಯಕ್ರಮ ಉಲ್ಲಾಸ ತರುತ್ತಿತ್ತು. ಚಿಂತನೆಗೆ ಹಚ್ಚುತ್ತಿತ್ತು. ಕೆಲವೊಮ್ಮೆ ಮುಂದಿನ ಕಾದಂಬರಿಗೆ ಒಂದು ವಸ್ತುವಾಗಿ ಬಿಡುತ್ತಿತ್ತು. ಕೆಲವು ಪತ್ರಗಳು ಅಧ್ಯಯನಕ್ಕೆ ಯೋಗ್ಯವಾಗಿ ಬಿಡುತ್ತಿತ್ತು.

ಇಂದು ಆಕರ್ಷಿಸಿದ್ದು ಕವರ್‌ನ ಒಂದು ಭಾಗದಲ್ಲಿದ್ದ ಕೊಂಬೆಯ ಮೇಲೆ ಕೂತಿದ್ದ ಜೋಡಿ ಹಕ್ಕಿಗಳ ಚಿತ್ರ. ಅದನ್ನು ಒಂದು ಪೇಪರ್ ಮೇಲೆ ಬಿಡಿಸಿದೆ. ಸುಮ್ಮನೆ ಕೂತಾಗ ರೆಂಬೆ, ಕೊಂಬೆ, ಪಶು, ಪಕ್ಷಿ ಅಂಥದ್ದನ್ನೆಲ್ಲ ಬಿಡಿಸುವ ಕೆಲಸ ಅತ್ಯಂತ ಖುಷಿ ಕೊಡುತ್ತಿತ್ತು. ಬಿಡಿಸಿದಷ್ಟೇ ಅದನ್ನೆಲ್ಲ ಎಂದು ತೆಗೆದಿಟ್ಟು ಮತ್ತೆ ನೋಡಿದ್ದಿಲ್ಲ. ಅಂದು ಕೂಡ ಬಿಡಿಸಿದ ಚಿತ್ರ ಎಲ್ಲಿ ಹೋಯಿತೋ?

ಕವರ್ ಬಿಡಿಸುವ ಮುನ್ನ ಪಕ್ಷಿಗಳ ಮೇಲೆ ಮೂಡಿಸಿದ ಹೆಸರುಗಳು ನನ್ನ ಮನಸ್ಸು

ಸೆಳೆಯಿತು. 'ಬಾಡದೂ ಹೂ'ನ 'ಹೇಮ' ಮತ್ತು 'ಪ್ರಸಾದ್' ಉತ್ಸಾಹ ಮೂಡಿತು. ಅಂದಿನ ಪ್ರಜಾಮತ ವಾರಪತ್ರಿಕೆಯಲ್ಲಿ ಧಾರಾವಾಹಿಯಾಗಿ ಬಂದಾಗ ಯುವಕರು, ಯುವತಿಯರು ಹುಚ್ಚಾಗಿದ್ದರು. ಹಿರಿಯರು, ಕಿರಿಯರು ಅನ್ನದೇ ಇಡೀ ಕುಟುಂಬಗಳು ಒಪ್ಪಿಕೊಂಡ ಕಾದಂಬರಿ. ಸಂತಸದಿಂದಲೇ ಪತ್ರ ಬಿಡಿಸಿದೆ.

ಪ್ರೀತಿ, ಪ್ರೇಮದ ಬಗ್ಗೆ ಹುಚ್ಚಾಗಿ ಬರೆದುಕೊಂಡ ಪ್ರೇಮ ಕಾವ್ಯವೆನ್ನುವಂಥ ಪತ್ರ. 'ಬಾಡದ ಹೂ' ಕಾದಂಬರಿಯ ಸ್ಫೂರ್ತಿಯಿಂದ ಇಟ್ಟುಕೊಂಡ ಹೆಸರುಗಳು. ಪತ್ರದ ತುಂಬ ತಮ್ಮ ಪ್ರೇಮ, ಪ್ರೀತಿಯ ಬಗ್ಗೆ ಬರೆದುಕೊಂಡಿದ್ದರು. ಈಗಾಗಲೇ ಇಂಥ ಪತ್ರಗಳು ಬಂದಿದ್ದವು. ನಿರ್ಧಾರ, ಕನಸುಗಳನ್ನು ಆಕಾಶದಲ್ಲಿ ಹಾರಾಡಲು ಬಿಟ್ಟಿದ್ದರು.

ನಸುನಗುತ್ತ ಪತ್ರವನ್ನು ಕವರ್‌ಗೆ ಹಾಕಿಟ್ಟೆ.

ಈ ಪ್ರಸಂಗ ಜರುಗದಿದ್ದರೇ ಬಹುಶಃ ಪತ್ರದ ವಿಷಯ ಸುಲಭವಾಗಿ ಮರೆಯ ಬಹುದಿತ್ತೇನೋ. ತೀರಾ ಮಳೆ ಜೋರು ಇದ್ದ ದಿನ ಒಂದು ಜೋಡಿ ಬಂದವರೇ ತಮ್ಮನ್ನು ಹೇಮ ಮತ್ತು ಪ್ರಸಾದ್ ಎಂದು ಪರಿಚಯಿಸಿಕೊಂಡರು. ನಂಗೆ ಈಗ ಮಾತು ಬೇಕಿರಲಿಲ್ಲ. ಸುರಿಯುವ ಮಳೆ ನೋಡುವುದೆಂದರೆ ನನಗೆ ವಿಪರೀತ ಹುಚ್ಚು. ದಿನದಲ್ಲಿ ಹಗಲು, ರಾತ್ರಿ, ಬೆಳಗು, ಮಧ್ಯಾಹ್ನ ಸಂಜೆ ಎನ್ನುವಂತೆ ಸುರಿಯುವ ವರ್ಷಕ್ಕೂ ದಿನದಲ್ಲಿ ಒಂದು ಸಮಯಾಂತ ನಿರ್ಧಾರ ಮಾಡಿದ್ದರೇ ಹೇಗೇಂತ ಎಷ್ಟೋ ಸಲ ಯೋಚಿಸಿದ್ದಿದೆ.

ರೂಮಿಗೆ ಕರೆದೊಯ್ದು ಕೂಡಿಸಿದೆ. ನನ್ನ ಮಗ ಕೊಟ್ಟ ಟವಲುನಿಂದ ತಲೆಯೊರೆಸಿ ಕೊಂಡರು. ಇಬ್ಬರು ತುಂಬ ಚೂಟಿಯಾಗಿ ಕಂಡರು. ಹುರುಪು, ಉಲ್ಲಾಸದಿಂದ ಕಂಡ ಜೋಡಿ 'ಪ್ರಸಾದ್' ಎನ್ನುವ ಯುವಕ ಹೂವಿನ ಬೊಕ್ಕೆ ಕೊಟ್ಟರೇ, ದೊಡ್ಡ ಸೈಜಿನ ಒಂದು ಡಜನ್ ಚಾಕಲೇಟ್‌ಗಳನ್ನು ತನ್ನ ಬ್ಯಾಗ್‌ನಿಂದ ತೆಗೆದು ನನ್ನ ಮುಂದೆ ಇಟ್ಟಳು.

"ನಿಮ್ಗೇ ಚಾಕಲೇಟ್ ಇಷ್ಟನಾ?" ಹೊಳಪು ಕಣ್ಣಿನ ಹುಡುಗಿ ರೆಪ್ಪೆಗಳನ್ನು ಮಿಟುಕಿಸುತ್ತ ಕೇಳಿದಾಗ, ನಸುನಗೆ ಬೀರಿದೆ "ಡೋಂಟ್ ಮೈಂಡ್..." ತನ್ನ ಹ್ಯಾಂಡ್‌ಬ್ಯಾಗ್‌ನಲ್ಲಿ ಕೈ ಹಾಕಿ ಹುಡುಕಾಡಿ "ಒಂದು ಚಾಕಲೇಟು ತಗೋತೀನಿ" ಮುಖ ಒಂದು ತರಹ ಮಾಡಿದಳು.

"ನಾನೇನು ಚಾಕಲೇಟ್ ತಿನ್ನೋಲ್ಲ. ಎಲ್ಲಾ ನೀನೇ ತೆಗೆದಿಟ್ಟುಕೋ" ಹೇಳಿದೆ ಆ ಚಾಕಲೇಟ್ ಹುಡುಗಿಯನ್ನು ನೋಡುತ್ತ. ತುಂಬ ಚೆಂದ ಕಂಡಳು. ಕಣ್ಣುಗಳಲ್ಲಿ ಚುರುಕುತನದ ಜೊತೆ ತುಂಟತನ ಕೂಡ ಇತ್ತು. "ನಾನು ಹೇಮ ತರಹ ಸೀರೆಯುಟ್ಟು ಬಂದಿದ್ದೀನಿ" ಎಂದು ಸ್ವಲ್ಪ ಒದ್ದೆಯಾದ ಸೀರೆಯ ನೆರಿಗೆಗಳನ್ನು ನೋಡಿಕೊಂಡು ಪಕ್ಕನೆ ನಕ್ಕಳು.

ಆ ನಗು ನಿಷ್ಕಲ್ಮಶವಾಗಿದೆಯೆನಿಸಿತು. ಅಷ್ಟೇ ಆಕರ್ಷಕವಾಗಿತ್ತು.

ಚಾಕಲೇಟನ್ನು ಕಚ್ಚಿ ಕಚ್ಚಿ ತಿನ್ನ ತೊಡಗಿದಾಗ ಪ್ರಸಾದ್ ಕಣ್ಣಲ್ಲಿಯೇ ಈ ತರಲೆಯಲ್ಲ

ಬೇಡ ಗದರಿಸಿದ. ಚಾಕಲೇಟು ಮುಗಿದ ನಂತರವೆ ಅವಳ ಮಾತು ಶುರುವಾಗಿದ್ದು.

"ನಾವಿಬ್ರೂ ಪ್ರೀತಿಸ್ತಾ ಇದ್ದೀವಿ. ಯಾವ ಅಡ್ಡಿ, ಆತಂಕ ಬಂದರೂ ಡೋಂಟ್ ಕೇರ್. ಚಾಕಲೇಟ್ ತಿಂದ ನಂತರವೇ ನಂಗೆ ಮಾತಾಡೋಕೆ ಮೂಡ್ ಬರೋದು" ಅಂದು ಬಿಡಿಸಿಟ್ಟುಕೊಂಡಿದ್ದ ಚಾಕಲೇಟ್ ಪೇಪರ್‌ನ ಬ್ಯಾಗನೊಳಕ್ಕೆ ತುರುಕಿ ಕರ್ಚೀಫ್‌ನಿಂದ ಕೈಯೊರೆಸಿಕೊಂಡು ನೆಟ್ಟ ನೋಟದಿಂದ ನೋಡುತ್ತ ಕೂತಳು. ಅವರ ಹೊಗಳಿಕೆ ಇಲ್ಲಿ ಅಪ್ರಸ್ತುತ.

ಇಬ್ಬರು ತಮ್ಮಗಳ ಮನೆಗಳ ಸ್ಥಿತಿ, ಗತಿಗಳನ್ನು ಹೇಳಿಕೊಳ್ಳುವುದರ ಜೊತೆ ತಮ್ಮ ಮನೆಯವರನ್ನು ಪರಿಚಯಿಸುವ ರೀತಿ ಅದ್ಭುತವಾಗಿತ್ತು. ಇಬ್ಬರು ಶ್ರೀಮಂತ ಕುಟುಂಬಕ್ಕೆ ಸೇರಿದವರೇ, ಅನುಕೂಲಸ್ಥರ ಮಕ್ಕಳೆ. ಹಣ, ಅಂತಸ್ತಿನ ಲೆಕ್ಕಾಚಾರದಲ್ಲಿ ಸ್ವಲ್ಪ ಪ್ರಸಾದ್‌ನ ತಂದೆ ಸ್ವಲ್ಪ ಮುಂದಿದ್ದರು. ಅವರು ಹೇಳಿದಂತೆ ಜಾತಿ ಕೂಡ ಅವರುಗಳ ಮಧ್ಯೆ ಅಡ್ಡಗೋಡೆಯಾಗದು. ಆದರೆ 'ಅಹಂ' ಎನ್ನುವುದು ಮಾತ್ರ ಅಡ್ಡವಾಗಬಹುದಿತ್ತು.

ಇಬ್ಬರ ವಿದ್ಯಾಭ್ಯಾಸ ಮುಗಿದಿರಲಿಲ್ಲ. ಬಿ.ಇ. ಕೊನೆಯ ವರ್ಷದಲ್ಲಿ ಪ್ರಸಾದ್ ಇದ್ದರೇ, ಹೇಮ ಮೊದಲ ವರ್ಷದಲ್ಲಿ ಇದ್ದಳು. ಕಾದಂಬರಿಯ ಇನ್ಸ್‌ಪಿರೇಷನ್ ಬಗ್ಗೆ ಹೇಳಿ 'ನಮ್ಗೇ ನಿಮ್ಮ ವಿಷಸ್ ಬೇಕು' ಅಂದಾಗ ನಗುವಿನ ಜೊತೆ ಗಾಬರಿ ಕೂಡ ಆಯಿತು.

"ಮನೆಯವರ ವಿರೋಧ. ನಿಮ್ಮ ಮುಗಿಯದ ಕೋರ್ಸ್, ಮುಂದಿನ ಕೆರಿಯರ್" ಸ್ವಲ್ಪ ಆರಂಭಿಸಿದ ಕೂಡಲೇ ತಮ್ಮ ಆಳವಾದ ಪ್ರೀತಿ, ಪ್ರೇಮದ ಬಗ್ಗೆ ಭಾವುಕರಾದರು "ಡೋಂಟ್ ವರೀ, ಮೇಡಮ್... ನಾವು ತುಂಬ ಇಂಟಲಿಜೆಂಟ್ಸ್. ನಮ್ಮ ಕೋರ್ಸ್ ಮುಗಿಯುತ್ತೆ. ಒಬ್ಬರಿಗಾಗಿ... ಒಬ್ಬರ ಬದ್ಕು. ಪ್ರೀತಿ ಪ್ರೇಮದಲ್ಲಿ... ತುಂಬ ಥ್ರಿಲ್ ಇರುತ್ತೆ" ನಕ್ಕವಳ ಕೆನ್ನೆಯಲ್ಲಿ ಕೆಂಪು ಮೂಡಿತು. ಈ ವಯಸ್ಸಿನಲ್ಲಿ ಆಕರ್ಷಣೆ (infactuation) ಸಹಜವೆಂದುಕೊಂಡೆ. ಹೆತ್ತವರಿಗಿಂತ, ಸಮಾಜಕ್ಕಿಂತ, ದೇಶಕ್ಕಿಂತ ಪ್ರೀತಿಯೇ ಹೆಚ್ಚಾಗಿ ಬಿಡುತ್ತೆ. ಅನಾಹುತವಾಗಬಹುದು, ನಾಲ್ಕು ದಿನ ಓಡಾಡಿ ಬುದ್ಧಿವಂತಿಕೆಯಿಂದ ದೂರವಾಗಬಹುದು. ಇವರು ಯಾವ ಪರಿಯೋ?

ಒಬ್ಬರಿಗಾಗಿ ಮತ್ತೊಬ್ಬರೆನ್ನುವಂತೆ ಕಂಡಾಗ ನಿಜವಾಗಿಯೂ ಸಂತೋಷವೆನಿಸಿತು.

ಒಂದು ತಿಂಗಳ ನಂತರ ಪ್ರಸಾದ್ ಫೋನ್ ಮಾಡಿ "ನನ್ತಂದೆ ತೀರಾ ವಿರೋಧಿಸ್ತಾ ಇದ್ದಾರೆ. ಗುಡಿ, ಗೋಪುರ, ಸಂಪ್ರದಾಯವೆಂದು ಓಡಾಡುವ ಅವಳಮ್ಮ ನಿರ್ಬಂಧಿಸಿ ಮನೆಯಲ್ಲಿ ಇಟ್ಟಿದ್ದಾರೆ. ಒಬ್ಬರನ್ನ ನೋಡದೇ ಮತ್ತೊಬ್ಬರು ಬದುಕಲು ಸಾಧ್ಯವೇ ಇಲ್ಲ" ಎಂದು ಫೋನಿಟ್ಟಾಗ ನಂಗೆ ಗಾಬರಿಯಾಯಿತು.

ಮತ್ತೆ ಕೆಲವು ದಿನಗಳಲ್ಲಿ ವಿವಾಹವಾದ ಸಮಾಚಾರ ಅವರೇ ತಿಳಿಸಿದರು. ಇದು ಸಾಮಾನ್ಯ ವಿಚಾರವೆನಿಸಿದರೂ ನಂತರದ್ದೂ ಮಾತ್ರ ವಿಪರೀತವೆನಿಸಿತು. ಪ್ರೇಮ, ಪ್ರೀತಿ

ಅನ್ನೋದು ಇಷ್ಟೊಂದು ಅಗ್ಗವೇ?

ಒಮ್ಮೆ ಇಬ್ಬರು ಬಂದರು. ಲಕ್ಷಣವಾಗಿ ಹೇಮ ಸೀರೆಯುಟ್ಟು ಹೂ ಮುಡಿದು ಗಲ್ಲಕ್ಕೊಂದು ಮಚ್ಚೆ ತೀಡಿಕೊಂಡು ಬಂದು ನಿಂತಾಗ ಕಾದಂಬರಿ ಹೇಮ ಜೀವಂತಳಾಗಿ ಬಂದು ನಿಂತಳೇ ಅನ್ನಿಸಿತು. ಇವರು ವಿವಾಹವಾದರೆಂದು ತಿಳಿದಾಗ ನಮ್ಮನೆಯಲ್ಲಿ ಒಂದು ಸಣ್ಣ ಬೈಠಕ್ ನಡೆಯಿತು. ನಮ್ಮವರು 'ಅವರು ತುಂಬ ಕಷ್ಟಪಡಬೇಕು. ಅರ್ಧದಲ್ಲಿ ನಿಂತ ವಿದ್ಯಾಭ್ಯಾಸ, ಕೆಲಸವಿಲ್ಲ. ಹೆತ್ತವರು ಕೊಡೋ ಪಾಕೆಟ್ ಮನಿಯಲ್ಲಿ ಮಜವಾಗಿ ಇದ್ದವರು. ಬರೀ ಪ್ರೀತಿ, ಪ್ರೇಮದಿಂದಲೇ ಬದುಕಲು ಸಾಧ್ಯವೇ!' ಇಂಥದೊಂದು ಚಿಂತನೆ ಹಚ್ಚಿದ್ದು ಕೆಲವು ತಿಂಗಳಲ್ಲಿ ನಿಜವಾಗಿತ್ತು.

ಜವಾಬ್ದಾರಿಗಳಿಲ್ಲದ ಪ್ರೇಮ ಸುಂದರವಾಗಿತ್ತು. ಕಾವ್ಯಮಯವಾಗಿತ್ತು. ಆಗ ಒಬ್ಬರಿಗೊಬ್ಬರು ಪ್ರಾಣ ಕೊಡಲು ಸಮಯವಿತ್ತು. ಪ್ರೇಮದ ತೆಪ್ಪದಲ್ಲಿ ಕೂತು ವಿಹರಿಸಿದ್ದರು. ಬಾಳಲು ಅಷ್ಟೇ ಸಾಲದು ಹಣ ಕೂಡ ಬೇಕು. ವಿರೋಧಿಸಿದ ಎರಡು ಕಡೆಯವರು ತೆಪ್ಪಗಿದ್ದರು.

ಇಬ್ಬರು ಬೇರೆ ಬೇರೆ ಕಡೆ ಕೆಲಸ ಮಾಡುತ್ತಿದ್ದರು. ಬೈಕ್ ಅಪ್ಪನ ಮನೆಯ ಕಾಂಪೌಂಡ್‌ನಲ್ಲಿ ನಿಂತಾಗ, ಹಾರಾಡುವ ಹಕ್ಕಿಯ ರೆಕ್ಕೆಗಳನ್ನು ಕತ್ತರಿಸಿದಂತಾಗಿತ್ತು. ಬಸ್ಸು, ನಡಿಗೆಯ ಓಡಾಟದಲ್ಲಿ ಸೋತಿದ್ದೇವೆಂದು ಒಪ್ಪಿಕೊಂಡರು. ಇದು ವಾಸ್ತವ ಬದುಕು, ಇರೋ ಮನೆಯ ಬಾಡಿಗೆ, ಲೈಟ್ ಬಿಲ್, ಬಸ್ ಚಾರ್ಜ್ ತುಂಬುವ ವೇಳೆಗೆ ಕೈ ಬರಿದಾಗಿತ್ತು. ಪ್ರೇಮ ಗಂಟು ಮೂಟೆ ಕಟ್ಟಿಕೊಂಡು ಓಡಿ ಹೋಗಿತ್ತು. ಪಶ್ಚಾತ್ತಾಪ ಅವಳ ದನಿಯಲ್ಲಿತ್ತು. ನನಗೆ ಗಾಬರಿಯಾಯಿತು. ವಿವಾಹವಾಗಿ ಆರು ತಿಂಗಳು ಕೂಡ ಕಳೆದಿಲ್ಲ. ಆಗಲೇ ಇಂಥ ನೀರಸ! ಬಾಡದ ಹೂನ ಹೇಮ ಪ್ರೇಮಕ್ಕಿಂತ ಹೆತ್ತವರಿಗಾಗಿಯೇ ಮಿಡಿದಿದ್ದು. ಅವಳ ಪರಿಸ್ಥಿತಿಗಿಂತ ಇವಳ ಪರಿಸ್ಥಿತಿ ಬೇರೆಯಾಗಿತ್ತು. ಅವಳಪ್ಪ ಇವಳಿಗಾಗಿ ಖರ್ಚು ಮಾಡುತ್ತಿದ್ದ ಹಣದಷ್ಟು ಕೂಡ ಸಂಬಳದ ರೂಪದಲ್ಲಿ ಹೇಮ ಕೈಗೆ ಬರುತ್ತಿರಲಿಲ್ಲ. ವರ್ಷ ತುಂಬುವ ವೇಳೆಗೆ ಇಬ್ಬರು ಸೋತು ಹೋಗಿದ್ದರು. ಮನೆಗೆ ಬಂದ ಕೂಡಲೇ ಇಬ್ಬರು ಜಗಳ ಕಾಯುತ್ತಿದ್ದರು. ಒಬ್ಬರ ಮೇಲೊಬ್ಬರು ದೋಷಾರೋಪಣೆ ಹೊರೆಸುತ್ತಿದ್ದರು. ಇಂಥ ತಿರುವುಗಳನ್ನು ಪಡೆದುಕೊಂಡ ಅವರ ಪ್ರೇಮ ಸವಕಲು ನಾಣ್ಯವಾಯಿತು. ಇಲ್ಲಿ ತಪ್ಪಿದ್ದು ಯಾರು? ಅವರಿಬ್ಬರ? ನಿರಾಕರಿಸಿದ ಹೆತ್ತವರೇ? ಆತುರಪಟ್ಟು ವಿವಾಹದ ನೇಗಿಲಿಗೆ ಕೊರಳು ಕೊಟ್ಟಿದ್ದಾ? ಪ್ರೇಮ ತಪ್ಪಾ? ವಯಸ್ಸಿನ ಆಕರ್ಷಣೆ ತಪ್ಪಾ?

ವಿವೇಕ ಕೈ ಕೊಟ್ಟಿದ್ದೇ ತಪ್ಪು. ಅಲ್ಲಿ ಜವಾಬ್ದಾರಿಗಳಿಲ್ಲ. ವಿದ್ಯಾಭ್ಯಾಸ ಜೀವನ ಸವಿಯಲ್ಲಿನ ಪ್ರೇಮ ಸಂಚಾರ ತೀರಾ ರೋಚಕವೇ. ಕೆಳ ಮಧ್ಯಮ ದರ್ಜೆಯಲ್ಲಿ ಹುಟ್ಟಿ ಬೆಳೆದ ಹೆಣ್ಣು ಮಕ್ಕಳು ಆಸೆಯ ಒತ್ತಡಕ್ಕೆ ನಲುಗಿ ರೋಮ್ಯಾನ್ಸ್‌ನ ಅನುಭವಕ್ಕಾಗಿ

ತಹತಹಿಸುತ್ತಾರೆ. ಅದಕ್ಕೆ ಪ್ರೇಮವೆನ್ನುವ ಕಟ್ಟು ಗಾಜು ಹಾಕುತ್ತಾರೆ.

ಪ್ರೇಮ, ಪ್ರಣಯದ ಲೋಲುಪ್ತೆಯ ಕುಡಿಗಣ್ಣ ಅಂಚಿನ ನೋಟಕ್ಕೆ ಪತಂಗವಾಗುತ್ತಾರೆ. ಇದು ಕೆಲವರ ಬದುಕಿನ ವಿಷಯ. ಈ ಪ್ರೇಮಕ್ಕೆ ಬಹಳ ದಿನದ ಆಯಸ್ಸು ಇರೋಲ್ಲ. ಮಧ್ಯದಲ್ಲಿಯೆ ಮುರುಟಿ ಬೇರೆ ಬೇರೆಯಾಗುತ್ತಾರೆ. ಅಕಸ್ಮಾತ್ ಮದುವೆಯಾದರೂ ತಮಗೆ ಬಯಸಿದ್ದು ಸಿಗದಿದ್ದರೇ ರಂಪ, ರಾದ್ಧಾಂತ ಡೈವೋರ್ಸ್ ವರೆಗೂ ಹೋಗಲು ಧೈರ್ಯವಿಲ್ಲದೆ ಪೂರ್ತ ಬದುಕನ್ನು ನೋವಿನಿಂದ ಕಳೆಯುವ ನಿಶ್ಚಯ ಮಾಡುತ್ತಾರೆ. ಇದಕ್ಕೆಲ್ಲ ಕಾರಣವೇನು? ನವಿರಾದ ಪ್ರೇಮದ ಕನಸುಗಳಿಗೆ ತೆತ್ತ ಬೆಲೆಯೆ? ಪ್ರೀತಿ, ಪ್ರೇಮ ಒಂದು ತಳ ತಳಿಸುವ ನಾಣ್ಯವೇ?

ಒಂದೆರಡು ತಿಂಗಳ ನಂತರ ಹೇಮ ಒಬ್ಬಳೇ ಬಂದಿದ್ದು ಮಟಮಟ ಮಧ್ಯಾಹ್ನದ ಸಮಯ. ಒಂದು ಫೋನಾದರೂ ಮಾಡಿ ಬರಬಹುದಿತ್ತಲ್ಲವೆಂದುಕೊಂಡರೂ ಬೇಸರ ವ್ಯಕ್ತಪಡಿಸದೇ ನಸುನಗೆಯಿಂದ ಸ್ವಾಗತಿಸಿದೆ. ಮೂರು ನಾಲ್ಕು ಸಲ ಬಂದು ಭೇಟಿ ಮಾಡಿದ್ದು ಪತ್ರ, ಫೋನ್‌ಗಳ ಒಡನಾಟ ಒಂದಿಷ್ಟು ಆತ್ಮೀಯತೆಯೆ ಬೆಸೆದಿತ್ತು. ನನ್ನ ಮಗ ಒಂದು ತರಹ ನಕ್ಕ. ನನ್ನ ಕಿರುನಗೆಗೆ ಗಾಂಭೀರ್ಯದ ಲೇಪನವಿತ್ತು.

"ಆಂಟೀ, ನಂಗೆ ಸಾಕಾಗಿ ಹೋಗಿದೆ. ಜೀವನ ಬೋರ್ ಎನಿಸಿದೆ. ಡೈವೋರ್ಸ್‌ಗೆ ಅಪ್ಲೈ ಮಾಡೋಣಾಂತ ಇದ್ದೀನಿ" ಕಣ್ಣೀರುಗರೆದದ್ದು ಅಚ್ಚರಿಯೆನಿಸಲಿಲ್ಲ.

ನಾನು ಹಿಂದೆಯೇ ಇಂಥ ಒಂದು ನಿರ್ಣಯಕ್ಕೆ ಬಂದಿದ್ದೆ. ಚಲನಚಿತ್ರಗಳ ಇನ್ಸ್‌ಪಿರೇಷನ್‌ನಿಂದಲೋ ಹಗುರವಾದ ಪ್ರೇಮ ಕಾದಂಬರಿಗಳನ್ನು ಆವೇಶಭರಿತಳಾಗಿ ವಿವಾಹದ ನಿರ್ಧಾರಕ್ಕೆ ಬರುವುದು ಕಷ್ಟಗಳ ಮೂಟೆ ಕಟ್ಟಿಕೊಂಡಂಗೆ "ಸ್ವಲ್ಪ ಕೂತ್ಕೋ, ಬೆಳಗ್ನಿಂದ ಏನಾದ್ರೂ ತಿಂದಿದ್ಯಾ? ನಂಗೇನು ನಿನ್ಮುಖ ನೋಡಿದರೆ ಏನು ತಿಂದಂಗೆ ಕಾಣ್ಲಿಲ್ಲ. ಒಂದಿಷ್ಟು ವಗ್ಗರಣೆ ಹಾಕಿ ಬಂದ್ಬಿಡ್ತೀನೀಂತ" ಕಾಫಿ ತಂದಿತ್ತು ನನ್ನ ಅಡಿಗೆ ಕೆಲಸ ಮುಗಿಸಿ ಬಂದು ಕರೆದೊಯ್ದು ಕೂತು ಬಡಿಸಿದೆ. ತೀರಾ ಹಸಿದವಳಂತೆ ತಿಂದು "ತುಂಬ ಅಡಿಗೆ ಚೆನ್ನಾಗಿದೆ. ನಂಗೆ ಇಷ್ಟೆಲ್ಲ ಚೆನ್ನಾಗಿ ಮಾಡೋಕೆ ಬರೋಲ್ಲ. ಪ್ರಸಾದ್ ಹೊಟ್ಟೆಬಾಕ. ಮಾಡಿದ್ದೆಲ್ಲ ಖಾಲಿ ಮಾಡ್ತಾನೆ. ಆದರೆ ಯಾವ್ದು ಚೆನ್ನಾಗಿಲ್ಲಾಂತ ಗೊಣಗ್ತಾನೆ. ನಂಗೆ ಗೊಣಗಿಸ್ಕೊಂಡೇ ಅಭ್ಯಾಸವಿಲ್ಲ. ಈಗ ಅನುಭವಿಸಬೇಕಾಗಿದೆ, ಸ್ಟುಪಿಡ್" ಬೈಯ್ದಳು ಪ್ರೀತಿಸಿದ ವ್ಯಕ್ತಿಯನ್ನು. ನಂಗೆ ನಗು ಬಂದರೂ ನಗಲಿಲ್ಲ. ಇದೊಂದು ದೃಷ್ಟಾಂತ. ಇಂಥ ಘಟನೆಗಳೇನು ಅಪರೂಪವಲ್ಲ.

ರೂಮಿಗೆ ಹೋದ ಮೇಲೆ ಬ್ಯಾಗ್‌ನಲ್ಲಿದ್ದ ಎರಡು ಕಾದಂಬರಿಗಳನ್ನು ತೆಗೆದು 'ಇವೇ ನನ್ನ ಬದುಕಿಸಿದ್ದು', 'ನೀಲಾಂಜನ', 'ಜನನಿ ಜನ್ಮಭೂಮಿ' ಕಾದಂಬರಿಗಳು. ಎಲ್ಲಾ ಮರೆತವಳಂತೆ ಪಾತ್ರಗಳನ್ನು ವಿಶ್ಲೇಷಣೆ ಮಾಡಿದಳು. ಲಘುವಾಗಿ ಹರಟಿದ ನಂತರ ವಾಸ್ತವಕ್ಕೆ ಹೊರಳಿದಂತೆ "ನೀವು ಸದ್ಯಕ್ಕೆ ಮದ್ವೆ ಬೇಡಾಂದ್ರಿ, ನಾವು ಕೇಳ್ಲಿಲ್ಲ. ನಾವು

ಒಬ್ಬರನ್ನು ಬಿಟ್ಟು ಮತ್ತೊಬ್ಬರು ಬದುಕುವ ಸ್ಥಿತಿ ಇರಲಿಲ್ಲ. ಆಗ ಪ್ರಸಾದ್ ನನ್ನಂದ್ರೆ ಪ್ರಾಣ ಬಿಡ್ತಾ ಇದ್ದ. ಅವನ ಜಗತ್ತೇ ನಾನಾಗಿದ್ದೆ. ಈಗ... ಐ ಹೇಟ್ ಹಿಮ್" ಕನಲಿದಳು. ಹುಬ್ಬೇರಿಸಿದೆ.

ಒಬ್ಬಳೆ ಮಗಳಾದುದರಿಂದ ಯಾವುದೇ ರಿಸ್ಟ್ರಿಕ್ಷನ್ ಇರಲಿಲ್ಲ. ಕೇಳಿ...ಕೇಳಿದಾಗಲೆಲ್ಲ ಪಾಕೆಟ್ ಮನಿ ಸಿಗುತ್ತಿತ್ತು. ಗೆಳತಿಯರನ್ನು ಕಟ್ಟಿಕೊಂಡು ಐಸ್‌ಕ್ರೀಮ್ ಪಾರ್ಲರ್‌ಗಳಿಗೆ ಭೇಟಿ ಕೊಡುವುದು ಟಿ.ವಿ.ಯಲ್ಲಿ ತೋರಿಸುವಂತೆ ಚಾಕಲೇಟು ಬಾರ್‌ಗಳನ್ನು ತಿನ್ನುವುದು ಅಭ್ಯಾಸವಾಗಿತ್ತು. ಇವೆರಡರ ನಡುವೆ ಊಟ, ತಿಂಡಿ ಅಂಥದ್ದು ಬೇಕಿರಲಿಲ್ಲ. ಅಡಿಗೆಯ ಮನೆಯ ಪರಿಚಯವೇ ಇರಲಿಲ್ಲ. ಇನ್ನು ಊಟ, ತಿಂಡಿ ಮಾಡುವುದೆಂತು? ಸಿನಿಮಾ ಹೀರೋಯಿನ್‌ಗಳಂತೆ ಪ್ರೇಮಿಯ ಜೊತೆ ಓಡಿ ಹೋಗಿ ಗಂಜಿ ಕುಡಿದು ಬಡತನದ ನೆರಳಿನಲ್ಲಿ ಬದುಕುವುದು ರಮ್ಯವಾಗಿ ಕಂಡಿರಬಹುದು. ಡುಯೆಟ್ ಹಾಡುತ್ತ ಹಸಿವನ್ನು ಮರೆಯುವ ಸಿನಿಮಾ ಪ್ರೇಮಿಗಳಂತೆ ಇರುವುದು ಕಷ್ಟವೆನಿಸಿತ್ತು. ಈಗ ಅವಳಿಗೆ ದಿನವು ಚಾಕಲೇಟು ಬೇಕು, ಐಸ್‌ಕ್ರೀಮ್ ಬೇಕು. ಇದೆಲ್ಲ ಹೇಗೆ ಸಾಧ್ಯ? ತನ್ನ ಕಷ್ಟಗಳು ಬ್ರಹ್ಮಾಂಡವಾಗಿ ತೋಡಿಕೊಂಡು ಅತ್ತು ಅತ್ತು ಕಣ್ಣು ಕೆಂಪಗೆ ಮಾಡಿಕೊಂಡದ್ದು ಸೋಜಿಗವೆನಿಸಲಿಲ್ಲ.

"ಅವನೊಬ್ಬ ಮೋಸಗಾರ!" ದೂರಿದಳು.

"ಹೇಗೆ, ಅವನೇನಾದ್ರೂ ಬೇರೆಯವರನ್ನು ಪ್ರೀತಿಸ್ತಾ ಇದ್ದಾನ? ಫ್ಲರ್ಟ್ ಮಾಡಿಕೊಂಡು ಓಡಾಡುತ್ತಾನ? ಇಲ್ಲ, ನಿನ್ನ ಬಿಟ್ಟು ಏನಾದ್ರೂ ಪರಾರಿಯಾಗಿದ್ದಾನ?" ಬಹಳ ನಿಧಾನವಾಗಿ ಕೇಳಿದೆ. ತಕ್ಷಣ ಅವಳಿಗೆ ಏನು ಹೇಳಬೇಕೋ ಹೊಳೆಯಲಿಲ್ಲ. ಯೋಚಿಸುತ್ತ ಮೌನವಾಗಿ ಕೂತು ಹತ್ತು ನಿಮಿಷಗಳ ನಂತರ ಬಾಯಿ ಬಿಟ್ಟಿದ್ದು. "ನಂಗೆ ಅವೇನು ಗೊತ್ತಾಗೋಲ್ಲ. ಮೋಸಗಾರ... ಅಂದ ಮೇಲೆ ಮೋಸಗಾರ. ನನ್ನ ಕೋರ್ಸು ಮುಗಿದ್ಮೇಲೆ ದೊಡ್ಡ ಸಂಬಳ ಸಿಕ್ತಾ ಇತ್ತು. ಈಗ ಬರೀ ಎರಡೂವರೆ ಸಾವಿರ. ಅದ್ಕೇ ದಿನ ಪೂರ್ತಿ ಹಲ್ಲು ಕಿರೀಬೇಕು. ನಂಗೆ ಅದೆಲ್ಲ ಇಷ್ಟವಾಗೋಲ್ಲ. ನೀನೊಬ್ಳು ಸಾಕೂಂದವನು ಈಗ ನನ್ನ ಸಂಬಳದ ಹಣದ ಲೆಕ್ಕ ಕೇಳ್ತಾನೆ. ಈ ಮೂರು ತಿಂಗಳಲ್ಲಿ ಒಂದು ಸಲವಾದ್ರೂ ಕರೆದುಕೊಂಡು ಹೋಗಿ ಐಸ್‌ಕ್ರೀಮ್ ಕೊಡಿಸಿದ್ದಾನಾ? ಚಾಕಲೇಟು ಅಂಥದ್ದು ಇಲ್ಲವೇ ಇಲ್ಲ. ನಾನಾಗಿ ಕೇಳಿದರೆ ದುರುಗುಟ್ಟಿಕೊಂಡು ನೋಡ್ತಾನೆ. ಅಗೋಚರ ಶಕ್ತಿ ಆವಾಹನೆ ಆದಂಗೆ ಆಡ್ತಾನೆ. ಅವನೂಂದರೆ ಇರಿಟೇಟ್. ಮುಖ ನೋಡೋ ಇಷ್ಟ ಕೂಡ ಇಲ್ಲ" ನಾನ್‌ಸ್ಟಾಪ್ ಇಲ್ಲದಂತೆ ಮಾತಾಡಿದ್ದು ನೋಡಿ ಭಯವಾಯಿತು.

ಈಗಾಗಲೇ ಡೈವೋರ್ಸ್ ಪೇಪರ್‌ಗೆ ಸಹಿ ಹಾಕಿ ಅವನ ಮುಖದ ಮೇಲೆಸೆದು ಬಂದಂತೆ ಕಂಡಳು. ಮುಂದೇನು? ಹೆತ್ತವರಲ್ಲಿಗೆ ಹೋಗುವ ಇಚ್ಛೆಯೇನಾದರೂ

ಇದೇಯಾಂತ ಕಣ್ಣಲ್ಲಿ ದೃಷ್ಟಿ ನೆಟ್ಟು ನೋಡಿದೆ. 'ಮತ್ತೇನು ಮಾಡ್ತೀಯಾ?' ಎಂದು ಕೇಳುವ ಮೊದಲೇ "ನಾನಂತು ನಮ್ಮ ಮನೆಗೆ ಹೋಗೋಲ್ಲ. ಅವರು ಅಂದ ಮಾತುಗಳ ರೆಕಾರ್ಡ್ ಮಾಡಿಸಿ ಇಟ್ಟಿದ್ದರೆ ನೂರು ಕ್ಯಾಸೆಟ್ ಆಗಿ ಬಿಡೋದು. ನಾನು ಛಾಲೆಂಜ್ ಮಾಡಿಯೇ ಮನೆ ಬಿಟ್ಟು ಬಂದಿದ್ದು. ಎದುರು ಸಿಕ್ಕರೆ ಮುಖ ತಿರುಗಿಸಿಕೊಂಡು ಹೋಗ್ತಾರೆ. ನಾನು ಅಷ್ಟೇ" ಗಟ್ಟಿ ನಿರ್ಧಾರದಿಂದ ಹೇಳಿದಳು.

ಅಂತು ಹೆತ್ತವರಲ್ಲಿಗೆ ಹಿಂದಿರುಗುವ ಮನಸ್ಸು ಇಲ್ಲವೆಂದು ಅರ್ಥವಾಗಿ ಸಮಾಧಾನಗೊಂಡೆ. 'ಬಾಡದ ಹೂ' ಕಾದಂಬರಿಯ ಪ್ರತಿ ಹಿಡಿದು ಬಂದ ದಿನದ ನೆನಪು ಮಾಡಿಕೊಂಡೆ. ಜಗತ್ತಿನ ಪ್ರೀತಿ, ಪ್ರೇಮವನ್ನೆಲ್ಲ ತಮ್ಮಲ್ಲಿ ಅಡಗಿಸಿಕೊಂಡ ಪ್ರೇಮಿಗಳ ಪ್ರೇಮ ಇಷ್ಟು ಬೇಗ ಕೊನೆಗೊಳ್ಳುವುದು ನಂಗೆ ಬೇಕಿರಲಿಲ್ಲ. ಸಮಸ್ಯೆ ಅಷ್ಟಿಷ್ಟು ಅರ್ಥವಾಗಿತ್ತು. "ಬರ್ತೀನಿ, ನಾನು ನಿಮ್ಗೆ ಹೇಳಿ ಹೋಗ್ಬೋಣಾಂತ ಬಂದೆ. ಅಪ್ಪು ನನ್ನ ಪಿಕಪ್ ಮಾಡಿಕೊಳ್ಳೋಕೆ ಬರ್ತಾನೆ. ಇವತ್ತೊಂದು ದಿನ ರಜ ಹೇಳಿ ಬಂದಿದ್ದೆ. ಲೀವ್-ವಿತ್ ಔಟ್-ಪೇ ಆಗುತ್ತೆ. ತುಂಬ ಕಷ್ಟವಾಗುತ್ತೆ" ಗೇಟಿನವರೆಗೂ ಹೋಗಿ ಬೀಳ್ಕೊಡುವ ಮುನ್ನ "ಮೊದಲ ಸಲ ಪ್ರೇಮವನ್ನೊತ್ತು ತಂದಿರಿ. ಈ ಸಲ ಡೈವೋರ್ಸ್ ಪೇಪರ್ ಹಿಡಿದು ಜೊತೆಯಾಗಿ ಬನ್ನಿ" ನಕ್ಕೆ. ಅವಳು ಕೂಡ ನಕ್ಕರೂ ಕಣ್ಣಲ್ಲಿ ಇರುಸು ಮುರುಸು ವ್ಯಕ್ತವಾಯಿತು. ಮನದಲ್ಲಿದ್ದನ್ನೆಲ್ಲ ಬಿಚ್ಚಿ ಒದರಿದ ನಿರಾಳತನ ಅವಳಲ್ಲಿತ್ತು.

ಅವಳು ಹೋದ ಎಷ್ಟೋ ಹೊತ್ತಿನವರೆಗೂ ಯೋಚಿಸುತ್ತಿದ್ದೆ. ಪ್ರೇಮದ ಬಗೆಗಿನ ಆವೇದನೆಯಷ್ಟೇ ಆವೇಗದಲ್ಲಿ ಡೈವೋರ್ಸ್ ಬಗೆಗೂ ಬಿರುಸಾಗಿತ್ತು ಮಾತುಗಳು. ಯೌನವೇ ಹಾಗೆ, ಬದುಕಿನ ಎಲ್ಲಾ ರೀತಿಯ ದ್ವಂದ್ವಗಳ ಒಳ ಸುಳಿಗೆ ತನ್ನನ್ನು ಒಪ್ಪಿಸಿಕೊಂಡು ಬಿಡುತ್ತದೆ. ಯೌವನದಲ್ಲಿ ದೈಹಿಕ ಶಕ್ತಿ, ಜ್ಞಾನ ಪಿಪಾಸೆ, ಆಸೆ, ಆಕಾಂಕ್ಷೆಗಳ ನಡುವೆ ಪ್ರೇಮದ ವಿವಿಧ ರೂಪಗಳು ಆವೇಶಗಳು ಚಡಪಡಿಕೆಗಳು ಅತ್ಯಂತ ಸಹಜ ರೂಪದಲ್ಲಿ ಹೊರ ಹೊಮ್ಮುತ್ತದೆ. ನಿರಂತರ ಹೊಯ್ದಾಟದ ನಡುವೆ ವಿವೇಕದಿಂದ ವಂಚಿತರಾಗಿ ಆತುರದ ನಿರ್ಧಾರಕ್ಕೆ ಕೆಲವರು ಬೇಗ ಬರುತ್ತಾರೆ. ಕೆಲವು ಮನೋದೌರ್ಬಲ್ಯದಿಂದ ಉದ್ಭವಿಸುವಂಥವು. ಹೇಮ, ಪ್ರಸಾದ್ ಎರಡು ವರ್ಷದ ನಿರಂತರ ಸ್ನೇಹದಿಂದ ಓಡಾಡಿ ಪ್ರೇಮಕ್ಕೆ ತಮ್ಮದೇ ಆದ ಸ್ವರೂಪ ಕೊಟ್ಟರೇ ವಿನಃ ನಂತರದ ಪರಿಣಾಮದ ಬಗ್ಗೆ ಚಿಂತಿಸಲಿಲ್ಲ. ಗಂಟೆಗಟ್ಟಲೇ ಕೂತು ಮಾತಾಡಿದ್ದಾರೆ. ಒಬ್ಬರ ಅಭಿರುಚಿಗಳು ಮತ್ತೊಬ್ಬರಿಗೆ ಗೊತ್ತಿಲ್ಲವೇ? ಇಬ್ಬರು ಕೂತು ಮಾತಾಡಿದ್ದೇನು?

ಹೇಮ ಹೋದ ಹದಿನೈದು ದಿನ ಅವಳಿಂದ ಫೋನ್ ಬರಲಿಲ್ಲ. ಡೈವೋರ್ಸ್‌ನ ಗುರಿ ಮುಟ್ಟುವ ತವಕದಲ್ಲಿರಬೇಕೆಂದು ಕಂಗಾಲಾದೆ. ನನಗೆ ಆ ಜೋಡಿಯ ಮೇಲೆ ಮಮತೆ ಬೆಳೆದಿತ್ತು. ಫೋನ್‌ನಲ್ಲಿ ಸಂಪರ್ಕಿಸಬೇಕೆಂದುಕೊಂಡು ಸುಮ್ಮನಾದೆ. ಹೇಮ ಕೆಲಸ ಬಿಟ್ಟಿದ್ದಳು. ಆ ದಿನ ರಾತ್ರಿ ಒಂಬತ್ತರ ಸಮಯದಲ್ಲಿ ಪ್ರಸಾದ್‌ನಿಂದ ಫೋನ್ ಬಂತು "ಮೇಡಮ್, ನಂಗೆ ಸಂಪಾದನೆ, ಹಣದ ಬಗೆಗಿನ ತಿಳಿವಳಿಕೆಯೇ ಕಮ್ಮಿ.

ಅದಕ್ಕಾಗಿ ಸಾಕಷ್ಟು ಕಷ್ಟಪಡ್ತಾ ಇದ್ದೀನಿ. ನನ್ನ ಸಂಪಾದನೆ ಯಾತಕ್ಕೂ ಸಾಲೋಲ್ಲ. ಸಂಜೆ ಷಿಫ್ಟ್‌ಗಳಲ್ಲಿ ಕೆಲಸ ಮಾಡೋಣವೆಂದರೆ ಹೇಮ ಗೋಳಾಡುತ್ತಾಳೆ. ನನ್ನ ಮೇಲೆ ನಿಮಗೆ ಪ್ರೀತಿನೇ ಇಲ್ಲಾಂತ ಗೊಣಗ್ತಾಳೆ. ನಮ್ಮಪ್ಪ ಕೊಟ್ಟ ಪಾಕೆಟ್ ಮನೀ ಪರ್ಸ್‌ನ ತುಂಬಿಕೊಂಡಿರೋದು. ಹೋಟೆಲ್‌ಗೆ ಕರೆದೊಯ್ದು ಕೇಳಿದ ಐಸ್‌ಕ್ರೀಮ್, ಚಾಕಲೇಟ್ ಕೊಡಿಸ್ತಾ ಇದ್ದೆ. ಈಗ ಅವೆಲ್ಲ ದುಬಾರಿಯೆನಿಸಿದೆ. ಕೊಂಡು ಕೊಡೋ ಚೈತನ್ಯವು ಇಲ್ಲ" ಸಪ್ಪೆ ದನಿಯಲ್ಲಿ ನುಡಿದ ಅವನ ಮುಖ ಕಣ್ಮುಂದೆ ಬಂದು ನಿಂತಿತು. ಲವಲವಿಕೆಯಿಂದ ಇದ್ದ ಯುವಕ ತೀರಾ ಕುಸಿದಂತೆ ಕಂಡ.

"ಅವಳು ಕೆಲ್ಸದಲ್ಲಿದ್ದಾಳೆ ಸಂಬಳ ಬರುತ್ತೆ" ಅಂದ ಕೂಡಲೇ "ಸಾರಿ ಮೇಡಮ್, ಅವಳು ನನ್ನ ಪ್ರೀತಿಸ್ಲೇ ಇಲ್ಲ. ಬರೀ ಬೂಟಾಟಿಕೆಯ ಪ್ರೇಮ. ಇವ್ಳಿಗೋಸ್ಕರ ಹೆತ್ತವರನ್ನು ಬಿಟ್ಟೆ. ಇಷ್ಟೆಲ್ಲ ಕಷ್ಟ ಅವಳಿಂದ್ಲೇ. ಅವಳ ಸಂಪಾದನೆ ಅವಳ ಖರ್ಚಿಗೆ ಸರಿ ಹೋಗುತ್ತೆ. ಒಂದಿಷ್ಟು ಅಡಿಗೆ ಕಲಿತರೇ, ಮನೆಯಲ್ಲಿ ಊಟ ಮಾಡಿ ಉಸಿರಾಡಬಹ್ದು. ಅವಳು ಆರಾಮಾಗಿ ಚಾಕಲೇಟ್, ಐಸ್ ಕ್ರೀಮ್‌ಗೆ ಪೂರ್ತಾ ಹಣ ಸುರೀತಾಳೆ. ಮತ್ತೆ ಖರ್ಚಿಗೆ ಸಾಲದೇ ಬರುತ್ತೆ. ಸದಾ ಜಗಳ... ಜಗಳ... ಮನೆಗೆ ಹೋಗೋದು ಬೇಡಾಂತ ಅನಿಸಿದೆ. ನನ್ನ ಪ್ರೀತಿಗೆ ಸಿಕ್ಕ ಬಹುಮಾನ ಇದೆ" ತೀರಾ ಪಶ್ಚಾತ್ತಾಪದ ದನಿಯಲ್ಲಿ ಹೇಳಿದವನನ್ನು ಸಂತೈಯಿಸಬೇಕೆನಿಸಿತು.

"ಹಾಗೆಲ್ಲ ಏನಿಲ್ಲ! ಅವ್ಳು ಕೂಡ ನಿನ್ನ ಪ್ರೀತಿ, ಪ್ರೇಮಕ್ಕಾಗಿ ಅರ್ಧದಲ್ಲಿ ಕಾಲೇಜು ಬಿಟ್ಟಳು. ಹೆತ್ತವರನ್ನು ದೂರ ಮಾಡಿಕೊಂಡಳು. ಇದನ್ನೆಲ್ಲ ನೀನು ಯೋಚಿಸ್ಬೇಕು ಪ್ರಸಾದ್. ನೀವಿಬ್ರೂ ಒಟ್ಟಿಗೆ ಬನ್ನಿ. ನಿಮ್ಮ ಜಗಳ ಹೊಡೆದಾಟದ ಮಟ್ಟಕ್ಕೆ ಹೋಗದೆ ಇರಲೀಂತ" ಫೋನಿಟ್ಟೆ. ಇಲ್ಲಿ ತಪ್ಪು ಸರಿಗಳ ವ್ಯಾಖ್ಯಾನ ಬೇಕಿರಲಿಲ್ಲ. ಒಬ್ಬರ ಇನ್ನೊಬ್ಬರ ಬಗ್ಗೆ ಯೋಚಿಸದೇ ಇರೋದೇ ತಪ್ಪು.

ಒಂದು ಅರ್ಥದಲ್ಲಿ ಎಲ್ಲ ಜೀವಿಗಳು ಸ್ವಾರ್ಥಿಗಳೇ! ಪ್ರತಿಯೊಬ್ಬರಿಗೂ ತನ್ನ ಸುಖ, ಶಾಂತಿ, ನೆಮ್ಮದಿಗಳೆ ಮುಖ್ಯ. ತಾನುಂಟು ಮೂರು ಲೋಕವುಂಟೋ ಎನ್ನುವ ಇಂಗಿತದಿಂದ ಕಳಚಿಕೊಂಡವರು ಸ್ವಲ್ಪ ಜನ ಮಾತ್ರ. 'ನಾನು ನಾನು' ಎನ್ನುವ ಸ್ವಾರ್ಥ ಸ್ವಲ್ಪ 'ನನ್ನವರು, ನನ್ನ ಹೆಂಡತಿ, ಮಕ್ಕಳು, ಬಂಧು ಮಿತ್ರರು' ಎಂದು ವಿಕಸನಗೊಂಡ ಕಡೆ ಒಂದಿಷ್ಟು ನೆಮ್ಮದಿ ಸಿಕ್ಕಬಹುದು. ಅಲ್ಲಿ ಕೂಡ 'ನಾನು'ವಿನ ಹೊಡೆದಾಟ, ತಮ್ಮ ತ್ಯಾಗ ದೊಡ್ಡದೆನ್ನುವ ವಿಚಾರ ವಿರಸದತ್ತ ಮುನ್ನಡೆಸುತ್ತದೆ.

ಒಂದೆರಡು ತಿಂಗಳ ನಂತರ ಇಬ್ಬರು ಒಟ್ಟಿಗೆ ಬಂದಾಗ ಹರ್ಷವೆನಿಸಿತು. ಅದು ಕೆಲವು ಕ್ಷಣಗಳು ಮಾತ್ರ. ಪ್ರಸಾದ್ ತೀರಾ ಬಸವಳಿದಂತೆ ಕಂಡ.

"ಮೇಡಮ್ ಸಾರಿ, ನಾನಂತು ಸೋತು ಹೋಗಿದ್ದೀನಿ. ಇಬ್ರೂ ಕೂಡಿಯೇ ಡೈವೋರ್ಸ್‌ನ ನಿರ್ಧಾರಕ್ಕೆ ಬಂದಿದ್ದೀವಿ. ಈಗ ಪ್ರೀತಿ, ಪ್ರೇಮವೆಲ್ಲ ಖಾಲಿ. ಬರೀ

ಜಗಳ, ಬಡಿದಾಟ. ಹೇಳೋ ಸಲುವಾಗಿ ಬಂದಿದ್ದು. ಡೈವೋರ್ಸ್ ಸಿಕ್ಕೋವರ್ಗೂ ಕೂಡ ಜೊತೆಯಲ್ಲಿರೋಕೆ ಸಾಧ್ಯವಿಲ್ಲ" ಮುಖ ಪಕ್ಕಕ್ಕೆ ತಿರುಗಿಸಿಕೊಂಡ. ಅವನೆದೆಯಾಳದಲ್ಲಿ ಹುದುಗಿದ ನೋವು ಭುಗಿಲೆದ್ದಿತು.

ಹೇಮ ತಲೆ ತಗ್ಗಿಸಿಕೊಂಡು ಕೂತಿದ್ದಳು.

"ಅರೇ, ಪ್ರೇಮ ಪ್ರೀತಿಯೆಂದರೇ ಇಷ್ಟೊಂದು ಚೀಪಾ? ಪ್ರೇಮಿಸಿ ಹೆತ್ತವರನ್ನು ಧಿಕ್ಕರಿಸಿ ಮದ್ವೆಯಾದರು. ಒಟ್ಟಿಗೆ ಗಂಟೆಗಟ್ಟಲೆ ಕೂತು ಮಾತಾಡಿದ್ದೀರಿ. ಕನಸುಗಳನ್ನು ಕಟ್ಟಿಕೊಂಡಿದ್ದಿರಿ. ಆಸೆ, ಆಕಾಂಕ್ಷೆಗಳ ಗೂಡು ಕಟ್ಟಿದ್ದಿರಿ. ಇವೆಲ್ಲ ನಿಜ ತಾನೇ?" ಕೇಳಿದ ಕೂಡಲೇ ಒಬ್ಬರ ಮುಖವನ್ನೊಬ್ಬರು ನೋಡಿಕೊಂಡರು.

"ಹೌದು..." ಒಪ್ಪಿಗೆ ಸೂಚಿಸಿದರು.

"ಸಾರಿ, ಏನು ತಿಳ್ಕೋಬೇಡಿ. ಗಂಟೆಗಟ್ಟಲೆ ಮಾತಾಡ್ತಾ ಇದ್ದ ವಿಷ್ಯಗಳೇನು?" ಕೇಳಿದೆ. ಪ್ರಸಾದ್, ಹೇಮ ಬೇರೆಯಾಗುವುದು ನನಗೆ ಇಷ್ಟವಿಲ್ಲ. 'ಬಾಡದ ಹೂ' ಧಾರಾವಾಹಿಯಾಗಿ ಬರುತ್ತಿದ್ದಾಗ ಅಭಿಮಾನಿ ಓದುಗರು ಇದೇ ಅಭಿಪ್ರಾಯ ವ್ಯಕ್ತಪಡಿಸುತ್ತಿದ್ದ ಪತ್ರಗಳು ಇನ್ನು ನನ್ನಲ್ಲಿವೆ.

"ಸದಾ ನನ್ನ ಜೇಬು ತುಂಬಿರುತ್ತಿತ್ತು. ಬೇಕಾದ್ದೆಲ್ಲ ಬೇಡವೆಂದರೂ ಕೊಡಿಸುತ್ತಿದ್ದೆ. ಬೈಕ್ ಇತ್ತು. ಪೆಟ್ರೋಲ್‌ನ ಯೋಚನೆ ಇರಲಿಲ್ಲ. ಆರಾಮಾಗಿ ಅವಳನ್ನು ಸುತ್ತಾಡಿಸುತ್ತಿದ್ದೆ. ಈಗ ಅದೆಲ್ಲ ಸಾಧ್ಯವಿಲ್ಲ" ಮೇಲೆದ್ದವನು "ಗಹನವಾದ ವಿಚಾರಗಳೆ ನಮ್ಮ ಮಾತಿನ ನಡ್ವೇ ಬರುತ್ತಿರಲಿಲ್ಲ. ಕ್ಷಣ ಕ್ಷಣವು ಸುಂದರವೆನಿಸುತ್ತಿತ್ತು. ಸ್ನೇಹಿತರು, ಫಿಲಂಗಳ ವಿಷಯಗಳನ್ನು ಮಾತ್ರ ಚರ್ಚಿಸುತ್ತಿದ್ದಿವಿ" ಅಂದ. ಆಮೇಲೆ ಅವರೇ ಚರ್ಚೆಗೆ ಬಿದ್ದರು. ಪುಟ್ಟದಾಗಿ ಜಗಳವಾಡಿದರು. ಹೇಮ ಅತ್ತಳು.

"ಅವೆಲ್ಲ ಜವಾಬ್ದಾರಿ ಇಲ್ಲದ ದಿನಗಳು. ಸಣ್ಣ, ಪುಟ್ಟ ಆಸೆಗಳಿಗಾಗಿ ನಿಮ್ಮ ಪ್ರೇಮನ ಬಲಿಕೊಡ್ತೀರಾ. ನನ್ನ ಪ್ರಕಾರ ಬಾಡದ ಹೂ ಮಧುರಗಾನವಾದಾಗ... ನಿಜವಾಗಲು ಬದ್ಕು ಚೆನ್ನ. ಸಣ್ಣಪುಟ್ಟ ತ್ಯಾಗಗಳ ಜೊತೆ, ಒಂದಿಷ್ಟು ಸಾಮರಸ್ಯ ಸಾಕು ಅಂದೆ."

ನಾನು ಕೊಟ್ಟ 'ಮಧುರಗಾನ' ಕಾದಂಬರಿ ಕೈಯಲ್ಲಿಡಿದು ಆರಾಮಾಗಿ ಎದ್ದು ಹೋದರು. ದೃಢವಾದ ನಿರ್ಧಾರಕ್ಕೆ ಬಂದ ಪುಟ್ಟ ನಗೆ ಅವರಿಬ್ಬರ ತುಟಿಯಂಚಿನಲ್ಲಿ ಇತ್ತು.

ಮುದ್ದು ಮಕ್ಕಳು ನಿರ್ಲಿಪ್ತತೆಯ ನಿಧಿಗಳು ಮುಗ್ಧತೆಯ ಅನುಭವಿಸಲಿ ಬಿಡಿ

ನೇರವಾಗಿ ವಿಷಯಕ್ಕೆ ಬಂದು ಬಿಡುತ್ತೀನಿ. ಕೆಲವು ಹೆತ್ತವರು ತಮ್ಮ ಮಕ್ಕಳನ್ನು ಅತ್ಯಂತ 'ಚೂಟಿ' ಅಂತ ಹೇಳಿದರೇ, ಇನ್ನು ಕೆಲವರು ಬಿಗುಮಾನದಿಂದ 'ನನ್ನ ಮಗ್ಳು ತೀರಾ ಅಡ್ವಾನ್ಸಪ್ಪ. ನಮ್ಗೆ ಹತ್ತು ವರ್ಷ ದಾಟಿದ ನಂತರವು ಇಷ್ಟೊಂದು ಬುದ್ಧಿ ಇರಲಿಲ್ಲ" ಎಂದು ತಮ್ಮ ಮಕ್ಕಳನ್ನು ಹೊಗಳಿಕೊಳ್ಳುತ್ತಾರೆ.

ಖಂಡಿತ ಇದು ಸತ್ಯವೆನಿಸುತ್ತೆ. ಹಿಂದೆ ಸಾಲ ವಸೂಲಿಗೆ ಬರುವವರಿಂದ ತಪ್ಪಿಸಿಕೊಳ್ಳಲು ತಂದೆ ತನ್ನ ಮಗುವಿಗೆ 'ಅವರು ಬಂದರೇ ಮನೆಯಲ್ಲಿ ಇಲ್ಲಾಂತ ಹೇಳು' ಎಂದಕೂಡಲೇ ತಲೆಯಾಡಿಸಿ ಆಟದಲ್ಲಿ ಮಗ್ನವಾಗುವ ಮಗು ಬಂದವರನ್ನು ಯಾರೆಂದು ಕೂಡ ತಿಳಿಯದೇ 'ಅಪ್ಪ ಮನೆಯಲ್ಲಿ ಇಲ್ಲಾಂತ ಹೇಳು ಅಂದಿದ್ದಾರೆ' ಎಂದು ಹೇಳುತ್ತಿತ್ತು. ಅದಕ್ಕೆ ಹಾಗೆಂದು ಹೇಳಬಾರದೆಂದು ತಿಳಿಯದು. ಅವರು ತನ್ನ ತಂದೆಗೆ ಸಾಲ ಕೊಟ್ಟವರೆಂದು ಕೂಡ ತಿಳಿಯದು. ಅಂಥ ನಿಷ್ಕಪಟ ಭಾವವನ್ನೆ ಮುಗ್ಧತೆ ಎನ್ನುವುದು. ಇದಕ್ಕೆ ಸರಳತೆಯ ಮುಸುಕು ಕೂಡ ಇರುತ್ತದೆ. ಮುಗ್ಧತೆಗೆ ಸರಳತೆಯೊಂದು ಮುಸುಕು.

ಮಗುವಿಗೆ ಭೇದ ಭಾವ ತಿಳಿಯದ ದಿನಗಳು ಇದ್ದವು. ಊಟ ಉಪಚಾರ, ಆಚಾರ ವ್ಯವಹಾರಗಳಲ್ಲಿ ಸಾಫ್ ಸೀದಾ. ಇಂಥ ನಡೆನುಡಿಗಳು ದೇವರಿಗೂ ಇಷ್ಟ. ಭಕ್ತ ಪ್ರಹ್ಲಾದ, ಭಕ್ತ ಧ್ರುವರ ಭಕ್ತಿ, ತಪಸ್ಸಿಗೆ ಮೆಚ್ಚುವ ದೇವರು ಸಾವಿರಾರು ವರ್ಷ ತಪಗೈದ ಋಷಿ ಮುನಿಗಳತ್ತ ಕಣ್ಣುಹಾಯಿಸಲಿಲ್ಲ. ಮುದ್ದು ಮಕ್ಕಳ ಮುಗ್ಧತೆ ಅಷ್ಟೊಂದು ಪವರ್‌ಫುಲ್.

ಈಗ ಒಂದು ಘಟನೆ ನೆನಪಾಗುತ್ತಿದೆ.

ನನ್ನ ಪುಟ್ಟ ಮೊಮ್ಮಗ ಭರತ್‌ಗೆ ಬಿಸ್ಕತ್, ಚಾಕಲೇಟು ಸಿಕ್ಕಕೂಡಲೇ ಆಗ ನಮ್ಮಲ್ಲಿದ್ದ ಹುಡುಗಿ ಜ್ಯೋತಿಯೆಡೆಗೆ ಓಡುತ್ತಿದ್ದ "ಜ್ಯೋತಿ ಬಾಳೀ... ಬಾಳೀ..." ಆಗ

ಅದರ ನಡಿಗೆಯಲ್ಲಿ ಕುಣಿಯುವ ಉತ್ಸಾಹ. ಅವಳು ಬೇಡವೆಂದರೂ ಬಾಯಿಗೆ ತುರುಕುತ್ತಿದ್ದ, ಕೊಟ್ಟ ತಿಂಡಿಯನ್ನು ಟೈಗರ್ ಬಾಯಿಗೆ ಕೊಡುತ್ತಿದ್ದ. ಭೇದ, ಭಾವ ಬಿಟ್ಟು ಹಂಚಿ ತಿನ್ನಬೇಕೆಂಬ ಗುಣ ಹುಟ್ಟಿನಿಂದಲೇ ಬರುವಂಥದ್ದು. ನಂತರ ಬೆಳೆದಂತೆ ಈ ಪರಿಸರಕ್ಕೆ ಹೊಂದಿಕೊಳ್ಳುತ್ತಾ ಹೋಗುತ್ತಾನೆ. ನಾನು ಆ ವಿಷಯ ಹೇಳಲು ಹೊರಟಿಲ್ಲ.

ತಾವರೆ ಎಲೆಯ ಮೇಲಿನ ನೀರಿನ ಹನಿಗಳಂತೆ ಯಾವುದಕ್ಕೂ ಅಂಟದೆ ಸದಾ ತಮ್ಮದೇ ಲೋಕದಲ್ಲಿ ವಿಹರಿಸುವ ಮುಗ್ಧ ಮಕ್ಕಳು ಅಮೃತದ ನಿಧಿಗಳು. ಅಂಥ ಒಂದು ಮುಗ್ಧತೆಯನ್ನು ಅನುಭವಿಸಲು ಒಮ್ಮೆ ಮಾತ್ರ ಅವಕಾಶ ಸಿಗುತ್ತೆ. ಅದನ್ನು ಹಾಳು ಮಾಡಲು ನಾವು ಯಾರು? ಮುಗ್ಧತೆಯ ತಿರುಳೇ ಅಚಲವಾದ ನಂಬಿಕೆ ಎನ್ನುವುದಕ್ಕೆ ಶ್ರೀರಾಮಕೃಷ್ಣ ಪರಮಹಂಸರು ಹೇಳಿದ ಒಂದು ಪುಟ್ಟ ಕತೆ ಇಲ್ಲಿ ಸೂಕ್ತ.

ಈಗಿನ ಹಾಗೆ ರಸ್ತೆಗಳ ಅನುಕೂಲವಿಲ್ಲದ ಕಾಲ. ವಾಹನಗಳ ಓಡಾಟ ತೀರಾ ಅಗತ್ಯವೆನಿಸದ ದಿನಗಳಲ್ಲಿನ ಮಾತು. ಒಂದು ಮಗು ಬೆಳಿಗ್ಗೆ ಎದ್ದು ಶಾಲೆಗೆ ಹೋಗ ಬೇಕಾದರೆ ಒಂದು ಕಾಡನ್ನು ಹಾದು ಹೋಗಬೇಕಾಗಿತ್ತು.

"ಕಾಡಿನ ದಾರಿಯಲ್ಲಿ ಹೋಗಲು ನನಗೆ ಹೆದರಿಕೆ!" ತಾಯಿಗೆ ರಿಪೋರ್ಟ್ ಸಲ್ಲಿಸುತ್ತದೆ. ಇಂದಿನ ತಾಯಂದಿರ ಹಾಗೇ ತೀರಾ ಬುದ್ಧಿವಂತೆ, ಹಣವಂತಳು ಅಲ್ಲ, ದೈವಭಕ್ತಳು "ಕಾಡಿನಲ್ಲಿ ಹೋಗುವಾಗ ಗೋಪಾಲನನ್ನು ಕರೆ ಅವನು ನಿನ್ನನ್ನು ಕರೆದೊಯ್ದು ಶಾಲೆಗೆ ಮುಟ್ಟಿಸುತ್ತಾನೆ" ಎಂದು ನುಡಿದಳು.

"ಅವನು ಯಾರು?" ಮುಗ್ಧವಾಗಿ ಕೇಳಿದ.

"ಅವನು ನಿನ್ನಣ್ಣ" ಅತ್ಯಂತ ಸರಳವಾಗಿ ಹೇಳಿದಳು.

ಮುಗ್ಧತೆಯ ಪ್ರತಿರೂಪದ ಮಗು ನಂಬಿತು.

"ಅವನು ಅಣ್ಣ ಎಂದರೇ ಹೇಗೆ? ನಾನು ನೋಡೇ ಇಲ್ಲ. ಅವನು ಮನೆಯಲ್ಲಿ ಯಾಕೆ ಇಲ್ಲ? ನೀನು ಸುಳ್ಳು ಹೇಳ್ತೀಯ" ಈ ಪ್ರಶ್ನೆಗಳ ಜೊತೆ ಈಗಿನ ಮಕ್ಕಳು ಆರೋಪ ಮಾಡುವಷ್ಟು ಬುದ್ಧಿವಂತರಾಗಿರುತ್ತಾರೆ.

ಅಂದಿನ ಮುಗ್ಧ ಮಗು ತಾಯಿಯನ್ನು ಪೂರ್ತಿಯಾಗಿ ನಂಬುತ್ತೆ. ಸಂಶಯ ಭಯ ಅದನ್ನು ಕಾಡದು. ಕಾಡಿನಲ್ಲಿ 'ಗೋಪಾಲಣ್ಣ... ಗೋಪಾಲಣ್ಣ' ಎಂದು ಕೂಗುತ್ತ ಭಯದಿಂದ ಅತ್ತಿತ್ತ ನೋಡುತ್ತೆ "ನೀನು ಎಲ್ಲಿದ್ದಿ? ಬೇಗ... ಬಾ. ನಂಗೆ ಭಯವಾಗುತ್ತ ಇದೆ" ಕೂಗುತ್ತೆ. ಅಳುತ್ತೆ, ತನ್ನ ಗೋಪಾಲಣ್ಣ ಬಂದೇ ಬರುತ್ತಾನೆಂಬ ನಂಬಿಕೆ.

ಒಬ್ಬ ಸ್ಫುರದ್ರೂಪಿ ಬಾಲಕ ಓಡೋಡಿ ಬಂದು ಅವನನ್ನು ಅಪ್ಪಿ, ಕಣ್ಣೊರೆಸಿ ಕರೆದೊಯ್ದು ಶಾಲೆ ತಲುಪಿಸುತ್ತಾನೆ. ಅದು ಹರ್ಷಿಸುತ್ತದೆ. ಗೋಪಾಲಣ್ಣ ಯಾರು, ಏನು ಎನ್ನುವುದರ ಬಗ್ಗೆ ಅದರ ಯೋಚನೆ ಇಲ್ಲ. ಭೂತ, ಭವಿಷ್ಯವನ್ನು ಬಿಟ್ಟು

ವರ್ತಮಾನದಲ್ಲಿನ ಮುಗ್ಧತೆ ಅದರ ಅಂತರಾಳದಲ್ಲಿ ಬೇರೂರಿರುತ್ತದೆ. ಇಂಥ ನಿಷ್ಕಲ್ಮಶವಾದ ಮುಗ್ಧತೆ ಅದೆಷ್ಟು ಚೆನ್ನ.

ಪುಟ್ಟ ಮಕ್ಕಳು ಜಗಳವಾಡಿದರು ಹತ್ತು ನಿಮಿಷಗಳ ನಂತರ ಮರೆತು ಆಟವಾಡುತ್ತಾರೆ.

ಈಗ ಅಲ್ಲೂ ಕೂಡ ಬದಲಾವಣೆಯ ಗಾಳಿ ಬೀಸಿದೆ. ಅದಕ್ಕೆ ಯಾರು ಕಾರಣರು? ತಂದೆ ಸಾಲಗಾರರಿಗೆ "ಮನೆಯಲ್ಲಿ ಇಲ್ಲಾಂತ ಹೇಳು" ಅಂದರೆ ಈಗಿನ ಮಗು ಪ್ರತಿಫಲ ಅಪೇಕ್ಷಿಸುತ್ತೆ. "ಹಾಗಂತ ಹೇಳಿದರೇ ಏನು ಕೊಡ್ತೀಯಾ? ಚಾಕಲೇಟು ಕೊಡುಸ್ತೀಯಾ? ಪಾರ್ಕ್‌ಗೆ ಕರ್ಕಂಡ್ ಹೋಗ್ತೀಯಾ?" ಮಗು ಸುಳ್ಳು ಹೇಳಬೇಕಾದರೆ ಎರಡು ಆಫರ್‌ಗಳಲ್ಲಿ ಒಂದಕ್ಕಾದರೂ ಭರವಸೆ ಕೊಡಬೇಕು. ಇಲ್ಲದಿದ್ದರೇ ಮುಲಾಜಿಲ್ಲದೆ "ಇದ್ದಾರೆ ಅಪ್ಪ" ಎಂದು ಹೇಳುವಷ್ಟು ಮಗು ಅಡ್ವಾನ್ಸ್ ಆಗಿರುತ್ತೆ. ಇದಕ್ಕೆ ಯಾರು ಕಾರಣ?

ಹೆತ್ತವರು ನೆರೆಯ ಮನೆಯ ಮಗುವಿಗಿಂತ, ಬಂಧುಗಳ ಮನೆಯ ಮಕ್ಕಳಿಗಿಂತ ತಮ್ಮ ಮಗುವಿನ ಬುದ್ಧಿವಂತಿಕೆ ಚಲಾವಣೆಯಾಗಬೇಕೆಂಬ ಆಸೆಯಿಂದ ಆರಾಮಾಗಿ ಮಲಗಿ ನಿದ್ರಿಸುವ ಮಗುವಿನ ಮುಚ್ಚಿದ ರೆಪ್ಪೆಗಳಲ್ಲಿ ಅಕ್ಷರಗಳನ್ನು ಇಳಿಸುವ ಪ್ರಯತ್ನ ಮಾಡುತ್ತಾರೆ. ಅರ್ಥವಾಗದ್ದನ್ನು ಹೇಳುತ್ತಾರೆ. ತಮಗೆ ಇಷ್ಟವಾಗುವ ರೀತಿಯಲ್ಲಿ ಮಗುವನ್ನು ಮೌಲ್ಡ್ ಮಾಡುವ ಯತ್ನ ನಿರಂತರವಾಗುತ್ತೆ.

"ಅವ್ಳು ಕೆಲ್ಸದ ಹುಡ್ಗೀ. ಅವಳ್ನ ಮುಟ್ಟಿಸಿಕೊಳ್ಳಬೇಡ" ಇಂಥ ಸಲಹೆಗಳು ಮುಗ್ಧ ಮನಸ್ಸನ್ನು ತಳುಕು ಹಾಕುವ ಪ್ರಯತ್ನ ಹಾಕುತ್ತೆ. "ಇದ್ನ ಕೊಡೋಲ್ಲಾನ್ನು!" ತಾಯಿಯ ಅಪ್ಪಣೆ ಮಗುವಿನ ಬೆಳವಣಿಗೆಯಲ್ಲಿ ಬೇರೆ ರೀತಿಯ ಪಾತ್ರ ವಹಿಸುತ್ತೆ.

ಮುಗ್ಧತೆಯ ಆಂತರ್ಯದಲ್ಲಿ ಹಿರಿಯರು ಹಲವು ಪ್ರಶ್ನೆಗಳನ್ನು ತೇಲಿಬಿಡುತ್ತಾರೆ. ಸಂಶಯ, ದ್ವೇಷ, ಕಹಿಯ ಬಿತ್ತುವಿಕೆಯಲ್ಲಿ ಮುಗ್ಧತೆಯ ಕಾರಂಜಿ ಕದಡುತ್ತದೆ. ಸಮಾಜಕ್ಕೆ ದಿವ್ಯ ಕೊಡುಗೆಯಾಗಬೇಕಾದ ಸಂತಾನ ಎಳೆಯತನದಲ್ಲಿಯೇ ವಿರೋಧಾಭಾಸದಿಂದ ನರಳುವಂತಾಗುತ್ತೆ.

ಮಗು ಪರಿಪೂರ್ಣ ಮುಗ್ಧತೆ ಅನುಭವಿಸಲಿ ಬಿಡಿ!

ಬದುಕೆಂಬ ಅಗ್ನಿಕುಂಡದಲ್ಲಿ ನೂರಾರು ಕತೆಗಳು

ದೇಹದ ಪ್ರತಿರೋಧ ಶಕ್ತಿ ಕಡಿಮೆಯಾದಾಗ ರೋಗಗಳು ಮುತ್ತಿ ಕಾಡುತ್ತೆ. ಹಾಗೆಯೇ ಆಂತರ್ಯದ ಆತ್ಮ ಶಕ್ತಿ ಕಡಿಮೆಯಾದಾಗ ಭಯ, ಉದ್ವೇಗಗಳು ಕಾಡುತ್ತೆ.

ಈ ಹುಡುಗನ ವಿಷಯ ನನ್ನನ್ನು ಬಹಳ ದಿನ ಕಾಡಿದೆ.

ವಿಶ್ವ ಹೈಸ್ಕೂಲ್‌ನಲ್ಲಿ ಕಲಿಯುವ ಹುಡುಗ. ಅವನು ಕೂಡು ಕುಟುಂಬದಲ್ಲಿ ಬೆಳೆದವನಲ್ಲ. ಅಮ್ಮ, ಅಪ್ಪ ಇಬ್ಬರು ಉದ್ಯೋಗಿಗಳು. ಒಳ್ಳೆಯ ಮಟ್ಟದ ಜೀವನ ಬೇಕೆಂದರೆ ಇಬ್ಬರು ದುಡಿಯಬೇಕಿತ್ತು. ಸ್ವಲ್ಪ ದಿನ ಅಜ್ಜಿಯ ಮನೆಯಲ್ಲಿದ್ದ. ಮುದ್ದು ಮಗನ ಲಾಲನೆ ಪಾಲನೆಗೆ ಎಲ್ಲಿ ಕಮ್ಮಿಯಾಗುತ್ತೇಂತ ಕರೆತಂದು ಇಟ್ಟುಕೊಂಡರು. 'ಅವನಿಗಾಗಿಯೇ ಈ ದುಡಿಮೆ' ಎನ್ನುವ ಮಾತು ಆಗಾಗ ಅಪ್ಪ, ಅಮ್ಮ, ಬಂಧುಗಳ ಮುಂದೆ ಅವರಿವರ ಮುಂದೆ ಆಡುತ್ತಿದ್ದನ್ನು ಕೇಳಿಸಿಕೊಂಡಿದ್ದ. ಆದರೆ ಅವನಿಗೆ ಹಾಗೆ ಅನ್ನಿಸಿರಲಿಲ್ಲ.

ವರ್ಷದ ಹಿಂದೆ ಬಬ್ಬಲ್‌ಗಮ್, ಚಿಂಗಮ್ ಅಗೆಯುತ್ತ ಓಡಾಡುತ್ತಿದ್ದ ಹುಡುಗ ಈಚೆಗೆ ಕೆಲವು ದಿನಗಳಿಂದ ಮಂಕಾಗಿದ್ದ. ಅವನಜ್ಜಿ ಬಂದಾಗ ಮಗಳನ್ನು ವಿಚಾರಿಸಿದರು.

"ಏನಾಗಿದೆ ಇವನಿಗೆ?"

"ಅವ್ನಿಗೇನು, ಯಾತರ ಕೊರತೆ? ಅವ್ನು ಹೋಗೋ ಸ್ಕೂಲ್‌ನ ಮಂತ್ಲಿ ಫೀಸ್ ಎಷ್ಟು ಗೊತ್ತಾ? ನಾನಾಗ್ಲಿ, ಅವರಾಗ್ಲೀ... ಅವ್ನು ಕೇಳಿದ್ನ ಇಲ್ಲಾನ್ನೊಲ್ಲ" ಸ್ವಲ್ಪ ಅಭಿಮಾನದಿಂದಲೇ ಹೇಳಿಕೊಂಡರು. ಅಜ್ಜಿಯ ಅನುಭವ ಇದನ್ನು ಒಪ್ಪಿಕೊಳ್ಳಲು ಸಮ್ಮತಿಸಲಿಲ್ಲ. "ನಂಗೇನು ಹಾಗೇ ಅನ್ನಿಸೋಲ್ಲ. ಪಟಪಟಂತ ಸದಾ

ಮಾತಾಡೋನು... ತಾನಾಗಿ ಒಂದೇ ಒಂದ್ಮಾತು ಆಡೋಲ್ಲ. ಮೈಗೆ ಆರಾಮಿಲ್ಲಾಂತ ಕಾಣುತ್ತೆ. ನೀನು ಅವ್ನಿಗೆ ಅಮ್ಮ" ಮಗಳನ್ನು ದಬಾಯಿಸಿದರು.

ಮೊಮ್ಮಗನನ್ನು ಪಕ್ಕದಲ್ಲಿ ಕೂಡಿಸಿಕೊಂಡು ನೋಡಿದ್ದರು. ಸ್ವಲ್ಪ ಡೀಸೆಂಟಾಗಿ ಕಂಡ. ಅದು ಸಹಜ ಅಂದುಕೊಂಡರು. "ಇಲ್ಲ ಬಿಡು, ನೀನು ಏನೇನೋ ಹೇಳೋದ್ಬೇಡ" ಅಮ್ಮನ ಬಾಯಿ ಮುಚ್ಚಿಸಿದಳು. ದಾಕ್ಷಾಯಣಿಗೆ ಕ್ಲಾಸ್ ಟೀಚರ್‌ನಿಂದ ಫೋನ್ ಬಂದಾಗಲೇ ತಿಳಿದಿದ್ದು. "ನಿಮ್ಮ ಮಗ ರೆಗ್ಯುಲರ್ ಆಗಿ ಕ್ಲಾಸ್‌ಗೆ ಬರ್‍ತಾ ಇಲ್ಲ. ಬಂದರೂ ಸರ್‍ಯಾಗಿ ಹೋಂ ವರ್ಕ್ ಮಾಡಿರೋಲ್ಲ. ಮಂತ್ಲಿ ಟೆಸ್ಟ್‌ನಲ್ಲಿ ತೀರಾ ಮಾರ್ಕ್ಸ್ ಕಡಿಮೆ ತಗೊಂಡಿದ್ದಾನೆ" ಊಹೆಗೆ ಮೀರಿದ ರಿಪೋರ್ಟ್. ಕೂತು ಗಳಗಳ ಅತ್ತಳು. ಓವರ್ ಕಾನ್ಫಿಡೆನ್ಸ್ ಮಗನ ಮೇಲೆ. 'ಏನಾಗಿದೆ ಇವನಿಗೆ?' ಅವರು ತಮ್ಮ ಮಗನ ಬಗ್ಗೆ ಸುಮ್ಮನೆ ಆರೋಪವನ್ನೊರೆಸಿರಬಹುದೇ? ಇಂಥ ಅನುಮಾನ ಬರುವುದು ಸಹಜ.

ಎರಡು ದಿನ ರಜ ಹಾಕಿ ದಾಕ್ಷಾಯಣಿ ಮನೆಯಲ್ಲೆ ಉಳಿದಳು. ಗಂಡನ ಮುಂದೆ ತೋಡಿಕೊಂಡು ಅತ್ತಿದ್ದು... ಅತ್ತಿದ್ದು. ತಮ್ಮ ಬದುಕಿನಲ್ಲಿ ದೊಡ್ಡ ಪ್ರಳಯ ಘಟಿಸಿದೆಯೆಂದು ವಿಲಿವಿಲಿ ಒದ್ದಾಡಿದಳು.

ಮಗನ ಮಂಕುತನದ ಅರಿವಾಯಿತು. ತನ್ನ ಕೋಣೆಯನ್ನು ಶಿಸ್ತುಬದ್ಧವಾಗಿ ಇರಿಸಿಕೊಳ್ಳುತ್ತಿದ್ದ ಮಗ ಅಸ್ತವ್ಯಸ್ತಗೊಳಿಸಿದ್ದನ್ನು ಕಂಡು ಕೋಪಗೊಂಡಳು.

"ಏನಿದೆಲ್ಲ?" ಕೇಳಿದಳು.

ಮಾತಿಲ್ಲದೆ ಎದ್ದು ಹೋದ. ಅಂತು ಬದಲಾಗಿದ್ದಾನೇಂತ ಅನ್ನಿಸಿತು. ಕಾರಣ ಹುಡುಕಬೇಕೆನಿಸಿತು. ಬಗೆಬಗೆಯಾಗಿ ಪ್ರಶ್ನಿಸಿದರು ಅವನಿಂದ ಉತ್ತರವಿಲ್ಲ. ಸುಮ್ಮನೆ ತಲೆ ಬಗ್ಗಿಸಿ ಕೂಡುತ್ತಿದ್ದ. ತೀರಾ ಬಲವಂತದಿಂದ ಗಂಡ, ಹೆಂಡತಿ ಡಾಕ್ಟರ್ ಬಳಿ ಕರೆದೊಯ್ದರು. ಅವನ ದೇಹದ ಆರೋಗ್ಯ ಪರಿಪೂರ್ಣವಾಗಿ ನಾರ್ಮಲ್ ಆಗಿತ್ತು. ಮತ್ತೆ ಏನಾಗಿದೆ? ಹಿಂದೆ ಓದುವುದರಲ್ಲಿ ದಡ್ಡನಾಗಿರಲಿಲ್ಲ. ಎಲ್ಲಾ ಹುಡುಗರಂತೆ ಓಡಾಡಿಕೊಂಡಿದ್ದ. ಗಂಡನ ಸಹಾಯ ಪಡೆದುಕೊಂಡಳು. ಅದರಿಂದ ಕೂಡ ಪ್ರಯೋಜನವಾಗಲಿಲ್ಲ. ಆಗಾಗ ಕ್ಲಾಸ್‌ಗೆ ಚಕ್ಕರ್ ಹೊಡೆಯುತ್ತಿದ್ದ. ದಿಕ್ಕು ತೋಚದವನಂತೆ ಕೂಡುತ್ತಿದ್ದ. ಕೆಲವೊಮ್ಮೆ ಕೂದಲಲ್ಲಿ ಕೈ ಹಾಕಿ ಕೀಳುತ್ತಿದ್ದ. ಸೈಕಿಯಾಟ್ರಿಸ್ಟ್‌ಗೆ ತೋರಿಸಬೇಕೆಂಬ ನಿರ್ಣಯಕ್ಕೆ ಬರುವ ಮುನ್ನ ತನ್ನ ಚಿಕ್ಕ ತಾತನನ್ನು ಕರೆಸಿಕೊಂಡ ದಾಕ್ಷಾಯಣಿ ಕಣ್ಣೀರಿಟ್ಟಳು.

"ನಂಗ್ಯಾಕೋ ಭಯವಾಗಿದೆ. ಸೈಕಿಯಾಟ್ರಿಸ್ಟ್‌ಗೆ ತೋರ್‍ಸೋಣಾಂದ್ರೂ ಈ ವಿಷ್ಯ ಯಾರ ಕಿವಿಗಾದ್ರೂ ಬಿದ್ದರೇ, ಹುಚ್ಚನ ಪಟ್ಟ ಕಟ್ಟಿ ಬಿಡ್ತಾರೆ."

ಶಾಲೆಯ ಮಾಸ್ತರಾಗಿದ್ದವರು. ವಿದ್ಯಾರ್ಥಿಗಳು ಅಂದರೆ ಇಂದಿಗೂ ಪ್ರೀತಿಯೇ. ಪಕ್ವವಾಗಿದ್ದ ಮನಸ್ಥಿತಿ, ಸಹನೆ ಇತ್ತು. ಬೊಗಸೆಗಳಲ್ಲಿ ತುಂಬುವಂತ ಹೃದಯವಂತ

ಮನುಷ್ಯ.

"ಹುಚ್ಚು ಹುಡ್ಗೀ! ಅಂಥದೇನು ಆಗೋಲ್ಲ. ನಾನು ವಿಶ್ವನೊಂದಿಗೆ ಮಾತಾಡ್ತೀನಿ. ಭರವಸೆ ಕೊಟ್ಟರು. ತಮ್ಮ ವಾಸ್ತವ್ಯವನ್ನು ವಿಶ್ವನ ಕೋಣೆಯಲ್ಲಿಯೇ ಹೂಡಿದರು. ಮೂರು ದಿನಗಳ ವೇಳೆಗೆ ಅವನ ಪರಿಪೂರ್ಣ ಸ್ನೇಹ ಸಂಪಾದಿಸಿದ್ದರು. ಅವನ ಶಾಲೆಗೂ ಹೋಗಿ ಬಂದರು.

ಮಂಕುತನದ ಹಿಂದಿನ ಕಥೆ ತಿಳಿಯಿತು.

ಅಂದು ಶಾಲೆಯಲ್ಲಿ ಭಾಷಣ ಸ್ಪರ್ಧೆ ಇತ್ತು. ಬಹಳ ಉತ್ಸಾಹದಿಂದ ವಿಶ್ವ ಕೂಡ ಹೆಸರು ಕೊಟ್ಟಿದ್ದ. ಅವನಿಗಿಂತ ಮೊದಲು ಭಾಷಣ ಮಾಡಿದವರೆಲ್ಲ ಬಹಳ ಚೆನ್ನಾಗಿ ಮಾಡಿದ್ದಾರೆಯೆನ್ನುವ ಅರಿವಾದಂತೆ, ಅವನ ಕೈ ಕಾಲುಗಳಲ್ಲಿ ನಡುಕ ಶುರುವಾಯಿತು. ಮೈ ಬೆವರಿಟ್ಟಿತು. ಅವನ ಸರದಿ ಬಂದಾಗ ಮೇಲೇಳಲಾಗಲಿಲ್ಲ. ಬೇರೆ ವಿದ್ಯಾರ್ಥಿಗಳು ದಬ್ಬಿಕೊಂಡು ಹೋಗಿ ನಿಲ್ಲಿಸಿದರು. ಅತ್ತಿತ್ತ ನೋಡಿದ ಅವನ ತೊಡೆಗಳಲ್ಲಿ ನಡುಕ ಶುರುವಾಯಿತು. ಅವನಿಗಿಂತ ಮುಂದೆ ಭಾಷಣ ಮಾಡಿದ ಸಹ ವಿದ್ಯಾರ್ಥಿಗಳಲ್ಲೆ ಅವನ ಮಸ್ತಿಷ್ಕದಲ್ಲಿ ದಾಂಧಲೆಯೆಬ್ಬಿಸಲು ಶುರು ಮಾಡಿದರು.

ಸುಮ್ಮನೆ ನಿಂತ ಅವನನ್ನು ನೋಡಿ ವಿದ್ಯಾರ್ಥಿಗಳ ವೃಂದ 'ಓಹೋ' ಎಂದಿತು. ತುಟಿಗಳನ್ನು ತೆರೆಯಲಾಗಲಿಲ್ಲ. ಹೆಡ್ ಮಾಸ್ಟರ್ ಬೈದರು, ಮಿಕ್ಕ ಉಪಾಧ್ಯಾಯರ ಟೀಕೆ. ಅಂದಿನಿಂದಲೇ ಅಂತಃಮುಖಿಯಾಗಿದ್ದು. ಅವನ ಒಳಮುಖದಲ್ಲಿ ಒಂದು ಆಸೆ ಇತ್ತು. ತಾನು ಸ್ಟೇಜ್ ಮೇಲೆ ನಿಂತು ಭಾಷಣ ಮಾಡಿ ಎಲ್ಲರಿಗಿಂತ ಹೆಚ್ಚಿನ ಚಪ್ಪಾಳೆ ಗಿಟ್ಟಿಸಿಕೊಳ್ಳಬೇಕು. ಚೆನ್ನಾಗಿ ಮಾತಾಡಬೇಕು. ಎಲ್ಲರು ತನ್ನನ್ನು ಹೊಗಳಬೇಕು - ಇಂಥ ಒಂದು ಆಸೆ ನೆಲಸಮವಾದಾಗ ಕಾನ್ಫಿಡೆನ್ಸ್ ಎನ್ನುವುದು ಪಾತಾಳದಲ್ಲಿ ಹೋಗಿ ಬಚ್ಚಿಟ್ಟಿಕೊಂಡಿತು. ಅದನ್ನು ಹೊರಗೆ ಎಳೆಯಲು ಸಮರ್ಥನಾಗಲಿಲ್ಲ.

ಇದೊಂದು ನಡೆದು ಹೋದ ಕಥೆ.

ಒಂದು ಸಾಧಾರಣ ವಿಷಯವೆಂದು ತೀರಾ ಸಾಮಾನ್ಯ ಜ್ಞಾನದ ಹೆತ್ತವರು, ಬಂಧುಗಳು, ಪರಿಚಿತರು ಅಂದುಕೊಳ್ಳಬಹುದು. ಅವನಲ್ಲಿನ ಕಾನ್ಫಿಡೆನ್ಸ್‌ಗೆ ಬಲವಾದ ಪೆಟ್ಟು ಬಿದ್ದಿತ್ತು. ತಾನು ಲಾಯಕ್ಕಲ್ಲ. ವೇದಿಕೆ ಹತ್ತಿ ಮಾತಾಡುವುದು, ಭಾಷಣ ಮಾಡುವುದು ತನ್ನಿಂದ ಸಾಧ್ಯವಿಲ್ಲವೆನ್ನುವುದು ಅರಿವಾದ ಮೇಲೆ ಅವನನ್ನು ಇನ್‌ಫಿರಿಯಾರಿಟಿ ಕಾಡತೊಡಗಿತು.

ಅವನಲ್ಲಿನ ಬದಲಾವಣೆಗೆ ಇದೊಂದು ಕಾರಣ.

ಹಿರಿಯರು ಅತ್ಯಂತ ಸಹನೆಯಿಂದ ವಿಷಯವನ್ನು ವಿಶ್ವನ ಹೆತ್ತವರ ಮುಂದಿಟ್ಟು "ಸೈಕಿಯಾಟ್ರಿಸ್ಟ್ ಬಳಿ ಹೋಗೋಂಥ ದೊಡ್ಡ ವಿಷ್ಯವಲ್ಲ! ಮೊದ್ಲು ನಾವು ಅವರನ್ನು ಗುಣಪಡಿಸಲು ಪ್ರಯತ್ನಪಡೋಣ. ನಂತರ ಮಿಕ್ಕಿದ್ದು" ಎಂದು ತಿಳಿ ಹೇಳಿದರು.

ಕಾನ್‌ಫಿಡೆನ್ಸ್ ಅರ್ಧ ಗೆಲುವನ್ನು ತಂದುಕೊಡುತ್ತೆ.

Power (ಶಕ್ತಿ ಸಾಮರ್ಥ್ಯ), Plesure (ಆನಂದ), Perfection (ಪರಿಪೂರ್ಣತೆ) - 3P ಗಳು ಎನ್ನುತ್ತಾರೆ.

"ದೇವರು ಕೊಟ್ಟ ಶಕ್ತಿ ಸಾಮರ್ಥ್ಯ ಅಕ್ಷಯವಾದದ್ದು. ಅದಕ್ಕೆ ಬರವೆಂಬುದೇ ಇಲ್ಲ. ಎಂದೋ ಒಂದು ದಿನ ಯಾವ ಕಾರಣಕ್ಕೋ, ನಿನ್ನಿಂದ ಮಾತನಾಡಲಾಗದಿದ್ದಕ್ಕೆ... ನೀನು ಮಾತೇ ಆಡಲಾರೆ ಎನ್ನುವ ತೀರ್ಮಾನಕ್ಕೆ ಬಂದಿದ್ದು ತಪ್ಪು. ನೀನು ಪ್ರಯತ್ನಪಟ್ಟರೇ ಅದ್ಭುತವಾಗಿ ಮಾತನಾಡಬಲ್ಲೇ" ಎಂದಾಗ ವಿಶ್ವ ಮುಖ ತಗ್ಗಿಸಿಕೊಂಡು ಎದ್ದು ಹೋದ. ಆದರೆ ಅವರು ಪ್ರಯತ್ನ ಮುಂದುವರಿಸಿದರು.

ವಿಶ್ವನ ಮಿದುಳಿನಲ್ಲಿ ವೇದಿಕೆಯ ಮೇಲಿನ ಚಿತ್ರದ ಜೊತೆ, ಸಹಪಾಠಿಗಳ ಪರಿಹಾಸ್ಯದ ನಗು, ಉಪಾಧ್ಯಾಯರ ಕಟು ನುಡಿಗಳು ಉಳಿದುಹೋಗಿತ್ತು. ತುಟಿಯನ್ನು ತೆರೆಯುವ ಸಂದರ್ಭ ಬಂದಾಗ ಗಂಟಲಲ್ಲಿ ಏನೋ ಹಿಡಿದಂತಾಗುತ್ತಿತ್ತು. ತಾನು ಮಾತನಾಡಲಾರದಷ್ಟು ಶಕ್ತಿಹೀನನೆಂಬ ಭಾವ ಭದ್ರವಾಗಿ ಆವರಿಸಿತ್ತು.

ಭಯ... ಭಯ... ಭಯ... ಭಯ

ಮೊಮ್ಮಗನನ್ನು ಹತ್ತಿರ ಕೂಡಿಸಿಕೊಂಡು 'ಸ್ವಾಮಿ ವಿವೇಕಾನಂದರ ಬದುಕಿನಲ್ಲಿ ನಡೆದ ಘಟನೆಯಿಂದ ಕಲಿತ ಪಾಠದ ಬಗ್ಗೆ ಪದೇ ಪದೇ ಜ್ಞಾಪಿಸಿಕೊಂಡು ತಮ್ಮ ಮಾತಿನಲ್ಲಿ ಪ್ರಸ್ತಾಪಿಸುತ್ತಿದ್ದರು.

ಒಮ್ಮೆ ಕಾಶಿಯಲ್ಲಿ ಒಂದು ಬೀದಿಯಲ್ಲಿ ನಡೆದು ಹೋಗುತ್ತಿದ್ದಾಗ ದೊಡ್ಡ ದೊಡ್ಡ ಕೋತಿಗಳು ಹಲ್ಲು ಕಿರಿದು ಕಿಚಾಯಿಸಿ ಹೆದರಿಸತೊಡಗಿದವಂತೆ. ಯಾವ ಕ್ಷಣದಲ್ಲಾದರೂ ಕೋತಿಗಳು ಅವರ ಮೇಲೆರಗಲು ಸಿದ್ಧವಾಯಿತು. ಸ್ವಾಮಿ ವಿವೇಕಾನಂದರು ಹೆದರಿ ಓಡತೊಡಗಿದರು. ಒಬ್ಬ ಸನ್ಯಾಸಿ "ಸ್ವಾಮೀಜಿ ಹೆದರಿ ಓಡಬೇಡಿ. ನಿಂತು ಹೆದರಿಸಿ" ಕೂಗಿ ಹೇಳಿದರಂತೆ. ಆಗ ಸ್ವಾಮೀಜಿ ಅಲ್ಲೆ ಬಿದ್ದಿದ್ದ ಒಂದು ಕೋಲನ್ನು ಹಿಡಿದು ಪರಾಕ್ರಮದಿಂದ ಕೋತಿಗಳನ್ನೆದುರಿಸಿದರಂತೆ. ಮರುಕ್ಷಣವೇ ಕೋತಿಗಳು ಪರಾರಿ.

ಹಾಗೆಯೇ ಕಷ್ಟ, ಸಮಸ್ಯೆ, ಅವಮಾನ - ಯಾವುದೇ ಸ್ಥಿತಿಯಲ್ಲಾದರೂ ಕಾನ್ಫಿಡೆನ್ಸ್ ಎನ್ನುವ ಕೋಲನ್ನು ಹಿಡಿದು ನಿಂತರೆ ಅವೆಲ್ಲ ಚೆಲ್ಲಾಪಿಲ್ಲಿಯಾಗಿಬಿಡುತ್ತೆ. ಯಾವುದೇ ಸಾಧನೆ, ಯಶಸ್ಸಿಗೆ, ಗುರಿ ತಲುಪಿಸಲು ಮೂಲಭೂತ ಅವಶ್ಯಕತೆಯೇ ಆತ್ಮವಿಶ್ವಾಸ.

"ಈಗ ನಿನಗೆ ಅಗತ್ಯವಾಗಿರೋದು ಕೂಡ ಆತ್ಮವಿಶ್ವಾಸ. ನೀನು ಚೆನ್ನಾಗಿ ಮಾತಾಡಬಲ್ಲೆ. ಉತ್ತಮ ಭಾಷಣಕಾರನಾಗಬಲ್ಲೆ" ಎನ್ನುವ ಆತ್ಮವಿಶ್ವಾಸದ ಬೀಜ ನೆಟ್ಟರು. ಜೊತೆಗೆ ತಮ್ಮ ಕಿಸೆಯಿಂದ ಒಂದು ನಾಣ್ಯ ತೆಗೆದರು. "ಯಾರೋ ಒಬ್ಬ ಮಹಾನುಭಾವರು ಕೊಟ್ಟ ಅಮೂಲ್ಯವಾದ ನಾಣ್ಯ ಇದು" ಎಂದು ತೀರಾ ಹಳೆಯದಾದ

ನಾಣ್ಯವನ್ನು ತೆಗೆದು ತೋರಿಸಿ. ಈ ಕಡೆ ರಾಜ, ಈ ಕಡೆ ರಾಣಿ ಅಂತ ಇಟ್ಕೋ. ರಾಜ ಬಿದ್ದರೇ ನೀನೊಬ್ಬ ಉತ್ತಮ ಭಾಷಣಕಾರನಾಗಬಲ್ಲೆ. ರಾಣಿ ಬಿದ್ದರೇ... ಬೇಡ ಬಿಡು" ಎಂದು ನಾಣ್ಯವನ್ನು ಮೇಲೆತ್ತಿ ಚಿಮ್ಮಿದರು. ನೆಲದ ಮೇಲೆ ಬಿದ್ದ ನಾಣ್ಯವನ್ನು ವಿಶ್ವ ಕಣ್ಣರಳಿಸಿ ನೋಡಿದ. ರಾಜನೇ ಬಿದ್ದಿತು. ಅವನ ಮೈಯಲ್ಲಿ ಭರವಸೆಯ ಸಂಚಾರವಾಯಿತು. ಮುಖದ ಮೇಲೆ ಆತ್ಮವಿಶ್ವಾಸ ಪ್ರಜ್ವಲಿಸಿತು. ಫಲ ಬರಲು ತಡವಾಗಲಿಲ್ಲ.

ಈಗ ಅವನೊಬ್ಬ ವಾಗ್ಮಿ, ಉತ್ತಮ ಭಾಷಣಕಾರ!

ಹಲವಾರು ಬಹುಮಾನಗಳು ಅವನ ರೂಮು ಅಲಂಕರಿಸಿದೆ. ಎಲ್ಲದರ ಜೊತೆ ಸ್ವಾಮಿ ವಿವೇಕಾನಂದರ ಭಾವಚಿತ್ರವಿದೆ.

ಸಮೃದ್ಧವಾದ ಹೂ ತೋಟಕ್ಕೊಂದು ಭದ್ರವಾದ ಬೇಲಿ ಇರಲಿ!

ಈಚೆಗೆ ಕಾಲೇಜ್ ಕ್ಯಾಂಪಸ್‌ಗಳಲ್ಲಿ ಮಾತ್ರವಲ್ಲ ಹೋಟೆಲ್, ಸಿನಿಮಾ, ಪಾರ್ಕ್, ಪಬ್ ಮುಂತಾದ ಕಡೆ ಎಗ್ಗು ಇಲ್ಲದೆ ಯುವತಿ, ಯುವಕರು ಓಡಾಡುತ್ತಾರೆ. ಮನೆಯಲ್ಲಿರುವ ವಿಸ್ಮಯದ ಜೊತೆಗೆ ಗಾಬರಿಗೊಳ್ಳುವಂಥ ಬದಲಾವಣೆ ಕಾಣಬಹುದಾಗಿದೆ.

ಅದಕ್ಕೆ ಮುನ್ನ ನಾನು ಚಿಕ್ಕವಳಿರುವಾಗ ಸ್ವಲ್ಪ ಬುದ್ಧಿ ಬರುವ ವೇಳೆಗೆ ರೂಲ್ಸುಗಳ ಕಾಟ ಶುರುವಾಯಿತು. ಅದರಲ್ಲೇ ಒಂದು ರೀತಿಯ ಕಾಂಪಿಟೇಷನ್. ನನ್ನಜ್ಜಿ ತಾತನಿಂದ ಹಿಡಿದು ಬಂಧುಗಳು, ಪರಿಚಿತರು ಕಡೆಗೆ ನೆರೆಹೊರೆಯವರು ಕೂಡ ನಿಯಮಗಳ ಜೊತೆ ಎಚ್ಚರಿಕೆಯೆಂಬ ಗೀಟುಗಳನ್ನು ಎಳೆದು ಗೀಟುಗಳ ಸಂಖ್ಯೆ ಹೆಚ್ಚಿಸಿದ್ದರು.

ಆ ಗೀಟುಗಳನ್ನು ದಾಟಿದರೇ ಭವಿಷ್ಯದಲ್ಲಿ ಕೇಡು ಕಟ್ಟಿಟ್ಟ ಬುತ್ತಿ! ಒಂದು ರೀತಿಯಲ್ಲಿ ಲಕ್ಷ್ಮಣ ರೇಖೆಗಳು. ಒಂದೇ ಒಂದು ಲಕ್ಷ್ಮಣ ರೇಖೆ ದಾಟಿದ ತಪ್ಪಿಗೆ ಸೀತೆ ಎಷ್ಟೊಂದು ಕಷ್ಟ ನಷ್ಟಗಳಿಗೆ ಗುರಿಯಾದಳು. ಅಂಥದ್ದರಲ್ಲಿ ಇಷ್ಟೊಂದು ಲಕ್ಷ್ಮಣ ರೇಖೆಗಳು ದಾಟಬಹುದೇ? ಖಂಡಿತ ಕೂಡದು. ಇಂಥದೊಂದು ಸಂವಿಧಾನ ಮಾಡಿಟ್ಟಿದ್ದರು. ಪ್ರತಿಯೊಬ್ಬರಿಗೂ ಅವರದೇ ಕಾರಣ ಕೊಡಬಲ್ಲವರಾಗಿದ್ದರು.

ಶಾಲೆಯ ಬ್ಯಾಗ್ ಎತ್ತಿಕೊಂಡ ಕೂಡಲೇ ಅಮ್ಮ "ಶಾಲೆಯಿಂದ ನೇರವಾಗಿ ಮನೆಗೆ ಬಾ" ಅಂದಕೂಡಲೇ ದೇವರ ಮನೆಯಲ್ಲಿದ್ದ ಅಜ್ಜಿ ತಲೆ ಹೊರಗೆ ಹಾಕಿ "ನಿನ್ನ ಶಾಲೆಗೆ ಬಂದಿರೋ ಸಂಗೀತ ಮಾಸ್ತರ್ ಒಂದು ತರಹ ಅಂತಾರೆ. ಅವರ ಮಾತಿಗೆ ಹಲ್ಲು ಕಿರೀತಾ ನಿಂತ್ಕೋಬೇಡ" ಬಾಣದಂತೆ ಇಂಥ ಎಚ್ಚರಿಕೆಯನ್ನು ತೂರಿಸುತ್ತಾರೆ.

ಪ್ರತಿಯೊಂದು ಮಾತಿಗೂ 'ಹ್ಞೂ' ಗುಟ್ಟಿ ಒಪ್ಪಿಗೆ ಸೂಚಿಸಬೇಕಿತ್ತು.

ಹಿರಿಯರ ಮಾತುಗಳಿಗೆ ವಿರೋಧವಿಲ್ಲದ ದಿನಗಳು

ಎಲ್ಲರ ವಿದ್ಯಾರ್ಥಿಗಳ ಹಾಗೆ ನಂಗೂ ಸಂಗೀತ ಮಾಸ್ಟರ್ ಎಂದರೇ ಇಷ್ಟವೇ. ಬಿಳಿಯ ಗರಿಮುರಿಯಾದ ಪಂಚೆಯುಟ್ಟು ಕಚ್ಚೆ ಹಾಕಿ ಮೇಲೆ ಬಿಳಿಯ ಮಕಮಲ್‌ನ ಜುಬ್ಬಾ ಧರಿಸಿ ನಗುನಗುತ್ತಾ ಮಾತಾಡುವ ದುಂಡಗಿನ ಎತ್ತರದ ನಿಲುವಿನ ವ್ಯಕ್ತಿ ನನಗೆ ಅರ್ಥವಾಗಲೇ ಇಲ್ಲ.

ನಮ್ಮ ಶಾಲೆಯ ಹೊಸ ಸಂಗೀತ ಮಾಸ್ತರ್ ಇತರ ಶಿಕ್ಷಕರ ಹಾಗೇ 'ಗರಂ' ಆಗಿ ಇರುತ್ತಿರಲಿಲ್ಲ. ಬೆತ್ತದಿಂದ ಹೊಡೆದು ಶಿಕ್ಷಿಸುತ್ತಿರಲಿಲ್ಲ. ನಗುನಗುತ್ತ ವಿದ್ಯಾರ್ಥಿಗಳೊಡನೆ ಮಾತಾಡುತ್ತಿದ್ದರು. ಜಿ.ಪಿ. ರಾಜರತ್ನಂನ 'ನಾಯಿ ಮರಿ, ನಾಯಿ ಮರಿ ತಿಂಡಿ ಬೇಕೆ' ಹಲವಾರು ಜಾನಪದ ಹಾಡುಗಳನ್ನು ಸುಶ್ರಾವ್ಯವಾಗಿ ಅಭ್ಯಾಸ ಮಾಡಿಸುತ್ತಿದ್ದರು. ಅಂತು ವಿದ್ಯಾರ್ಥಿನಿಯರಿಗೆ ಮೋಡಿ ಮಾಡಿದ್ದರು.

ಆಟದ ಮೈದಾನಕ್ಕೆ ಅವರು ಬಂದರೆಂದರೆ ಕುಂಟಬಿಲ್ಲೆ, ಜಾರುಬಂಡೆ, ಹಗ್ಗದಾಟ ಆಡುತ್ತಿದ್ದ ಹುಡುಗಿಯರೆಲ್ಲ ಅವರ ಸುತ್ತಲೂ ಸೇರಿಬಿಡುತ್ತಿದ್ದರು. ವಿದ್ಯಾರ್ಥಿನಿಯರಿಗೆ ಅದೂ ಇದೂ ಹೇಳಿ ರಂಜಿಸುತ್ತಿದ್ದರು.

ಅಜ್ಜಿಯಿಂದ ಸಂಗೀತ ಮಾಸ್ತರ್ ಬಗ್ಗೆ 'ಒಂದು ತರಹ' ಎಂದು ದೂರಿನ ಜೊತೆ ಎಚ್ಚರಿಕೆಯ ಫರ್ಮಾನು ಹೊರಟಿದ್ದರಿಂದ ನಾನು ದೂರವಾಗಿಯೇ ಉಳಿಯಬೇಕಿತ್ತು. ಕೆಲವೊಮ್ಮೆ ಮರೆತಂತೆ ಅತ್ತ ಇತ್ತ ನೋಡಿ ಗುಂಪಿನೊಳಗೆ ಸೇರಿ ಹೋಗುತ್ತಿದ್ದೆ.

ಮನೆ ಕಡೆ ಹೊರಟ ಕೂಡಲೇ ಅಜ್ಜಿಯ ಮಾತು ನೆನಪಾಗಿ ಕೈ ಕಾಲುಗಳಲ್ಲಿ ನಡುಕ ಶುರುವಾಗುತ್ತಿತ್ತು ಯಾಕೆ, ಏನೂಂತ ಪ್ರಶ್ನಿಸುವ ಸಾಮರ್ಥ್ಯ ಇರಲಿಲ್ಲ.

ಒಂದರ್ಧ ಗಂಟೆ ತಡವಾದರೆ ಅಮ್ಮ ಬಾಗಿಲಿಗೆ ಬಂದು ನಿಂತು "ಯಾಕೆ ಇಷ್ಟೊಂದು ತಡ? ಈಗ ಹಗಲು ಕಮ್ಮಿ, ರಾತ್ರಿ ಜಾಸ್ತಿ... ಬೇಗ ಕತ್ತಲಾಗುತ್ತೆ. ಇಷ್ಟೊತ್ತು ಏನು ಮಾಡ್ತಾ ಇದ್ದೆ?" ಎಂದು ಅಡಿಯಿಂದ ಮುಡಿಯವರೆಗೂ ನೋಟ ಹರಿಸಿದ ಕೂಡಲೇ ಕಣ್ಣಲ್ಲಿ ಹನಿ ಜಿನುಗಲು ಶುರುವಾಗಿ ಬಿಡುತ್ತಿತ್ತು.

ಜೂಟಾಟ ಆಡುವಾಗ ಬಿದ್ದು ಲಂಗದ ತುದಿಗೆ ಮಣ್ಣು ಮೆತ್ತಿಕೊಂಡಿದ್ದೇನಾದರೂ ಕಂಡರೆ ಸಾಕು "ಅಂತು ಆಟದ ಮೈದಾನದಲ್ಲಿ ಕುಣಿದಾಡಿ ಬಂದಿದ್ದಿ. ಗಂಡು ಹುಡುಗರ ಶಾಲೆ ಕೂಡ ನಿಮ್ಮ ಕಾಂಪೌಂಡ್‌ನಲ್ಲೇ ಇದೆ. ಅವರಂಗೆ ಕುಣಿಯೋಕೆ ಆಗುತ್ತಾ" ಎಂದು ಲಂಗಕ್ಕೆ ಅಂಟಿದ್ದ ಮಣ್ಣು ಕೊಡವಿ "ಹೋಗಿ ಮುಖ ತೊಳ್ಕೋ. ಹಾಲು ಕುಡಿದು ಹೋಗಿ ಆಡ್ಕೋ" ಕಳಿಸುತ್ತಿದ್ದರು.

ಎದುರುಗಡೆಯ ಖಾಲಿ ಸೈಟಿಗೆ ಬರೀ ಹುಡುಗಿಯರೇ ಲಗ್ಗೆ ಇಡುತ್ತಿದ್ದದ್ದು. ಅದು ಗಂಡು ಹುಡುಗರಿಗೆ ನಿಷಿದ್ಧ. ಇಡೀ ಬೀದಿಯ ಹಿರಿಯರೆಲ್ಲ ಸೇರಿ ಮಾಡಿದ್ದ ಕಾನೂನು ಇದು. ಗಂಡು ಹುಡುಗರಿಗಾಗಿ ದೊಡ್ಡ ಆಟದ ಮೈದಾನವಿತ್ತು. ಚೆಂಡು ಬಾಲು

ಮುಂತಾದುವನ್ನು ಇಟ್ಟುಕೊಂಡು ಕಲರವ ಮಾಡುವ ಗುಂಪೇ ಇರುತ್ತಿತ್ತು.

ಆಗ ಟ್ಯೂಷನ್‌ಗೆ ಹೋಗುವ ದಾಂಧಲೆ, ಹೋಂ ವರ್ಕ್ ಮಾಡಬೇಕೆಂಬ ಧಾವಂತ ಎರಡು ಇರಲಿಲ್ಲ.

ಆ ದಿನಗಳು ತುಂಬ ಚೆನ್ನವೇ! ಈಗ ಶಾಲೆಯಿಂದ ಬಂದ ಕೂಡಲೇ ಟ್ಯೂಷನ್, ಆ ರಾದ್ಧಾಂತವಿಲ್ಲದ ಮಕ್ಕಳು ಟಿವಿ ಅಥವಾ ಕಂಪ್ಯೂಟರ್ ಮುಂದೆ ಕೂಡುತ್ತಾರೆ. ತುಂಬ ವಿದ್ಯಾವಂತರ ಮಕ್ಕಳು ಇಂಟರ್‌ನೆಟ್ ಓಪನ್ ಮಾಡಿಕೊಂಡು 'ಅಗತ್ಯವೆನಿಸದ್ದು' ನೋಡುತ್ತ ಕೂತು ತಮ್ಮ ಬಾಲ್ಯದ ರಸಗಳಿಗೆಗಳನ್ನು ಕಳೆದುಕೊಳ್ಳುತ್ತಾರೆ. ಅಲ್ಲಿ ಮುಗ್ಧತೆಯ ಕೊಲೆಯಾಗಿ ಬಿಡುತ್ತೆ.

ಬಾಲ್ಯ ಸುಂದರವೆನಿಸುವುದೇ ಇಲ್ಲ. ವಯಸ್ಸಾದ ಮೇಲೆ ನೆನಪಿನಿಂದ ಹೆಕ್ಕಿ ತೆಗೆಯಲು ಏನುಂಟು?

ಪುಟ್ಟ ವಯಸ್ಸಿನ ಮುಗ್ಧತೆಯ ಸೂಕ್ಷ್ಮವನ್ನು ನಾಶ ಮಾಡುತ್ತಲೇ ಬೆಳೆಯುತ್ತಾರೆ. ಟಿ.ವಿ.ಯ ಮುಂದೆ ಬಂದು ಕೂಡುವ ಮಕ್ಕಳು ಅಸಂಬದ್ಧ ಕುಣಿತಕ್ಕೆ ಹೆಜ್ಜೆ ಹಾಕುವುದರ ಜೊತೆ ಧಾರಾವಾಹಿಗಳಲ್ಲಿ ಕಾಣುವ ಪ್ರೇಮ, ಪ್ರೀತಿ, ದ್ವೇಷ ಹೊಡೆದಾಟಗಳ ಬಗ್ಗೆ ಮಾತಾಡುತ್ತಾ ತಲೆ ಕೆಡಿಸಿಕೊಳ್ಳುತ್ತಾ ಯೌವನಕ್ಕೆ ಕಾಲಿಟ್ಟು ಬಿಡುತ್ತಾರೆ.

ಹಿಂದಿನ ನಿಯಮಗಳು ಈಗ ಸಾರಸಗಟಾಗಿ ಮುರಿದುಬಿದ್ದಿದೆ. ಪಾಶ್ಚಾತ್ಯ ಗಾಳಿಯ ತರಂಗಗಳ ಮಧ್ಯೆ ಜನ ಹೊಸ ಬದುಕನ್ನು ಕಂಡುಕೊಂಡಿದ್ದಾರೆ. ಮೊನ್ನೆಯೊಬ್ಬರು ಪತ್ರ ಬರೆದು ನಿಮ್ಮ 'ಬಾಡದ ಹೂ'ನ ಹೇಮನ ನೋಡಲು ಸಾಧ್ಯವೇ? ಬೆಟ್ ಕಟ್ಟಿ ನವಿರಾಗಿ ಮುತ್ತಿಟ್ಟು ದೊಡ್ಡ ಮಾನಸಿಕ ಪ್ರಳಯಕ್ಕೆ ತುತ್ತಾದ ಯುವತಿಯನ್ನು ಇಂದು ನೋಡಲು ಸಾಧ್ಯವೇ?' ಎನ್ನುವ ಪ್ರಶ್ನೆ ಎತ್ತಿದ್ದರು. ಚಲನಚಿತ್ರ ಪ್ರೇರಿತರಾಗಿ ಎತ್ತಿದ ಪ್ರಶ್ನೆ.

'ಬಾಡದ ಹೂ' ಹೇಮ ಮತ್ತು ಪ್ರಸಾದರ ನವಿರುತನ ತುಂಬಿದ ಪ್ರೇಮವನ್ನು ಜ್ಞಾಪಿಸಿಕೊಂಡಿದ್ದರು. ನನ್ನಲ್ಲಿ ಪ್ರೇಮ, ಪ್ರೀತಿಯ ಬಗ್ಗೆ ಇಂದಿಗೂ ದಿವ್ಯತೆಯ ಭಾವವಿದೆ. ಪ್ರೀತಿ, ಪ್ರೇಮ ಹೃದಯಕ್ಕೆ ಸಂಬಂಧಿಸಿದ ಸೂಕ್ಷ್ಮ ವಿಚಾರ.

ಸ್ವಲ್ಪ ಫ್ಲಾಷ್ ಬ್ಯಾಕ್ ಅಷ್ಟೇ. ಕಾಲೇಜಿನ ವಾತಾವರಣದಲ್ಲಿ ಸಾಕಷ್ಟು ಬದಲಾವಣೆಗಳು ಬಂದಿದೆ. ಸೀರೆಯುಟ್ಟು ಮುದುರಿ ನಿಲ್ಲುವ ಯುವತಿಯರ ಸಂಖ್ಯೆ ಕಡಿಮೆ. ಸಲ್ವಾರ್ ಕಮೀಜ್‌ನಿಂದ ಶುರುವಾಗಿ ಜೀನ್ಸ್ ಮುಂತಾದ ಮಾರ್ಡನ್ ಡ್ರೆಸ್‌ಗಳವರೆಗೂ ನೋಡಬಹುದು. ಹುಡುಗ, ಹುಡುಗಿಯರು ಜೊತೆ ಜೊತೆಯಾಗಿ ಓಡಾಡುತ್ತಾರೆ. ಒಬ್ಬ ಹುಡುಗ ಎಷ್ಟು ಜನ ಗರ್ಲ್ ಫ್ರೆಂಡ್ಸ್ ಹೊಂದಿದ್ದಾನೆಯೆನ್ನುವುದರ ಮೂಲಕ ಅವನ ಗತ್ತು, ಮರ್ಯಾದೆ ನಿರ್ಧಾರವಾಗುತ್ತೆ. ಹುಡುಗಿಯರು ಕೂಡ ಹಿಂದೆ ಬಿದ್ದಿಲ್ಲ. ಹುಡುಗಿ ಕೂಡ ಎಷ್ಟು ಜನ ಬಾಯ್ ಫ್ರೆಂಡ್ಸ್ ಹೊಂದಿದ್ದಾಳೆನ್ನುವುದರ ಮೂಲಕ ಅವಳ ಕೆಪಾಸಿಟಿ ಅನಾವರಣಗೊಳ್ಳುತ್ತೆ.

ಬಾಯ್‌ಫ್ರೆಂಡ್ ಮತ್ತು ಗರ್ಲ್ ಫ್ರೆಂಡ್ ಅನ್ನುವುದರ ಅರ್ಥ ನಂಗಿನ್ನು ತಿಳಿದಿಲ್ಲ. ಈಗ ಬಾಯ್‌ಫ್ರೆಂಡ್, ಗರ್ಲ್ ಫ್ರೆಂಡ್ ಅನ್ನುವ ಬೇಕಾಬಿಟ್ಟಿತನ ಹೆಚ್ಚಾಗಿರುವುದರಿಂದ ಹಿಂದಿನ ನಿಯಮಗಳು ಅಪ್ಲೈ ಆಗುವುದಿಲ್ಲ. ಹಿಂದಿನ ಬ್ಲಾಕ್ ಅಂಡ್ ವೈಟ್ ಸಿನಿಮಾಗಳ ಕಾಲದಲ್ಲಿಯಂತೆ ಅವರುಗಳ ತಿರುಗಾಟ, ಪ್ರೇಮ, ಮದುವೆ ಅಂಥದ್ದರಲ್ಲಿ ಪರ್ಯವಸಾನಗೊಳ್ಳುವುದಿಲ್ಲ. ರಿಸ್ಟ್ರಿಕ್ಷನ್ ಇಲ್ಲದ ಗೆಳೆತನ.

ಸ್ವಲ್ಪ ಹೊರಗೆ ಕಣ್ಣು ಹಾಯಿಸಿದರೇ ಜೊತೆ ಜೊತೆಯಾಗಿ ಸುತ್ತುವಿಕೆ. 'ನನ್ನ ಬಾಯ್ ಫ್ರೆಂಡ್' 'ನನ್ನ ಗರ್ಲ್ ಫ್ರೆಂಡ್' ಎಂದು ಹೆತ್ತವರಿಗೆ ಪರಿಚಯಿಸುವಷ್ಟು ಮುಂದುವರಿಕೆ. ಇಂದು ಹೆತ್ತವರಲ್ಲಿ ಕೂಡ ಅಂಥ ಭಯವಿಲ್ಲ. ಬಾಯ್‌ಫ್ರೆಂಡ್, ಗರ್ಲ್ ಫ್ರೆಂಡ್ ಅನ್ನೋದು ಅಪಾಯಕಾರಿಯಲ್ಲ. ಇಂಥದೊಂದು ನಿಯಮ ಮಾಡಿ ಕೊಟ್ಟಿದ್ದಾರಂತೆ. ಅದಕ್ಕೆ ಯಾರು ತಾಯಿ ತಂದೆಯರೋ ಗೊತ್ತಿಲ್ಲ. ಯಾರು, ಯಾರ ಜೊತೆಯಲ್ಲಾದರೂ ಸುತ್ತಬಹುದು. ಒಬ್ಬನ ಜೊತೆ ಹೋಟೆಲ್, ಸಿನಿಮಾ ಎಂದು ಓಡಾಡುತ್ತಿದ್ದ ಯುವತಿ ಇನ್ನೊಬ್ಬ ಬಾಯ್ ಫ್ರೆಂಡ್ ಜೊತೆ ಪಬ್‌ಗೆ ಹೋಗಬಹುದು. ಇದೇನು ಕಾಲೇಜ್ ಕ್ಯಾಂಪಸ್‌ಗಳಲ್ಲಿ ಅಂಥ ಚರ್ಚಿತ ವಿಷಯವಲ್ಲ. ಆದರೆ ಇಲ್ಲಿ ಕಳೆದು ಕೊಳ್ಳುವುದೆಷ್ಟು? ಹರೆಯದಲ್ಲಿ ಅನುಭವಕ್ಕೆ ಬರುವ ನವಿರುತನ ಅನುಭವಕ್ಕೆ ಬರುವ ಮುನ್ನವೇ ವರ್ಷಗಳು ಹೋಗುತ್ತೆ.

ನನ್ನ ಚಿಕ್ಕಂದಿನ ದಿನಗಳಲ್ಲಿ ಅಜ್ಜಿ ಹೇಳುತ್ತಿದ್ದ ಮಾತುಗಳು ನೆನಪಾಗುತ್ತದೆ. ಜೀವನವೆಂದರೆ ಒಂದು ಸಮೃದ್ಧಿಯಾದ ತೋಟ. ಅಲ್ಲಿ ಮರ, ಗಿಡ, ಹೂ ಜೊತೆ ಆರೋಗ್ಯಕರವಾದ ವಾತಾವರಣವಿದೆ. ಅದನ್ನು ಕಾಯಲು, ಕಾಪಾಡಲು ಭದ್ರವಾದ ಬೇಲಿ ಬೇಕು. ಇಲ್ಲದಿದ್ದರೆ ಹೊರಗಿನ ಪಶು, ಮೃಗಗಳು ನುಗ್ಗಿ ನಾಶ ಮಾಡಿಬಿಡುತ್ತದೆ.

ದಯವಿಟ್ಟು ಎಲ್ಲಾ ಬದಿಗಿಟ್ಟು ಒಂದಿಷ್ಟು ಯೋಚಿಸೋಣ. ಬದುಕೆನ್ನುವ ಉದ್ಯಾನವನವನ್ನು ನಿಯಮಬದ್ಧವಾಗಿ, ಅಚ್ಚುಕಟ್ಟಾಗಿ ಕಾಪಾಡಲು ಒಂದು ಬೇಲಿ ಬೇಡವೇ? ದೇಶ ವ್ಯವಸ್ಥಿತವಾಗಿ ನಡೆಯಲು ಸಂವಿಧಾನ ಬೇಕು. ಹಾಗೆಯೇ ಬದುಕಿಗೆ ನೀತಿ, ನಿಯಮಗಳೆಂಬ ಬೇಲಿ ಬೇಕು. ಈ ನೀತಿ ನಿಯಮಗಳನ್ನು ಮಾಡಿದವರು ಯಾರು? ಅದನ್ನು ಬದಿಗಿಟ್ಟು ಸಮಾಜವನ್ನು ನೋಡಿ.

ಎಷ್ಟು ಅದ್ವಾನವೆನಿಸುತ್ತೆ. ಎಷ್ಟು ಅನಾಗರಿಕವೆನಿಸುತ್ತೆ. ಲೂಟಿಯೊಡೆದ ಹಾಳಾದ ಉದ್ಯಾನವನದ ನೆನಪೇ ಘೋರ.

ಖಂಡಿತ ಚಂದದ ತೋಟಕ್ಕೊಂದು ಬೇಲಿ ಬೇಕೇ ಬೇಕು.

ಅವಳ ಪ್ರಶ್ನೆಗಾಗಿ ಒಂದು ಕಾದಂಬರಿ ಬರೆಯಬೇಕಿದೆ!

ಈಚೆಗೆ ಒಂದು ಸಮಾರಂಭಕ್ಕೆ ಹೋಗಿದ್ದೆ. ನನ್ನ ಕಾದಂಬರಿಗಳ ಬಗ್ಗೆ ಸಂವಾದ ಕಾರ್ಯಕ್ರಮ. ಅಲ್ಲಿ ನೆರೆದ ವಿದ್ಯಾರ್ಥಿಗಳಲ್ಲಿ ನೂರಕ್ಕೆ 95ರಷ್ಟು ವಿದ್ಯಾರ್ಥಿಗಳು ನನ್ನ ಕಾದಂಬರಿಗಳು ಓದಿದ್ದರೆನ್ನುವುದು ಸಂತಸದ ಸಂಗತಿ. 'ಮೌನ ಆಲಾಪನಾ', 'ಮೋಹನ ಮುರಲಿ ಕರೆಯಿತು' ಕಾದಂಬರಿಗಳ ಬಗ್ಗೆಯೇ ಹೆಚ್ಚು ಪ್ರಶ್ನೆಗಳು. ಇನ್ನೊಂದು ಕಾರ್ಯಕ್ರಮದಲ್ಲಿ ಭಾಗವಹಿಸಬೇಕಾದ ಜರೂರತ್ ಇದ್ದುದ್ದರಿಂದ ಹೆಜ್ಜೆ ಹಾಕುತ್ತಲೇ ಆಟೋಗ್ರಾಫ್‌ಗಳಿಗೆ ಸಹಿ ಹಾಕುತ್ತ ನಡೆಯುತ್ತಿದ್ದಾಗ ಒಂದು ಹುಡುಗಿ ಪಿ.ಯು.ಸಿ. ಅಥವಾ ಡಿಗ್ರಿಯ ಮೊದಲ ವರ್ಷದಲ್ಲಿ ಓದುತ್ತಿರುವ ತೆಳ್ಳನೆಯ ಮೈ ಕಟ್ಟಿನ ಆಕರ್ಷಕ ಕಣ್ಣುಗಳ ಒಡತಿ ತುಂಟ ನಗೆ ಚೆಲ್ಲುತ್ತ ಒಂದು ಪ್ರಶ್ನೆ ನನ್ನ ಮುಂದಿಟ್ಟಳು.

"ಮದುವೆ ಅಂದರೆ ಏನು?"

ಹುಡುಗಿಯರ ಹಿಂಡಿನಲ್ಲಿ ಆಟೋಗ್ರಾಫ್‌ನಲ್ಲಿ ನನ್ನಿಂದ ಸಹಿ ಹಾಕಿಸಿಕೊಂಡ ತುಂಟ ಹುಡುಗಿಯ ಕಣ್ಣುಗಳಲ್ಲಿ ಮಿಂಚು ಹಾಯಿಸುತ್ತ ತುಟಿಗಳನ್ನು ಕೊಂಕಿಸಿ ನಿಂತವಳತ್ತ ನೋಟ ಹರಿಸಿದ ಕೂಡಲೇ ಕೈಯೆತ್ತಿ "ಮೇಡಮ್, ಸಮಾಜದ ಆರೋಗ್ಯಕರ ವ್ಯವಸ್ಥೆ ಕಾಪಾಡಲು ಮದ್ವೆ ಒಂದು ವ್ಯವಸ್ಥೆ ಅನ್ನೋ ಸಾಮಾನ್ಯ ಉತ್ತರ ನಂಗೆ ಬೇಡ. ಆ ಉತ್ತರ ನಿಮ್ಮದೇ ಆಗಿರಬೇಕು. ದಿಢೀರೆಂದು ಹೇಳುವ ರಿಸ್ಕ್ ಬೇಡ. ಉತ್ತರ ಕೂಡ ನಿಮ್ಮ ಕಾದಂಬರಿಗಳಷ್ಟೇ ಅರ್ಥಪೂರ್ಣವಾಗಿರಬೇಕು" ಎಂದು ಕೈ ಹಿಡಿದು ತುಟಿಗೊತ್ತಿಕೊಂಡ ಮಿಂಚುಗಣ್ಣಿನ ಹುಡುಗಿ ನನ್ನ ಮನದಲ್ಲಿ ಉಳಿದು ಹೋದಳು. ಮದುವೆ, ವಿವಾಹ ಈ ಪದಗಳು ಸಾಮಾನ್ಯವಾಗಿ ಕಂಡಿದ್ದರೂ ಛಾಲೆಂಜ್ ಎಸೆದು ಹೋಗಿದ್ದಳು.

ಅವಳ ಹೆಸರು ಏನೆಂದು ವಿಚಾರಿಸಲು ಕೂಡ ಸಾಧ್ಯವಾಗಿರಲಿಲ್ಲ. ಬದುಕಿನಲ್ಲಿ ಮದುವೆ ಎನ್ನುವುದರ ಬಗ್ಗೆ ಹೆಚ್ಚು ತಿಳಿಯಲು, ತಲೆ ಕೆಡಿಸಿಕೊಳ್ಳಲು ಆ ಪ್ರಶ್ನೆಯೊಂದು

ಸಾಕಾಯಿತು.

ಹೊಳಪು ಕಣ್ಣಿನ ಹುಡುಗಿಯನ್ನು ಇನ್ನು ಮರೆಯಲು ಸಾಧ್ಯವಾಗಿಲ್ಲ.

ತಕ್ಷಣ ನೆನಪಾಗಿದ್ದು ನಮ್ಮ ಒಲುಮೆಯ ಕವಿ. ಕೆ.ಎಸ್. ನರಸಿಂಹಸ್ವಾಮಿ ಅವರು ಈಚೆಗೆ 'ಇನ್ನಿಲ್ಲ'ವಾದರೂ ನನ್ನ ಮನಸ್ಸು ಒಪ್ಪದು. ಕನಸು ಕಾಣುವ ಹರೆಯದಲ್ಲಿ ಅವರ ಕವನಗಳು ಸುಂದರ ಕನಸುಗಳಿಗೆ ಇಬ್ಬನಿಯ ಹನಿಗಳಾಗಿದ್ದವೆಂಬುದನ್ನು ಹೇಗೆ ಮರೆಯಲಿ? ಇಂದಿಗೂ ಆಗಾಗ ಅವರ ಕವನ ಸಂಕಲನಗಳನ್ನು ಮುಂದಿಟ್ಟುಕೊಂಡು ಓದುವುದಿದೆ. ಒಂದು ಕವನದ ಸಾಲು ಕಳ್ಳ ಹೆಜ್ಜೆಗಳನ್ನು ಇಟ್ಟುಕೊಂಡು ಮನದಲ್ಲಿ ಪ್ರವೇಶಿಸಿ ಹೊಸ ಲೋಕ ತೆರೆದಿಡುವುದೆ ಅಪೂರ್ವ. ಹಸಿಯಿಂದ, ಬಿಸಿಯವರೆಗೂ ಪ್ರೇಮ, ಪ್ರೀತಿ, ದಾಂಪತ್ಯ ಬಗ್ಗೆ ಅತ್ಯಂತ ಸಹಜವಾಗಿ ಈ ಮಣ್ಣಿಗೆ ಈ ಸಂಸ್ಕೃತಿಗೆ ಹೊಂದುವಂತೆ ಇನ್ನೊಬ್ಬರು ಬರೆದಿಲ್ಲವೆನ್ನುವ ಅಭಿಪ್ರಾಯದವಳು ನಾನು.

ನನ್ನ ಮಟ್ಟಿಗೆ ಪ್ರೇಮದ ದೃಶ್ಯಕಾವ್ಯಗಳನ್ನು ಹೊಸೆಯಲು ಇಂಥ ಕವನಗಳು, ಬರಹಗಳು ಒಂದು ಸೇತುವೆಯಾಗಿದ್ದುಂಟು.

ಕೆ.ಎಸ್. ನರಸಿಂಹಸ್ವಾಮಿಯವರ ಪ್ರಕಾರ ಮದುವೆಯೆಂದರೆ ಅತ್ಯಂತ ಮಧುರ.

ಮಣ್ಣಿನೊಡನೆ ಮಣ್ಣಿನಂತೆ ನಿನ್ನ ಸಂಗಮ
ನೀರಿನೊಡನೆ ನೀರಿನಂತೆ ನನ್ನ ನಿನ್ನ ಸಂಗಮ
ತೇಲಿ ಬಂದ ಮೋಡದಂತೆ ನನ್ನ ನಿನ್ನ ಸಂಗಮ
ಕೇಳಿ ಬಂದ ಹಾಡಿನಂತೆ ನನ್ನ ನಿನ್ನ ಸಂಗಮ

'ವಾಹ್!' ಮೈ ಜುಮ್ಮೆನಿಸುತ್ತೆ. ಕೂತು ಮೈ ಮರೆತು ಮೆಲುಕು ಹಾಕಬೇಕೆನಿಸುತ್ತೆ. ಮೈ ಮರೆತು ಆ ಭಾವಗೀತೆಯನ್ನು ಹಾಡಬೇಕೆನಿಸುತ್ತೆ. ಇಂಥ ಭಾವಪೂರ್ಣ ಸಮಯ ಯಾರಿಗಾದರೂ ಚೇತೋಹಾರಿ. ಆದರೆ ಅಷ್ಟನ್ನೇ ಅವಳಿಗೆ ಹೇಳಲು ಇಷ್ಟವಾಗಲಿಲ್ಲ.

ದೀರ್ಘವಾದ ಆಲೋಚನೆಗೆ ಬಿದ್ದೆ. ಆರೋಗ್ಯವಂತ ಸಮಾಜ ನಿರ್ಮಾಣಕ್ಕೆ ಮದುವೆಯೆನ್ನುವುದು ಒಂದು ವ್ಯವಸ್ಥೆ - ಇದನ್ನು ತಳ್ಳಿಹಾಕುವಂತೆಯೇ ಇಲ್ಲ. ಸುಮ್ಮನೆ ಸಮಾಜದತ್ತ ಬೆಟ್ಟು ತೋರಿ ಒಂದು ಗಂಡು, ಒಂದು ಹೆಣ್ಣನ್ನು ಬಂಧಿಸಿಡಲು ಸಾಧ್ಯವೇ? ಸಾಧ್ಯವೆನಿಸಿಯೇ, ಅದಕ್ಕೊಂದು ಸುಂದರವಾದ 'ವಿವಾಹ' ಮುಂತಾದ... ಇತ್ಯಾದಿ ಹೆಸರನ್ನು ಕೂಡ ಮಾಡಿದೆ.

ನನಗಿಂತ ಹಿರಿಯರಾದ ದೂರದ ಚಿಕ್ಕಮ್ಮನಿಗೆ ಫೋನಾಯಿಸಿ ಕೇಳಿದೆ.

"ವಿವಾಹವೆಂದರೇನು?" ಕೇಳಿದೆ. 'ಇದು ಎಂಥ ಪ್ರಶ್ನೆ?' ಎಂದು ತಲೆ ಕೆರೆದುಕೊಂಡಿರಬೇಕು.

ಆಕೆ ಒಂದೆರಡು ನಿಮಿಷಗಳ ಮೌನದ ನಂತರ "ಸುಮಾರು ವರ್ಷಗಳ ಹಿಂದೆ ಧಾರವಾಡಕ್ಕೆ ಹೋಗಿದ್ದೆ. ನಿಮ್ಮ ಚಿಕ್ಕಪ್ಪನ ಸ್ನೇಹಿತರು ಹೇಳಿದ್ದು ಮಾತಿನ ಸಂದರ್ಭದಲ್ಲಿ ಶಿವರಾಮ ಕಾರಂತರು 'ಮದುವೆಯ ಬಗ್ಗೆ ದೃಷ್ಟಿ ಇಲ್ಲದವರು ಮಾಡೋ ಸಾಹಸ!' ಅಂದರಂತೆ. ನಂಗೇನು ಆ ಬಗ್ಗೆ ಅರ್ಥವಾಗಲಿಲ್ಲ. ಇಷ್ಟು ಸಿಂಪಲ್ ವಿಷ್ಯ ಅರ್ಥವಾಗದ? ಮದುವೆ ಅಂತ ಒಂದು ಮಾಡಿ ಮುಗಿಸಿದರೇ ಪರಸ್ಪರ ಬಡಿದಾಡಿಕೊಂಡಾದರೂ ಇರ್ತಾರೆ. ಈಗ ನೋಡು, ನಿಮ್ಮ ಚಿಕ್ಕಪ್ಪ ಮತ್ತು ನನ್ನ ವಿಚಾರಗಳು ಎಂದಿಗಾದ್ರೂ ಹೊಂದಿಕೆಯಾದದ್ದುಂಟ? ಅವರು ಆ ದಿಕ್ಕು, ನಾನು ಈ ದಿಕ್ಕು. ನಾನು ಅವ್ರಿಗೆ ಅರ್ಥವಾಗಿದ್ದಿಲ್ಲ, ನಂಗೆ ಅವರು ಅರ್ಥವಾಗಿದ್ದಿಲ್ಲ. ಆದ್ರೂ ನಲ್ವತ್ತು ವರ್ಷದಿಂದ ಜೊತೆಯಾಗಿಯೇ ಇದ್ದೀವಿ. ಮುಂದು ಇರ್ತೀವಿ. ಎಲ್ಲಕ್ಕೂ ಮೂಲ ಮದುವೆಯೇ?" ನಾನು ಅವರ ಜಾಣತನಕ್ಕೆ ಸುಸ್ತಾದೆ.

ಎಲ್ಲಕ್ಕೂ ಮೂಲ ಮದುವೆಯೇ? ಹೌದು, ಕೆಲವರು ಸಂಬಂಧಿಕರಾಗುವುದು ಮದುವೆಯಿಂದಲೇ. ಮುಂದಿನ ಪೀಳಿಗೆಯ ಬೆಳವಣಿಗೆಗೆ 'ಮದುವೆ' ಎನ್ನುವುದೇ ಮುಖ್ಯ ಕಾರಣ. ಇನ್ನಷ್ಟು ವಿಸ್ತರಿಸುವುದು ಮದುವೆಯೇ.

ಅಪರೂಪಕ್ಕೆ ಕೆಲವರು ವಿವಿಧ ಕಾರಣಗಳನ್ನೊಡ್ಡಿ ವಿವಾಹದ ವ್ಯವಸ್ಥೆಯಿಂದ ದೂರವಿರಬಹುದು. ಈಚೆಗೆ ಇನ್ನು ಒಂದಿಷ್ಟು ಮುಂದುವರಿದು ಮದುವೆ ಒಂದು ಬಂಧನ, ತಮ್ಮಗಳ ಸ್ವತಂತ್ರ ಕಸಿಯುತ್ತೆ ಎನ್ನುವ ಹೊಸ ಬದಲಾವಣೆಯ ಮನೋಭಾವದಿಂದ ಗಂಡು, ಹೆಣ್ಣು ಮದುವೆ ಎನ್ನುವ ವಿಧಿ ಇಲ್ಲದೇನೇ ಕೂಡಿ ಒಟ್ಟಿಗೆ ಇರುವ ವಾಸಿಸುವ ಧೈರ್ಯ ಮಾಡಿರಬಹುದು. ಆದರೂ ಮೂಲ ಉದ್ದೇಶ ಒಂದು ಸಾಂಗತ್ಯ.

ಈಚೆಗೆ ಒಂದೆರಡು ವರ್ಷಗಳ ಹಿಂದೆ ವಿವಾಹವಾದ ನನ್ನ ಮಗನನ್ನು ಪ್ರಶ್ನಿಸಿದೆ. "ಸಂಜೆ ಹೊತ್ಗೆ ಹೇಳ್ತೀನೀಂತ" ಹೋದ. ಬದಲಾವಣೆಯ ಗಾಳಿಯಲ್ಲಿ ಬದುಕುತ್ತಿರುವ ಇವನಿಗೆ ಈ ಪ್ರಶ್ನೆಗೆ ಉತ್ತರಿಸಲು ಸಮಯ ಯಾಕೆ ತಗೊಂಡ ಅನ್ನುವುದರ ಬಗ್ಗೆ ತಲೆ ಕೆಡಿಸಿಕೊಂಡೆ. ಜೊತೆಗೆ ಉತ್ಸಾಹ. ವಿಷಯ ತೀರಾ ವೈಯಕ್ತಿಕವಾದಾಗ ಪ್ರತಿಕ್ರಿಯಿಸುವ ರೀತಿಯೇ ಬೇರೆಯಾಗಿರಬಹುದೆಂದೆನಿಸಿತು.

ಸಂಜೆ ತೀರಾ ಗಂಭೀರವಾಗಿ "ಮದುವೆಯೆಂದರೇ ಟೋಟಲೀ ತ್ಯಾಗ" ಎಂದು ಹೋದ. ಇವನು ಮಾಡಿದ ತ್ಯಾಗವೇನು? ಮತ್ತೆ ಬಂದವನು ಈ ಪ್ರಶ್ನೆಗೆ ಹಾಲಿವುಡ್ ನಟಿ ಎಲಿಜಬೆತ್ ಟೇಲರ್ ಬಗ್ಗೆ ಪ್ರಸ್ತಾಪಿಸಿದ ಪತ್ರಕರ್ತರು "ನಿಮ್ಮ ದೃಷ್ಟಿಯಲ್ಲಿ ಮದುವೆ ಅಂದರೇನು? ಎಂದು ಕೇಳಿದಾಗ 'ಮದುವೆ ಅಂದರೆ ತ್ಯಾಗ ಅಂದರಂತೆ' ಹೆಚ್ಚು ಕಡಿಮೆ ನನ್ನ ಅಭಿಪ್ರಾಯವೂ ಅದೇ' ಎಂದು ನಕ್ಕ. ಆದರೆ ನಂಗೇನು ಅರ್ಥವಾಗಲಿಲ್ಲ. ಅರ್ಧಗಂಟೆ ಚರ್ಚಿಸಿದ. ಬೇಕಿದ್ದು, ಬೇಡವಾದದ್ದು ಎಲ್ಲಾ ವಿಷಯಗಳು ಬಂದು

ಹೋದವು.

ಹಾಲಿವುಡ್‌ನ ಪ್ರಖ್ಯಾತ ನಟಿ ಎಲಿಜಬೆತ್ ಟೇಲರ್ ಎಂಟು ಬಾರಿ ಮದುವೆಯಾಗಿ ಏಳು ಸಲ ವಿಚ್ಛೇದನ ಪಡೆದಿದ್ದು ಯಾಕೆ? ಇಲ್ಲಿ ಅವಳ ತ್ಯಾಗವೇನು? ಏಳು ಜನ ಗಂಡಂದಿರನ್ನು ತ್ಯಾಗ ಮಾಡಿದ್ದು 'ಮದುವೆ ಅಂದರೆ ತ್ಯಾಗ' ಎನಿಸಿದ್ದಕ್ಕೆ ಕಾರಣವಾ? ನಗು ಬಂದರೂ ಇಡೀ ವ್ಯವಸ್ಥೆಯನ್ನು ಹಿಡಿದಿಟ್ಟಿರುವ ಇಂಥ ಸೀರಿಯಸ್ ವಿಷಯದ ಬಗ್ಗೆ ಹಗುರ ಭಾವನೆ ಬೇಡವೆನಿಸಿತು.

ಭಾನುವಾರ ಬಂದ ಇನ್ನು ಮದುವೆಯಾಗದ ಮಗನ ಮುಂದೆ ಈ ಪ್ರಶ್ನೆಯಿಟ್ಟಾಗ ನಕ್ಕುಬಿಟ್ಟ. ಅವನನ್ನು ಕೇಳಿದಕ್ಕೊಂದು ಪ್ರತ್ಯೇಕವಾದ ಕಾರಣವಿತ್ತು. ವಿವಾಹ ಎನ್ನುವ ವಿಷಯ ಎತ್ತಿದ ಕೂಡಲೇ ಸರಿದು ಹೋಗುತ್ತಿದ್ದ. 'Aim is not Crime' ಎನ್ನುವ ಹಾಗೆ ದೊಡ್ಡದಾದ ಆಕಾಂಕ್ಷೆ ಬೆಳೆಸಿಕೊಂಡು ಮದುವೆಯನ್ನು ಮುಂದೂಡುತ್ತಿದ್ದ, ನೇರವಾಗಿ ಬಾಯಿಬಿಟ್ಟು ಹೇಳದಿದ್ದರು.

ನಾನು ಮತ್ತೆ ಮತ್ತೆ ಪ್ರಶ್ನಿಸಿದಾಗ, ಮದುವೆಯಿಂದ ದೂರವಿದ್ದ ಅವನು ಅಟಲ್ ಬಿಹಾರಿ ವಾಜಪೇಯಿ ಮಾತುಗಳನ್ನೇ ಆರಿಸಿಕೊಂಡ Marriage is a case of two people agreeing to change eachother habbits. Marriage is the Worlds most expensive way of discovering your faults.

ನನಗೆ ಆ ಕ್ಷಣ ಭಯವಾಯಿತು. ಇವನೆಲ್ಲಿ ಅಟಲ್ ಬಿಹಾರಿ ವಾಜಪೇಯಿ ದಾರಿಯನ್ನು ಆರಿಸಿಕೊಳ್ಳುತ್ತಾನೋ ಎಂದು. ದೊಡ್ಡ ದೊಡ್ಡ ಸಾಧನೆಗಳ ಹಿಂದೆ ಇಂಥ ತ್ಯಾಗಗಳ ಅಗತ್ಯಗಳು ಇದೆಯೇನೋಂತ ಎನಿಸಿತು. ನಾನು ಗೌರವಿಸುವ ವ್ಯಕ್ತಿಗಳಲ್ಲಿ ಅಟಲ್ ಬಿಹಾರಿ ವಾಜಪೇಯಿ ಕೂಡ ಒಬ್ಬರು.

ಆಳವಾಗಿ ಯೋಚಿಸಿದಷ್ಟು ವಿಚಿತ್ರವೆನಿಸಿತು. ಪ್ರೇಮ ವಿವಾಹಗಳ ನಡುವೆಯು ಹಿರಿಯರು ನಿಶ್ಚಯಿಸಿದ ಮದುವೆಗಳೇ ಹೆಚ್ಚು. ನೋಡದ, ಕೇಳದ, ಸರಿಯಾಗಿ ಅರಿಯದ ಗಂಡಿನ ಜೊತೆ ಮದುವೆಯಾದ ಕೂಡಲೆ ಅವನವಳಾಗಿ, ಸಮಸ್ತವನ್ನು ತ್ಯಜಿಸಿ ಒಬ್ಬ ಅಪರಿಚಿತ ಗಂಡಿನ ಹಿಂದೆ ಏಕಾಂಗಿಯಾಗಿ ಹೊರಟು ಬರುವುದು. 'ವಾಹ್...' ಎನಿಸಿತು. ಮಗಳನ್ನು ಅಮೂಲ್ಯವಾದ ಮಾಣಿಕ್ಯದಂತೆ ಜೋಪಾನ ಮಾಡಿದ ಹೆತ್ತವರು ಕೂಡ ಗಪ್‌ಚಿಪ್ ಆಗಿ ಸಪ್ತಪದಿ ತುಳಿದ ಕೂಡಲೇ ಮಗಳನ್ನು ಒಪ್ಪಿಸಿ ಬಿಡುವುದು ಎಷ್ಟೊಂದು ಆಶ್ಚರ್ಯಕರವಾದ ವಿಷಯವಲ್ಲವೇ? ಮದುವೆಯೆನ್ನುವ ಹೂವಿನ ಪಕಳೆಗಳನ್ನು ಒಂದೊಂದಾಗಿ ಬಿಡಿಸಿಟ್ಟು ನೋಡಿದಾಗ 'ಹೀಗೂ... ಉಂಟೆ?' 'ಇದು ಹೇಗೆ?' ಕೆಲವೊಮ್ಮೆ ಇಷ್ಟವಿಲ್ಲದ ಗಂಡ, ಹೆಂಡತಿ ಮೂವತ್ತು ನಲ್ವತ್ತು ವರ್ಷ ಒಟ್ಟಿಗೆ ಸಂಸಾರ ಮಾಡಿ ದಾಖಲೆಗಳು ನಿರ್ಮಿಸಿದ್ದುಂಟು.

ಸಾಕಷ್ಟು ಓದನ್ನು ಹಚ್ಚಿಕೊಂಡಿರುವ ನನ್ನವರನ್ನು 'ಮದುವೆ ಅಂದರೆ ಏನು?'

ಎಂದು ಕೇಳಿದ ಕೂಡಲೇ ಅಚ್ಚರಿಯ ನೋಟ ಹರಿಸಿ "ಅರೇ, ಮದುವೆ ಅನ್ನೋ ಬಗ್ಗೆ ಸಾಮಾನ್ಯ ತಿಳುವಳಿಕೆ ಇಲ್ಲದೇನೇ ಇಷ್ಟು ವರ್ಷ ಜೊತೆಯಲ್ಲಿ ಇದ್ವಾ?" ಸ್ವಲ್ಪ ಕೋಪ ಬೆರೆಸಿಯೇ ಕೇಳಿದರು. ಅರ್ಥೈಸುವ ವೇಳೆಗೆ ಸಾಕಾಯಿತು.

"ಈಗ ನನ್ನ ವಿಷ್ಯ ಬಿಡಿ. ಮದ್ವೆ ಅಂದರೇನು? ಸ್ವಲ್ಪ ಸಮಾಧಾನವಾಗಿ ಯೋಚಿಸಿ ಉತ್ತರ ಹೇಳಿ, ಬಾಸ್" ಅಂದೆ. ಹಣೆಯಲ್ಲಿ ಒಂದೆರಡು ಗೆರೆಗಳು ಮೂಡಿದವು. ಕಣ್ಣುಗಳು ಕಿರಿದಾದವು. ಪ್ರಶ್ನೆ ಕೆದಕಿದಂತೆ ಕಂಡಿತು. ಎರಡು, ಮೂರು ಸಲ ಏನೋ ಹೇಳಲು ಯತ್ನಿಸಿ ಕಡೆಗೆ ಸರಿಯಿಲ್ಲವೆನಿಸಿ ಮುಖ ಒಂದು ತರಹ ಮಾಡಿದರು. ನಾನು ಈ ಸಮಯಕ್ಕಾಗಿಯೇ ಕಾದಿದ್ದು "ಮದುವೆ ಅನ್ನುವ ಮೂರಕ್ಷರ ಬಗ್ಗೆ ಹೇಳಿ. ಈ ಪ್ರಶ್ನೆ ಕೇಳಿದ್ದು ಒಂದು ಮದುವೆಯಾಗದ ಹುಡುಗಿ" ಸಂದರ್ಭವನ್ನು ವಿವರಿಸಿದೆ.

"ಮದುವೆ ಅಂದರೆ ಸಂಬಂಧ ಅಂದ್ಕೋ" ಅಂದರು.

ನನ್ನ ಮನಸ್ಸಿಗೆ ಆ ಉತ್ತರ ಒಪ್ಪಿಗೆಯಾಗಲಿಲ್ಲ. ಇಬ್ಬರು ಕೂತು ಅರ್ಧಗಂಟೆ ಚರ್ಚಿಸಿದೆವು. ವ್ಯವಸ್ಥೆಯಾ? ಒಡನಾಟವಾ? ಆಕರ್ಷಣೆಯ? ಕನ್ವಿನಿಯನ್ಸ್‌ಗಾಗಿ ಮಾಡಿಕೊಂಡ ಗೆಳೆತನವಾ? ಇವೆಲ್ಲ ಇದ್ದು ಕೆಲವು ಮದುವೆಗಳು ಯಶಸ್ವಿಯೆನಿಸಿರಬಹುದು. ಇವೆಲ್ಲ ಇಲ್ಲದ ಮದುವೆಯೆನ್ನುವುದಕ್ಕೆ ಬದ್ಧರಾಗಿ ಇಂದಿಗೂ ಒಟ್ಟಿಗೆ ಇದ್ದಾರೆ. ಅಲ್ಲೊಂದು ಇಲ್ಲೊಂದು ಮದುವೆಗಳು ಡೈವೋರ್ಸ್‌ನಲ್ಲಿ ಮುಕ್ತಾಯವಾದರೂ, ಮತ್ತೆ ಮದುವೆಯತ್ತ ದಾಪುಗಾಲು.

ಉತ್ತರವಿಲ್ಲದ ಪ್ರಶ್ನೆಯೆನಿಸಿತು. ಒಂದು ಮಗುವಿನ ತಾಯಿಯಾದ ನನ್ನ ಮಗಳನ್ನು ಪ್ರಶ್ನಿಸಿದೆ. 'ಮದುವೆಯೆಂದರೆ ಏನು?' ತೀರಾ ಪ್ರಶ್ನೆ ಸಾಧಾರಣವಾಗಿ ಕಂಡರೂ ತಡಬಡಿಸಿ 'ನಂಗಂತು ಏನು ಹೇಳೋಕೆ ಗೊತ್ತಾಗ್ತ ಇಲ್ಲ. ಮದುವೆ ಅನ್ನೋ ಒಂದು ಸಂಬಂಧವನ್ನಿಟ್ಟುಕೊಂಡೇ ವಾಕ್ಯಗಳನ್ನು ಬೆಸೆದಿರುವ ನಿಂಗೆ ಗೊತ್ತಿಲ್ವಾ? ನಾನಂತು ಅಣ್ಣ, ನೀನು ಒಪ್ಪಿದ ಗಂಡನಿಂದ ತಾಳಿ ಕಟ್ಟಿಸಿಕೊಂಡಿದ್ದೀನಿ. ನಂತರವೆ ಅವರ ಪರಿಚಯ, ಸ್ನೇಹ, ಸುಖವಾಗಿದ್ದೀವಿ ಅಂದ್ಕೋ. ಅಷ್ಟು ಬಿಟ್ಟು ಏನು ಹೇಳೋಕೆ ಆಗೋಲ್ಲ" ಫೋನ್ ಕಟ್ ಮಾಡಿದವಳು ಹತ್ತು ನಿಮಿಷದ ನಂತರ "ಅಮ್ಮ, ಅಟಲ್ ಬಿಹಾರಿ ವಾಜಪೇಯಿ ಹೇಳಿದ ಮತ್ತೊಂದು ಸಂಗತಿ ಗುರುತು ಹಾಕಿಕೊಂಡಿದ್ದೀನಿ. ಬೇಡ...ಬಿಡು" ಫೋನಿಟ್ಟಳು.

ನಾನು ನಮ್ಮವರಲ್ಲಿ ಪ್ರಶ್ನೆ ಎತ್ತದಿದ್ದರೂ ಅವರಾಗಿ ತೀರಾ ತಲೆ ಕೆಡಿಸಿಕೊಂಡು ಕೆಲವು ಪುಸ್ತಕಗಳನ್ನು ತಿರುವಿ ಹಾಕಿರಬಹುದೆಂದು ನನ್ನ ಅನುಮಾನ. ಅ.ನ.ಕೃ. ಬೀಚಿ ಜಮಾನ ಸಾಹಿತಿಗಳ ಎಲ್ಲಾ ಪುಸ್ತಕಗಳನ್ನು ಓದಿಕೊಂಡವರು.

ಒಂದು ವಿಶ್ಲೇಷಣೆಯನ್ನು ನನ್ನ ಮುಂದಿಟ್ಟರು.

ಪಿ.ಜಿ. ವುಡ್‌ಹೌಸ್‌ನ ಕಾದಂಬರಿಯಲ್ಲಿನ ಒಂದು ಸಂದರ್ಭ ಘಟವಾಣಿ

ಹೆಂಡತಿ, ನರಪೇತಲ ಗಂಡ - ಈ ಒಂದು ಕಾನ್ಸೆಪ್ಟ್ ಇಟ್ಟುಕೊಂಡೇ ಟಿ.ವಿ. ಧಾರಾವಾಹಿಗಳು, ವ್ಯಂಗ್ಯಚಿತ್ರಗಳಲ್ಲಿ ಇಂಥ ಜೋಡಿಯನ್ನು ನೋಡಬಹುದಾಗಿದೆ. ಹೆಂಡತಿ ಹಾಕಿದ ಗೆರೆಯನ್ನು ದಾಟಲಾರದ ವಿಧೇಯ ನರಪೇತಲ ಗಂಡನನ್ನು ಅವನ ಜೊತೆ ಕೆಲಸ ಮಾಡುವ ಒಬ್ಬ ಗೆಳೆಯ ಪ್ರಶ್ನಿಸುತ್ತಾನೆ. "ನಿನ್ನ ದೃಷ್ಟಿಯಲ್ಲಿ ಮದುವೆ ಎಂದರೆ ಏನು?" ಅದಕ್ಕೆ ನರಪೇತಲ ಗಂಡ ಹೇಳುತ್ತಾನೆ "ನನ್ನ ಹೆಂಡ್ತಿನ ಕೇಳಿ... ಹೇಳ್ತೀನಿ." ಇದನ್ನು ಜೋಕ್ ಆಗಿ ತಗೊಂಡರೇ ಚೆನ್ನ. ಅದಕ್ಕೆ ನಮ್ಮ ಬೀಚಿ ಪ್ರತಿಕ್ರಿಯೆ ಏನು ಗೊತ್ತಾ?' ಎಂದು ಛಾಲೆಂಜಾಗಿ ಸ್ವೀಕರಿಸಿದವರಂತೆ "ಅಯ್ಯೋ, ಆ ನರಪೇತಲನದೇನು ಬಂತು? ಎಲ್ಲರದು ಅದೇ ಗತಿ ಅಲ್ವೇನ್ರಿ? ಅದಕ್ಕಾಗಿಯೇ ಮದ್ವೆ ಬಗ್ಗೆ ಗಂಡು ದನಿಯೆ ಕೇಳಿ ಬರೋಲ್ಲ" ಇದನ್ನು ಹೇಳಿದಾಗ ನಕ್ಕು ನಕ್ಕು ಬಿದ್ದೆ. ನನ್ನ ಪ್ರಕಾರ ಎಲ್ಲರ ಸ್ಥಿತಿನು ಇದಲ್ಲ. ನಾನಂತು ಇದನ್ನು ಒಪ್ಪೋಲ್ಲ. ಇದು ಸ್ವಂತ ಅನುಭವದ ಮಾತು.

ತನಗಿಂತ 20 ವರ್ಷ ಹಿರಿಯನಾದ ಗಂಡನ ಜೊತೆ ಸಂಸಾರ ಮಾಡುವ ಹೆಂಡತಿಯನ್ನು ನೋಡಿದ್ದೇವೆ. ಅಚ್ಚುಕಟ್ಟಾದ ಯುವತಿ ಕುರೂಪಿಯನ್ನು ಮದುವೆಯಾಗಿದ್ದು ಇದೆ. ಒಬ್ಬ ಸ್ಫುರದ್ರೂಪಿ ಯುವಕ ತೀರಾ ಕುರೂಪಿಯಾದ ಹೆಣ್ಣನ್ನು ವರಿಸಿದ್ದಿದೆ. ಇವರೆಲ್ಲ ಒಟ್ಟಿಗೆ ಇದ್ದಾರೆ. ಹೇಗೆ? ಹೊಂದಾಣಿಕೆ ಅನ್ನೋಣವೇ?

ಒಂದು ಸಣ್ಣ ಉದಾಹರಣೆ. ಬರೀ ಎಸ್.ಎಸ್.ಎಲ್.ಸಿ. ತನಕ ಓದಿದ್ದ ಸಾಮಾನ್ಯ ಹುಡುಗಿಯೊಂದು ನ್ಯೂಜೆರ್ಸಿಯಲ್ಲಿ ವಾಸಿಸುವ ಗಂಡಿನ ಜೊತೆ ವಿವಾಹವಾಗಿ ವಿದೇಶಕ್ಕೆ ಹಾರಿದ್ದಿದೆ. ತೀರಾ ಪೆಕರಾನಂಥ ತರಕಾರಿ ಮಾರುವ ಹುಡುಗನಿಗೆ ಎಂಥ ಚೆಲುವೆಯಾದ ಹುಡುಗಿ ಸಿಕ್ಕಿದ್ದಾಳೆ ಗೊತ್ತಾ? ಗಂಡನ ಪಕ್ಕದಲ್ಲಿ ತರಕಾರಿ ಗಾಡಿಯನ್ನು ದೂಡುತ್ತ ಬರುವ ಅವಳನ್ನು ನೋಡಿದಾಗ, ಇದು ದೈವದ ಚಮತ್ಕಾರವೇ ಎನಿಸುತ್ತೆ.

Marriages are made in heaven. ಮದುವೆಗಳು ಸ್ವರ್ಗದಲ್ಲಿ ನಡೆಯುತ್ತೆ ಅನ್ನೋ ಮಾತನ್ನು ಸದ್ದುಗದ್ದಲವಿಲ್ಲದೆ ಒಪ್ಪಿ ಬಿಡೋಣಾಂತ ಅನ್ನಿಸಿತು!

ಈಚೆಗೆ ಫೋನ್ ಮಾಡಿದ ಆ ಹುಡುಗಿಯ ನಸು ನಗೆ ಹಾರಿ ಬಂತು. "ಬಹಳ ಚಿಂತನೆ ನಡೆಸಿದ್ದೀರಲ್ಲ, ಮೇಡಮ್ ನಂಗೆ ಒಂದು ಲೈನ್‌ನ ಉತ್ತರ ಬೇಡ. ನಿಮ್ಮ ಚಿಂತನೆಯೆಲ್ಲ ಕಾದಂಬರಿಯ ರೂಪದಲ್ಲಿ ಹರಿದುಬರಲೀ" ಫೋನಿಟ್ಟ ಸದ್ದು ಕೇಳಿಸಿತು.

'ಹೌದು... ಅನಿಸಿತು!'

ಅವಳಿಗಾಗಿ ಒಂದು ಕಾದಂಬರಿ ಬರೆಯಬೇಕೆನಿಸಿತು.

ದಾಂಪತ್ಯವೆನ್ನುವ ಹಣತೆಯನ್ನು ಗಾಳಿಯ ಮಧ್ಯೆ ಇಟ್ಟು ತಮಾಷೆ ನೋಡಬೇಡಿ

ಒಂದು ಹೆಣ್ಣಿಗೊಂದು ಗಂಡು
ಹೇಗೋ ಸೇರಿ ಹೊಂದಿಕೊಂಡು
ಕಾಣದೊಂದು ಕನಸು ಕಂಡು
ಮಾತಿಗೊಲಿಯದ ಅಮೃತವುಂಡು
ದುಃಖ ಹಗುರವೆನುತಿರೆ
ಪ್ರೇಮವೆನಲು ಹಾಸ್ಯವೇ

ನಮ್ಮ ನೆಚ್ಚಿನ ಕವಿ ಕೆ.ಎಸ್. ನರಸಿಂಹಸ್ವಾಮಿಯವರ ಕವನದ ಸಾಲುಗಳು. ಅವರ ಕವನಗಳಲ್ಲಿನ ಪ್ರೀತಿಯ ತತ್ವದ ವೈಖರಿಯನ್ನು ನೋಡಿ ಮೂಕವಿಸ್ಮಿತಳಾಗಿದ್ದೇನೆ. ನಾನು ಕೆಲವು ಮದುವೆಗಳಲ್ಲಿ 'ಮೈಸೂರು ಮಲ್ಲಿಗೆ' ಕವನ ಸಂಗ್ರಹವನ್ನು ಉಡುಗೊರೆಯಾಗಿ ಕೊಟ್ಟಿದ್ದುಂಟು. 'ನಿನ್ನ ಪ್ರೇಮದ ಪರಿಯ ನಾನರಿಯೆ ಕನಕಾಂಗಿ..." ಎಂದು ಆಗಾಗ ಗುನುಗುವುದು ಕೂಡ ಸಂತಸದ ನವಿರು.

ಈಗಿನ ದಾಂಪತ್ಯದ ಚಿತ್ರಗಳನ್ನು ನೋಡಿದಾಗ ಗಾಬರಿಯಾಗುತ್ತದೆ. ಅದಕ್ಕೊಂದು ಪುಟ್ಟ ಘಟನೆ ಹೇಳುತ್ತೇನೆ.

ಅಂದು ನನ್ನ ಗೆಳತಿಯಿಂದ ಫೋನ್ ಬಂದಿತ್ತು. ಆಕೆ ಹೆಸರಾಂತ ಕಂಪನಿಯಲ್ಲಿ ಜನರಲ್ ಮ್ಯಾನೇಜರ್. ಮೂರು ತಿಂಗಳ ಹಿಂದೆ ಮಗಳ ಮದುವೆಯನ್ನು ವೈಭವದಿಂದ ಮಾಡಿ ಮುಗಿಸಿದಾಗ ನಾನು ಕೂಡ ಇದ್ದೆ. ಮಣೆಯ ಮೇಲೆ ಕೂತು ಶಾಸ್ತ್ರವಿಧಿ ನಡುವೆಯು ಆಗಾಗ ಮಾತಾಡುತ್ತಿದ್ದರು, ನಗುತ್ತಿದ್ದರು. ಹತ್ತು, ಇಪ್ಪತ್ತು ವರ್ಷಗಳ ಹಿಂದೆ ಈ ಬಗ್ಗೆ ಟೀಕೆ-ಟಿಪ್ಪಣಿಗಳು ಹೊರಬೀಳುತ್ತಿದ್ದವೇನೋ, ಈಗ ಅವೆಲ್ಲ ಕಡಿಮೆಯಾಗಿದೆ.

ಸ್ವಲ್ಪ ಹಿರಿಯರೆನಿಸಿಕೊಂಡವರು ಗೋಣಾಡಿಸಿ ತಮ್ಮ ತಮ್ಮ ದಾಂಪತ್ಯಕ್ಕೆ ಕಾಲಿಟ್ಟ ದಿನಗಳನ್ನು ನೆನಪು ಮಾಡಿಕೊಳ್ಳಬಹುದಷ್ಟೇ.

ಮೇಲಿನದ್ದು ಪೀಠಿಕೆಯಷ್ಟೇ.

ಈಗ ಆರಾಮಾಗಿ ವಿಷಯಕ್ಕೆ ಬಂದು ಬಿಡ್ತೀನಿ.

"ನನ್ನ ಮಗ್ಳು ಹಿಂದಿರುಗಿ ಬಂದಿದ್ದಾಳೆ. ಗಂಡನೆನಿಸಿಕೊಂಡ ವ್ಯಕ್ತಿ ಇಷ್ಟವಾಗಿಲ್ಲ ಅನ್ನೋದೊಂದು ರೀಸನ್. ಅವರಿಬ್ಬರ ಮಧ್ಯೆ ದೊಡ್ಡ ಮಟ್ಟದಲ್ಲಿ ಜಗಳವಾಗಿದೆ. ಬೇಸರದ ಸಂಗತಿ" ಹೇಳಿದರು ಅಷ್ಟೆ. ಸ್ವಲ್ಪ ಸುಸ್ತಾದೆ. ಆಕೆಯದು ಲವ್ ಮ್ಯಾರೇಜ್. ಏಳು ವರ್ಷಗಳು ನಿರಂತರವಾಗಿ ಪ್ರೇಮಿಸಿ ಮದುವೆಯಾಗಿದ್ದರು. ಮಗಳಿಗಾಗಿ ಗಂಡನ್ನು ಆಕೆಯೇ ಅನ್ವೇಷಿಸಿದ್ದರು.

ಅರೇಂಜ್ಡ್ ಮ್ಯಾರೇಜ್ ಅನ್ನೋದೊಂದು ವಿಷಯ ಬಿಟ್ಟರೇ ಅವರಿಬ್ಬರಿಗೆ ಪೂರ್ತಿ ಒಂದು ತಿಂಗಳ ಹಿಂದೆಯೇ ಸಾಕಷ್ಟು ಸುತ್ತಾಡಿದ್ದರು. ಬೇಕು... ಬೇಕಾದ್ದನ್ನು ಸ್ವತಃ ಖರೀದಿಸಿಕೊಂಡಿದ್ದರು. ಇಡೀ ಜೀವನಕ್ಕಾಗುವಷ್ಟು ಮಾತಾಡಿ, ಚರ್ಚಿಸಿ, ಒಬ್ಬರನ್ನೊಬ್ಬರು ಅರ್ಥ ಮಾಡಿಕೊಂಡಿದ್ದರು ಅನ್ನೋಷ್ಟು ಅನ್ಯೋನ್ಯವಾಗಿದ್ದುಂಟು. 'Understanding' ಇಲ್ಲ ಇಂಥ ಒಂದು ಪದ ಆರಾಮಾಗಿ ಇಷ್ಟು ಬೇಗ ಈಗೇಕಾಯಿತು ಅಂದುಕೊಂಡ.

ಅಮ್ಮ, ಅಪ್ಪ, ಅಕ್ಕ, ತಂಗಿ... ಬಂಧುಗಳು... ಗೆಳೆಯರು... ಸಂಬಂಧಿಗಳು, ಕೊಲಿಗ್, ಕಸಿನ್‌ಗಳು... ಇವೆಲ್ಲಕ್ಕಿಂತ ಭಿನ್ನವಾದ 'ದಂಪತಿಗಳು' 'ಗಂಡ-ಹೆಂಡತಿ' ಈ ಸಂಬಂಧಕ್ಕಾಗಿ ಅದೆಷ್ಟು ಪಡಿಪಾಟಲು. ಎಷ್ಟು ರಂಗು-ರಂಗಿನ ಕನಸು. ಅದಕ್ಕೆಷ್ಟು ವಿಧಿ - ವಿಧಾನಗಳು ಖರ್ಚು ಮಾಡಿ ಇಂಥದೊಂದು ಸಂಬಂಧ ಸೃಷ್ಟಿಸಲಾಗುತ್ತೆ. ಅದು 'ಏಳೇಳು ಜನ್ಮದ ನಂಟು' ಎನ್ನುವಂಥ ಭಾವೋದ್ವೇಗ. ಆದರೆ ಇಂಥ ಸಂಬಂಧಗಳು ಪೂರ್ಣ ಆಯಸ್ಸು ಪಡೆದುಕೊಳ್ಳುತ್ತಿಲ್ಲ. ಇತ್ತೀಚೆಗೆ ಅರ್ಥವಿಲ್ಲದ ವಿವಾಹಗಳು ಬಹಳಷ್ಟು ಕಾಲ ಬೆಸೆದಿಡಲಾರರೆಂದು ಮಾತಾಡುವುದು ಸಾಕಷ್ಟು ಸರಿಯೆಂದು ಒಪ್ಪಿಕೊಳ್ಳಲೇ ಬೇಕಿದೆ.

ಅದಕ್ಕೆ ಮುನ್ನ ಇದೊಂದು ವಿಷಯವನ್ನು ಹೇಳಿಬಿಡಬೇಕೆನಿಸುತ್ತೆ. ಒಂದು ಇಪ್ಪತ್ತು ವರ್ಷಕ್ಕೆ ಹಿಂದಿನ ವಿಷಯ ಅಂತ ಇಟ್ಟುಕೊಂಡರೂ, ಇಂಥದ್ದು ಕೆಲವರ ಗಮನಕ್ಕಾದರೂ ಬಂದಿರುತ್ತೆ.

ನನ್ನ ದೊಡ್ಡ ಅಜ್ಜಿ ಇದ್ದರು. ಅಂದರೆ ನನ್ನ ತಾಯಿಯ ಅಮ್ಮನ ವಾರಗಿತ್ತಿ. ಅವರುಗಳನ್ನು ಹತ್ತಿರದಿಂದ ನೋಡಿದವಳು. ನನ್ನ ದೊಡ್ಡ ಅಜ್ಜಿ, ತಾತ ಪರಸ್ಪರ ಕೂತು ಮಾತಾಡಿದ್ದು ನೋಡಿಯೇ ಇಲ್ಲ. ಮತ್ತೆ ಅವರಿಬ್ಬರ ಜಗಳ ನೋಡೋಕೆ ಸಾಧ್ಯವೇನು? ಅವಿಭಕ್ತ ಕುಟುಂಬದಲ್ಲಿ ಅವರಿಬ್ಬರ ಏಕಾಂತಕ್ಕೆ ಹಗಲಿನಲ್ಲಿ ಎಡೆಯೆ ಇರಲಿಲ್ಲ. ಮೈ ಮೈ

ತಾಕಿಸಿಕೊಂಡು ಹೊರಗೆ ಓಡಾಡಿದವರೇ ಅಲ್ಲ. ನನ್ನಮ್ಮನ ಪ್ರಕಾರ ದೊಡ್ಡಜ್ಜಿಯ ಅಮ್ಮನ ಮದುವೆಯಲ್ಲಿ ಹಾಕಿದ ಒಡವೆಗಳನ್ನು ಒಂದು ಕಾಲಕ್ಕೆ ತಾತ ಪೂರ್ತಿಯಾಗಿ ಮಾರಿಕೊಂಡಿದ್ದಿದೆ. ಆಗ ಕೂಡ ಆಕೆ ತುಟಿ ಎರಡು ಮಾಡಿದ್ದಿಲ್ಲ. ಅತ್ತು ಕರೆದು ರಂಪಾಟ ಮಾಡಿದ್ದೇ ಇಲ್ಲ. ಆ ಫಿರ್ಯಾದನ್ನು ತವರುಮನೆಗೆ ಒಯ್ದಿದಿಲ್ಲ. ಈಗ ನನಗೆ ನೆನಪಾಗುವುದು ಕೂಡ ಕೆ.ಎಸ್. ನರಸಿಂಹಸ್ವಾಮಿ ದಾಂಪತ್ಯ ಜೀವನ ತತ್ವದ ಕವನದ ಸಾಲುಗಳು 'ಬಡತನವೋ, ಸಿರಿತನವೋ, ಯಾರಿರಲೀ, ಎಲ್ಲಿರಲೀ ದೊರೆಯಾಗಿ ಮೆರೆದವರು ನೀವಲ್ಲವೇ'

ಆಕೆ ಜಗಳವಾಡುವುದಿರಲೀ, ಗಂಡನ ಜೊತೆ ಸ್ವಲ್ಪ ಗಟ್ಟಿಯಾಗಿ ಮಾತಾಡಿದ್ದು ಯಾರು ಕಂಡಿರಲಿಲ್ಲ. ಏಳು ಬಸಿರು, ನಾಲ್ಕು ಅಬಾರ್ಷನ್ ಜೊತೆ. ಉಳಿದ ಮೂರು ಮಕ್ಕಳ ಒಪ್ಪ ಸಂಸಾರ. ಇಷ್ಟ ನಡುವೆ ಸಿಟ್ಟು, ಸೆಡವು, ದೂಷಣೆ ಅಂಥದೇನು ಇಲ್ಲ. ಮಕ್ಕಳ ಎದುರು ಗಂಡ, ಹೆಂಡತಿ ಧ್ವನಿಯೆತ್ತಿ ಒಬ್ಬರನ್ನೊಬ್ಬರು ಆಕ್ಷೇಪಿಸಿದವರೇ ಅಲ್ಲ. ಅದೇನು ಸೆಳೆತವೋ, ಆಕರ್ಷಣೆಯೋ, ಹಿರಿ ಅಜ್ಜ ಹೆಂಡತಿಯನ್ನು ಮೊದಲ ಸಲ ಬಾಣಂತನಕ್ಕೆ ಕಳಿಸಿಕೊಟ್ಟಿದ್ದು ಅನ್ನೋದು ಬಿಟ್ಟರೇ ಬಸುರಿ, ಬಾಣಂತನ, ಅಬಾರ್ಷನ್ ಎಲ್ಲಾ ನಡೆದಿದ್ದೇ ಅವರಲ್ಲಿಯೇ. ಆದರೆ ಅವರಿಬ್ಬರ ನಡುವೆ ಎಂಥ ಸೆಳೆತವಿತ್ತೆಂದರೇ 'ಹೆಂಡತಿಯೊಬ್ಬಳು ಮನೆಯಲ್ಲಿದ್ದರೆ... ನನಗದೆ ಕೋಟಿ ರೂಪಾಯಿ' ಎನ್ನುವ ಕವನದ ಸಾಲುಗಳನ್ನು ನೆನಪಿಸುವಂಥ ದಾಂಪತ್ಯ. ಎಂದಾದರೂ ಮದುವೆ, ಹಬ್ಬ ಎಂದು ತವರು ಮನೆಗೆ ಅಜ್ಜಿ ಹೋದರೆ ಎಲ್ಲರ ಮೇಲೆ ತಾತ ಹರಿಹಾಯುತ್ತಿದ್ದುದ್ದು ತಮಾಷೆಯ ವಿಷಯವಾಗಿತ್ತು.

ಅಜ್ಜಿ ತೀರಿಕೊಂಡ ನಂತರ ತಾತ ಚೇತರಿಸಿಕೊಳ್ಳಲೇ ಇಲ್ಲ. ಮಂಕಾಗಿ ಮೂಲೆ ಸೇರಿದವರು ಆಗಾಗ ಗೊಣಗಿಕೊಳ್ಳುತ್ತಿದ್ದರು ತಮ್ಮಲ್ಲಿಯೇ. ಒಂದು ದಿನ ಮಲಗಿದವರು ಬೆಳಿಗ್ಗೆ ಮೇಲೇಳಲಿಲ್ಲ. ಅವರ ಕೈಯಲ್ಲಿ ಮದುವೆಯ ಫೋಟೋ ಇತ್ತು.

ಇದು ಎಂಥ ಅನ್ಯೋನ್ಯತೆ! ಇಂಥ ಪ್ರೀತಿ, ಪ್ರೇಮದ ಸಾಮರಸ್ಯದ ದಾಂಪತ್ಯಕ್ಕೆ ಹ್ಯಾಟ್ಸ್ ಆಫ್ ಎಂದು ಹೇಳಲೇಬೇಕೆನಿಸಿದೆ. ನಿಮ್ಮದೇನಾದರೂ ಅಭ್ಯಂತರವಿದ್ಯಾ? ಇದು ಅಜ್ಜಿಯ ಕಾಲವಲ್ಲ. ಹೆಣ್ಣು ಈಗ ಬದಲಾಗಿದ್ದಾಳೆ.

ಈಗ ಗಂಡ-ಹೆಂಡತಿಯೆಂದರೆ ಜಗಳವೆನ್ನುವ ಸಿದ್ಧಾಂತಕ್ಕೆ ಬರಬೇಕಿದೆ. ವಿವಾಹವಾದ ವಾರಕ್ಕೆ ಮುಖ ತಿರುಗಿಸುತ್ತಾರೆ. ಒಬ್ಬರ ಮೇಲೊಬ್ಬರು ಗೂಬೆ ಕೂರಿಸುತ್ತಾರೆ. ಊಟ, ತಿಂಡಿ, ಮಲಗುವಿಕೆಯಲ್ಲಿ ತಮ್ಮನ್ನು ಕಳೆದುಕೊಳ್ಳುವವರು ದಾಂಪತ್ಯದ ಸೊಗಸನ್ನು ಬೇಗ ಕಳೆದುಕೊಳ್ಳುತ್ತಾರೆ. ವಿವಾಹ ನಂತರ ಮನೆ, ಮಕ್ಕಳು ಎಂದು ತಿಳಿದವರು. ಅಷ್ಟರ ನಂತರ ಒಬ್ಬರಿಗೊಬ್ಬರು ಅಗತ್ಯವಿಲ್ಲವೆನ್ನುವಂತೆ ಮುಖ ತಿರುವುತ್ತಾರೆ. ಸೊಗಸು, ಸಂಭ್ರಮ ಮರೆಯಾಗಿಬಿಡುತ್ತೆ. ಪ್ರತಿ ವಿಷಯಕ್ಕೂ ಜಗಳ. ಸ್ವಲ್ಪ

ಧೈರ್ಯದ ಗಂಡಾದರೇ ಇನ್ನೊಂದು ಹೆಣ್ಣಿನ ಜೊತೆ ಓಡಾಡಲು ಶುರು ಮಾಡುತ್ತಾನೆ. ಆ ಸಮಯಕ್ಕೆ ಬೇಕಾದ ಅಗತ್ಯಗಳು ಹೊರಗೆ ಪೂರ್ಣಗೊಂಡರೆ ಸಂಸಾರದಿಂದ ವಿಮುಖನಾಗಿ ಬಿಡುತ್ತಾನೆ.

ಈಗ ಒಂದಿಷ್ಟು ಎಚ್ಚರವಿರಲೀ.

ದಾಂಪತ್ಯಕ್ಕೆ ಅದರದೇ ಆದ ನವಿರುತನವಿದೆ. ಬಯಕೆ ಬೇಸತ್ತ ಮುಖ ಮುದುರಿ ಕುಳಿತಾಗ ದಾಂಪತ್ಯವನ್ನು ಚಿಗುರಿಸಲು ಹಲವಾರು ಆಸಕ್ತಿಯ ವಿಷಯಗಳು ಇವೆ. ಬೇಕು-ಬೇಡದ ಮಾತು ಸಾಕಾಗಿಲ್ಲ ಅನ್ನುವ ಫೈಟಿಂಗ್ ನಿಲ್ಲಿಸಿ ಗಂಡನನ್ನು ಹೆಡೆಮುರಿ ಕಟ್ಟಿ ದಾಂಪತ್ಯದಲ್ಲಿ ಕಟ್ಟಿ ಹಾಕಲು ಒಂದು ಉಪಾಯವಿದೆ. ಎಲ್ಲೋ ಅಡಗಿ ಕೂತ ಪುಟ್ಟ ಪುಟ್ಟ ಆಸಕ್ತಿಗಳು ಹಕ್ಕಿಗಳನ್ನು ಎಳೆದು ಗುಡ್ಡೆ ಹಾಕಿಕೊಳ್ಳಿ. ಒಬ್ಬರಿಗೊಬ್ಬರು ಹಂಚಿಕೊಂಡು ಸ್ವಾರಸ್ಯ ಹೆಚ್ಚಿಸಿಕೊಳ್ಳಿ. ಇಲ್ಲ ಗಂಡನ ಆಸಕ್ತಿ, ಆಕಾಂಕ್ಷೆಗಳ ಬಗ್ಗೆ ಮೂಗು ಮುರಿಯದೇ ಕೇಳಿಸಿಕೊಳ್ಳಿ. ಒಬ್ಬರಿಗೊಬ್ಬರು ಕುಟುಕುವುದನ್ನು ನಿಲ್ಲಿಸಿ ಚಿಕ್ಕ, ಪುಟ್ಟ ವಿಷಯವಾಗಲೀ - ಈ ರೀತಿಯಾಗಿ ಒಬ್ಬರಿಗೊಬ್ಬರು ಬಂಧನದಲ್ಲಿರಿ.

ಅದಕ್ಕೊಂದು ಪುಟ್ಟ ಉದಾಹರಣೆ ಕೊಡಲೇ? ವಿವಾಹವಾಗಿ ಐದು ವರ್ಷದ ನಂತರ ಎರಡು ಮಕ್ಕಳ ಹೆತ್ತವರ ಪಟ್ಟಕ್ಕೆ ಬಂದ ನಂತರ ಅವರ ಸಂಬಂಧ ಮುಗಿದೇ ಹೋಯಿತೆನ್ನುವವರೆಗೆ ಹೋಯಿತು. 'ಇವರೊಂದಿಗಿನ ಬದುಕು ಬೇಡ' ಎನ್ನುವ ನಿರ್ಣಯಕ್ಕೆ ಹೆಂಡತಿ ಬಂದರೇ, ಇಷ್ಟು ವರ್ಷ ಇವ್ಳ ಮುಖ ನೋಡಿಕೊಂಡು ಹೇಗೆ ಬದುಕಿದೆನೋ' ಎಂದು ಜಗಳಕ್ಕೆ ನಿಲ್ಲುವ ಗಂಡ ಹೆಂಡತಿಯ ಮುಂದೆ ಮಕ್ಕಳು ತೀರಾ ಪಡಪೋಶಿಗಳಾದರು. ಹೆತ್ತವರ ಬಗ್ಗೆ ಮಾತಾಡುವಷ್ಟು ದೊಡ್ಡವರಾದರು. ಒಂದು ರೀತಿಯ ಅವಿಧೇಯತೆ ಅವರನ್ನು ಆವರಿಸಿತು. ಆದರೂ ಜೊತೆಯಲ್ಲಿಯೇ ಇದ್ದಾರೆ. ಆದರೂ ಡೈವೋರ್ಸ್‌ನಂಥ ನಿರ್ಣಯ ಅವರಲ್ಲಿ ಇಣಕಿದ್ದೇ ಇಲ್ಲ.

ಏನು ಇದರ ಅರ್ಥ. ಮಕ್ಕಳಿಗಾಗಿಯೇ ಈ ರಾಜಿ ಸೂತ್ರ? ಇಲ್ಲ, ಸಮಾಜ ಕ್ಕಾಗಿಯೇ ಅನುಸರಣೆ ಕಷ್ಟ! ಟೋಟಲ್ ಅಭಿಪ್ರಾಯ.

ನೀವು ಕೂಡ ಅದನ್ನೇ ಹೇಳ್ತೀರಾ! ಹೇಳೋದು ಸುಲಭ, ಅನುಸರಿಸೋದು ಕಷ್ಟ ಅನ್ನೋ ಮಾತು ನನಗೆ ಕೇಳಿಸ್ತಾ ಇದೆ. 'ಅಹಂ' ಅನ್ನುವ ಗಾಳಿಯು ರಭಸಕ್ಕೆ ದಾಂಪತ್ಯವೆನ್ನುವ ಸೊಡರು ಆರದಂತೆ ಕೈಯನ್ನು ಅಡ್ಡವಾಗಿಡಿದು ಕಾಪಾಡಿಕೊಳ್ಳಿ.

ಗೆಳತಿ, ಇಲ್ಲಿ ಸಾಮಾಜಿಕ ಜವಾಬ್ದಾರಿ ಕೂಡ ಇದೆಯಲ್ಲ. ಒಮ್ಮೆ ಯೋಚಿಸಿ. ಆದರೆ ನನ್ನ ಗೆಳತಿ ಮಗಳು, ಅಳಿಯ ವಿಚ್ಛೇದನ ಪಡೆದು ಬೇರೆ ಬೇರೆಯಾಗಿದ್ದಾರೆ. ಅಲ್ಲಿ ಆಟವಾಡಿದ್ದು ಕೂಡ 'ಅಹಂ' ಎನ್ನುವ ದೊಡ್ಡಸ್ತಿಕೆಯೇ.

ವಿವಾಹ ಜೀವನ ವರ್ಷಕ್ಕೆ ಬೇಸರವಾಯಿತೆ?

ಆತ್ಮವಿಶ್ವಾಸವೆಂಬ ಬೀಜವನ್ನು ನೆಡಿ... ಮೊಳಕೆಯೊಡೆಯುತ್ತದೆಯೆನ್ನುವ ನಂಬಿಕೆ... ನಿಮಗಿರಲೀ

ಕೃಷ್ಣನೆ ಮಹಾಭಾರತದಲ್ಲಿ ಒಂದು ಕಡೆ 'ಪ್ರಪಂಚದ ಕೆಲಸಗಳಲ್ಲಿ ದೈವ ಮತ್ತು ಮನುಷ್ಯ ಪ್ರಯತ್ನ ಇವೆರಡರಿಂದ ನಡೆಯಬೇಕು' ಎಂದಿರುವುದು ಸದಾ ಜ್ಞಾಪಕದಲ್ಲಿ ಇರುವಂಥದ್ದು. ಮನುಷ್ಯ ಪ್ರಯತ್ನ ಬೇಕು. ಅದಕ್ಕೆ ಬೇಕಾದದ್ದು ಆತ್ಮವಿಶ್ವಾಸ. ಅದನ್ನು ತುಂಬುವಂಥ ಜನ ಇದ್ದಾಗಲೇ ಗುರಿ ಮುಟ್ಟಲು ಸಾಧ್ಯ. ಇದೆಲ್ಲ ಬರೀ ಪೀಠಿಕೆ ಅಂದುಕೊಳ್ಳಿ.

ಇದೊಂದು ಸರ್ವೇ ಸಾಧಾರಣ ವಿಷಯುವಾಗಿ ಕಾಣಬಹುದು. ಏನು ಅನ್ನಿಸದಿರಬಹುದು. ಅದು ನಮ್ಮ ಮಿದುಳನ್ನು ಹೊಕ್ಕು ಪೀಡಿಸದಿರಬಹುದು. ಸ್ವಲ್ಪ ನಾನು ನೀವೂ ಕೂಡಿಯೆ ಚಿಂತನೆ ನಡೆಸೋಣ. ವಿಷಯ ಮನಸ್ಸಿನ ಮಗ್ಗುಲಿಗೆ ಬಂದರೆ ನೋವೆನಿಸುತ್ತೆ.

ನಾನು ಹೇಳೋ ಪ್ರಸಂಗ ನಿಮ್ಮ ಸುತ್ತಮುತ್ತಲೂ ನಡೆದಿರಬಹುದು. 'ಅದೇನು ಮಹಾ!' ಎಂದು ಮುಖ ತಿರುಗಿಸಿರಬಹುದು. ನಾನು ಕೂಡ ನಿಮ್ಮ ಪೈಕಿನೇ ಆ ಘಟನೆಗೆ ಮುನ್ನ ನಾನು ಹೇಳುವ ಸಚ್ಚಿ ಅಂಥವರನ್ನು ನೀವು ನೋಡಿರಬಹುದು.

"ಒಂದು ಸೆನ್‌ಸೇಷನ್ ನ್ಯೂಸ್. ಕಾವೇರಿ ಮಗನ್ನ ಹುಚ್ಚಾಸ್ಪತ್ರೆಗೆ ಸೇರಿಸಿದರಂತೆ" ಅಚ್ಚ ಕನ್ನಡದ ಪದವನ್ನು ಒತ್ತಿ ಉಸುರಿದಾಗ ಹೌಹಾರಿದೆ. ನಾನು ನೋಡಿದ ಹುಡುಗ. ಹತ್ತಿರದಿಂದ ಗಮನಿಸಿದ್ದೆ. ಮನದಲ್ಲಿ ಎಲ್ಲೋ ಒಂದು ಕಡೆ 'ಭುಳ್' ಎಂದಿತು. ಬುದ್ಧಿವಂತನಾದರೂ ಅಮಾಯಕ ನೋಟ ಹರಿಸುವ 'ಸಚ್ಚಿ' ನನ್ನ ಮಗನ ಸ್ನೇಹಿತ. ಯಾರಿಗಾದರೂ ಇಷ್ಟವಾಗಿಬಿಡುವಂಥ ವಿಧೇಯತೆ. ಒಟ್ಟು ಕುಟುಂಬದ ಪ್ರೀತಿಯ ಮಗ.

ಗಲಿಬಿಲಿಯಿಂದ ಆಕೆಯತ್ತ ನೋಟ ಹರಿಸಿದೆ.

"ಖಂಡಿತ ಮೇಡಮ್, ಮೊನ್ನೆ ದಿನ ಹುಚ್ಚಾಸ್ಪತ್ರೆಗೆ ಸೇರಿಸಿದರಂತೆ. ನಂಗೇನು

ಷಾಕ್ ಆಗ್ಲಿಲ್ಲ. ತುಂಬ ಮೊದ್ದಾಗಿ ಕಾಣ್ತಾ ಇದ್ದ" ಅಂದರು ಕತ್ತು ತಿರುಗಿಸುತ್ತ. ಅವರ ಲೆಕ್ಕದಲ್ಲಿ ಅವನು ಬುದ್ಧಿವಂತನಲ್ಲ. ಜೀನ್ಸ್ ತೊಟ್ಟು ಗರ್ಲ್ ಫ್ರೆಂಡ್ಸ್‌ಗಳ ಜೊತೆ ಓಡಾಡೋ ಮಗ ಮಾತ್ರ ಇಂಟಲಿಜೆಂಟ್.

ನನ್ನಲ್ಲಿನ ಉತ್ಸಾಹವೇ ಮರೆಯಾಯಿತು. ಈ ಜನಜಂಗುಳಿಯಿಂದ ಆಚೆ ಹೋದರೆ ಸಾಕೆನಿಸಿತು. 'ಸಚ್ಚಿಗೆ ಹುಚ್ಚು' ನನ್ನ ಮಟ್ಟಿಗೆ ತುಂಬ ಸಂಕಟದ ವಿಷಯ. ತುಂಬ ಸ್ಫುರದ್ರೂಪಿಯಾದ ಹುಡುಗ. ಮೃದು ಭಾಷಿ. ನೋಡಲು ಚೆಂದವಿದ್ದ. ಎಲ್ಲೋ ಏನೋ ಕೊರತೆ ಇದೆಯೆನಿಸಿತು. ಅವನ ಮನೆಯವರೆಲ್ಲ ಬಂದು ನನ್ನ ಕಣ್ಮುಂದೆ ನಿಂತರು.

ನಿಮಗೆ ಅವರ ಮನೆಯವರ ವಿಷಯ ನೇರವಾಗಿ ಹೇಳಿದರೆ ನೀವು 'ಸಚ್ಚಿ'ಯ ಈ ಪರಿಸ್ಥಿತಿಗೆ ಯಾರು ಕಾರಣರೆಂದು ಖಂಡಿತ ಊಹಿಸಿಕೊಳ್ಳಬಲ್ಲಿರಿ. ಅಜ್ಜ, ಅಜ್ಜಿಯ ಜೊತೆ ಒಬ್ಬ ಚಿಕ್ಕಪ್ಪನಿದ್ದ ಕೂಡು ಕುಟುಂಬ. ಸರಳ ಜನರೆನ್ನುವ ಹಣೆಯಪಟ್ಟಿ. ಮೂರು, ನಾಲ್ಕು ಕಾರು, ಸ್ವಂತ ಫ್ಯಾಕ್ಟರಿ ಅನ್ನೋಂಥದ್ದು ಇಲ್ಲದಿದ್ದರೂ ಅನುಕೂಲವಾಗಿದ್ದ ಜನರೇ. ಅವರಿಗಿದ್ದ ಕಾಯಿಲೆಯೆಂದರೆ 'ರಿಸ್ಕ್' ಎಂದರೆ ಮಾರು ದೂರ. 'ಸಚ್ಚಿ' ಇಂಥವರ ನಡುವೆ ಬೆಳೆದಿದ್ದು. ಭಯನು ಕೂಡ ಅವನ ಜೊತೆ ಬೆಳೆಸಿದರೇನೋ?

ಮಗನ ಮೇಲೆ ಅತಿಯಾದ ಪ್ರೀತಿಯ ಹಿಂದೆ ಎಚ್ಚರವೆಂಬುವ ಭೀತಿ. ಸದಾ ಅವನ ಮೇಲೆ ಕಣ್ಣಿಟ್ಟಿರುವ ಜನ. ತಮ್ಮ ಮಗನು ಬೇರೆಯವರ ಮುಂದೆ ಸೋಲೊಪ್ಪಿಕೊಳ್ಳ ಬಾರದೆಂಬ ಭೂತ ಅವರ ಮನೆಯ ಎಲ್ಲರ ಮನಸ್ಸಿನಲ್ಲು ಕುಣಿಯುತ್ತಿತ್ತು. ಯಾಕೆ? ಈ ಪ್ರಶ್ನೆಗೆ ಖಂಡಿತ ಅವರು ಉತ್ತರಿಸಲಾರರು. ಅಕಸ್ಮಾತ್ ಉತ್ತರಿಸಿದರೂ ಅದು ಸಮರ್ಪಕವಾಗಿ ಇರದು.

ಈ ಬಗ್ಗೆ ಒಂದೆರಡು ಪ್ರಸಂಗ ಹೇಳಿದರೆ ನಂತರ ನಿಮಗೆ ಅರ್ಥವಾದೀತು.

ಸ್ವಲ್ಪ ಚಿಕ್ಕವನಿದ್ದಾಗ ಸಚ್ಚಿ ಗೆಳೆಯನೊಂದಿಗೆ ಚೆಸ್ ಬೋರ್ಡ್ ಬಿಚ್ಚಿಕೊಂಡು ಕೂತ ಕೂಡಲೇ ಅವನಮ್ಮ ಪ್ರತ್ಯಕ್ಷ. "ಇದೆಲ್ಲ ಹಿರಿಯರು ಆಡೋಂಥದ್ದು. ಈಗ ಎದ್ದು ನಡೀ" ರೂಮಿಗೆ ಎಳೆದೊಯ್ದು "ಅದೆಲ್ಲ ನಿನ್ನ ತಲೆಗೆ ಹೋಗೊಲ್ಲ. ಸುಮ್ನೆ ಆಡಿ ಸೋತು ನಗೆಪಾಟಲಿಗೆ ಈಡಾಗ್ತಿ. ಹೋಗಿ ಅಜ್ಜಿ ಹತ್ರ ಕತೆ ಹೇಳಿಸ್ಕೋ" ಉಂಡೆಗಳನ್ನ ಅವನ ಕೈಯಲ್ಲಿಟ್ಟು ಅಜ್ಜಿಯ ಮುಂದೆ ಕರೆದೊಯ್ದು ಕೂಡಿಸುವುದರ ಜೊತೆಗೆ ಪಿಸ ಪಿಸ ಅಂತ ಏನೋ ಹೇಳಿದ ದಿನವೇ ಅವನ ಚೆಸ್ ಕಲಿಯುವ ಆಟಕ್ಕೆ ಕಲ್ಲು ಬಿತ್ತು. ಇದು ಒಂದು ಸಲವಲ್ಲ ಹಲವಾರು ಭಾರಿ.

ಅಜ್ಜಿಯ ಮುಂದೆ ಕೂತು ಕಣ್ಣೀರು ಸುರಿಸಿದ. ಇದು ಮತ್ತೆ ಮತ್ತೆ ಮರುಕಳಿಸಿದಾಗ ಚೆಸ್ ಬೋರ್ಡ್ ಕಂಡರೇನೇ ಅವನಲ್ಲಿ ಹೆದರಿಕೆ ಶುರುವಾಯಿತು. ಆಟದಲ್ಲಿ ಸೋಲು ಗೆಲುವು ಸಾಧಾರಣ. ಅಕಸ್ಮಾತ್ ಸೋತಿದ್ದರೇನಾಗುತ್ತಿತ್ತು? ಮಗನ ಸೋಲು ಆಕೆಗೆ ಇಷ್ಟವಾಗದು! ಇಡೀ ಮನೆಯವರಿಗೆ ಸಚ್ಚಿ ಸೋಲುವುದು ಇಷ್ಟವಿಲ್ಲ.

ಇಡೀ ಮನೆಯವರು ಅವನಲ್ಲಿನ ಚೆಸ್ ಆಟದ ಬಗೆಗಿನ ಆಸಕ್ತಿ ಮೊಳಕೆ ಯೊಡೆಯದಂತೆ ನೋಡಿಕೊಂಡು ಧನ್ಯರಾದರು. ಇಂಥ ಹೆತ್ತವರಿದ್ದರೆ ಹೇಗೆ? ಸಚ್ಚಿಯನ್ನು ನಿಮ್ಮ ನಿಮ್ಮ ಕಲ್ಪನೆಗೆ ತಂದುಕೊಳ್ಳಿ.

ಅವರ ಮನೆಯ ಹಿತ್ತಲಲ್ಲಿ ಒಂದು ಮಾವಿನ ಮರವಿತ್ತು. ಅಕ್ಕಪಕ್ಕದ ಮನೆಯ ಹುಡುಗರೆಲ್ಲ ಏರಿ ದಾಂಧಲೆ ಎಬ್ಬಿಸುತ್ತಿದ್ದರು. ಪೀಚುಕಾಯಿಯಿಂದ ಹಿಡಿದು ದೊರಗಾಯಿ ಹಣ್ಣಿನವರೆಗೂ ಕಿತ್ತು ತಿನ್ನುತ್ತಿದ್ದರು. ಆ ಬಗ್ಗೆ ಮನೆಯವರ ತಕರಾರು ಇಲ್ಲ. ಮಗನ ವಿಷಯದಲ್ಲಿ ಮಾತ್ರ ವಿರೋಧಭಾಸ.

"ನಮ್ಮ ವಂಶದಲ್ಲಿ ಮರ ಏರಿದವರೇ ಇಲ್ಲ. ನಿನ್ನ ಕೈಯಲ್ಲಿ ಮರ ಏರೋಕ್ಕಾ ಗೋಲ್ಲ. ಪುಂಡರು ಪಂಟಿಗರು ಮರ ಏರಬೇಕಷ್ಟೇ" ಅನ್ನೋ ಮಾತುಗಳನ್ನಾಡಿ ಅವನನ್ನು ಮರದ ಬಳಿ ಹೋಗದಂತೆ ನೋಡಿಕೊಂಡರು. ಇದನ್ನು ಪ್ರೀತಿಯ ಉದ್ವೇಗ ವೆನ್ನೋಣವೇ? ಅವರುಗಳ 'ಮೂರ್ಖತನ' ಎಂದು ಪಟ್ಟ ಕಟ್ಟೋಣವೇ?

ಅವನ ಪ್ರತಿಯೊಂದು ಆಸೆಯನ್ನು ಚಿವುಟಿ ಹಾಕುತ್ತಿದ್ದರು!

ಬಹುಶಃ ಇದು ಪ್ರೀತಿಯ ಅತಿರೇಕವೇನೋ?

ಒಮ್ಮೆ ರಜ ದಿನ ಅಕ್ಕಪಕ್ಕದ ಹುಡುಗರು ಮರ ಹತ್ತಿದರು. ಕಾಯಿ ಬಿಡುವ ಕಾಲ. ಅವರೆಲ್ಲ ಕೂಡಿ ಸಚ್ಚಿಗೆ ಉತ್ಸಾಹ ತುಂಬಿ ಮರ ಹತ್ತಿಸಿಯೇಬಿಟ್ಟರು. ವಿಷಯ ತಿಳಿದ ಇವನ ಮನೆಯವರೆಲ್ಲ ಗುಂಪುಗೂಡಿದರು ಹಿತ್ತಲಲ್ಲಿ. ಜೀವವನ್ನು ಮುಷ್ಟಿಯಲ್ಲಿ ಹಿಡಿದರು.

ಅಂಥ ದೊಡ್ಡ ಗಾತ್ರದ ಮರವೇನಲ್ಲ. ಇವನಿಗಿಂತ ವಯಸ್ಸಿನಲ್ಲಿ ಚಿಕ್ಕವರೂ ಕೂಡ ಹತ್ತುತ್ತಿದ್ದರು. ಒಂದಿಷ್ಟು ಹುಡುಗಿಯರು ಕೂಡ ಹತ್ತುತ್ತಿದ್ದರು. ಹತ್ತಿದ ಸಚ್ಚಿ ಆರಾಮಾಗಿ ಇಳಿಯಬಲ್ಲವನಾಗಿದ್ದ.

ಆದರೆ ಮನೆಯವರೆಲ್ಲ ಕೂಡಿ ಬಾಯಿ ಬಡಿದುಕೊಂಡರು. ಕೈ ಕಾಲು ಮುರಿದೇ ಹೋಯಿತು ಎನ್ನುವ ತರಹ ಮಾತಾಡತೊಡಗಿದರು. ಮರ ಹತ್ತಿಕೊಂಡಿದ್ದ ಅವನ ಗೆಳೆಯರು ಕೇಕೇ ಹಾಕಿದರೇ ವಿನಃ ಒತ್ತಾಸೆ ನೀಡಲಿಲ್ಲ. ಅವರಿಗೆ ಹುಡುಗಾಟವಾಯಿತು.

"ಏಯ್ ಇಳಿದು ಬಾರೋ, ಇದೇನು ದೊಡ್ಡ ಮರವಲ್ಲ" ಎಂದಿದ್ದರೆ ಆರಾಮಾಗಿ ಇಳಿದು ಬಿಡುತ್ತಿದ್ದ. ಮನೆಯವರ ಗಾಬರಿ ಹುಟ್ಟಿಸುವಂಥ ಮಾತುಗಳನ್ನು ಕೇಳಿ ಅವನ ಕೈಯಿಂದ ಮಾವಿನಕಾಯಿ ಕೆಳಗೆ ಬಿತ್ತು. ಕಾಲುಗಳಲ್ಲಿ ನಡುಕ ಶುರುವಾಯಿತು.

"ನೋಡಿದ್ರ್ಯಾ, ಅವ್ನ ಕೈ ಕಾಲುಗಳಲ್ಲಿ ನಡುಕ ಶುರುವಾಗಿದೆ. ಅಯ್ಯೋ ಯಾರಾದ್ರೂ ಹತ್ತಿ ಅವನ್ನ ಇಳ್ಸಿಕೊಳ್ಳಿ" ಅವನಜ್ಜಿ ಅಳು ಶುರುವಿಟ್ಟರು. ಮಿಕ್ಕವರು ದನಿಗೂಡಿಸಿದರು.

ಇವನಿಗಿಂತ ಚಿಕ್ಕವರು ಸರ ಸರ ಮೇಲೇರಿದರು ಇಳಿಸಿಕೊಳ್ಳಲು. ಆಯತಪ್ಪಿ ನೆಲಕ್ಕೆ

ಬಿದ್ದವನು ಕೈ ಕಾಲಿಗೆ ಬ್ಯಾಂಡೇಜ್ ಹಾಕಿಸಿಕೊಂಡು ಮಂಚ ಸೇರಿದ. ಮರ ಏರಬೇಕೆನ್ನುವ ಆಸೆ ಅವನಲ್ಲಿ ಸತ್ತು ಹೋಯಿತು. ತಿಂಗಳು ಮನೆಯವರ ಮಾತುಗಳನ್ನು ಕೇಳಿ... ಕೇಳಿ... ಅಂತಃಗತವಾಗಿ ತಾನು ಮರ ಏರಲಾರನೆಂಬ ತೀರ್ಮಾನಕ್ಕೆ ಬಂದ.

ಮತ್ತೆಂದು ಹಿತ್ತಲಿಗೆ ಹೋದರೂ ಮಾವಿನ ಮರದತ್ತ ಹೋಗಲಿಲ್ಲ. ಅವನ ಕಣ್ಣುಗಳಲ್ಲಿ ವ್ಯಥೆಯೋ, ನಿರಾಸೆಯೋ, ಏನೋ ಇತ್ತು. ಅದನ್ನು ಗುರ್ತಿಸುವಷ್ಟು ಅವನ ಮನೆಯವರು ಸೂಕ್ಷ್ಮಗ್ರಹಿಗಳಾಗಿರಲಿಲ್ಲವೇನೋ?

ಪಿ.ಯು.ಸಿ.ಯಲ್ಲಿ ರ್‍ಯಾಂಕ್ ಬಂದ. ಅವನ ಭವಿಷ್ಯಕ್ಕೆ ತಾವೇ ವಾರಸುದಾರರು ಎನ್ನುವಂತೆ ಮನೆಯವರೆಲ್ಲ ದಿನಗಟ್ಟಲೇ ಚರ್ಚಿಸಿ ತೀರ್ಮಾನಕ್ಕೆ ಬಂದರು. 'ದೊಡ್ಡ ಓದೇನು ಬೇಡ. ರಾತ್ರಿ ಹಗ್ಲು ಓದಿ ದಣಿಯೋ ಕರ್ಮ ಅವನಿಗೆ ಯಾಕೆ? ಅಕಸ್ಮಾತ್ ದೊಡ್ಡ ದೊಡ್ಡ ಪರೀಕ್ಷೆಗಳು ಪಾಸು ಮಾಡಿದರೂ ಕೆಲಸ ಸಿಕ್ಕೋ ಗ್ಯಾರಂಟಿ ಏನು? ಸಿಕ್ಕರೂ ದೂರ... ಬಾರ ಹೋಗಿ ನಿಭಾಯಿಸೋಕ್ಕಾಗುತ್ತ? ಅವೆಲ್ಲ... ಏನು ಬೇಡ.

ಇದು ಒಟ್ಟಾರೆಯ ಅಭಿಪ್ರಾಯವಾಯಿತು.

ಅವನ ಮನಸ್ಸಿನ ಮೂಲೆಯಲ್ಲಿ ಒಂದು ಆಸೆ ಇತ್ತು. ಬಿಳಿ ಕೋಟು ಧರಿಸಿ ಸ್ಟೆತಾಸ್ಕೋಪ್ ಹಿಡಿದು ಓಡಾಡುವ ಡಾಕ್ಟರ್‌ಗಳೆಂದರೆ ಅವನಿಗೆ ಹುಚ್ಚು. ಅದನ್ನು ನಿರ್ದಾಕ್ಷಿಣ್ಯವಾಗಿ ಚಿವುಟಿ ಹಾಕಿದರು.

ಡಿಗ್ರಿಗೆ ಸೇರಿಸಿದರು. ಮಂಕು ಕವಿಯಿತು ಅವನಿಗೆ.

"ನಿಮ್ಮುಖ ನೋಡಿದರೆ ತುಂಬ ಡಲ್ಲಾಗಿ ಕಾಣ್ತೀಯಾ? ಪಿ.ಯು.ಸಿ.ಯಲ್ಲಿ ಹೇಗೆ ಅಷ್ಟೊಂದು ಮಾರ್ಕ್ಸ್ ತಗೊಂಡೇ?" ಅವನ ಸಹಪಾಠಿಗಳು ನಗಾಡತೊಡಗಿದರು. ತೀರಾ ಮಂಕಾಗಿಬಿಟ್ಟ ಸಚ್ಚಿ.

ನನಗೆ ಈಗ ಬೀಜದ ಕತೆ ನೆನಪಾಗುತ್ತಿದೆ.

ಒಬ್ಬ ರೈತನ ಬಳಿ ಎರಡು ಬೀಜಗಳು ಇದ್ದವು. ಅವನ್ನು ಭೂಮಿಯಲ್ಲಿ ಬಿತ್ತಿ ಫಸಲನ್ನು ಪಡೆಯುವ ಅಪೇಕ್ಷೆ ಅವನದು. ಆದರೆ ಭಯಗೊಂಡ. 'ಅಯ್ಯೋ ಮಣ್ಣಲ್ಲಿ ಸೇರಿದ ನಂತರ ಮೊಳಕೆಯೊಡೆಯದೆ ಕೊಳೆತುಹೋದರೇ ಗತಿಯೇನು? ಅಕಸ್ಮಾತ್ ಮೊಳಕೆಯೊಡೆದರೂ ಭೂಮಿಯಲ್ಲಿ ಬೇರು ವಿಸ್ತರಿಸಿಕೊಳ್ಳಬೇಕು? ಅದು ತೀರಾ ಕಠಿಣ. ಅಕಸ್ಮಾತ್ ಮಳೆ ಬೀಳದೆ ನೀರಿನ ತೇವಾಂಶ ಪೂರ್ತಿ ಕಡಿಮೆಯಾದರೇ?" ಮತ್ತಷ್ಟು ದಿಗಿಲುಗೊಂಡ.

ಆದರೆ ಬೀಜಗಳು ರೈತನನ್ನು ಪ್ರಾರ್ಥಿಸಿದವು.

"ಬೇಡ ತೆಪ್ಪಗಿರಿ. ನೀರಿನ ತೇವಾಂಶ ಕಡಿಮೆಯಾದರೆ ಒಣಗಿ ಹೋಗುವಿರಿ. ಬೇರುಗಳು ಜೀವಂತವಾಗಿರಲು ನೀರಿನ ಹರಿವು ಬೇಕು. ಆಗ ನಿಮ್ಮ ಬೇರುಗಳು ನೀರಿನ

ಸೆಲೆ ಹುಡುಕಿಕೊಂಡು ಹೊರಟರೇ ಕಲ್ಲು, ಮಣ್ಣು, ಬಂಡೆ, ಕೊರಕಲು ನಡುವೆ ಇಳಿಯಬೇಕಾಗುತ್ತೆ. ಇದು ತುಂಬ ಕಷ್ಟವಾದ ಕೆಲಸ. ಅಕಸ್ಮಾತ್ ತುಂಡಾದರೆ ನೀವು ಸಾಯಬಹುದು. ಅದಕ್ಕೆ ಆ ಉಸಾಬರಿ ಬೇಡ. ತೆಪ್ಪಗಿದ್ದು ಬಿಡಿ' ಬುದ್ಧಿ ಹೇಳಿದ.

ಮತ್ತೆ ಮತ್ತೆ ತಮ್ಮ ಆಸೆಯನ್ನು ತೋಡಿಕೊಂಡವು ಬೀಜಗಳು.

'ಮೊಳಕೆಯೊಡೆದಾಗ ಯಾರಾದರೂ ತುಳಿಯಬಹುದು. ಆಗ ಸತ್ತು ಹೋಗುವಿರಿ. ಅಕಸ್ಮಾತ್ ಬೆಳೆದು ಗಿಡವಾದರೂ ಹುಡುಗರು ಮರವೇರಿ ಜಗ್ಗುತ್ತಾರೆ. ರೆಂಬೆಗಳು ಕತ್ತರಿಸುತ್ತದೆ. ಕೊಂಬೆಗಳನ್ನು ಕಡಿಯುತ್ತಾರೆ. ಅಕಸ್ಮಾತ್ ದೊಡ್ಡ ಮರವಾದರೆ ಗರಗಸದಿಂದ ಕತ್ತರಿಸಿ ನೋಯಿಸುತ್ತಾರೆ. ಇಷ್ಟೆಲ್ಲ ಕಷ್ಟ ಯಾಕೆ? ಆರಾಮಾಗಿ ಬೀಜ ವಾಗಿಯೇ ಉಳಿದುಬಿಡ್ರಿ" ಎಂದ ರೈತ.

ಆತ್ಮಸ್ಥೈರ್ಯ ಕಳೆದುಕೊಂಡು ಸೊರಗಿದ ಬೀಜಗಳು ರೈತನ ಕೈಯಿಂದ ಕೆಳಗೆ ಜಾರಿದವು.

ಆ ಸಮಯದಲ್ಲಿ ಆಕಾಶದಲ್ಲಿ ಹಾರಾಡುತ್ತಿದ್ದ ಹಕ್ಕಿಯೊಂದು ಭೂಮಿಗಿಳಿದು ಬೀಜಗಳನ್ನ ತಿಂದು ಮುಗಿಸಿ ತನ್ನ ಪಾಡಿಗೆ ತಾನು ಹೋಯಿತು.

ಸಚ್ಚಿಯ ಸ್ಥಿತಿಯು ಅಷ್ಟೆ.

ಆದರೆ ಸಚ್ಚಿಯ ಗಿಡವಾಗುವ ಕನಸುಗಳೆಲ್ಲ ಕಮರಿ ಹೋಯಿತು. ಹೊರಗೆ ಬರಲು ದಾರಿ ಕಾಣದೆ ಹುಚ್ಚಾಸ್ಪತ್ರೆ ಸೇರಿದ.

'Well began is half done' ಅನ್ನೋ ಮಾತೊಂದು ಆಂಗ್ಲ ಭಾಷೆಯಲ್ಲಿದೆ. ಯಾವುದೇ ಕೆಲಸವಾಗಲಿ ಇದು ನಿನ್ನಿಂದ ಸಾಧ್ಯ, ಜಯ ಖಚಿತ ಅನ್ನೋ ಮನೋಸ್ಥೈರ್ಯ ತುಂಬಿದರೇ ಅರ್ಧ ಕೆಲಸವಾದಂತೆಯೇ. ಇಂಥ ಒಂದು ಸ್ಥೈರ್ಯ ಅವನನ್ನು / ಅವಳನ್ನು ಜಯದ ಹೊಸ್ತಿಲಲ್ಲಿ ಒಯ್ದು ನಿಲ್ಲಿಸುತ್ತೆ.

ಹುಟ್ಟಿದ ಮಾನವ ಬೀಜಗಳಂತೆ ಆತ್ಮಸ್ಥೈರ್ಯದ ಕೊರತೆಯಿಂದ ಏನು ಆಗದೆ ಮುಗಿದುಹೋಗುವ ಅಪಾಯವಿದೆ.

ಭೂಮಿಯ ಮೇಲೆ ಏನು ಆಗದೇ ಹೋಗುವ ಬೀಜಗಳಷ್ಟೇ...! ಅದರಲ್ಲಿ ನಾವೊಬ್ಬರಾಗುವುದು ಬೇಡ.

ಟನ್‌ಗಟ್ಟಲೇ ಉಪದೇಶಕ್ಕಿಂತ ಗ್ರಾಂನಷ್ಟು ಆಚರಣೆ ಮೇಲು

ಒಂದು ಹಣತೆಯಿಂದ ಹಲವು ಹಣತೆಗಳನ್ನು ಬೆಳಗಿಸಬಹುದು. ಆದರೂ ಮೊದಲ ಹಣತೆಯ ಬೆಳಕಿಗೆ ಕುಂದಿಲ್ಲ. ಇದು ಎಲ್ಲರ ಅನುಭವಕ್ಕೂ ಬರುವಂಥ ವಿಷಯವೇ. ಹಾಗೆಯೇ ಜ್ಞಾನಿಯಿಂದ ಜ್ಞಾನ ಪಡೆದರೂ ಮೂಲ ಜ್ಞಾನಿಗೇನು ಅಪಾಯವಿಲ್ಲ. 'Knowledge is Virtue' ಎಂದರು ಮಹಾಜ್ಞಾನಿ ಸಾಕ್ರಟಿಸ್. ಇನ್ನು ಕೆಲವು ಬುದ್ಧಿವಂತರು 'Knowledge is Power' ಎಂದರು ಮುಂದುವರಿದು.

ಕೆಲವೊಮ್ಮೆ ಬೇರೆಯವರನ್ನು ಅಜ್ಞಾನಿ, ಅವಿವೇಕಿಗಳೆಂದು ಹೀಯಾಳಿಸುತ್ತೀವಿ. ಇನ್ನು ಕೆಲವೊಮ್ಮೆ ತಮ್ಮ ಅಜ್ಞಾನ, ಅವಿವೇಕದ ಬಗ್ಗೆ ಕೂಡ ಅರಿವಿಗೆ ಬಂದು ಪಶ್ಚಾತ್ತಾಪಪಡಬಹುದು ಅಷ್ಟೇ. ದಿಢೀರೆಂದು ಜ್ಞಾನಿಗಳಾಗಿ ಬಿಡುವುದು ಮಾತ್ರ ಸಾಧ್ಯವಿಲ್ಲ.

ಅವನಿಗೆ ಜ್ಞಾನ ಸರಿಯಾಗಿಲ್ಲ, ಅವಿವೇಕಿ ಇಂಥ ಮಾತುಗಳನ್ನು ಸಾಮಾನ್ಯವಾಗಿ ಕೇಳುತ್ತಿರುತ್ತೇವೆ. ನಾವುಗಳು ಕೂಡ ಆಡುತ್ತೇವೆ. ಸರಿಯಾದ ಜ್ಞಾನವಿದ್ದಿದ್ದರೇ ತಪ್ಪುಗಳು ನಡೆಯುತ್ತಿರಲಿಲ್ಲ. ಅಜ್ಞಾನವೇ ಅಪರಾಧಕ್ಕೆ ಮೂಲ ಎನ್ನುವವರಿದ್ದಾರೆ. ಅದಕ್ಕೆ ಒಂದು ಸಣ್ಣ ಉದಾಹರಣೆ ಕೊಡಲೇ ಭಗವದ್ಗೀತೆಯಲ್ಲಿ ಶ್ರೀಕೃಷ್ಣ 'ನ ಹಿ ಜ್ಞಾನೇನ ಸದೃಶಂ ಪವಿತ್ರ ಮಿ ಹ ವಿದ್ಯತೆ' ಜ್ಞಾನಕ್ಕೆ ಸಾಟಿಯಾದ ಪಾವನ ವಸ್ತು ಬೇರೊಂದಿಲ್ಲ' ಎಂಬುದರ ಜೊತೆಗೆ 'ಜ್ಞಾನೀತ್ವಾತ್ಸೈವ ಮೇ ಮತಮ್' 'ಜ್ಞಾನಿ ಎಲ್ಲರಿಗಿಂತ ದೊಡ್ಡವನಾಗಿ ನನ್ನವನೇ' ಎಂದಿದ್ದಾನೆ. ಇಂಥ ಅಮೂಲ್ಯವಾದ ಜ್ಞಾನವನ್ನು ಸಂಪಾದಿಸುವುದು ಹೇಗೆ? ಜ್ಞಾನವೆಂದರೆ ಏನು?

ಇದು ಬಾಲ್ಯದ ಘಟನೆ. ನಾನು ಇನ್ನು ಮಾಧ್ಯಮಿಕ ಶಾಲೆಯ ಕೊನೆಯ ವರ್ಷದಲ್ಲಿ ಓದುತ್ತಿದ್ದೆ. ಕೆಲಸ ಮಾಡುವ ಬಸಕ್ಕ ಒಂಟಿ. ಅಂದರೆ ಯಾರು ಇಲ್ಲವೆಂದಲ್ಲ. ಅಕ್ಕ,

ತಂಗಿಯರು, ಅಣ್ಣ, ತಮ್ಮಂದಿರು, ಅವರ ಮಕ್ಕಳು ಅಂಥವರೆಲ್ಲ ಇದ್ದ ಸ್ವಾಭಿಮಾನಿ ಹೆಣ್ಣು ಮಗಳು. ಕಾಯಕಷ್ಟ ಮಾಡಿ ಬದುಕುತ್ತಿದ್ದಳು. ಕೆಲಸಕ್ಕೆ ಅಂದರೆ ಮುಂದು. ಅವಳೊಂದರೆ ಕೆಲಸ ಮಾಡಿಸಿಕೊಳ್ಳುವ ಮನೆಯವರಿಗೆಲ್ಲ ಮೆಚ್ಚಿಗೆಯೆ. ಖಂಡಿತ ಅವಳಿಗೆ ಅಕ್ಷರ ಜ್ಞಾನವಿಲ್ಲ.

ಒಂದು ಸಲ ರೋಡಿನಲ್ಲಿ ಬರೋವಾಗ ಶ್ರೀಮಂತರ ಮನೆಯ ಹುಡುಗ ಬಸ್ಸಿಗೆ ಸಿಕ್ಕಿ ಫಿನಿಷ್ ಆಗುವ ಸಂದರ್ಭದಲ್ಲಿ ತನ್ನ ಪ್ರಾಣವನ್ನು ಲೆಕ್ಕಿಸದೆ ಆ ಹುಡುಗನನ್ನು ಉಳಿಸಿ ತನ್ನ ಮೈ ಕೈ ಗಾಯ ಮಾಡಿಕೊಂಡ ಹೆಣ್ಣಿನ ಬಗ್ಗೆ ಶ್ರೀಮಂತರ ಮನೆಯವರಿಗೆ ತುಂಬು ಕೃತಜ್ಞತೆ. "ಇದ್ನ ತಗೋ" ಅಂದಾಗ "ಬೇಡ ಆಯುಸ್ಸು ಇತ್ತು... ಉಳಿದುಕೊಂಡ. ಸಾರ್ಥಕವಾಗಿ ಬದುಕಲೀ" ಇಂಥ ಒಂದು ಹಾರೈಕೆ ಅವಳ ಬಾಯಿಂದ ಬಂದು ಎಷ್ಟೋ ವರ್ಷಗಳು ಆಯಿತು. ಅವಳಾಗಲಿ, ಆ ಮಾತಾಗಲೀ ನನ್ನ ಮೇಲೆ ಯಾವುದೇ ಪರಿಣಾಮ ಬೀರಿರಲಿಲ್ಲ. ಇಂದು ನನಗೆ ಅವಳೊಬ್ಬ ಜ್ಞಾನಿಯಾಗಿ ಕಂಡಳು. ಓದು ಬರಹ ಬಾರದ ಅವಳ ಜ್ಞಾನದ ಬಗ್ಗೆ ಚಕಿತಳಾಗಿದ್ದೇನೆ. ಸಾರ್ಥಕತೆಯ ಬಗ್ಗೆ ಮಾತಾಡುವಷ್ಟು ದೊಡ್ಡವಳಾಗಿದ್ದಾಳೆನಿಸಿತು.

ಜ್ಞಾನ ಮತ್ತು ಸಾರ್ಥಕ ಬದುಕಿನ ಬಗ್ಗೆ ದೊಡ್ಡ ಸಾಮರಸ್ಯವಿದೆಯೆನಿಸುತ್ತೆ. ನನಗೆ ಆಂಗ್ಲಭಾಷೆಯ ಮಾತೊಂದು ನೆನಪಿಗೆ ಬರುತ್ತಿದೆ - A Worth Life with right knowledge ಸಾರ್ಥಕವಾದ ಜೀವನ ಆರಂಭವಾಗುವುದು ಸರಿಯಾದ ಜ್ಞಾನದಿಂದ. ಆದರೆ ಸರಿಯಾದ ಜ್ಞಾನ ಯಾವುದು? ಅದರ ಅರಿವಾಗುವುದು ಹೇಗೆ?

ಮಹಾಭಾರತದಲ್ಲಿ ದುರ್ಯೋಧನನು ಹೇಳುತ್ತಾನೆ.

"ಧರ್ಮವೇನೆಂದು ನನಗೆ ಗೊತ್ತು. ಆದರೆ ಅದರಂತೆ ಆಚರಣೆ ಮಾಡಲಾರದವ ನಾಗಿದ್ದೇನೆ. ಅಧರ್ಮ ಯಾವುದೆಂದು ತಿಳಿದಿದೆ. ಆದರೆ ಅದನ್ನು ಆಚರಿಸದೆ ಬಿಡಲಾರೆ. ಬಹುಶಃ ಇದು ದುರ್ಯೋಧನನ ಒಬ್ಬನ ಮನಸ್ಥಿತಿಯಲ್ಲ. ನಾವೆಲ್ಲರು ಅದೇ ಸ್ಥಿತಿಯಲ್ಲಿ ಇದ್ದೇವೆ. ಅದಕ್ಕೆ ನೂರಾರು ಉದಾಹರಣೆಗಳನ್ನು ಕೊಡಬಹುದು.

ಒಬ್ಬ ಹಸಿದಿದ್ದಾನೆಂದು ಗೊತ್ತು. ಕೈಯೆತ್ತಿ ಒಂದು ಹಿಡಿ ಅನ್ನ ಹಾಕಲು ಹಿಂದೆಗೆಯುತ್ತೇವೆ ಯಾಕೆ? ಮನಸ್ಸು ಆ ವಿಷಯದಲ್ಲಿ ನಿರಾಕರಣೆ ತೋರುತ್ತೆ. ನಾನು ನೋಡಿದ ಎಷ್ಟೋ ಶ್ರೀಮಂತರ ಬಳಿ ಹಣ ಕೊಳೆತು ಹೋಗುವಷ್ಟು ಇದೆ. ದಾನ ರೂಪದಲ್ಲಿ ಕನಿಷ್ಟ ಜ್ಞಾನ ಹೆಚ್ಚಿಸುವ ಪುಸ್ತಕ ಮತ್ತು ಪತ್ರಿಕೆಗಳನ್ನು ಕೊಳ್ಳಲು ಹಿಂಜರಿಯುತ್ತಾರೆ. ಈಚೆಗೆ ನಾನು ಕಂಡ ಅಂಥ ಮನುಷ್ಯ ಅನಾರೋಗ್ಯದಿಂದ ಹಾಸಿಗೆ ಹಿಡಿದಿದ್ದಾನೆ. ಆದರೆ ಮನೆಯವರು ಈ ಮನುಷ್ಯನ ಸಂಪಾದನೆಯನ್ನು ತಮ್ಮ ಭೋಗಲಾಲಸೆಗೆ ಉಪಯೊಗಿಸಿಕೊಂಡು ಆರಾಮಾಗಿದ್ದಾರೆ. ಈಗ ಆ ಮನುಷ್ಯನಿಗೆ ಜ್ಞಾನೋದಯವಾಗಿದೆ. ತನ್ನ ಸಂಪಾದನೆಯಲ್ಲಿ ಹಲವು ಭಾಗವನ್ನಾದರೂ ದಾನ,

ಧರ್ಮ ಉತ್ತಮ ಕೆಲಸಗಳಿಗೆ ಉಪಯೋಗಿಸಬೇಕೆಂಬ ಆಸೆ. ಇನ್ನು ವಯಸ್ಸು, ಆರೋಗ್ಯ ಇರುವ ಮಕ್ಕಳಿಗೆ ಅದು ಇಷ್ಟವಿಲ್ಲ. ಈಗಿನ ಅವನ ಜ್ಞಾನದಿಂದ ಉಪಯೋಗವಿಲ್ಲ.

"ನೀನು ಸುಮ್ನೆ ತೆಪ್ಪಗೆ ಇರು. ಇರೋ ಸಂಪತ್ತು ದಾನ, ಧರ್ಮಕ್ಕಾಗಿ ಅಲ್ಲ" ಎಂದು ಮೂಲೆಗೆ ಒತ್ತರಿಸಿದ್ದಾರೆ. ಆ ವಯಸ್ಸಾದ ಮನುಷ್ಯ ಗಳಗಳ ಅಳುತ್ತಾನೆ. "ಈಗೇನು ಮಾಡಲೀ? ವ್ಯಾಪಾರದಲ್ಲಿ ಅನ್ಯಾಯ ಮಾಡಿದ್ದೇನೆ. ತೆರಿಗೆ ವಂಚಿಸಿ ಸರಕಾರಕ್ಕೆ ಮೋಸ ಮಾಡಿದ್ದೀನಿ. ಸುಳ್ಳು ಹೇಳಿ ಕೆಲಸಗಾರರನ್ನು ವಂಚಿಸಿ ಹಣವನ್ನು ಸಂಪಾದಿಸಿದೆ. ಈಗ ನನಗೆ ಜ್ಞಾನೋದಯವಾಗಿದೆ. "ಅಯ್ಯೋ... ಏನು ಪ್ರಯೋಜನ?" ಮನುಷ್ಯ ಸಮಾಜಕ್ಕೆ, ಜಗತ್ತಿಗೆ ಒಳ್ಳೆಯದನ್ನು ಮಾಡಲು ಹೊರಟಾಗ ಅಡ್ಡಿ ಆತಂಕಗಳನ್ನು ಎದುರಿಸಬೇಕಾಗುತ್ತದೆ. ಅದು ಹಿಂದೆಯು ಇತ್ತು. ಈಗಲೂ ಇದೆ, ಮುಂದೆಯು ಇರುತ್ತೆ. ಆದರೆ ಶ್ರೀಮಂತ ಅಡ್ಡಿ, ಆತಂಕಗಳನ್ನೆದುರಿಸಲಾರದ ಸ್ಥಿತಿ ತಲುಪಿದ್ದಾನೆ. ಇದಕ್ಕೆ ಯಾರನ್ನು ಹೊಣೆಯಾಗಿಸುವುದು? ಅವರ ಜ್ಞಾನದಿಂದ ಯಾವುದೇ ಪ್ರಯೋಜನವಿಲ್ಲ. ಜ್ಞಾನವು ಕ್ರಿಯೆಯಾಗಿ ಚಲಾವಣೆ ಬಂದಾಗಲೇ ಅದರ ಸಾರ್ಥಕ. ಸ್ವಾಮಿ ವಿವೇಕಾನಂದರು ಒಂದು ಮಾತು ಹೇಳುತ್ತಾರೆ.

They alone live who live for others, the rest are more dead than live. ತಿಂದಿದ್ದು, ಕುಡಿದಿದ್ದು, ಕುಣಿದಿದ್ದು ಸಂಪಾದನೆ ಮಾಡಿ ಗುಡ್ಡೆ ಹಾಕಿದ್ದ ಜನರನ್ನ ಪಶುಗಳು ಎನ್ನುತ್ತಾರೆ. ಇಂಥವರನ್ನ ಸ್ವಾಮಿ ವಿವೇಕಾನಂದರು ಬದುಕಿದ್ದರೂ ಸತ್ತಂತೆ ಎಂದು ಹೇಳಿದ್ದಾರೆ.

ಹಾಸಿಗೆ ಹಿಡಿದ ಶ್ರೀಮಂತನಿಗೆ ಈಗ ಜ್ಞಾನೋದಯವಾಗಿದೆ. ಅದನ್ನು ಅರಿತ ಅವನ ಮಕ್ಕಳು, ಸೊಸೆಯಂದಿರು ಗೃಹ ಬಂಧನದಲ್ಲಿ ಇಟ್ಟಿದ್ದಾರೆ. ಮಲಗಿದಲ್ಲೆ ಹಲಬುತ್ತಾರೆ. ದೊಡ್ಡ ಆಸ್ತಿ ಮಾಡಿದ್ದಾನೆ. ಲಕ್ಷಾಂತರ ನಗದು ಹಣ ಬೀರುಗಳಲ್ಲಿ, ಲಾಕರ್‌ಗಳಲ್ಲಿ ಕೊಳೆಯುತ್ತಿದೆ. ಎಲ್ಲಾ ನ್ಯಾಯವಾದ ಸಂಪಾದನೆಯಲ್ಲ. ತಪ್ಪುಗಳ ಅರಿವಾಗಿದೆ. ತಿದ್ದಿಕೊಳ್ಳುವ ಅವಕಾಶ ಮಾತ್ರ ಇಲ್ಲ. ವಿವೇಕಾನಂದರು ಹೇಳಿದಂತೆ ಸತ್ತಂತೆ ಬದುಕಿದ್ದ.

ಅದಕ್ಕೆ ಡಿವಿಜಿಯವರು ಒಂದು ಮಾತು ಹೇಳಿದ್ದಾರೆ.

ಎಷ್ಟು ನೀನುಂಡರೇಂ? ಪುಷ್ಟಿ ಮೈಗಾಗುವುದು
ಹೊಟ್ಟೆ ಜೀರ್ಣಿಸುವುದಷ್ಟೆ ಮಿಕ್ಕುದೆಲ್ಲ ಕಸ
ಎಷ್ಟು ಗಳಿಸಿಟ್ಟೊಡಂ? ನಿನಗೆ ದಕ್ಕುವುದೆಷ್ಟು
ಮುಷ್ಟಿ ಪಿಷ್ಟವು ತಾನೇ? ಮಂಕುತಿಮ್ಮ

ಎಷ್ಟು ತಿಂದರೂ ಹೊಟ್ಟೆ ಬೇಕಾಗುವಷ್ಟೇ ಜೀರ್ಣಿಸುವುದು. ಮಿಕ್ಕಿದ್ದೆಲ್ಲ ಕಸವೆ.

ಎಷ್ಟು ಐಶ್ವರ್ಯವಿದ್ದರೂ ತಿನ್ನುವುದು ಮುಷ್ಟಿ ಅನ್ನವೇ. ಆದರೆ ಎಷ್ಟೊಂದು ಪಡಿಪಾಟಲು. ಲಂಚ, ಅನ್ಯಾಯ, ಅಕ್ರಮದಿಂದ ಗಳಿಸಿದ ಕೋಟಿ... ಕೋಟಿ ಎಂದಾದರೂ ನೆಮ್ಮದಿ ಕೊಟ್ಟೀತಾ?

Knowledge is virtue ಎಂಬುದು ಮಹಾಜ್ಞಾನಿ ಸಾಕ್ರೆಟಿಸ್‌ನ ಮಾತು. ಆದರೆ ಅಂಥ ಗ್ರೀಕ್ ತತ್ವಜ್ಞಾನಿ ಸಾಕ್ರೆಟಿಸ್ ಆತ್ಮಸಾಕ್ಷಾತ್ಕಾರ ಮಾಡಿಕೊಂಡು ತಮ್ಮ ಅನುಭವಗಳನ್ನು ಯುವಕರಿಗೆ ಬೋಧಿಸುತ್ತಿದ್ದರು. ತಪ್ಪು ತಿಳಿದ ಜನ ಅವನಿಗೆ ವಿಷಪ್ರಾಶನ ಮಾಡಿ ಸಾಯಿಸಲು ನಿರ್ಧರಿಸಿದರು. ಆ ಮಹಾಜ್ಞಾನಿ ವಿಚಲಿತನಾಗಲಿಲ್ಲ. ರೋಷಗೊಳ್ಳಲಿಲ್ಲ, ಅವರ ಅಜ್ಞಾನಕ್ಕೆ ನಗೆ ಬೀರಿ "ಅವರ ಅಜ್ಞಾನ ಅಳಿದು ಹೋಗಿ ಜ್ಞಾನದ ದೀಪ ಬೆಳಗಲೀ' ಎಂದು ಹಾರೈಸಿದನಂತೆ. ಅವನು ನಿಜವಾದ ಜ್ಞಾನಿ.

'ಜ್ಞಾನ ಎಂದರೆ ಅರಿವು'. 'ಜ್ಞಾನ' ಎಂಬ ಪದ ಆರಂಭವಾಗಿದ್ದೆ ವಿಷ್ಯಾದಲ್ಲಿ ಎನ್ನುವ ಮಾತೊಂದಿದೆ.

ಇದಕ್ಕೊಂದು ಪುಟ್ಟ ಉದಾಹರಣೆ. ರಾಮಾಯಣದ ಕಾಲದ್ದು. ಮಾರೀಚನಿಗೆ ಶ್ರೀರಾಮನು ಮಹಾವಿಷ್ಣುವಿನ ಅವತಾರವೆಂದು ಗೊತ್ತಿತ್ತು. ಸಾಕ್ಷಾತ್ ಮಹಾ ವಿಷ್ಣುವನ್ನು ಕೆಣಕುವುದು ತಪ್ಪೆಂದು ತಿಳಿದಿತ್ತು. ಸ್ವತಃ ಅವನೇ ಸೀತೆಯ ಅಪಹರಣದಿಂದ ರಾಕ್ಷಸ ಕುಲ ನಾಶವಾಗುತ್ತದೆಯೆಂದು ಲಂಕೆಯ ಚಕ್ರವರ್ತಿ ರಾವಣನಿಗೆ ಬುದ್ಧಿ ಹೇಳಿದ್ದ ಕೂಡ. ಆದರೆ ತಿಳಿದು... ತಿಳಿದು ತಾನೇ ತಪ್ಪೆಸಗಿ ರಾಕ್ಷಸ ಕುಲ ನಾಶಕ್ಕೆ ಕಾರಣವಾದ. ಇಲ್ಲಿ ಅವನ ಜ್ಞಾನ ಕೇವಲ ಅಜ್ಞಾನವಾಗಿ ಹೋಯಿತು. ಈಗ ಎಲ್ಲರ ಸ್ಥಿತಿಯು ಇದೆ. ಸರಿಯೆನಿಸಿದ್ದನ್ನು ಮಾಡಲಾರದ ಸ್ಥಿತಿ ತಲುಪಿ ಕ್ಷೋಭೆಗೆ ಗುರಿಯಾಗುತ್ತಿದ್ದಾರೆ.

ಮಕ್ಕಳಿಗೆ ಒಳ್ಳೆಯದರ ಬಗ್ಗೆ ಉಪದೇಶ ಮಾಡುವುದು ಹೆತ್ತವರು, ಶಿಕ್ಷಕರು, ಸಮಾಜ ಸುಧಾರಕರು ಮಾಡಬಾರದ ತಪ್ಪುಗಳನ್ನು ಮಾಡಿ ಸಂಕಟಕ್ಕೆ ಒಳಗಾಗುತ್ತಿದ್ದಾರೆ. ಉಪದೇಶ ಮಾಡುವುದೇ ಜ್ಞಾನದ ಮೂಲ ಉದ್ದೇಶವೆಂದು ಟನ್‌ಗಟ್ಟಲೆ ಉಪದೇಶ ಮಾಡುವ ಜನ ಸರಿಯೆನ್ನಿಸಿದ್ದನ್ನು ಗ್ರಾಂನಷ್ಟು ಆಚರಣೆಗೆ ತರಲಾರದೆ ಚಡಪಡಿಸುತ್ತಿದ್ದಾರೆ. ಆಚರಣೆಗೆ ಇಳಿಯದ ಕೆಲವರ ಜ್ಞಾನ ಇದ್ದರೂ ಇಲ್ಲದಂತೆಯೇ. ತಾವು ಜ್ಞಾನಿಯೆಂದು ಬೀಗುತ್ತಾರೆ.

ಕ್ರಿಯೆ ಇಲ್ಲದ ಜ್ಞಾನ ವ್ಯರ್ಥ. ಬ್ರಹ್ಮಾಂಡದಷ್ಟು ತಿಳಿದ ಜ್ಞಾನಿ ಸುಮ್ಮನೆ ಕುಳಿತರೇ ಪ್ರಯೋಜನವಿಲ್ಲ. ಜ್ಞಾನವು ಸಮಾಜಕ್ಕೆ ಮಾನವವರ್ಗಕ್ಕೆ ಉಪಯುಕ್ತವಾಗಬೇಕು. ಜ್ಞಾನವು ಆಚರಣೆಯ ಮೂಲದ ಚಲಾವಣೆ ಬಂದಾಗಲೇ ಸಾರ್ಥಕ.

ಅಂದರೆ ಆಚರಣೆಗೆ ಬಾರದ ಜ್ಞಾನ ವ್ಯರ್ಥ. ಕುರುಡನು ಓಡಿದಂತೆ ಫಲವಿಲ್ಲದ್ದು. ಹಾಗೆಯೇ ಕುಂಟನಿಗೆ ಓಡಿಯು ಫಲವಿಲ್ಲ.

ಅವಕಾಶವೆನ್ನುವ ಗಾಳಿ ಬಂದಾಗ ಆರಾಮಾಗಿ ಬಾಗಿಲು ತೆರೆದು ಬಿಡಿ...

ಪ್ರಾರಂಭಕ್ಕೆ ಮುನ್ನ ಯೋಚಿಸಿದ್ದಿದೆ. ಆದರೆ ಬರೆಯಲು ತುಂಬ ವಿಷಯಗಳಿವೆ. ನನ್ನ ಕಾದಂಬರಿಗಳಲ್ಲಿ ಹೇಳಲಾಗದ ಎಷ್ಟೋ ವಿಷಯಗಳು, ವಿಚಾರಗಳು ನನ್ನಲ್ಲಿ ಉಳಿದು ಹೋಗಿದೆಯೆನಿಸಿದೆ. ಅದಕ್ಕಾಗಿಯೇ ಇಂಥದೊಂದು ಪ್ರಯತ್ನ.

ಈಚೆಗೆ ನನ್ನ ಒಬ್ಬ ಸಹಪಾಠಿಯನ್ನು ಆಕಸ್ಮಿಕವಾಗಿ ಭೇಟಿಯಾದೆ. ವಯಸ್ಸಿಗೆ ಮೀರಿದ ಮುಪ್ಪಿನ ಲಕ್ಷಣಗಳು. ತಲೆಯಲ್ಲಿ ಪೂರ್ತಿ ನರೆತ ಕೂದಲು. ನೀಳ ಮುಖದಲ್ಲಿ ಸುಕ್ಕುಗಳು ಹೆಚ್ಚಿಗಿತ್ತು. "ನೀನು ರಾಧ ಅಲ್ವಾ?" ಅಂದೆ. 'ಹೌದು' ಎನ್ನುವಂತೆ ನೋಟ ಹರಿಸಿದವಳ ಮುಖದಲ್ಲಿ ವಿಷಾದದ ಲಕ್ಷಣಗಳು ಇಣುಕಿದವು. ಓದಿನಲ್ಲಿ ಮುಂದಿದ್ದವಳು. ತುಂಬ ಬುದ್ಧಿವಂತೆಯೆಂದು ಬೇರೆಯವರಿಗೆ ಮಾತ್ರವಲ್ಲ ಅವಳಿಗೂ ಗೊತ್ತಿತ್ತು. ಕಲಿತ ತಾಯಿ, ತಂದೆಯರ ಮೂರನೆ ಸಂತಾನ. ಚೆಂದ ಇದ್ದಳು. ತೀರಾ ಮಡಿವಂತಿಕೆಯ ಕುಟುಂಬವಲ್ಲ. ವಿಚಾರವಂತರು. ಹೆತ್ತವರು ಮಕ್ಕಳಿಗೆ ಸಾಕಷ್ಟು ಸ್ವತಂತ್ರ ಕೊಟ್ಟಿದ್ದರು. ಇಷ್ಟೆಲ್ಲ ಇದ್ದವಳ ಮುಖದಲ್ಲಿ ಹೆಚ್ಚೆನಿಸುವಷ್ಟು ವಿಷಾದ.

"ಹೇಗಿದ್ದೀಯ?" ಕೇಳಿದೆ.

"ಹೀಗೆ, ಇದ್ದೀನಿ! ಒಂದು ಬ್ಯಾಂಕ್‌ನಲ್ಲಿ ಮೇಲಧಿಕಾರಿ. ಕೈ ತುಂಬ ಸಂಬಳವಿದೆ. ಆರೋಗ್ಯನು ಪರವಾಗಿಲ್ಲ. ಅಮ್ಮ ತೀರಿಕೊಂಡರು. ಅಪ್ಪ ಆಶ್ರಮದಲ್ಲಿದ್ದಾರೆ. ಅಕ್ಕ ಗಂಡ ಮಕ್ಳು ಜೊತೆ ಇದ್ದಾಳೆ. ನಾನು... ಮಾತ್ರ... ಒಂಟೀ" ನಿಡುಸುಯ್ದಳು.

ಆಗ ನೆನಪಿಗೆ ಬಂತು ಸ್ವತಂತ್ರದ ಬಗ್ಗೆ ಸಿಕ್ಕಾಪಟ್ಟೆ ಮಾತಾಡುತ್ತಿದ್ದದ್ದು. ಗಂಡು, ಆಕರ್ಷಣೆ, ಪ್ರೇಮ ಅನ್ನೋದರ ಬಗ್ಗೆ ಚರ್ಚಾ ಸ್ಪರ್ಧೆಯಲ್ಲಿ ವಾದಿಸಿ ಗೆದ್ದಾಗ ನಾನು ಕೂಡ ಚಪ್ಪಾಳೆ ತಟ್ಟಿದ್ದೆ. ಆಮೇಲೇನು ಅವಳ ಬಗ್ಗೆ ಸೀರಿಯಸ್ಸಾಗಿ ಯೋಚಿಸಿರಲಿಲ್ಲ. ಆಗ ಸ್ತ್ರೀವಾದ ಅಂಥದೇನು ಇರಲಿಲ್ಲ.

"ತೀರಾ ನಾರ್ಮಲ್ಲಾಗಿಲ್ಲ, ಏನು ವಿಷ್ಯ?" ಮೆಲ್ಲಗೆ ಪ್ರಸ್ತಾಪಿಸಿದೆ. ಅವಳದು ಜೋರು ಸ್ವಭಾವ. ಮುಖದ ಮೇಲೊಡೆದಂತೆ ಹೇಳಬಲ್ಲವಳಾಗಿದ್ದಳು ಹಿಂದೆ. "ದೊಡ್ಡದಾಗಿ ಏನಿಲ್ಲ. ಒಂದು ವಿಷ್ಯಕ್ಕೆ ಪಶ್ಚಾತ್ತಾಪವಿದೆ. ಪುರು... ನಿಂಗೆ ನೆನಪಿರಬೇಕಲ್ಲ" ನೆನಪಿಸಿದಳು. 'ಹಾ...' ಅಂದೆ. ದೊಡ್ಡದಾಗಿ ಅಲ್ಲದಿದ್ದರೂ ಅಲ್ಪಸ್ವಲ್ಪ ನೆನಪಿತ್ತು. ಹ್ಯಾಂಡ್‍ಸಮ್ ಹುಡುಗ. ಸ್ವಲ್ಪ ಡೀಸೆಂಟ್. ಬಹಳ ವರ್ಷಗಳ ಹಿಂದಕ್ಕೆ ಹೋದೆ. ನೆನಪುಗಳು ತೂಗುಯ್ಯಾಲೆಯಾಡಿತು.

ರಾಧ ಗಂಭೀರವಾಗಿ ನಿಟ್ಟುಸಿರು ಚೆಲ್ಲಿ ಹೇಳಿದ್ದು ಇಷ್ಟೇ "ನಿನ್ನ ಹತ್ರ ಇವತ್ತು ಹೇಳಬೇಕೂಂತ ಅನ್ನಿಸಿದೆ. ಪುರು ನನ್ನ ಪ್ರೀತಿಸ್ತಾ ಇದ್ದ. ನೇರವಾಗಿ ಅವನ ಪ್ರೇಮನ ನಂಗೆ ನಿವೇದನೆ ಮಾಡಿಕೊಂಡಾಗ ಡಿಗ್ರಿಯ ಅಂತಿಮ ವರ್ಷದಲ್ಲಿದ್ದೆ. ಬೌದ್ಧಿಕವಾಗಿ ನನ್ನಷ್ಟು ಎತ್ತರದಲ್ಲಿ ಅವನಿಲ್ಲ ಅನ್ನೋ ಹಮ್ಮು ನನ್ನದು. ನಾನು ಸಾರಸಗಟಾಗಿ ತಿರಸ್ಕರಿಸಿದೆ. ಪಾಪ ಪರೀಕ್ಷೆ ಮುಗಿದ ಮೇಲು ಇನ್ನೊಮ್ಮೆ ಆಫರ್ ಕೊಟ್ಟ. ನಕ್ಕು ಸುಮ್ಮನಾದೆ. ಜೊತೆಗೆ ಅವನಿಗೆ ನನಗಿಂತ ಉತ್ತಮ ಹೆಣ್ಣು ಸಿಗಲಾರಳೆಂಬ ನಂಬಿಕೆ ನನ್ನಲ್ಲಿತ್ತು. ಅವನ ಹೆತ್ತವರು ಕೂಡ ಬಂದು ನನ್ನ ರಿಕ್ವೆಸ್ಟ್ ಮಾಡಿಕೊಂಡರು. ಈ ವಿಷಯದಲ್ಲಿ ನನ್ನ ನಿರೀಕ್ಷೆ ದೊಡ್ಡ ಮಟ್ಟದಲ್ಲಿ ಇತ್ತು. ಆಗ ಕೂಡ ತಿರಸ್ಕರಿಸಿದೆ. ನಂತರ ಒಂದೆರಡು ವರ್ಷಗಳ ನಂತರ ಅವನಿಗಾಗಿ ಪರಿತಪಿಸಿದೆ. ಕಾದೆ, ಈಗಲೂ ಕಾಯುತ್ತಿದ್ದೇನೆ. ಅವನು ನನ್ನ ಕಣ್ಣಿಗೆ ಬೀಳಲೇ ಇಲ್ಲ. ಅವಕಾಶ ಹುಡುಕಿಕೊಂಡು ಬಂದಾಗ ನಿರಾಕರಿಸಿದೆ. ನಂತರ ಎಷ್ಟೋ ಸಂಬಂಧ ಪುರುವಿಗಿಂತ ಕಡಿಮೆಯೆನಿಸಿತು. ಹೀಗೆಯೇ ಒಂಟಿಯಾಗಿ ಉಳಿದುಬಿಟ್ಟೆ. ನಿಟ್ಟುಸಿರುಬಿಟ್ಟಳು. ಪಶ್ಚಾತ್ತಾಪದ ಅಗ್ನಿಕುಂಡದಲ್ಲಿ ಬೆಂದು ಹೋದವಳಂತೆ ನುಡಿದಳು.

ರಾಧಳಂತೆ ಬಂದ ಅವಕಾಶಗಳನ್ನು ಕಳೆದುಕೊಂಡವರು ಸಾಕಷ್ಟು ಜನ ಇರಬಹುದು. ಸಾಕಷ್ಟು ಉದಾಹರಣೆಗಳು ಸಿಗಬಹುದು. ಬಗೆಬಗೆಯ ರೀತಿಯಲ್ಲಿ ಬರಬಹುದು. ಕೆಲವಕ್ಕೆ ನಂಬಿಕೆಗಳು ಆಧಾರ ಇರಬಹುದು. ಇನ್ನು ಮಿಕ್ಕಿದ್ದನ್ನು ಓವರ್ ಕಾನ್ಫಿಡೆನ್ಸ್‍ಗೆ ಸೇರಿಸಬಹುದು.

ನನಗೆ ಈಗ ಒಂದು ಕತೆ ನೆನಪಾಗುತ್ತಿದೆ.

ಒಂದು ಸಣ್ಣ ಗ್ರಾಮದಲ್ಲಿ ಒಂದು ಇಪ್ಪತ್ತು ಕುಟುಂಬಗಳು ಇತ್ತು. ಅಲ್ಲಿ ಸಸ್ಯಶಾಮಲೆ ಪ್ರಸನ್ನವಾಗಿದ್ದಳು. ಆ ಊರಿನಲ್ಲಿ ಒಬ್ಬ ದೈವ ಭಕ್ತ ಇದ್ದ. ದೇವರಲ್ಲಿ ಅಪಾರವಾದ ಭಕ್ತಿಯುಳ್ಳವ. ಪೂಜೆ, ಪುನಸ್ಕಾರ, ವ್ರತಗಳನ್ನು ನಿಯಮಾನುಸಾರ ಪಾಲಿಸುತ್ತಿದ್ದ. ಅಲ್ಲಿನ ಜನಕ್ಕೆ ಅವನ ಮೇಲೆ ಅಪಾರವಾದ ಗೌರವಾಭಿಮಾನಗಳು. ತಾನು ದೊಡ್ಡ ದೈವ ಭಕ್ತನೆಂಬ ನಂಬಿಕೆ ಅವನದು. ಕಷ್ಟ ಬಂದಾಗ ತನ್ನನ್ನು ರಕ್ಷಿಸಲು ಸ್ವತಃ ದೇವರೇ ಬರುವನೆಂಬ ಅಚಲವಾದ ನಂಬಿಕೆಯುಳ್ಳವ.

ಒಮ್ಮೆ ನಿಲ್ಲದ ಬಿರುಗಾಳಿ, ಮಳೆ ಶುರುವಾಯಿತು. ಪೈರು ಪಚ್ಚೆಗಳೆಲ್ಲ

ಕೊಚ್ಚಿಕೊಂಡು ಹೋಯಿತು. ಮರಗಳು ನೆಲಕ್ಕೆ ಉರುಳಿದವು. ಎಷ್ಟೋ ಮನೆಗಳು ನೆಲಸಮವಾದವು. ಆಗ ಊರಿನ ಜನ ಪ್ರಾಣ ಉಳಿಸಿಕೊಳ್ಳಲು ಓಡಿದರು. ಕೆಲವರು ಬಂದು "ಪ್ರವಾಹ ನಮ್ಮನ್ನು ಕೊಚ್ಚಿಕೊಂಡು ಹೋಗುತ್ತೆ. ಬೇರೆ ಸ್ಥಳಕ್ಕೆ ಹೋಗಿ ಬಿಡುವಾ" ಎಂದು ಹೇಳಿದರು.

"ಇಲ್ಲ ನಾನು ದೇವರ ಭಕ್ತ. ನನ್ನನ್ನು ಕಾಪಾಡಲು ದೇವರು ಬರುತ್ತಾನೆ" ಎಂದು ಹೇಳಿದ. ಅವರಿಗೆ ಮೂರ್ಖನಾಗಿ ಕಂಡ. "ನಿನ್ನ ಹಣೆಬರಹ" ಎಂದು ತಮ್ಮ ಪಾಡಿಗೆ ತಾವು ಹೋದರು.

ಮರುದಿನ ಗಾಳಿ, ಮಳೆಯ ಆರ್ಭಟ ಜೋರಾಯಿತು. ನೀರಿನ ರಭಸ ಜೋರಾಗಿ ಮನೆಯಲ್ಲಿ ಪೂರ್ತಿ ನೀರು ತುಂಬಿಕೊಂಡಾಗ ಛಾವಣಿ ಹತ್ತಿ ಕೂತ. ಮನದಲ್ಲಿ ದೇವರನ್ನು ಜಪಿಸುತ್ತಿದ್ದ. ಯಾವ ಕ್ಷಣದಲ್ಲಿಯಾದರೂ ದೇವರು ತನ್ನ ರಕ್ಷಣೆಗೆ ಬರಬಹುದೆಂದು ಭಾವಿಸಿದ. ನೆರೆ ಊರಿನ ಕೆಲವರು ದೋಣಿಯಲ್ಲಿ ಸಾಗುತ್ತಿದ್ದವರು ನಿಲ್ಲಿಸಿ ಅವನನ್ನು ಇಳಿಸಿಕೊಳ್ಳಲು ಮುಂದಾದರು "ಬೇಗ ಬಂದು ದೋಣಿ ಏರು. ಆದಷ್ಟು ಬೇಗ ಇಲ್ಲಿಂದ ಪಾರಾಗಬೇಕು" ಎಂದು ಚಡಪಡಿಸಿದರು.

"ಇಲ್ಲ, ದೇವರು ನನ್ನ ರಕ್ಷಣೆಗೆ ಬರುತ್ತಾನೆಂಬ ನಂಬಿಕೆ ಇದೆ. ನಿಮ್ಮ ಪಾಡಿಗೆ ನೀವು ಹೋಗಿ" ಎಂದ. ಅವರ ಬಲವಂತಕ್ಕೆ ಒಪ್ಪಲಿಲ್ಲ.

ಕೊನೆಯದಾಗಿ ಒಂದು ದೋಣಿ ಈ ಕಡೆಗೆ ಬಂದು ಛಾವಣಿಯ ಮೇಲೆ ಕೂತ ಇವನನ್ನು ನೋಡಿ ನಿಂತಿತು. ಆ ದೋಣಿಯಲ್ಲಿ ಒಬ್ಬನೇ ಒಬ್ಬ ವ್ಯಕ್ತಿ ಇದ್ದ. "ಕ್ಷಣ ಕ್ಷಣಕ್ಕೂ ನೀರು ಏರುತ್ತ ಇದೆ. ಮಳೆ ನಿಲ್ಲೋ ಸೂಚನೆ ಇಲ್ಲ. ಬೇಗ ಇಳಿದು ಬಾ" ಬಲವಂತ ಮಾಡಿದ. ಅವನು ಒಪ್ಪಲಿಲ್ಲ. "ನಾನು ನಿರಂತರವಾಗಿ ದೇವರನ್ನು ಪೂಜಿಸಿದವನು. ಅವನು ನನ್ನ ರಕ್ಷಣೆಗೆ ಧಾವಿಸಿ ಬರುತ್ತಾನೆ" ಎಂದು ಮೊಂಡಾಗಿ ಪಟ್ಟುಹಿಡಿದು ಕೂತ.

ಕಡೆಯ ದೋಣಿ ಕಣ್ಮರೆಯಾಯಿತು. ಆದರೆ ದೋಣಿಯಲ್ಲಿದ್ದ ವ್ಯಕ್ತಿಯ ತುಟಿಯಂಚಿನಲ್ಲಿ ಒಂದು ನಗುವಿತ್ತು. ಛಾವಣಿ ಹತ್ತಿ ಕೂತ ವ್ಯಕ್ತಿಯ ಬಗ್ಗೆ ಪರಿಹಾಸ್ಯವಿರಬಹುದೇ?

ಕ್ಷಣ ಕ್ಷಣಕ್ಕೂ ಪ್ರವಾಹ ಏರಿ ಅವನು ಮುಳುಗಿ ಹೋದ.

ಸತ್ತು ಹೋದ ವ್ಯಕ್ತಿ ಮೇಲಿನ ಲೋಕಕ್ಕೆ ಹೋದ ಕೂಡಲೇ ದೇವರನ್ನು ಪ್ರಶ್ನಿಸಿದ. "ದೇವರೇ, ನಾನು ನಿನ್ನ ಭಕ್ತನಾಗಿದ್ದೆ. ಸದಾ ನಿನ್ನನ್ನು ಪೂಜಿಸಿದೆ. ನಿನ್ನನ್ನೆ ಪೂರ್ತಿಯಾಗಿ ನಂಬಿದ್ದೆ. ಆದರೆ ಕಷ್ಟ ಕಾಲದಲ್ಲಿ ನನ್ನ ಕೈಬಿಟ್ಟೆ."

ದೇವರು ಮುಗುಳ್ನಕ್ಕ.

"ನೀನು ನನ್ನನ್ನು ಪೂಜಿಸಿದ್ದೆ, ನಂಬಿದ್ದೆ. ಅವೆಲ್ಲ ನಿಜವೇ. ಆದರೆ ನಾನು ನಿನ್ನನ್ನು ಉಳಿಸಲು ಮೂರು ಸಲ ಪ್ರಯತ್ನಿಸಿದೆ" ಎಂದು ಬುದ್ಧಿ ಹೇಳಿದ.

ದೇವರು ಅವಕಾಶಗಳ ರೂಪದಲ್ಲಿ ಬರುತ್ತಾನೆ. ಅದನ್ನು ಉಪಯೋಗಿಸುವಲ್ಲಿ ಎಡವಿದರೇ ತಪ್ಪು ಯಾರದು?

ನನ್ನ ಸಹಪಾಠಿ, ಸ್ನೇಹಿತೆ ರಾಧ ಯಾವ ಲೋಪವಿಲ್ಲದೆ ಪುರುವನ್ನು ವಿವಾಹವಾಗಲು ನಿರಾಕರಿಸಿದಳು. ಯಾಕೆ? ಅಹಂಕಾರವಾ, ಮೂರ್ಖತನವಾ?

ಅವರು ದೇವರ ಭಕ್ತನೆಂಬ ಅಹಂಕಾರದಿಂದ ಅವಕಾಶ ವಂಚಿತನಾದರೇ. ಪುರುಗಿಂತ ನೂರುಪಟ್ಟು ಉತ್ತಮ ವರ ಬರುತ್ತಾನೆಂದು ತಿಳಿದು ಮೂರ್ಖಳಾಗಿದ್ದಳು.

ಅವಕಾಶಗಳು ತಾನಾಗಿ ಬಂದಾಗ ಮಾತ್ರ ಬಾಗಿಲು ತೆರೆದು ಬರಮಾಡಿಕೊಳ್ಳುವುದರಲ್ಲಿ ಬುದ್ಧಿವಂತಿಕೆ.

ಕೋಪ ಬಂದಾಗ ಸುಮ್ಮನಿರಿ

ಕೋಪ ಬಂದಾಗ ನೀವು ಸುಮ್ಮ ನಿರಿ. ಕೋಪಗೊಳ್ಳಬೇಕಾದ ಸಮಯದಲ್ಲಿ
ಎಷ್ಟು ಬೇಕೋ ಅಷ್ಟು ಬೇಕಾದ ವಿಷಯಕ್ಕೆ ಬೇಕಾದ ರೀತಿಯಲ್ಲಿ ಬೇಕಾದ
ಮನುಷ್ಯನ ಮೇಲೆ ಕೋಪಗೊಳ್ಳುವುದು ಒಂದು ಕಲೆಯಿದ್ದಂತೆ.

– ಅರಿಸ್ಟಾಟಲ್

'ಅವನು ಮುಂಗೋಪಿ' 'ಅವಳಿಗೆ ಕೆಟ್ಟ ಕೋಪ ಬರುತ್ತೆ' ಇಂಥ ವಾಕ್ಯಗಳು ಸರ್ವೇ
ಸಾಧಾರಣವಾಗಿ ಬಳಕೆಯಲ್ಲಿರುವಂಥದ್ದೇ. ಯಾರಿಗೆ ಕೋಪ ಬರೋಲ್ಲ. ನಾನಂತು
ಮುಂಗೋಪಿಯಲ್ಲದಿದ್ದರೂ ಕೆಲವು ಸಲ ಕೋಪ ಬರುತ್ತೆ. ಅಂಥ ಸಂದರ್ಭದಲ್ಲಿ
ಮೌನವಹಿಸುತ್ತೇನೆ. ಒಂಟಿಯಾಗಿ ಕೂಡುತ್ತೇನೆ. ತೀರಾ ಕೋಪ ಕೆಟ್ಟದಾಗಿ
ಪರಿಣಮಿಸುವುದರ ಮೊದಲು ಹತೋಟಿಗೆ ಬರಬೇಕು. ಇಲ್ಲದಿದ್ದರೆ ಅನರ್ಥ
ಅನಿವಾರ್ಯವಾಗಿ ಬಿಡುತ್ತೆ.

ಮೊದಲು ಕೋಪ ವಿವೇಕನ ತನ್ನ ತೆಕ್ಕೆಗೆ ತಗೊಳ್ಳುತ್ತೆ. ಆಮೇಲೆ ಅದರ
ಪ್ರತಾಪವೇನು? ಎಲ್ಲಾ ಅಲ್ಲೋಲಕಲ್ಲೋಲವೇ. ಇದನ್ನು ನೋಡಿಯೇ ಹಿರಿಯರು
'ಕೋಪದಲ್ಲಿ ಕುಯ್ದುಕೊಂಡ ಮೂಗು ಶಾಂತವಾದ ಮೇಲೆ ಬರುತ್ತಾ? ಅನ್ನೋದು.
ಆದರೂ ಅದರಿಂದ ಮುಕ್ತಿ ಸಾಧ್ಯವೇ? ಹಾಗೆಂದು ಕೋಪವೇ ಬೇಡವೆಂದರೂ ಒಂದು
ರೀತಿಯಲ್ಲಿ ಅನರ್ಥಕಾರಿಯೇ.

'ಶ್ವೇತ ಗುಲಾಬಿ'ಯೆನ್ನುವ ನನ್ನ ಕಾದಂಬರಿ ಆಧಾರಿತ ಚಲನಚಿತ್ರ. ಯಾವುದೋ
ಒಂದು ಮಾತಿಗೆ ಕೋಪಗೊಂಡು ತಂದೆ ಸ್ವಂತ ಮಗಳ ಕೆನ್ನೆಗೆ ಅಪ್ಪಳಿಸಿ ಬಿಡ್ತಾನೆ. ಒಂದೇ
ಪೆಟ್ಟಿಗೆ ಮಗು ನೆಲಕ್ಕೆ ಬಿದ್ದು ಒದ್ದಾಡುತ್ತೆ. ಹೆತ್ತವಳು ರೋದಿಸುತ್ತಾಳೆ, ಆಸ್ಪತ್ರೆಗೆ ಒಯ್ಯುವ

ವೇಳೆಗೆ ಮಗು ಇನ್ನಿಲ್ಲವಾಗಿರುತ್ತೆ. ಹೆತ್ತವಳು ಗಂಡನನ್ನು ಕ್ಷಮಿಸೋಲ್ಲ! ಮಗುವನ್ನು ಕೊಲ್ಲುವ ಇರಾದೆ ಅವನಿಗೆ ಇರಲಾರದು. ಆದರೆ ಕೋಪ ಆ ಕೆಲಸ ಮಾಡಿಸಿತ್ತು. ಕೋಪ ಸಾಕಷ್ಟು ಅನಾಹುತಗಳಿಗೆ ಕಾರಣವಾಗಿಬಿಡುತ್ತೆ.

ಈಗ ಶ್ವೇತಗುಲಾಬಿ - ವಿಷಯಕ್ಕೆ ಬರೋಣ - ಈಗ ತಂದೆ ಕೊಲೆಗಾರನಾ? ಪ್ರೀತಿಯ ಮಗಳನ್ನು ಕೊಲ್ಲುವಷ್ಟು ಕಟುಕನಾ? ಪೆಟ್ಟುಕೊಡಲು ಪ್ರೇರೇಪಿಸಿದ್ದು ಕೋಪ. ಹಾಗೆಂದು ಕೋಪವನ್ನು ಶಿಕ್ಷಿಸಲು ಸಾಧ್ಯವೇ?

ಜಮದಗ್ನಿಯ ಕೋಪ, ವಿಶ್ವಾಮಿತ್ರನ ಕೋಪ, ಪರಶುರಾಮನ ಕೋಪ - ಇಂಥದ್ದೆಲ್ಲ ನಾವು ಪುರಾಣಗಳಲ್ಲಿ ಓದಿದ್ದೇವೆ. ಇತಿಹಾಸದಲ್ಲಿ ಕೋಪದಿಂದ ಆದ ಅನಾಹುತಗಳನ್ನು ಪಟ್ಟಿ ಮಾಡಬಹುದು. ಆದರೂ ಆಧುನಿಕ ಬದಲಾವಣೆಯ ಯುಗದಲ್ಲಿ ಕೋಪವನ್ನು ಹೇಗೆ ಕಂಟ್ರೋಲ್‌ಗೆ ತೆಗೆದುಕೊಳ್ಳೋದು? ಇಂಥದೊಂದು ಚಿಂತೆ ಎಲ್ಲರನ್ನು ಕಾಡಿರುವುದು ಸತ್ಯ! ಇದು ನನ್ನ ಪರಿಧಿಯಲ್ಲಿನ ಈ ಅಭಿಪ್ರಾಯ ವಿರಬಹುದು.

ನನಗೆ ಗೊತ್ತಿರೋ ಒಬ್ಬರಿಗೆ ಕೋಪ ಜಾಸ್ತಿ. ಒಮ್ಮೆ ನಾನು ಡಾಕ್ಟರ್ ಬಳಿಗೆ ಹೋದಾಗ ಅವರು ಬಂದಿದ್ದರು. ಬಿ.ಪಿ. ಇನ್‌ಸ್ಟ್ರುಮೆಂಟ್ ತೆಗೆದಿಡುತ್ತ ಡಾಕ್ಟರ್ ನಸುನಗೆ ಚೆಲ್ಲುತ್ತ ಒಂದು ತರಹ ಮುಖ ಮಾಡಿ "ನಾನು ನಿಮ್ಗೇ ಎಷ್ಟು ಸಲ ಹೇಳಿಲ್ಲ ಕೋಪ ಮಾಡ್ಕೋಬೇಡಿ, ಆದಷ್ಟು ಕಮ್ಮಿ ಮಾಡಿಕೊಳ್ಳಿ ಮಾರಾಯಾಂತ. ನೀವು ಕೇಳೋಲ್ಲ ಸಿಟ್ಟು ಮಾಡೋ ಅನಾಹುತ ಒಂದಾ... ಎರಡಾ? ದೈಹಿಕ, ಮಾನಸಿಕ ಸಮತೋಲನವನ್ನು ಹದಗೆಡವುತ್ತೆ. ವಿವೇಕ ಓಡುತ್ತೆ. ನಾಲಿಗೆ ತನ್ನ ಹತೋಟಿ ಕಳೆದುಕೊಳ್ಳುತ್ತೆ. ಶಕ್ತಿ ಕುಂದುತ್ತೆ, ಮಿದುಳಿನ ನರಗಳಿಗೆ ಆಘಾತವಾಗುತ್ತೆ. ಬಿ.ಪಿ. ಯದ್ವಾ ತದ್ವಾ ಏರುತ್ತೆ" ಮುಖ ಗಂಟಾಕಿ ಸಿಟ್ಟಿನಿಂದ ಗೊಣಗಿದರು. ಅವರಿಗೆ ನಿಜವಾಗಿಯೂ ಕೋಪ ಬಂದಿತ್ತು!

"ಡಾಕ್ಟ್ರೇ... ನೀವು!" ಎಂದೆ.

ಅವರು ಜೋರಾಗಿ ನಕ್ಕುಬಿಟ್ಟರು. ಗಂಟಾಗಿದ್ದ ಮುಖ ಸಡಿಲವಾಗಿ ಹಸನ್ಮುಖ ವಾಯಿತು. ಕೋಪದಂಥ ವಿಷಯವನ್ನು ಇಂದೇ ಸ್ವಲ್ಪ ಸೂಕ್ಷ್ಮವಾಗಿ ಗಮನಿಸಿದ್ದು. ಅದೊಂದು ಸಹಜವಾದ ಧೋರಣೆಯೆನಿಸಿದ್ದು ಎಂತಹ ಅಪಾಯಕ್ಕೆ ದೂಡುತ್ತದೆ ಯೆನ್ನುವುದರ ಮಹತ್ವ ಮನವರಿಕೆಯಾಗಲು ಒಂದು ಘಟನೆ ಸಾಕಾಯಿತು.

ಒಂದು ಮದುವೆಗೆ ಹೋಗಿದ್ದೆವು. ಅನುಕೂಲಸ್ಥರ ಮನೆಯ ಮದುವೆಯೆನ್ನುವುದರ ಜೊತೆಗೆ ಸಂಪ್ರದಾಯವು ಜೋತು ಬಿದ್ದಿತು. ತೀರಾ ಒಳ್ಳೆಯತನ. ಇಬ್ಬರ ನಡುವೆ ಯಾವುದೇ ತಂಟೆ, ತಕರಾರುಗಳಿಲ್ಲ. ಮಾನ-ಮರ್ಯಾದೆಗೆ ಅಂಜಿ ಬದುಕುವ ಜನ 'ವರದಕ್ಷಿಣೆ - ವರೋಪಚಾರ ಬೇಡ' ಎಂದ ದೊಡ್ಡ ಜನ. ಹೆಣ್ಣಿನ ಕಡೆಯವರು, ಗಂಡಿನ ಕಡೆಯವರನ್ನು ಭೇದವಿಲ್ಲದೆ ಸಂಭ್ರಮಿಸುತ್ತಿದ್ದರು.

ಮಣೆಗಳ ಮೇಲೆ ಹೆಣ್ಣು, ಗಂಡು ಎಲ್ಲೆಡೆ ಹೂಗಳ ಪರಿಮಳ, ಜರಿ ಸೀರೆಗಳ ಮರಮರ. ದೊಡ್ಡ ದನಿಯ ಮಾತುಗಳ ಜೊತೆ ಪಿಸುಮಾತು. ಇಂತಹ ಸಂದರ್ಭಗಳಲ್ಲಿಯೇ ಹೆಂಗಳೆಯರ ನಡುವೆ ಎಲ್ಲಾ ವಿಷಯಗಳು ಚರ್ಚೆಯಾಗಿ ಬಿಡುವುದು.

ಹುಡುಗಿಯ ತಂದೆಯ ಭಾವಮೈದುನ ಅಂದರೆ ಹೆಂಡತಿಯ ತಮ್ಮ ಊಟ ತಡವಾಗುವುದರಿಂದ ಜ್ಯೂಸ್ ಸಪ್ಲೈ ಮಾಡುತ್ತಿದ್ದ. ಯಾರೊಂದಿಗೊ ಮಾತಾಡುತ್ತ ಗ್ಲಾಸ್ ಮುಂದಕ್ಕೆ ಹಿಡಿದ ಕೂಡಲೇ ಹೇಗೋ ಏನೋ ಜಾರಿತು. ಕೂತಿದ್ದ ಮಹಿಳೆಯ ಮೇಲೆ ಅಭಿಷೇಕವಾಯಿತು. ಆಕೆ ಗಂಡಿನ ಅಕ್ಕ. ಸ್ವಲ್ಪ ದರ್ಪ ಹೆಚ್ಚು. ಇದನ್ನು ಅವಮಾನವೆಂದು ಭಾವಿಸಿದರು. ಮುಂದಿನ ಅನಾಹುತಕ್ಕೆ ಅದೇ ಕಾರಣವಾಯಿತು.

"ಯೂ ಸ್ಕೌಂಡ್ರಲ್" ಅಂದವಳೇ ಕಪಾಳಕ್ಕೆ ಬಾರಿಸಿದಳು.

ದೊಡ್ಡ ಹುದ್ದೆಯಲ್ಲಿದ್ದ ಮನುಷ್ಯ ಒಂದು ಹೆಣ್ಣಿನ ಕೈಯಲ್ಲಿ ಪೆಟ್ಟು ತಿಂದಿದ್ದರ ಜೊತೆ 'ಸ್ಕೌಂಡ್ರಲ್' ಅನ್ನುವ ಬೈಗಳು. ಅವಮಾನದಿಂದ ನಡುಗಿ ಹೋದ. ಉಳಿದ ನಾಲ್ಕು ಗ್ಲಾಸ್‌ನಲ್ಲಿದ್ದ ಜ್ಯೂಸ್‌ನ್ನು ಆಕೆಯ ತಲೆಯ ಮೇಲೆ ಸುರಿದವನೇ "ಯಾರು ಸ್ಕೌಂಡ್ರಲ್? ನಿನ್ನಪ್ಪ... ಸ್ಕೌಂಡ್ರಲ್" ಅಂದಿದ್ದೇ ತಡ ಜನ ಜಮಾಯಿಸಿದರು. ಎರಡು ಬಣಗಳಾಗಿ ತಮ್ಮ... ತಮ್ಮ... ಪರ ವಾದಿಸತೊಡಗಿ ಕೈ ಕೈ ಮಿಲಾಯಿಸಿ ಒಂದಿಬ್ಬರಿಗೆ ಪೆಟ್ಟುಗಳು ಬಿದ್ದವು. ಆಕೆಯ ಅಳು ತಾರಕಕ್ಕೆ ಹೋಯಿತು.

ಮಣೆಗಳ ಮೇಲೆ ಕುಳಿತಿದ್ದವರೆಲ್ಲ ಎದ್ದು ಓಡಿ ಬಂದರು. ಆಕೆ ತಮ್ಮನ ಕುತ್ತಿಗೆಯಲ್ಲಿದ್ದ ಹಾರವನ್ನು ಕಿತ್ತು ಹಾಕಿ "ಬೇಡ ನಡಿಯೋ ಮದ್ವೆ! ಎಂಥ ಸೊಕ್ಕಿನ ಜನ. ಮೂರು ಕಾಸು ವರದಕ್ಷಿಣೆ ಇಲ್ದೇ ಬಿಟ್ಟಿ ತಾಳಿ ಕಟ್ಟೋಕೆ ನಿಂತಿದ್ದೆ ತಪ್ಪು" ಅಷ್ಟು ಅಂದಿದ್ದು ಸಾಕಾಯಿತು. ಇದ್ದದ್ದು , ಇಲ್ಲದ್ದು... ಎಲ್ಲಾ ಪ್ರಸ್ತಾಪವಾಯಿತು. ದೋಷಾರೋಪದ ನಡುವೆ ಲಗ್ನದ ಸಮಯ ಮೀರಿ ಹೋಯಿತು.

ಪೂರ್ತಿ ಗೊಂದಲದ ವಾತಾವರಣ. ಇನ್ನು ವಿವಾಹ ಸಾಧ್ಯವೇ ಇಲ್ಲ ಎನ್ನುವ ಮಟ್ಟಿಗೆ ನಿರ್ಧಾರವಾಗುವ ವೇಳೆಗೆ ಅರ್ಧ ಛೇರ್‌ಗಳು ಖಾಲಿಯಾಗಿದ್ದವು. ಎಲ್ಲೆಡೆ ಅಸ್ತವ್ಯಸ್ತ. ಬೀಗರುಗಳ ನಡುವೆ ಬೈಯ್ಗಳ ಸುರಿಮಳೆ. ಒಬ್ಬರನ್ನೊಬ್ಬರು ಹೊಗಳಿ ಅಟ್ಟದ ಮೇಲೆ ಕೂಡಿಸಿಕೊಂಡಿದ್ದ ಜನ ನಾಲಿಗೆಗಳನ್ನು ಹರಿಬಿಟ್ಟಿದ್ದರು.

ಪ್ರಸ್ತಾಪವಾಗದ ವಿಷಯವೇ ಇರಲಿಲ್ಲ. ಕೋಪದ ಆರ್ಭಟ ನೋಡಿ ವಿವೇಕ, ಶಾಂತಿಯೆಲ್ಲ ದಿಕ್ಕುಪಾಲಾಗಿ ದೂರ ನಿಂತು ನೋಡತೊಡಗಿದವು.

ಅಡಿಗೆಯವರು ಬಂದು ತಮಾಷೆ ನೋಡುತ್ತ ನಿಂತರು.

ಅಂತು ವರನ ಕಡೆಯವರು ತಮ್ಮ ಬಂಧು ಬಳಗದೊಂದಿಗೆ ತಮಗೆ ಅಪಮಾನ ಮಾಡಿದ್ದಕ್ಕೆ ದೂಷಿಸುತ್ತ, ಅದಕ್ಕೆ ಪ್ರತಿಕಾರ ತೀರಿಸಿಕೊಳ್ಳುವ ಬೆದರಿಕೆ ಹಾಕಿ ಹೊರಟೇ

ಹೋದರು.

ಇವರುಗಳು ಕೂಡ ಹಿಂದೆ ಬೀಳಲಿಲ್ಲ. ತಿಳಿದಿದ್ದು, ಇಲ್ಲದ್ದು ಸೇರಿಸಿ ಅವರುಗಳ ವಂಶ ಜಾಲಾಡತೊಡಗಿದರು.

ಒಂದು ಸಣ್ಣ ಇನ್ಸಿಡೆಂಟ್ ಇಡೀ ಚಿತ್ರವನ್ನೇ ಬದಲಾಯಿಸಿಬಿಟ್ಟಿತು.

ಇದೊಂದು ಉದಾಹರಣೆ ಅಷ್ಟೇ.

'ಕೋಪವನ್ನು ಕ್ಷಣದ ಹುಚ್ಚುತನ' ಅಂತಾರೆ. ಇದು ಸ್ವಲ್ಪಮಟ್ಟಿಗಾದರೂ ನಿಜವೆನಿಸುತ್ತೆ. ಕೋಪದ ಹಿಡಿತದಲ್ಲಿರುವ ಮನುಷ್ಯನಿಗೆ ಅರಿವು ಇರೋಲ್ಲ. ಸ್ವಂತ ಮನೆಯುವರು ಕೂಡ ಅವನಿಂದ ದೂರವಿರಲು ಬಯಸುತ್ತಾರೆ. ಸ್ನೇಹಿತರು ದೂರವಾಗುತ್ತಾರೆ. ಬದುಕಿನ ಯಶಸ್ಸಿನ ಮೆಟ್ಟಲಿಗೆ ಕೋಪ ಅಡ್ಡಗಾಲು.

ಕೋಪ ಕೆಲವೊಮ್ಮೆ ಒಳಗೆ ಕುದಿದು ಒಮ್ಮೆ ಭುಗಿಲೆದ್ದು ಸೇಡು ತೀರಿಸಿಕೊಳ್ಳುತ್ತೆ. ಅದು ಮೊದಲು ಭಸ್ಮ ಮಾಡುವುದು ಕೋಪವನ್ನು ಏರಿದವನನ್ನು. ವ್ಯಕ್ತಿಯ ಪರಿಸ್ಥಿತಿಯ, ಸಂದರ್ಭ ಅರಿತಿದ್ದಾಗ ಕೋಪ ಒಳಗೊಳಗೆ ಹಪಿಸಿ ಓಡಿ ಬಿಡುತ್ತೆ.

ಸಮಾಜದ ಎಷ್ಟೋ ಅನರ್ಥಗಳಿಗೆ ಕೋಪವೇ ಮೂಲ ಕಾರಣ.

ಕೋಪ ಬಂದಾಗ ಸುಮ್ಮನಿರಿ. ಓಡಿ ಹೋದ ವಿವೇಕ, ತಾಳ್ಮೆ ಮತ್ತೆ ಹಿಂದಿರುಗಿ ಬಂದಾಗ ಕೋಪ ತನ್ನ ಜಾಗ ಖಾಲಿ ಮಾಡುತ್ತೆ.

ಎಲ್ಲಾ ಅನರ್ಥಗಳಿಗೂ ಕೋಪವೇ ಕಾರಣವೆಂದು ಎಲ್ಲರಿಗೂ ಗೊತ್ತು.

ಅರಿಸ್ಟಾಟಲ್‌ರ ಮಾತಿನಂತೆ ಕೋಪವನ್ನು ಕಲೆಯಾಗಿ ಮಾಡಿಕೊಳ್ಳೋಣ.

ಸ್ವಂತದೊಂದು ಬದುಕು ಬೇಡವೇ?

ಈಚೆಗೆ ಒಂದು ಮದುವೆಗೆ ಹೋಗಿದ್ದೆ. ಅದೇನು... ಮಹಾ! ಮದುವೆಗೆ ಹೋಗುವುದು ಅಪರೂಪದ ಸಂಗತಿಯಲ್ಲ. 'ವರದಕ್ಷಿಣೆ ಗಲಾಟೆ' ವರೋಪಚಾರದ ಬಗ್ಗೆ ಬಿರುಸಿನ ಮಾತುಕತೆ, ಇಲ್ಲ ಕೊರತೆಗಳ ಪಟ್ಟಿ, ನಂತರ ಜಗಳದಲ್ಲಿ ಮುಕ್ತಾಯ- ಅಷ್ಟೇ ತಾನೆ ಎಂದು ನೀವು ಅಂದುಕೊಳ್ಳಬಹುದು. ಖಂಡಿತ ಅದೆಲ್ಲ ಅಲ್ಲವೇ ಅಲ್ಲ. ನಿಮ್ಮಲ್ಲಿ ಕೆಲವರಿಗಾದರೂ ಇಂಥ ಒಂದು ಅನುಭವ ಆಗಿರಬಹುದೆಂಬ ನಂಬಿಕೆ.

ತುಂಬ ಕಾಸ್ಟ್ಲಿ ಇನ್ವಿಟೇಷನ್ ಹಿಡಿದು ಬಂದ ಶಂಕರ. ಅವನು ಇಲ್ಲೆ ಹತ್ತಿರದ ಹಳ್ಳಿಯ ಹುಡುಗ. ಆದರೆ ನೀವು ಚಿಕ್ಕ ಹುಡುಗನೆಂದು ತಿಳಿಯುವುದು ಬೇಡ. ಅವನಿಗೂ ವಿವಾಹವಾಗಿ ಒಂದು ಮಗುವಿನ ತಂದೆ. ಅಪಾರವಾದ ಜಮೀನು, ಟ್ರಾಕ್ಟರ್ ಇದ್ದಂತಹ ಮಾವನ ಒಬ್ಬನೇ ಅಳಿಯ. ನೋಡಲು ಒರಟಾಗಿದ್ದರು ಬದುಕಿಗೊಂದು ಗುರಿ ಇಟ್ಟುಕೊಂಡವ. ಅದನ್ನು ಸ್ವಾರ್ಥ ಅನ್ನಬಹುದು. ಆ ವಿಷಯ ಇಲ್ಲಿ ಬೇಡ. ನಾನು ಶಂಕರನ ಬಗ್ಗೆ ಹೇಳಲು ಹೊರಟಿಲ್ಲ.

"ಮೇಡಮ್, ಈ ಮದ್ವೆಗೆ ನೀವು ಬರಲೇ ಬೇಕು. ಎಲ್ಲಾ ತೂಕವಾದಂಥ ಜನನೇ ಬರ್ತಾರೆ. ತೀರಾ ಹತ್ತಿರದ ಚಿಕ್ಕಪ್ಪನ ಮೊಮ್ಮಗಳ ಮದುವೆ. ಅವ್ರು ದೊಡ್ಡ ಕುಳ. ಅಂತಿಂಥ ಜನರನ್ನು ಆಹ್ವಾನಿಸಿಲ್ಲ" ಎಂದು ಹೇಳಿ ಆಹ್ವಾನಿಸಿ ಹೋಗಿದ್ದ. ಆದರೆ ನನ್ನನ್ನು ಮರೆಯಲು ಬಿಡಲಿಲ್ಲ. ಹುಡುಗಿಯ ತಾಯಿಯನ್ನು ಕೂಡ ಕರೆತಂದು "ನಿಮ್ಮನ್ನ ಕರೆಯೋಕೆ ಬಂದಿದ್ದಾರೆ. ಈ ವಿವಾಹಕ್ಕೆ ತಪ್ಪಿಸಿಕೊಳ್ಳಲು ಸಾಧ್ಯವಿಲ್ಲ" ಆಕೆಯಿಂದಲೂ ಬಲವಂತದ ಆಹ್ವಾನ. ಆದರೂ ನನಗೆ ಹೋಗುವ ಮನಸ್ಸೇನು ಇರಲಿಲ್ಲ. ಆದರೆ ಶಂಕರ ಮಾತ್ರ ದಿನಕ್ಕೆರಡು ಸಲ ಫೋನ್ ಮಾಡಿ ಜ್ಞಾಪಿಸಿದ್ದು ಮಾತ್ರವಲ್ಲದೆ, ವಿವಾಹದ ದಿನ ಅವನೇ ನೇರವಾಗಿ ಬಂದ "ಮುಂದುಗಡೆ ನಿಮ್ಗೇ ಸೀಟು ರಿಸರ್ವ್ ಮಾಡಿಸಿದ್ದೀನಿ.

ನೀವು ಹೊರಡಲೇಬೇಕು" ಅವಸರಿಸಿದ. 'ಆಗೋಲ್ಲ' ಎಂದು ತಳ್ಳಿಬಿಡಲು ಸಾಧ್ಯವಾಗಲಿಲ್ಲ.

ಸುಮಾರು ವರ್ಷದ ಹಿಂದೆ ನಡು ರಸ್ತೆಯಲ್ಲಿ ತೀರಾ ಕತ್ತಲ ಸಮಯದಲ್ಲಿ ನಾನು, ನಮ್ಮವರು ಹೋಗುತ್ತಿದ್ದ ಬೈಕ್ ಕೆಟ್ಟಾಗ ಬಹಳ ಸಹಾಯ ಮಾಡಿದ್ದ. ಅದು ಕೃತಜ್ಞತೆಯ ರೂಪದಲ್ಲಿ ಉಳಿದಿತ್ತು. ಅದನ್ನು ಜ್ಞಾಪಿಸುವಂತೆ ಆಗಾಗ ಬಂದು ಹೋಗಿ ವಿಶ್ವಾಸ ಬೆಳೆಸಿಕೊಂಡಿದ್ದ.

ನಾನು ಹೊರಡಲೇಬೇಕಿತ್ತು. ಸಿಟಿಯಲ್ಲಿಯೇ ದೊಡ್ಡ ಛತ್ರ. ವೈಭವೋಪೇತವಾಗಿ ಅಲಂಕರಿಸಲ್ಪಟ್ಟಿತ್ತು. ಕಾರುಗಳ ದೊಡ್ಡ ಸಾಲೇ ಇತ್ತು. ನಂಗೆ ಒಂದಿಷ್ಟು ಸಂಕೋಚ. ಇಲ್ಲಿಗೆ ಬಂದ ಮೇಲೆ ಅದು ಜಾಸ್ತಿಯಾಯಿತು. ನಂಗೆ ಸರಳತೆ ಇಷ್ಟ. ಮುಜುಗರದಿಂದಲೇ ಒಳಗಡಿ ಇಟ್ಟೆ. ಶಂಕರ ಒಬ್ಬರಾದ ಮೇಲೊಬ್ಬರನ್ನು ಕರೆ ತಂದು ಪರಿಚಯಿಸುತ್ತಿದ್ದುದಂತು ಬೇಸರ ಸಂಗತಿ. ಅತ್ಯಂತ ಶ್ರೀಮಂತ, ವಿದ್ಯಾವಂತರೆನಿಸಿ ಕೊಂಡಿದ್ದವರ ಮನೆಯ ಮದುವೆ. ನೆರೆದಿದ್ದ ಜನ ಕೂಡ ಆ ಪೈಕಿಯೇ. ಅಪ್ಪಿ ತಪ್ಪಿ ಕನ್ನಡ ಮಾತಾಡುವವರಿಲ್ಲದ ಬ್ರಿಟಿಷ್ ಪಾರ್ಲಿಮೆಂಟ್ ಎನಿಸಿತು.

ಇಂಥ ಬೊಂಬಾಟ್ ಡೆಕೋರೇಷನ್ ಇಂದೇ ಮೊದಲ ಸಲ ನೋಡುತ್ತಿದ್ದೇನೆನಿಸಿತು. ಅಷ್ಟು ಭರ್ಜರಿಯಾಗಿತ್ತು. ನೆರೆದಿದ್ದ ಅತಿಥಿಗಳು ದೊಡ್ಡ ಸಂಖ್ಯೆಯಲ್ಲಿ ಇದ್ದರು. ಆದರೆ ಹೆಣ್ಣು, ಗಂಡಿನ ಸ್ವಂತ ರಕ್ತ ಸಂಬಂಧಿಗಳ ಮುಖದಲ್ಲಿ ಒಂದು ರೀತಿಯ ಟೆನ್‌ಷನ್.

"ಇನ್ನು ಗಂಡು ಬಂದಿಲ್ಲ. ಅವರು ಬರೋ ಫ್ಲೈಟು ಲೇಟು" ತಿಳಿದವರೊಬ್ಬರು ಉಸುರಿ "ತೀರಾ ರೆಸ್ಪಾನ್ಸಿಬಲ್ ಪೊಸಿಷನ್‌ನಲ್ಲಿದ್ದಾರಂತೆ. ರಜ ಸಿಗೋಲ್ಲ. ಐ.ಐ.ಎಂನಲ್ಲಿ ಶಿಕ್ಷಣ ಪಡೆದು ನ್ಯೂಜೆರ್ಸಿಯಲ್ಲಿ ಕೆಲಸ ಮಾಡುತ್ತಿದ್ದಾನೆ. ಆ ವ್ಯಕ್ತಿಯ ಬುದ್ಧಿಮತ್ತೆ, ಜಾಬ್, ಸ್ಯಾಲರಿಯ ಬಗ್ಗೆ ಹೆಣ್ಣಿನವರಿಗೆ ಮೆಚ್ಚಿಗೆ" ವಿಷಯ ಮುಟ್ಟಿಸಿ ಕೈ ತೊಳೆದುಕೊಂಡರು.

ಹಾಗೆಂದು ಹೆಣ್ಣಿನವರೇನು ಬಡವರಲ್ಲ. ಛತ್ರ, ವಿವಾಹ ಮಂಟಪ, ಬಂದಿರುವ ಗೆಸ್ಟ್‌ಗಳನ್ನು ನೋಡಿಯೇ ಅವರ ಶ್ರೀಮಂತಿಕೆ ಲೆಕ್ಕ ಹಾಕಬಹುದಿತ್ತು. ಹುಡುಗಿ ಕೂಡ ಡಾಕ್ಟರ್. ತಂದೆ ಒಂದು ದೊಡ್ಡ ನರ್ಸಿಂಗ್ ಹೋಂ ನಡೆಸುತ್ತಿದ್ದರು. ಅದರ ಅಧಿಪತ್ಯ ಇವಳದೇ.

ಪುರೋಹಿತರು ಮದುವೆಯ ಮಂಟಪದಲ್ಲಿ ಕೂತಿದ್ದರು. ಮುಖ್ಯವಾಗಿ ಗಂಡು ಬಂದ ನಂತರವೇ ಮುಖ್ಯವಾದ ವಿಧಿ ವಿಧಾನಗಳು ಶುರುವಾಗಬೇಕಿತ್ತು "ನೀವು ಎಲ್ಲ ಮುಗ್ಸಿಕೊಳ್ಳಿ. ಗಂಡು ಬಂದ ಕೂಡಲೇ ಮಾಂಗಲ್ಯಧಾರಣೆ, ಸಪ್ತಪದಿ ಅಷ್ಟೆ" ಆ ಮನುಷ್ಯನ ಮುಖದಲ್ಲಿ ಕಸಿವಿಸಿ. ಮಂತ್ರಗಳು ಶುರು ಮಾಡಿದರು.

ನೆಂಟರು, ಸ್ನೇಹಿತರು ಆಗಾಗ ವಾಚುಗಳನ್ನು ನೋಡುತ್ತ ಪಿಸುಗುಟ್ಟುತ್ತ 'ಕಾಫಿ-ಜ್ಯೂಸ್' ಮುಂತಾದ ಪಾನೀಯಗಳನ್ನು ಕುಡಿಯುತ್ತಾ ಓಡಾಡುತ್ತಿದ್ದರು. 'ಗಂಡು ಮುಹೂರ್ತದ ಸಮಯಕ್ಕೆ ಬರಬಹುದಾ?' ಎನ್ನುವ ಪ್ರಶ್ನೆ ಎಲ್ಲರದು. 'ಅಕಸ್ಮಾತ್ ಮುಹೂರ್ತದ ಸಮಯ ಮೀರಿದ ನಂತರ ಗಂಡು ಬಂದರೇ, ವಿವಾಹ ನಿಲ್ಲಿಸಲಿಕ್ಕೆ ಸಾಧ್ಯವೇ? ಆ ಬಗ್ಗೆ ಹೆಚ್ಚು ಚಿಂತಿಸದ ಹೆಣ್ಣಿನ ಕಡೆಯವರು 'ಬಂದ ಜನರನ್ನು ಗಂಡು ಬರುವವರೆಗೂ ಹೇಗೆ ನಿಲ್ಲಿಸಿಕೊಳ್ಳುವುದು?' ಎಂದು ತೀವ್ರವಾದ ಯೋಚನೆಗೆ ತೊಡಗಿದರು.

ಮೊಬೈಲ್ ಕಿವಿಗೆ ಹಿಡಿದವರ ಮುಖದಲ್ಲಿ ಒಂದೇ ಸಲ ಸಂಭ್ರಮ ಮೂಡಿತು. ಫ್ಲಾಷ್ ಲೈಟು ಹತ್ತಿಕೊಂಡಂಗೆ.

"ಫ್ಲೈಟ್ ಬಂದಿದೆ. ಅಲ್ಲಿಂದ ಇಲ್ಲಿಗೆ ಬರಲು ಮುಕ್ಕಾಲು ಗಂಟೆ ಬೇಕಾಗಬಹುದು" ಒಬ್ಬರು ಘೋಷಿಸಿದರು - ಎದೆಯ ಮೇಲೆ ಕೈಯಿಟ್ಟುಕೊಂಡೆ. ಅಂತು ಗಂಡು ಬಂದೇ ಬರ್ತಾನೆ. ಹಿಂದಿನ ಕಾಲದಲ್ಲಿ ರಾಜ ಮಹಾರಾಜರು ಯುದ್ಧ ಭೂಮಿಯಲ್ಲಿದ್ದಾಗ ಅವರ ಖಡ್ಗಗಳ ಜೊತೆ ವಿವಾಹ ಮಾಡುತ್ತಿದ್ದುದು ಇತಿಹಾಸ. ಈಗ ಗಂಡಿನ ಓದಿನ ಸರ್ಟಿಫಿಕೇಟ್ ಜೊತೆ ಹೆಣ್ಣನ್ನು ಧಾರೆಯೆರೆಯುವ ದಿನಗಳು ಬರಬಹುದಾ? ಯಾವುದನ್ನು ಇಲ್ಲವೆನ್ನಲಾಗಲಿಲ್ಲ.

ಭಾರತೀಯ ಅತ್ತರುನ ಸುವಾಸನೆ ಜೊತೆ ಬಳಸಿದ್ದ ಪ್ಯಾರಿಸ್ ಸೆಂಟಿನ ಪರಿಮಳದಿಂದ ಸಣ್ಣಗೆ ತಲೆನೋವು ಶುರುವಾಗಿತ್ತು. ಅತ್ತಿತ್ತ ನೋಡುತ್ತಿದ್ದೆ. ಹೊರಟು ಬಿಡೋಣವೇ ಎನ್ನುವ ಯೋಚನೆ ಮಾಡುವ ವೇಳೆಗೆ ಮುಖದ ಬೆವರನ್ನು ತೊಡೆದುಕೊಳ್ಳುತ್ತ ಬಂದ ಶಂಕರ "ಗಂಡು ಬಂದಿದ್ದು ಆಯ್ತು. ಬಂದೇ ಬಿಡ್ತಾರೆ. ಆಮೇಲೆ ಬರೀ ಹತ್ತು ನಿಮಿಷ" ಹಲ್ಲುಗಿಂಜಿ ಹೋದ ತೊಡೆಯ ಮೇಲಿನ ಹೂವಿನ ಬಕ್ಕೆಯನ್ನು ಮುಖದ ಮೇಲೆ ಎಸೆಯಬೇಕೆನಿಸಿತು.

ಹಿಂದೆ ಕೂತಿದ್ದ ಒಬ್ಬರಿಗೆ ತಮಗೆ ತಿಳಿದಿದ್ದನ್ನು ಯಾರಿಗಾದರೂ ಹೇಳಬೇಕೆನಿಸಿತು. ಅದಕ್ಕೆ ನಾನೇ ಸೂಕ್ತ ವ್ಯಕ್ತಿಯೆನಿಸಿರಬೇಕು. ತುಸು ತನ್ನ ಭುಜದ ಮೇಲೆ ಬಗ್ಗಿ "ಇದೇನಮ್ಮ ವಿದೇಶಿ ವ್ಯಾಮೋಹ. ಇಂಟರ್‌ನೆಟ್‌ನಲ್ಲಿ ಒಬ್ಬರಿಗೊಬ್ಬರು ನೋಡಿದ್ದು. ಫೋನ್, ಕ್ಯಾಸೆಟ್, ಇಂಟರ್‌ನೆಟ್ ಮೂಲಕ ಕುದುರಿದ ಸಂಬಂಧ. ಅವ್ನು ಅಲ್ಲಿನ ಕೆಲಸ ಬಿಟ್ಟು ಇಲ್ಲಿಗೆ ಬರೋಲ್ಲ. ಮೊಟ್ಟೆ ಇಡುವ ಚಿನ್ನದ ಬಾತುನಂಥ ನರ್ಸಿಂಗ್ ಹೋಂ ಬಿಟ್ಟು ಇವಳು ಅಲ್ಲಿಗೆ ಹೋಗೋಲ್ಲ" ಎಂದು ಒಂದಿಷ್ಟು ಮಾಹಿತಿ ಒದಗಿಸಿದರು. ನನ್ನ ಹುಬ್ಬುಗಳು ಮೇಲೇರಿತು.

ಸ್ವಲ್ಪ ಹೆಣ್ಣಿನ ಕಡೆಯವರ ಬಗ್ಗೆ ಗೊತ್ತಿತ್ತು. ಆಗರ್ಭ ಶ್ರೀಮಂತರು. ಅವರು ನಡೆಸುತ್ತಿದ್ದ ವ್ಯವಹಾರದಲ್ಲಿ ನರ್ಸಿಂಗ್ ಹೋಂ ಕೂಡ ಒಂದು. ಮೆಡಿಸಿನ್ ಮುಗಿದ

ಮೇಲೆ ಮಗಳಿಗೆ ಒಪ್ಪಿಸಿದ್ದರು. ಅವಳು ಎಂ.ಎಸ್. ಅಥವಾ ಎಂ.ಡಿ. ಕೂಡ ಮಾಡಬಹುದು, ಇಲ್ಲ ನರ್ಸಿಂಗ್ ಹೋಂ ಉಸ್ತುವಾರಿಯ ಕುರ್ಚಿಯೇರಿ ಹಾಗೆಯೇ ದಿನಗಳನ್ನು ಕಳೆಯಬಹುದು. ಆ ಬಗ್ಗೆ ಏನು ಹೇಳಲು ಸಾಧ್ಯವಿರಲಿಲ್ಲ. ಆದರೆ ಕಟ್ಟಿಕೊಂಡ ಗಂಡನಿಗೆ ಸಂಗಾತಿಯಾಗಿ ನ್ಯೂಜೆರ್ಸಿಗೆ ಹೋಗಳು! ಆ ಪುಣ್ಯಾತ್ಮ ಹೆಂಡತಿಯ ಮೇಲಿನ ಪ್ರೀತಿಯಿಂದ, ವಿವಾಹ ವ್ಯವಸ್ಥೆಯ ಮೇಲಿನ ಗೌರವದಿಂದಲಾದರೂ ಇಲ್ಲಿಗೆ ಹಿಂದಿರುಗೋಲ್ಲ.

"ಇಲ್ಲಿರೋ ಗಂಡನ್ನೆ ಹುಡ್ಕಬಹುದಿತ್ತು" ಎಂದೇ ಹೇಳಿದವರೊಂದಿಗೆ.

"ಹೇಗೆ ಸಾಧ್ಯ? ಭಾರತದಲ್ಲಿರೋ ಗಂಡು ಅವರ ಅಂತಸ್ತು, ದೊಡ್ಡಸ್ಥಿಕೆಗೆ ಕಡ್ಮೇ. ಅವನು ಇಲ್ಲಿಗೆ ಬರದಿದ್ದರೂ ಪರವಾಗಿಲ್ಲ. ಆದರೆ ವಿದೇಶದಲ್ಲಿರೋ ಅಳಿಯನೆ ಬೇಕು. ಇದು ಅವರ ಮನೆಯೆಲ್ಲರ ಅಭಿಪ್ರಾಯ" ಮೇಲುಸಿರಿನೊಂದಿಗೆ ಗೊಣಗಿದರು.

ಇಲ್ಲಿ ಪ್ರೀತಿ, ಪ್ರೇಮ ಮಾತ್ರವಲ್ಲ ದಾಂಪತ್ಯ ಕೂಡ ತೆಪ್ಪಗಿರಬೇಕಿತ್ತು. ಆಗ ಆಗಮಿಸಿದ ವರ-ವಧು ಮನೆಯವರು ಕೂಡಿಯೇ ತಮ್ಮ ಸಂದಿಗ್ದತೆ ತಿಳಿಸುವ ನಾಟಕದ ಮಧ್ಯೆಯೇ ಒಂದಿಷ್ಟು ಜನ ನುಗ್ಗಿ ಬಂದರು. ಸಂಭ್ರಮದ ಮಧ್ಯೆ 'ಅಂತು ವರ ಮಹಾಶಯ ಆಗಮಿಸಿದ' ಅವನನ್ನು ಕರೆತರಲು ಹೋದ ಬಂಧು ಬಳಗದ ದೊಡ್ಡ ಹಿಂಡೇ ಕ್ಲೈಮ್ಯಾಕ್ಸ್ ಸೀನ್‌ಗೆ ಆಗಮಿಸಿದಂತೆ ಕಂಡರು.

ಅಂತು ಎಲ್ಲ ಹತ್ತೇ ನಿಮಿಷದಲ್ಲಿ ಮುಗಿದು ವಧು-ವರರನ್ನು ವಿವಾಹದ ವೇದಿಕೆಯ ಮೇಲಿನ ಅಲಂಕೃತ ಸಿಂಹಾಸನದಂಥ ಛೇರ್‌ಗಳ ಮೇಲೆ ಕೂಡಿಸಿದರು. ಶುಭಾಶಯ ಕೋರುವವರ ನೂಕುನುಗ್ಗಲು ಮೇಲೆದ್ದೆ.

ಈ ಗದ್ದಲವೇ ಬೇಡವೆಂದು ಮೇಲೆದ್ದಾಗ ಅವಸರದಿಂದ ಬಂದ ಶಂಕರ "ಮೇಡಮ್, ಎದ್ದೇ ಬಿಟ್ರಾ? ನಿಮ್ಮನ್ನ ಕರೆದೊಯ್ದು ಪರಿಚಯ ಮಾಡಿಸಿ ಫೋಟೋ ತೆಗೆಸಬೇಕು. ನೀವು ವಿಡಿಯೋದಲ್ಲಿ ದಾಖಲಾಗಬೇಕು. ಇನ್ನು ಹತ್ತು ನಿಮಿಷ" ಹೇಳಿ ಹೊರಟ. ನಾನಂತು ಆ ಗದ್ದಲದ ಮಧ್ಯೆ ಹೋಗಿ ನೂಕು ನುಗ್ಗಲಿನಲ್ಲಿ ಬಕ್ಕೆ ಕೊಟ್ಟು ಪರಿಚಯಿಸಿಕೊಳ್ಳಲು ಸಿದ್ಧವಿರಲಿಲ್ಲ.

ಕೆಲವರಂತು ಬಂದು ಅಪರಾಧ ಮಾಡಿದವರನ್ನು ಪೊಲೀಸ್ ಸ್ಟೇಷನ್‌ಗೆ ಎಳೆದೊಯ್ಯುವಂತೆ ಡೈನಿಂಗ್ ಹಾಲ್‌ಗೆ ಕರೆದೊಯ್ದರು. ಮಾಡಿದ ಅಡಿಗೆ ಖರ್ಚಾಗುವುದರ ಜೊತೆಗೆ ಬಂದ ಸಮಸ್ತರು ವಿಡಿಯೋದಲ್ಲಿ ದಾಖಲಾಗಬೇಕೆಂಬ ಆಜ್ಞೆ ಇದ್ದುದ್ದರಿಂದ ಎಲ್ಲರನ್ನು ಊಟದ ಟೇಬಲ್ ಮುಂದೆ ಕೂರಿಸಿದರು. ವಿಡಿಯೋ ಕ್ಯಾಮರಾ ಲೈಟ್‌ನ ಬೆಳಕು ಜೊತೆ ಎಲ್ಲೆಡೆ ಓಡಾಡಿತು. ನಾನು ಒಯ್ದಿದ್ದ ಬಕ್ಕೆಯನ್ನು ಅಲ್ಲೆ ಅಡ್ಡಾಡುತ್ತಿದ್ದ ಪುಟ್ಟ ಹುಡುಗನ ಕೈಯಲ್ಲಿಟ್ಟು ಕೆನ್ನೆ ಸವರಿ ಹೊರಬಂದೆ.

ಜೊತೆಯಲ್ಲಿ ಹೊರಬಂದ ಹಿರಿಯ ಮುತ್ತೈದೆ ಗೊಣಗಿದರು "ಇದೆಂಥ ಮದ್ವೆ!

ಪ್ರೀತಿ, ವಿಶ್ವಾಸ, ಆತ್ಮೀಯತೆ, ಸಂಪ್ರದಾಯ ಬೇಡಾಂದವರಿಗೆ ಈ ಹುಚ್ಚಾಟಗಳು ಯಾಕೆ? ಗಂಡು ಬರೋ ವೇಳೆಗೆ ಮುಹೂರ್ತ ಮೀರಿಯೇ ಹೋಗಿತ್ತು. ಬೆಳಗಿನ ಫ್ಲೈಟ್‌ಗೆ ಗಂಡು ಹೊರಟುಬಿಡ್ತಾನಂತೆ. ಮೊದ್ಲೇ ರಿಟರ್ನ್ ಟಿಕೇಟ್ ಆಗಿದೆಯೆಂತೆ. ಒಂದು ರಾತ್ರಿಯ ದಾಂಪತ್ಯ ಅಷ್ಟೇ. ಅವನು ಅಮೆರಿಕ ಬಿಟ್ಟು ಇಲ್ಲಿಗೆ ಬರೋಲ್ಲ. ಇವ್ರು ನರ್ಸಿಂಗ್ ಹೋಂ ಬಿಟ್ಟು ಹೋಗೋಲ್ಲ. ಗಂಡ-ಹೆಂಡತಿಯೆನ್ನುವ ಸಂಬಂಧ ಬರೀ ದಾಖಲೆಯಲ್ಲಿ. ಯಾರಿಗೆ ಯಾರ ಅಗತ್ಯವು ಇರೋಲ್ಲ" ಈಚೆಗೆ ಒಂದಾರು ತಿಂಗಳು ವಿದೇಶದಲ್ಲಿದ್ದು ಬಂದ ಆಕೆಯ ನೋವು.

ಅಲ್ಲಿನ ಅವಾಂತರ, ಸಮಯದ ಅಭಾವ, ಸೊಗಸಿಲ್ಲದ ಬದುಕಿನ ಬಗ್ಗೆ ಒಂದು ವ್ಯಾಖ್ಯಾನ ಕೊಟ್ಟರು.

'ಸ್ವಂತಕ್ಕೊಂದು ಬದುಕು ಬೇಡವಾ?' ಆಕೆ ಕೇಳಿದ ಪ್ರಶ್ನೆ ಮಿದುಳಿನಿಂದ ಮನಸ್ಸಿಗೆ ರವಾನೆಯಾಗಿ ನೋವು ತಂದಿದೆ.

ಸುಖ ಎನ್ನುವ ಮಾಣಿಕ್ಯವನ್ನು ಜೋಪಾನವಾಗಿ ನಿಮ್ಮದಾಗಿಸಿಕೊಳ್ಳಿ

'ನಾವು ಪ್ರತಿದಿನ ಎಷ್ಟರ ಮಟ್ಟಿಗೆ ನಮ್ಮ ಮನಸ್ಸನ್ನು ಸಂತೋಷವಾಗಿಡ-ಬಲ್ಲವೋ ಅಷ್ಟರಮಟ್ಟಿಗೆ ಸುಖಿಗಳು'

- ಅಬ್ರಹಾಂ ಲಿಂಕನ್

ಚೆನ್ನಾಗಿ, ಸುಖವಾಗಿ, ಸಂತೋಷವಾಗಿ ಬದುಕಬೇಕೆಂಬ ಆಸೆ ನನಗೆ ಮಾತ್ರವಲ್ಲ, ಎಲ್ಲ ವರ್ಗದ ಎಲ್ಲಾ ವಯಸ್ಸಿನ ಜನಕ್ಕೂ ಇದೆ. ಇರುತ್ತೆ ಕೂಡ. ದುಃಖ ಬೇಡ, ರೋಗ ಬೇಡ, ಸಮಸ್ಯೆ ಬೇಡ. ಸಾವು-ನೋವು ಅಂಥದ್ದು ಖಂಡಿತ ಯಾರಿಗೂ ಇಲ್ಲ. ಆದರೆ ಇವೆಲ್ಲ ಇಲ್ಲದ ಬದುಕು ಅನ್ನುವುದು ಇದೆಯೇ? ಇದ್ದರೆ ಹೇಗಿದ್ದೀತು?

ಅಂಥದೊಂದು ಬದುಕು ಇಲ್ಲ. ಇದ್ದರೂ ಸಪ್ಪೆಯೇ.

ಎರಡು ಸುಖಗಳ ಮಧ್ಯೆ ಒಂದಿಷ್ಟು ದುಃಖ. ಎರಡು ನೋವುಗಳ ನಡುವೆ ಒಂದಿಷ್ಟು ನಲಿವು. ಇದು ಎಲ್ಲರಿಗೂ ಮೇಲ್ನೋಟಕ್ಕೆ ಗೊತ್ತಿರುವಂಥ ವಿಷಯವೇ. ಆದರೆ ಅರಿವು ಎಷ್ಟು ಜನಕ್ಕೆ ಇದೆ? ಸುಖವೆನ್ನುವುದು ಬಂದಾಗ ಮನಃಪೂರ್ತಿಯಾಗಿ ಅನುಭವಿಸುವವರ ಸಂಖ್ಯೆ ಎಷ್ಟು? ನಾಳಿನ ಚಿಂತೆಯಲ್ಲಿ ಇಂದಿನ ಸುಖ ಪರಾರಿ.

ಇದೊಂದು ರೀತಿಯ ಜಿಜ್ಞಾಸೆಯೇ!

'ಸುಖ'ವೆನ್ನುವುದು ಆಕಾಶದಲ್ಲಿ ಹಾರಾಡುವ ವಸ್ತುವೆಂದೋ, ದೇವರು ವಂಚನೆ ಮಾಡಿ ಕೆಲವರಿಗೆಂದೇ ತೆಗೆದಿಟ್ಟ ಅಮೂಲ್ಯವಾದ ವಸ್ತುವೆಂದೋ ಭ್ರಮಿಸಿ ಸಂತಾಪ ಪಡುವುದೇ ಹೆಚ್ಚು.

ಯೋಗಿಯಾದವನಿಗೆ ಸುಖವು ಸಹ ದುಃಖವೇ. 'ನಿನಗೆ ದುಃಖ ಬೇಡವಾದರೆ ಸುಖದ ಬೆನ್ನು ಹತ್ತಬೇಡ. ಸುಖದ ಆಶೆಯನ್ನು ತಡೆಯಲು ನೀನು ಸಮರ್ಥನಾದರೆ

ದುಃಖ ಸಹ ನಿನ್ನ ಕೆಣಕಲಾರದು' - ಇಂಥ ಮಾತುಗಳನ್ನು ಭಾಷಣಗಳಲ್ಲಿ, ಪ್ರವಚನ ಕೇಳಬಹುದು. ಅವೆಲ್ಲ ಸತ್ಯವೇ. ಒಂದು ರೀತಿಯಲ್ಲಿ ಪಾರಮಾರ್ಥಿಕ ಚಿಂತನೆ. ಅದನ್ನು ಬಿಟ್ಟು ಸಾಧಾರಣವಾಗಿ ಸುಖದ ಬಗ್ಗೆ ಚಿಂತಿಸೋಣ.

ಈಚೆಗೆ ಪರಿಚಯವಾದ ಒಂದು ಪುಟ್ಟ ಕುಟುಂಬ. ಗಂಡ, ಹೆಂಡತಿ ಇಬ್ಬರೇ. ಇಬ್ಬರು ವಿದ್ಯಾವಂತರು, ಉದ್ಯೋಗಿಗಳು. ಅಂಕೆಯಲ್ಲಿಡಬಯಸುವ ಹಿರಿಯರು ಇರಲಿಲ್ಲ. ಅಂತು ಸುಖೀ ಸಾಮ್ರಾಜ್ಯದ ನಿರ್ಮಾಣ ಅವರ ಕೈಯಲ್ಲಿಯೇ.

ಒಂದು ಬೆಳಿಗ್ಗೆ ಭಾನುವಾರ ಬೆಳಿಗ್ಗೆ ಹತ್ತಕ್ಕೆ ಆ ಕುಟುಂಬದ ಹೆಣ್ಣು ಬಂದಳು. ಬಹುಶಃ 28ರೊಳಗೆ ವಯಸ್ಸು ಇರಬಹುದು. ನೋಡಲು ಚೆಂದ ಇದ್ದರು. ಮುಖ ಗಂಟಿಕ್ಕಿದ್ದರಿಂದ ಗಡಸುಗಾತಿಯಂತೆ ಕಂಡಳು. ವಿವಾಹವಾಗಿ ಮೂರು ವರ್ಷವಾಗಿದೆ ಯೆಂದು ಅವಳು ಹೇಳಿದ ನಂತರವೇ ತಿಳಿದಿದ್ದು. 'ಸದಾ ಸಿಡುಕು...ಯಾಪಾಟಿ ಕಿತ್ತಾಡುತ್ತಾರೆ' ಕೆಲಸದ ಬಸಕ್ಕ ಸುದ್ದಿ ಮುಟ್ಟಿಸಿದ್ದರಿಂದ ಒಂದು ನಿರ್ಣಯಕ್ಕೆ ಬಂದಿದ್ದೆ.

"ತೀರಾ ಸಾಕಾಗಿದೆ! ಯಾರ್ಗೇ ಬೇಕು ಬದುಕು? ನಮ್ಮಲ್ಲಿಯೇ ಒಂದು ಕಾದಂಬರಿಗೆ ಆಗುವಷ್ಟು ವಸ್ತುವಿದೆ" ಗೊಣಗಿದಳು. ಟೋಟಲ್ಲಾಗಿ ಅಶಾಂತಿಯ ಹೊಂಡವನ್ನೇ ತಲೆಯ ಮೇಲಿಟ್ಟುಕೊಂಡು ಬಂದಂತೆ ಕಂಡಳು. ಸ್ವಲ್ಪ ಕುತೂಹಲ ಮೂಡಿತು. ಯಾವುದೇ ವಿಷಯವಿರಲೀ ಸಮಾಜದ ಸಹಾನುಭೂತಿ ಸ್ಪಷ್ಟವಾದ ಕಾರಣವಿಲ್ಲದೆಯೇ ಹೆಣ್ಣಿನತ್ತ ಸರಿದು ಬಿಡುವುದು ಮಾಮೂಲು! ನಾನು ಕೂಡ ಅತ್ತ ಸರಿದೆ.

"ಏನು ಅಂಥದ್ದು? ಕಾದಂಬರಿಗೆ ವಸ್ತುವಾಗುವಂಥ ವಸ್ತು... ಅಂದಿರಿ" ಮೆಲ್ಲಗೆ ಕೇಳಿದೆ. ಮತ್ತೆ ಒಂದೆರಡು ಪ್ರಶ್ನೆಗಳ ನಂತರವೇ ಆಕೆ ಬಾಯಿ ಬಿಟ್ಟಿದ್ದು "ನಮ್ದು ಲವ್-ಕಂ-ಅರೇಂಜ್ಡ್ ಮ್ಯಾರೇಜ್. ಈಗ ಎರಡು ಕಡೆಯವರಲ್ಲಿ ಒಬ್ಬರಾದರೂ ವಿರೋಧಿಸಿದ್ದರೆ ಚೆನ್ನಿತ್ತು. ಸುಖ ಅನ್ನೋದು ಇಲ್ವೇ ಇಲ್ಲ. ಮತ್ತೆ ಸ್ವಾರಸ್ಯವೆಲ್ಲಿ ಬಂತು?" ಮತ್ತಷ್ಟು ಖಿನ್ನತೆಯಿಂದ ತಲೆಯ ಮೇಲೆ ಕೈಯೊತ್ತಳು.

ಅಡಿಯಿಂದ ಮುಡಿಯವರೆಗೆ ನೋಡಿದೆ. ಆರೋಗ್ಯವಾಗಿ ಕಂಡಳು. ಯಾವುದೇ ಭಾಗ ಊನವಾಗಿರಲಿಲ್ಲ. ಪ್ರತಿಯೊಂದು ಭಾಗವು ಅದರದೇ ಜಾಗದಲ್ಲಿತ್ತು. ಇಲ್ಲವಾಗಿದ್ದು ಏನು?

"ನಂಗೆ ಅರ್ಥವಾಗ್ಲಿಲ್ಲ. ನಿಮ್ಮವರಿಗೆ..." ಸ್ವಲ್ಪ ಅನುಮಾನ ವ್ಯಕ್ತಪಡಿಸಿದ ಕೂಡಲೇ "ನೋ...ನೋ...ಅವರಿಗೇನು ದಾಢಿ. ದೊಡ್ಡ ಸಂಬಳನೇ ಬರುತ್ತೆ. ಸಿಗರೇಟಿಗೆ ಖರ್ಚು ಮಾಡಲಾರದಂಥ ಕಂಜೂಸ್. ಹತ್ತು ಇಡ್ಲಿ ಇಳಿಸ್ತಾರೆ. ಹತ್ತಲ್ಲ...ಇಪ್ಪತ್ತು ಕಿಲೋ ಮೀಟರ್ ಸೈಕಲ್ ತುಳೀತಾರೆ" ತಲೆ ಕೊಡವಿದರು.

ಅಂತು ಆಕೆಯ ಗಂಡ ಸಿಗರೇಟಿಗೆ ದುಡ್ಡು ಹಾಕಲಾರನೆಂದ ಮೇಲೆ ಖಂಡಿತ ಬಾಟಲಿ ಭಕ್ತನಲ್ಲ. ಹತ್ತು ಇಡ್ಲಿ ಇಳಿಸ್ತಾನೆಂದರೆ ಆರೋಗ್ಯ ಚೆನ್ನಾಗಿದೆ. ಇಪ್ಪತ್ತು

ಕಿಲೋಮೀಟರ್ ಸೈಕಲ್ ತುಳಿತಾರೆಂದ ಮೇಲೆ ಸೋಮಾರಿತನ, ದೊಡ್ಡಸ್ತಿಕೆಯಿಂದ ದೂರವಿರುವಂಥ ವ್ಯಕ್ತಿಯೇ. ಮತ್ತೆ ಇಲ್ಲಿ ಸುಖಕ್ಕೆ ಕೊರತೆ ಆಗಿರುವುದೇನು?

ತಕ್ಷಣ ಫ್ಲಾಷ್ ಆಯಿತು. ಟ್ರಯಾಂಗಲ್ ಲವ್ ಸ್ಟೋರಿ. ಇಂಥ ವಸ್ತುಗಳು ಜನರಂಜಕವೇ. ಆ ಬಗ್ಗೆ ವಿರೋಧಿಸುವ ಹೆಂಗಸರು ಕೂಡ ಅಂಥ ಟಿ.ವಿ. ಧಾರಾವಾಹಿಗಳು ಬಂದರೇ ತಪ್ಪದೇ ನೋಡುತ್ತಾರೆ. ಇದು ಯಾವ ರೀತಿಯ ಟ್ರಯಾಂಗಲ್ ಸ್ಟೋರಿ ಅಂದುಕೊಂಡೆ. ಅದು ಅಲ್ಲವೆಂದು ನನ್ನ ಕುತೂಹಲ ಕಮ್ಮಿ ಮಾಡಿದರು.

ಒಂದು ದಿನ ಆಫೀಸಿಗೆ ಹೊರಟ ಆಕೆ ಬಂದು "ಇಬ್ರೂ ದುಡೀತಾ ಇದ್ದೀವಿ. ಒಂದು ಪಿ.ಸಿ. ಇಟ್ಟುಕೊಳ್ಳೋಕೆ ಆಗ್ತಾ ಇಲ್ಲ" ಗೊಣಗಿ ಹೋದರು.

ಸ್ವಲ್ಪ ಬೇಸರವೆನಿಸಿತು. ಸುಖವಾಗಿರಲು ದೇವರು ಎಲ್ಲಾ ಕೊಟ್ಟಿದ್ದ! ಕ್ಷಣ ಆಕೆಯ ಗಂಡನ ಬಗ್ಗೆ ಕೋಪ ಬಂತು. ಆದರೂ ತೀರಾ ಸಣ್ಣ ವಿಷಯವೆನಿಸಿತು ಆ ಕ್ಷಣ. ಪದೇ ಪದೇ ಆಕೆ ದೇವರತ್ತ ಕೈ ತೋರುತ್ತಿದ್ದಳು. ದೇವರ ಸೃಷ್ಟಿಯಲ್ಲಿ ತಾರತಮ್ಯವಿದೆ. ತನಗೇನು ಕೊಟ್ಟಿಲ್ಲವೆನ್ನುವ ತಕರಾರನ್ನು ಕೇಳಿ ಕೇಳಿ ಸಾಕಾಗಿದೆ. ಒಂದು ಸಾಮಾನ್ಯ ಪಿ.ಸಿ.ಗಾಗಿ ದೇವರನ್ನು ನಿಂದಿಸುವ ಆಕೆಗೆ ದೇವರು ಕೊಟ್ಟ ಮಿದುಳಿನ ಬಗ್ಗೆ ಸಾಮಾನ್ಯ ಕಲ್ಪನೆಯಾದರು ಇದೆಯೇ?

ಹೆಚ್ಚೆಂದರೆ ಒಂದೂವರೆ ಕಿಲೋ ಗ್ರಾಂ ತೂಕದ ಮಿದುಳಿನ ಕಾರ್ಯವೈಖರಿ ಸೃಷ್ಟಿಯಲ್ಲಿನ ವಿಸ್ಮಯಗಳಲ್ಲೊಂದು. ಮಾನವ ಮಿದುಳನ್ನು ಮೀರಿಸುವ ಕಂಪ್ಯೂಟರನ್ನು ಇದುವರೆಗೂ ಯಾರೂ ಕಂಡುಹಿಡಿಯಲಾಗಿಲ್ಲ. ದೇವರು ಕೊಟ್ಟ ಪ್ರತಿಯೊಂದು ಅಂಗವು ಎಷ್ಟೊಂದು ಕರಾರುವಾಕ್. ಈ ವಿಸ್ಮಯನ ಇಲ್ಲಿಗೆ ಕೈ ಬಿಟ್ಟು ಆ ದಂಪತಿಗಳು ಅಸುಖಿಗಳಾಗಲು ಕಾರಣವೇನೆಂದು ತಿಳಿಯೋಣ.

ಇನ್ನೊಮ್ಮೆ ಆಕೆನೇ ಬಾಯಿಬಿಟ್ಟರು. ಇಬ್ಬರು ತಮ್ಮ ತಮ್ಮ ಹೆತ್ತವರಿಗೆ ಅಲ್ಪಸ್ವಲ್ಪ ಆರ್ಥಿಕ ಸಹಾಯ ಮಾಡಬೇಕಿತ್ತು. ಅಕಸ್ಮಾತ್ ಇವರು ಮಾಡದಿದ್ದರು ಅವರೇನು ಬೀದಿಗೆ ಬೀಳಲಾರರು. ತಕರಾರಿನ ಪ್ರಶ್ನೆಯೇ ಇಲ್ಲ.

ಇಷ್ಟು ಒತ್ತಟ್ಟಿಗೆ ಇಟ್ಟು ಮುಂದಿನ ವಿಷಯ ತಿಳಿಯೋಣ.

"ನಾನು ದುಡೀತೀನಿ. ಬಸ್ಸು ಹತ್ತೋಲ್ಲ. ಆಟೋದಲ್ಲೇ ಓಡಾಡೋದು. ಕಾರಿನಲ್ಲಿ ಜನ ಓಡಾಡ್ತಾರೆ. ನನ್ನ ಕರ್ಮಕ್ಕೆ ಆಟೋನಾದರೂ... ಬೇಡ್ವಾ?" ತಮ್ಮ ಹಣೆಬರಹಕ್ಕೆ ಗೋಳಾಡಿದರು. ನಡೆದು ಹೋಗೋ ಜನರತ್ತ ಆಕೆಯ ಗಮನವಿಲ್ಲ. ಆಟೋ ಹತ್ತಿದ್ದು ಕೂಡ ಸುಖವೆನಿಸಲಿಲ್ಲ. ಕಾರಿನವರತ್ತ ಗಮನವಿದ್ದರೂ ಅದನ್ನು ಕೊಳ್ಳುವ ಪ್ರಯತ್ನವಿಲ್ಲ.

ಇಲ್ಲಿ ಬಸ್ಸು, ಆಟೋ, ಕಾರು ಸೇರಿಯೇ ಆಕೆಯ ಸುಖದ ಕ್ಷಣಗಳನ್ನು ಅನಾಮತ್ತಾಗಿ ಕಬಳಿಸಿಬಿಟ್ಟಿತ್ತು. ಇವೆರಡಕ್ಕಿಂತ ಸುಖವೆನ್ನುವ ಅನುಭವ ದಕ್ಕಿಸಿಕೊಳ್ಳುವ ಪ್ರಯತ್ನ

ಮಾಡಲೇ ಇಲ್ಲ. ಸಿಟಿ ಬಸ್ಸು ಹತ್ತೋದು, ಆಟೋದಲ್ಲಿ ಹೋಗೋದು ಕೂಡ ಕೆಲವೊಮ್ಮೆ ಕೆಟ್ಟ ಅನುಭವಗಳಾದರೂ, ಹುಡುಕುವ ಅನುಭವಿಸುವ ನವಿರುತನವಿದ್ದರೆ ಅಲ್ಲಿ ಕೂಡ ಖುಷಿಯ ಅನುಭವ ಸಿಕ್ಕೀತು.

ಅದೊಂದು ತಪ್ಪು ಅಲ್ಲವೆಂದುಕೊಳ್ಳೋಣ. ಇನ್ನೊಮ್ಮೆ ಒಂದು ಭರ್ಜರಿಯಾಗಿರೋ ಒಂದು ಸೀರೆ ಹಿಡಿದು ಬಂದು "ಈ ತಿಂಗ್ಳು ತಗೊಂಡ ಸೀರೆ. ಕಲರ್ ಇಷ್ಟವಾಯ್ತು. ಅಂಚು, ಸೆರಗು ಡಲ್ ಎನಿಸಿತು. ತುಂಬಾ ಬೇಜಾರು. ಇದಕ್ಕಿಂತ ಒಳ್ಳೆ ಸೀರೆ ತಗೊಳ್ಳೋ ಹಣೆಬರಹ ನಮಗೆಲ್ಲಿದೆ?" ವ್ಯಸನಗೊಂಡಿದ್ದು ನೋಡಿ ಸಂತಾಪಗೊಂಡೆ. ಸೀರೆ ಬಣ್ಣದಿಂದ ಅಂಚಿನವರೆಗೂ ಚೆಂದ ಇತ್ತು. ಆನಂದದ ಅನುಭವ ಪಡೆದುಕೊಳ್ಳಬಹುದಿತ್ತು. ಆ ಮನಸ್ಥಿತಿ ಆಕೆಯಲ್ಲಿಲ್ಲ. ಸುಖ ಎನ್ನುವುದು ಮನಸ್ಸಿನಲ್ಲಿ ಇದೆಯೆನ್ನುವ ಪುಟ್ಟ ವಿಚಾರ ಕೂಡ ತಿಳಿಯದು. ಈ ತಪ್ಪು ಎಲ್ಲರು ಮಾಡುವಂಥದ್ದೇ!

ಬಸಕ್ಕ ಹೇಳಿದ ಮಾತು ನೆನಪಾಯಿತು. "ತಿಂಗ್ಳಿಗೊಂದು ಸೀರೆ ಈಗ ತಗೋಳೋದು. ಹಬ್ಬ ಅಂಥ ದಿನಗಳಿಗೆ ಗಂಡ ಸೀರೆ ಹಿಡಿದುಕೊಂಡು ಬರೋದು. ಅಂದೆಲ್ಲ ದೊಡ್ಡದಾದ ಜಗಳ, ರಂಪ, ಅಳು... ಉಸ್ಸಪ್ಪಾ" ಎಂದು ಬಾಯಿ ಮೇಲೆ ಕೈಯಿಟ್ಟುಕೊಂಡು ವಿವರಿಸಿದ್ದಳು. ಅಂದರೆ ವರ್ಷಕ್ಕೆ ಹನ್ನೆರಡು ಸೀರೆಗಳ ಜೊತೆ ಹಬ್ಬ, ಸ್ಪೆಷಲ್ ವೆಕೇಷನ್‌ಗಾಗಿ ಸೀರೆಗಳು. ನಂಗೆ ಮೂರ್ಛೆ ಬೀಳುವಂತಾಯಿತು. ಅಷ್ಟು ದೊಡ್ಡ ಸೀರೆಗಳ ರಾಶಿಯನ್ನು ಹೇಗೆ ಮ್ಯಾನೇಜ್ ಮಾಡುವುದು? ಇಷ್ಟು ಸೀರೆಗಳಿದ್ದೂ ಕೂಡ ಸುಖ ಸಿಗದ್ದು ಆಕೆಯ ದುರಾದೃಷ್ಟವೆಂದುಕೊಂಡೆ.

"ಸೀರೆ ತುಂಬಾನೆ ಚೆನ್ನಾಗಿದೆ. ನಿಮ್ಗೇ ತುಂಬ ಚೆನ್ನಾಗಿ ಸೂಟು ಆಗುತ್ತೆ" ಅಂದೆ ನನ್ನ ಸಮಾಧಾನಕ್ಕಾಗಿ "ಇಲ್ಲ ಬಿಡಿ, ನಂಗೆ ಈ ಸೀರೆ ಹಿಡಿಸ್ಲಿಲ್ಲ. ಸಂಪತ್ತು ಪಡೆದು ಬರೋಕೆ ಅದೃಷ್ಟ ಇರಬೇಕು" ಸ್ವರ ಒದ್ದೆ ಮಾಡಿಯೇ ಹೇಳಿಕೊಂಡಿದ್ದು.

'ಅಯ್ಯೊ' ಅನಿಸಿತು.

"ನಿಜ್ವಾಗ್ಲೂ ಸೀರೆ ಚೆನ್ನಾಗಿದೆ. ಆರಾಮಾಗಿ ಈ ಸೀರೆಯುಟ್ಟು ನಿಮ್ಮ ಮನೆಯವರು ಬರೋ ವೇಳೆಗೆ ಉಟ್ಟು ಬಾಗಿಲಲ್ಲಿ ನಿಲ್ಲಿ. ಫೆಂಟಾಸ್ಟಿಕ್... ಅನ್ನಿಸುತ್ತೆ" ಉತ್ಸಾಹ ತುಂಬಲು ಯತ್ನಿಸಿದೆ. ದಾಂಪತ್ಯದಲ್ಲಿ ಇಂಥ ಸಣ್ಣ ಸಣ್ಣ ಸ್ವಾರಸ್ಯಗಳು ಬೇಕು. ಅವಳ ಮುಖ ಅರಳಲೇ ಇಲ್ಲ.

"ಸುಮ್ನೆ ಹತ್ತಾರು ಅಂಗ್ಡಿಯಲ್ಲಿ ಹುಡುಕಾಡಿ ಸೀರೆ ತರಲೇ ಬೇಕಲ್ಲಾಂತ ತಂದೆ. ನಾನು ತಂದ ಸೀರೆನ ಎಂದು ಇಷ್ಟಪಟ್ಟೇ ಇಲ್ಲ. ನಾನು ನನ್ನ ದುಡಿಮೆಯಲ್ಲಿ ತಿಂಗ್ಳು... ತಿಂಗ್ಳು ಸೀರೆ ತರೋದು ಅವ್ರಿಗೆ ಇಷ್ಟವಾಗೋಲ್ಲ. ಮದ್ವೆಯಾದಂದಿನಿಂದ ಇಂದಿನವರ್ಗೂ ಸುಖ ಅನ್ನೋದೆ ಇಲ್ಲ ನಮ್ಮಿಬ್ಬರ ಮಧ್ಯೆ" ಘೋಷಿಸಿದ ಮಹರಾಯ್ತಿಗೆ ಒಂದು ಪುಟ್ಟ ಸಲಹೆ ನೀಡಿದೆ.

"ಸೀರೆ ತರೋ ಜವಾಬ್ದಾರಿ ನಿಮ್ಮವರಿಗೆ ಒಪ್ಸೀ"

ಪ್ರತಿಕ್ರಿಯೆ ತೀರಾ ಖಾರವಾಗಿಯೇ ಇತ್ತು.

"ಛೆ, ಅವ್ರು ತರೋ ಸೀರೆ, ಡ್ರೆಸ್ ಒಂದು ನಂಗೆ ಇಷ್ಟವಾಗೋಲ್ಲ. ಅದಕ್ಕೂ ಆ ಮನುಷ್ಯ ತರೋಂತವನಲ್ಲ!" ಜಾಡಿಸಿದರು. ಆ ಮಾತಿಗೆ ಗಂಡ ಎನ್ನುವ ಪ್ರಾಣಿ ಎಲ್ಲಿ ಹೋಗಿ ಬಿದ್ದಾನು? ಅಂತು ಕಣ್ಣೀರು ತುಂಬಿಯೇ ಸೀರೆಯೊಂದಿಗೆ ಎದ್ದು ಹೋಗಿದ್ದು.

ಪೂರ್ತಿ ಸ್ಪಷ್ಟಣ ಚಿತ್ರಣ ನೀಡುವ ಅವಕಾಶ ಈಗ ಒದಗಿ ಬಂದಿದೆ.

ಹೊಸ ಕಂಪ್ಯೂಟರ್ ತಂದ ವಿಷಯ ಬಸಕ್ಕ ಎಲ್ಲಾ ಮನೆಗೂ ತಿಳಿಸಿದ ನಂತರವೇ ತಲೆಯ ಮೇಲೆ ಕೈಯೊತ್ತು ಕೂತು ಮಿಕ್ಕಿದ್ದನ್ನು ವಿವರಿಸಿದ್ದು. "ಅಯ್ಯೋ ಇಬ್ರೂ ಊಟ ಮಾಡಿದಂಗಿಲ್ಲ. ದೊಡ್ಡದಾಗಿ ಗಲಾಟೆ ಮಾಡಿಕೊಂಡಿದ್ದಾರೆ. ಆಕೆ ಅಳ್ತಾ ಕೂತಿದ್ರು. ಆತ ಕೂಗಾಡಿ ರೂಂ ಸೇರಿದ. ಇದು ಯಾವ ಸೀಮೆಯ ಬದುಕು. ಕಂಪ್ಯೂಟರ್‌ನ ಕಾರಿನಲ್ಲಿ ತರಬೇಕಿತ್ತಂತೆ" ಅಂದು ಎದ್ದು ಹೋದವಳ ಮುಡಿಯಲ್ಲಿ ಯಾರೋ ಕೊಟ್ಟ ಹೂವಿನ ತುಂಡೊಂದು ನಗು ನಗುತ್ತಿತ್ತು. ನಗೋದು ಪ್ರಕೃತಿಯಲ್ಲಿ ಅರಳಿದ ಹೂವಿಗೆ ಗೊತ್ತು. ಆದರೆ ಬುದ್ಧಿ ಇರೋ ಮನುಷ್ಯರಿಗೆ ಗೊತ್ತಿಲ್ಲವೆನಿಸಿತು.

ಪಾತ್ರೆ ತೊಳೆದಿಟ್ಟು ಬಂದ ಬಸಕ್ಕ ಎಲೆಯಡಿಕೆ ಮೆಲ್ಲುತ್ತ ಕೂತು ಪ್ರವರ ಹಚ್ಚಿದಳು.

"ನೀವೆಲ್ಲ ವಿದ್ಯಾವಂತರು, ತಿಳಿದೋರು. ಸುಖಸಂತೋಷ ಅನ್ನೋದು ಸೀರೆ, ಕಾರು, ಬಂಗ್ಲೇ... ಹಣ ಅಂಥದ್ದರಲ್ಲೆಲ್ಲ ಇರುತ್ತಾ? ನಾನು ಕೆಲ್ಸಕ್ಕೆ ಸೇರಿ ವರ್ಷವೇ ಆಯಿತು. ಗಂಡ, ಹೆಂಡತಿ ನಗ್ತಾ ಮಾತಾಡಿದ್ದೇ ನೋಡಿಲ್ಲ. ಆಕೆ ದೇವರಿಗೆ ಶಾಪ ಹಾಕೋದು? ಗೊಣಗೋದು, ಅಳೋದು. ಲಕ್ಷಣವಾದ ಜೋಡಿ ಆರಾಮಾಗಿ ನಗು ನಗ್ತಾ ಇರಬಹುದು. ಅಳು, ರಂಪ, ಗಲಾಟೆ ನೋಡಿ ಸುಖ ಅನ್ನೋದು ಎಲ್ಲೋ ಓಡಿ ಹೋಗಿದೆ" ಅನ್ನುತ್ತ ಸುಣ್ಣ ತೀಡಿದ ಎಲೆಯನ್ನು ಬಾಯೊಳಗೆ ತುರುಕಿಕೊಂಡು ಮೇಲೆದ್ದಳು.

ಆ ಅವಿದ್ಯಾವಂತೆ ಮಾತುಗಳನ್ನು ಯೋಚಿಸಬೇಕಿತ್ತು.

ಪ್ರಶಸ್ತಿ ಎನ್ನುವ ಚೆಲುವೆ, ಹೆಸರೆನ್ನುವ ಮಾಯಾಂಗನೆ

ಸಭೆ, ಸಮ್ಮೇಳನ, ಸಾಹಿತ್ಯಕ ಗೋಷ್ಠಿಯಲ್ಲಿ ಪದೇ ಪದೇ ಭೇಟಿಯಾದ ತಾನು, ಲೇಖಕಿ, ಕವಯತ್ರಿ ಎಂದು ಹೇಳಿಕೊಳ್ಳುವ ಒಬ್ಬರನ್ನು ಒಂದು ಪುಸ್ತಕ ಬಿಡುಗಡೆಯ ಸಮಾರಂಭದಲ್ಲಿ ನನಗೆ ಪರಿಚಯಿಸಿದರು. ಮಾತಿನಲ್ಲಿ ವಯ್ಯಾರ ಇಣಕಿದರೂ ಸರಳವಾಗಿ ಮಾತಾಡಿದ್ದು ಇಷ್ಟವಾಯಿತು. ಸಮಾರಂಭ ಮುಗಿಯುವವರೆಗೂ ಆಕೆ ಮಾತನಾಡಿದ್ದು ಟೀಕೆ, ವ್ಯಂಗ್ಯ ಅನ್ನಿಸಲೇ ಇಲ್ಲ.

ಲಂಚ್ ಎನ್ನುವ ಪ್ಲೇಟ್ ಊಟದ ಸರದಿಯಲ್ಲಿ ಆಕೆಯೆ ನನಗೆ ತಿಂಡಿ ತಂದು ಕೊಟ್ಟರು. ಬಫೆಯ ಬಗ್ಗೆ ವ್ಯಾಖ್ಯಾನಿಸುವುದರ ಜೊತೆಗೆ ಕಣ್ಣಲ್ಲಿಯೇ ಒಂದಿಬ್ಬರು ಲೇಖಕಿಯರೆನಿಸಿಕೊಂಡವರನ್ನು ತೋರಿಸಿ "ಅವರು ಬರೆದಿದ್ದು ಓದಿದ್ದೀರಾ? ಬರೀ ಅವರಿವರದು ಕಾಪಿ ಮಾಡ್ತಾರೆ. ಎರಡು ಕಡೆ ಶಾಲು ಹೊದ್ದಿಸಿಕೊಂಡು ಸನ್ಮಾನ ಮಾಡ್ಸಿಕೊಂಡಿದ್ದಾರೆ. ನಂಗೆ ಇನ್ನು ಸನ್ಮಾನ ಕೂಡ ಆಗಿಲ್ಲ" ವ್ಯಥೆಯನ್ನು ತೋಡಿ ಕೊಂಡಾಗ ಸುಸ್ತಾದೆ. ತುಟಿಗಳನ್ನು ತೆರೆಯಲಿಲ್ಲ.

ಹೆಸರು, ಪ್ರಶಸ್ತಿ, ಪುರಸ್ಕಾರಗಳ ಬಗೆಗಿನ ರಾಜಕೀಯದ ಬಗ್ಗೆ ಹೇಳಿಕೊಂಡರು. "ಮಧ್ಯಾಹ್ನದ ಕವಿಗೋಷ್ಟಿಯಲ್ಲಿ ನನ್ನ ಹೆಸರನ್ನು ಹತ್ತರ ಸಮೀಪ ಹಾಕಿದ್ದಾರೆ. ಎಷ್ಟೊಂದು ರಾಜಕೀಯ ನೋಡಿ. ನಾನು ಕನಿಷ್ಟ ಅವರ ಮನೆಗೆ ಒಂದತ್ತು ಸಲವಾದರೂ ಹೋಗಿ ಬಂದಿದ್ದೀನಿ. ಹೋಗುವಾಗೆಲ್ಲ ಬೊಕ್ಕೆ ಒಯ್ದು ಕೊಟ್ಟು ಬಂದಿದ್ದೀನಿ. ಸ್ವಲ್ಪ ಕೂಡ ನಿಯತ್ತಿಲ್ಲ" ಟೋಟಲ್ಲಾಗಿ 'ನಿಯತ್ತು' ಬಗ್ಗೆ ಶುರು ಮಾಡಿದ್ದು ಬೇಸರವೆನಿಸಿತು. "ಒಂದೆರಡು ಕವನ ಬರೆದರೆ ದೊಡ್ಡ ಕವಯತ್ರಿ, ಒಂದು ಕತೆ ಏನಾದ್ರೂ ಪೇಪರ್‌ನಲ್ಲಿ ಪ್ರಕಟವಾಗಿಬಿಟ್ಟರೇ ದೊಡ್ಡ ಸಾಹಿತಿ" ಹೀಗೆಂದವರ ಜೊತೆಗೆ ಇನ್ನೊಂದು ವಿಚಿತ್ರವೆನಿಸುವಂಥ ಪ್ರಸಂಗ ನಡೆಯಿತು. ನನಗೆ ಕವಿಗೋಷ್ಟಿಗೆ ಇರುವ ಉದ್ದೇಶ ವಿರಲಿಲ್ಲ. ಆಹ್ವಾನಿಸಿದ್ದವರು ಬಲವಂತವಾಗಿ ಇರಿಸಿಕೊಂಡರು.

ನಾನು ಕಡೆಯ ಸಾಲಿನಲ್ಲಿ ಹೋಗಿ ಕೂತೆ. ಕವನ ಓದುವವರಲ್ಲಿ ನಾಲ್ಕು ಜನ ಹೊಸಬರು ಇದ್ದುದ್ದರಿಂದ ಮುಂದಿನ ಸೀಟುಗಳು ಭರ್ತಿಯಾಗಿತ್ತು. ಸ್ವಲ್ಪ ತಡವಾಗಿ ಬಂದ ಆಕೆ ಮುಂದೆ ಹೋಗಿ ಹಿಂದಕ್ಕೆ ಬಂದವರು ಮುಖ ಊದಿಸಿಕೊಂಡು ಖಾಲಿ ಇದ್ದ ಬಲಗಡೆಯ ಮೂರನೆ ಸೀಟಿನಲ್ಲಿ ಕೂತಿದ್ದು ಚಡಪಡಿಕೆಯಿಂದ. ಆಮೇಲೆ ಏನು ಅನ್ನಿಸಿತೋ ಬಂದವರೇ ನನ್ನ ಪಕ್ಕದಲ್ಲಿ ಕೂತಿದ್ದ ಹುಡುಗಿಯನ್ನು ಎಬ್ಬಿಸಿದರು ಜಪ್ಪಯ್ಯ ಎಂದರೂ ಏಳಲಿಲ್ಲ. ಆಮೇಲೆ ಮುಂದೆ ಹೋಗಿ ಒಂದಿಷ್ಟು ವಾದ, ವಿವಾದ ಮಾಡಿ ಮೊದಲ ಸಾಲಿನಲ್ಲಿ ಜಾಗ ಮಾಡಿಕೊಂಡು ಕೂತರು. ಆಮೇಲೆ ಕವನ ವಾಚಿಸಲು ವೇದಿಕೆಯ ಮೇಲೆ ಹೋದರು. ಇಷ್ಟೇ ಆಗಿದ್ದರೆ ಚೆನ್ನಿತ್ತು. ಸಮಾರಂಭ ಮುಗಿಸಿಕೊಂಡು ಹೊರಟಾಗ ಇಂದಿನ ಪುಸ್ತಕ ಬಿಡುಗಡೆ ಸಮಾರಂಭ ಏರ್ಪಡಿಸಿದ್ದ ಪುಸ್ತಕದ ಲೇಖಕಿ ಕಾರಿನವರೆಗೂ ಬಂದರು. ನಾನು ಸಭೆ, ಸಮಾರಂಭ ಎಂದರೆ ಚಕ್ಕರ್ ಹೊಡೆಯುವ ಪಾರ್ಟಿ ಎಂದು ಎಲ್ಲರಿಗೂ ಗೊತ್ತು. 'ಅದರಿಂದ ತುಂಬ ಕಳೆದುಕೊಂಡಿದ್ದೀರಾ!' ಒಬ್ಬ ಹಿತೈಷಿಯ ಮಾತು. ಆದರೆ ಆ ಬಗ್ಗೆ ನಾನೆಂದು ತಲೆ ಕೆಡಿಸಿಕೊಂಡಿದ್ದಿಲ್ಲ.

ಅಷ್ಟರಲ್ಲಿ ಮುಖ ದಪ್ಪಗೆ ಮಾಡಿಕೊಂಡು ಬಂದ ಕವಯತ್ರಿ "ನಾನು ಈಗಾಗ್ಲೇ ಸಾಹಿತ್ಯ ಕ್ಷೇತ್ರದಲ್ಲಿ ಗುರುತಿಸಿಕೊಂಡಿದ್ದೀನಿ. ಮೊದಲ ಕವನ ವಾಚಿಸಲು ಬಂದವರ ಪಕ್ಕ ಕೂಡಿಸಿದ್ದೀರಿ" ತನಗೆ ದೊಡ್ಡ ಅವಮಾನವಾದಂತೆ ಕೂಗಾಡ ತೊಡಗಿದರು. ಸಮಾಧಾನಿಸಿ ಸಾಕಾದವರು ದಬಾಯಿಸಿದ ನಂತರವೇ ಸುಮ್ಮನಾಗಿದ್ದು. ನಂತರ ಗೊಣಗಾಡುತ್ತಲೇ ಹೋದದ್ದು.

ಅಂದಿನಿಂದ ಸಾಹಿತ್ಯ ಕ್ಷೇತ್ರದಲ್ಲಿ ಗುರುತಿಸಿಕೊಳ್ಳುವುದು ಎನ್ನುವ ಬಗ್ಗೆ ಕಾಡುತ್ತಿದೆ. ಇಷ್ಟು ವಿಷಯ ನಿಮ್ಮ ಮುಂದಿಟ್ಟಿದ್ದೀನಿ. ನಿಮಗೆ ತೋಚಿದಂತೆ ವ್ಯಾಖ್ಯಾನಿಸಿಕೊಳ್ಳಿ.

ನನ್ನ ಮಗ ಬರೋವಾಗ ತಮಾಷೆ ಮಾಡಿದ "ಸಾಹಿತ್ಯ ಕ್ಷೇತ್ರದಲ್ಲಿ ತಮ್ಮನ್ನು ಗುರುತಿಸಿಕೊಂಡ ಆಕೆ ನಿಮ್ಮ ಪಕ್ಕ ದೊಡ್ಡ ಮನಸ್ಸಿನಿಂದ ಕೂತು ನಿಮ್ಮನ್ನು ಒಪ್ಪಿಕೊಂಡಿದ್ದಾರೆ" ಎಂದು ಜೋರಾಗಿ ನಕ್ಕ. ನಾನು ನಗಲಿಲ್ಲ.

ಇಂಥದ್ದು ಅಪರೂಪವೇನಲ್ಲ. ಯಾವುದೇ ಪ್ರಶಸ್ತಿ ಪ್ರಕಟವಾದಾಗ ವಾದ, ವಿವಾದಗಳು ಇದ್ದೇ ಇರುತ್ತೆ. ಅದು ಪ್ರಾಮಾಣಿಕವಾದಾಗ ಒಂದು ಸ್ತರದಲ್ಲಿ ಚೆನ್ನವೇ. ಮಾನಸಿಕ ಅಥವಾ ಬೌದ್ಧಿಕ ಮಟ್ಟದಲ್ಲಿ ನಾವು ಕಾರ್ಯ ನಿರ್ವಹಿಸಬೇಕಾಗುತ್ತೆ. ಮನಸ್ಸು ಪ್ರದರ್ಶನವನ್ನು ಬಯಸುತ್ತದೆ. ತನ್ನನ್ನು ಎಲ್ಲರು ಗೌರವಿಸಬೇಕು. ಹೆಸರು, ಪ್ರಸಿದ್ಧಿ ಎಂದರೆ ಇಷ್ಟಪಡುತ್ತದೆ. ತನ್ನ ಮತ್ತು ಇತರರ ಸ್ಥಾನಮಾನಗಳನ್ನು ತೂಗಿ ನೋಡುತ್ತದೆ. ಈ ಸಂದರ್ಭದಲ್ಲಿ ಮಾನ್ಯ ರಾಷ್ಟ್ರಪತಿಗಳಾದ ಎ.ಪಿ.ಜೆ. ಅಬ್ದುಲ್ ಕಲಾಂ ಅವರ ನೆನಪಾಗುತ್ತೆ. 'ಮಾನವ ಜನ್ಮ ದೊಡ್ಡದು' ಎನ್ನುವ ಪುರಂದರದಾಸರ ಅಮೃತವಾಣಿ ಯಂತೆ ದೊಡ್ಡವರಾಗಿ ನಡೆದುಕೊಂಡಿದ್ದು ಇಲ್ಲಿ ಹೇಳಬೇಕೆನಿಸಿದೆ.

ಅವರು ಭಾರತದ ಕೇಂದ್ರ ಸರಕಾರದಲ್ಲಿ ರಕ್ಷಣಾ ಇಲಾಖೆಯಲ್ಲಿ ಮುಖ್ಯ

ಸಲಹೆಗಾರರಾಗಿ ಕೆಲಸ ಮಾಡುತ್ತಿದ್ದರು. ಉನ್ನತ ಹುದ್ದೆ. ಅಲ್ಲಿ ಕೂತವರು ಇಳಿಯಲು ಇಚ್ಛಿಸರು. ಆದರೆ ಅಬ್ದುಲ್ ಕಲಾಂ ಅವರು ಸ್ವಯಂ ನಿವೃತ್ತಿ ಪಡೆದು ಹುದ್ದೆಯಿಂದ ಕೆಳಗಿಳಿದರು. ಅವರ ನಿವೃತ್ತಿ ಪತ್ರದ ವಿವರಣೆಯನ್ನು ಪೇಪರ್‌ನಲ್ಲಿ ಓದಿದ್ದೆ. 'ಭಾರತ ಸರಕಾರ, ಅದರ ಅಧ್ಯಕ್ಷರು, ಪ್ರಧಾನಿ ಹಾಗೂ ಸಂಪುಟದ ಕ್ಯಾಬಿನೆಟ್ ಸಚಿವರು ನನ್ನ ಸೇವೆಯನ್ನು ಇನ್ನು ಅಪೇಕ್ಷಿಸುತ್ತಾರೆ. ನಾನು ಮುಖ್ಯ ಸಲಹೆಗಾರನಾಗಿ ಭಾರತದ ರಕ್ಷಣಾ ಮಂಡಲಿಯಲ್ಲಿ ನನ್ನ ಸೇವೆಯನ್ನು ಮುಂದುವರಿಸಬೇಕೆಂದು ಬಯಸುತ್ತಾರೆ. ಹಾಗಿದ್ದರೂ ನಾನು ಸ್ವಯಂ ನಿವೃತ್ತಿ ಪಡೆದು ನಿರ್ಗಮಿಸುವವನಿದ್ದೇನೆ. ಯಾಕೆಂದರೆ ನಮ್ಮಲ್ಲಿ ನನ್ನಷ್ಟೇ ಸಾಮರ್ಥ್ಯವಿರುವವರು ಹಲವು ಮಂದಿ ಇದ್ದಾರೆ. ಅವಕಾಶ ದೊರೆತರೆ ನನಗಿಂತಲೂ ಹೆಚ್ಚಿನ ಸಾಧನೆಗಳನ್ನು ಮಾಡಬಲ್ಲರು. ನನ್ನಂತೆಯೇ ತಮ್ಮ ಶಕ್ತಿ ಮೀರಿ ಪ್ರಯತ್ನಿಸಿ ತಮ್ಮ ಕೆಲಸ ನಿರ್ವಹಿಸಬಲ್ಲರು" ಎಂಥ ಪರಿಪೂರ್ಣ ವ್ಯಕ್ತಿತ್ವ ಉಳ್ಳ ಮನುಷ್ಯನ ಮಾತುಗಳು, ಆಲೋಚನೆಗಳು.

ಇಂಥ ಪರಿವರ್ತನೆಗಳು ಅನಿವಾರ್ಯ. ಎ.ಪಿ.ಜೆ. ಕಲಾಂ ಸ್ಥಾನದಲ್ಲಿ ಬೇರೆ ಯಾರಾದರೂ ಇದ್ದಿದ್ದರೇ ಅಂಥ ಸ್ಥಾನಮಾನದ ಗೌರವ ಬಿಟ್ಟು ಕೆಳಗಿಳಿಯುತ್ತಿರಲಿಲ್ಲ. ತನಗಿಂತ ಸಾಮರ್ಥ್ಯವಿರುವ ಜನ ಇದ್ದಾರೆಂದು ತಿಳಿಯುವ ಜನವೇ ಕಮ್ಮಿ. ಬದುಕಿನ ಅರ್ಥ ಮೊಗಚಿಕೊಳ್ಳುತ್ತದೆ. ಅಲ್ಲಿ ಅಂಥ ಸಂದರ್ಭದಲ್ಲಿ ಸ್ಥಾನಕ್ಕೆ ಅಂಟಿಕೊಳ್ಳುವುದೇ ದೊಡ್ಡ ದುರಂತ. ಕೆಲವು ಸಂಘ, ಸಂಸ್ಥೆ, ಮಠಗಳಲ್ಲಿ ಇಂಥ ಮನೋಭಾವದಿಂದ ದ್ವೇಷ ಭುಗಿಲೆದ್ದು ಕಾನೂನಿನ ಮೊರೆ ಹೋಗುವುದನ್ನು ನಾವು ಕಾಣುತ್ತಿದ್ದೇವೆ. ಈಗ ಒಬ್ಬ ಮಹನೀಯರು ನನಗೆ ನೆನಪಾಗಿದ್ದಾರೆ. ಎಲ್ಲರ ನೆನಪಿನಲ್ಲಿ ಉಳಿಯಬೇಕಾದ ಜನ.

ಶ್ರೀರಾಮಕೃಷ್ಣ ಮಿಷನ್ ಮಹಾನ್ ಸಂಸ್ಥೆ. ಆಧ್ಯಾತ್ಮಿಕ ಕ್ಷೇತ್ರದಲ್ಲಿ ಹಿಮಾಲಯದೆತ್ತರದ ಸ್ಥಾನಮಾನಗಳನ್ನು ಪಡೆದ ಸಂಸ್ಥೆ. ಸಂಸ್ಥೆಯ ಪೂಜ್ಯ ಅಧ್ಯಕ್ಷರಾಗಿದ್ದ ಶ್ರೀರಂಗನಾಥ ಸ್ವಾಮೀಜಿಯವರಿಗೆ ಭಾರತ ಸರ್ಕಾರ ದೇಶದ ಅತ್ಯುತ್ತಮ 'ಭಾರತ ರತ್ನ' ಪ್ರಶಸ್ತಿ ಕೊಟ್ಟು ಗೌರವಿಸಲು ಮುಂದೆ ಬಂತು. ಆಗ ಶ್ರೀರಂಗನಾಥ ಸ್ವಾಮೀಜಿಯವರು ಭಾರತದ ರಾಷ್ಟ್ರಪತಿಗಳಾದ ಶ್ರೀ ಕೆ.ಆರ್. ನಾರಾಯಣ್ ಅವರಿಗೆ ಒಂದು ಪತ್ರ ಬರೆದು. "ಮಾನ್ಯರೇ, ತಾವು ಪ್ರಧಾನಿ ಹಾಗೂ ಕೇಂದ್ರ ಸರಕಾರದ ಸಚಿವರೆಲ್ಲ ಸೇರಿಕೊಂಡು ದೇಶದ ಅತ್ಯುನ್ನತ ಪುರಸ್ಕಾರವೆನಿಸಿದ 'ಭಾರತ ರತ್ನ'ವನ್ನು ನೀಡಿ ಗೌರವಿಸಲು ಮುಂದಾಗಿರುವ ಬಗ್ಗೆ ನಾನು ಆಭಾರಿಯಾಗಿದ್ದೇನೆ. ತಮೆಲ್ಲರಿಗೂ ಧನ್ಯವಾದಗಳು. ಆದರೆ ನಾನು ಈ ಗೌರವವನ್ನು ಸ್ವೀಕರಿಸಲು ಸಿದ್ಧನಿಲ್ಲವೆಂದು ತಿಳಿಸಲು ವಿಷಾದಿಸುತ್ತೇನೆ. ಯಾಕೆಂದರೆ ಓರ್ವ ವ್ಯಕ್ತಿಯಾಗಿ ರಂಗನಾಥನಂದ ಸ್ವಾಮೀಜಿ ಏನು ಮಾಡಿಲ್ಲ. ನಾನು ಮಾಡಿದ್ದೇನಿದ್ದರು ಶ್ರೀರಾಮಕೃಷ್ಣ ಮಿಷನ್ ಸಂಸ್ಥೆಯ ಓರ್ವ ಕಾರ್ಯಕರ್ತನಾಗಿ, ವೈಯಕ್ತಿಕವಾಗಿ ನನ್ನ ಸಾಧನೆ ಏನಿಲ್ಲ. ಆದ್ದರಿಂದ ಈ ಭಾರತರತ್ನ ಪುರಸ್ಕಾರವನ್ನು ತಾವು ಕೊಡುವುದಾದರೆ ಶ್ರೀರಾಮಕೃಷ್ಣ ಮಿಷನ್ನಿಗೆ ಕೊಡಬೇಕು" ಎಂಥ ಉದಾತ್ತ ನುಡಿಗಳು.

ಶ್ರೀರಾಮಕೃಷ್ಣ ಮಿಷನ್‌ನಂಥ ಮಹಾಸಂಸ್ಥೆ ಇಲ್ಲದಿದ್ದರೇ ಶ್ರೀರಂಗನಾಥ ಸ್ವಾಮೀಜಿ ಎನ್ನುವ ಒಂದು ವ್ಯಕ್ತಿತ್ವವೇ ನಿರ್ಮಾಣವಾಗುತ್ತಿರಲಿಲ್ಲ. ವ್ಯಕ್ತಿಗಿಂತ ತಮಗೆ ಆಶ್ರಯವಿತ್ತ ಸಂಸ್ಥೆ ಮುಖ್ಯ. ಈ ಒಳತತ್ವ ಅರಿತರೇ ಸಂಘ, ಸಂಸ್ಥೆಗಳಲ್ಲಿ ಪ್ರೀತಿಯಿಂದ ಕೆಲಸ ಮಾಡಬಹುದು. ಭೀತಿಯ ವಾತಾವರಣ ತೊಲಗಿ ಹೋಗುತ್ತದೆ. ಇಂಥ ಅರಿವಿಗೆ ಯಾಕೆ ತಲೆಬಾಗಬಾರದು? ಆಗ ಹೆಚ್ಚಿನ ಸಂತೋಷ ಸಿಗುತ್ತದೆ.

ಪ್ರಶಸ್ತಿ ಹೆಸರು ಎನ್ನುವ ಚಿಲುವೆ ಯಾಮಾರಿಸುವುದೇ ಹೆಚ್ಚು

ಇಂಥ ಎಷ್ಟೋ ಮಹನೀಯರು ಇದ್ದಾರೆ. ಆದರೆ ಡಾ. ತೇಜ್ ಬಹದ್ದೂರ್ ಸಪ್ರು ಅವರ ನೆನಪು ಇಣುಕುತ್ತದೆ. ಸಪ್ರು ಅವರು ಸಾಧಾರಣ ಜನವಲ್ಲ. ಭಾರತ ಸ್ವಾತಂತ್ರ್ಯ ಹೋರಾಟ ಕಾಲದ ಮಹಾನ್ ಉದಾರವಾದಿ ರಾಜಕೀಯ ನಾಯಕ, ಕಾನೂನು ತಜ್ಞ, ಸಾರ್ವಜನಿಕ ಧುರೀಣ, ಕಟ್ಟಾ ದೇಶಾಭಿಮಾನಿ. ಈ ನಿಟ್ಟಿನಲ್ಲಿ ಅವರ ಸಾಧನೆ ಅಗಾಧ. ಅವರೊಬ್ಬ ಅಪ್ರತಿಮ ಭಾಷಣಕಾರರು. ಕಾನೂನು ಪಂಡಿತರ ಮಧ್ಯೆ ಶೋಭಾಯಮಾನ ವ್ಯಕ್ತಿ. ಅವರ ವಾಗ್ಮಿತೆಗೂ ತರ್ಕ ಶುದ್ಧಿಗೂ, ಬುದ್ಧಿಮತ್ತೆಗೂ ಮೆಚ್ಚಿದ ಸರ್ಕಾರ ಅವರಿಗೆ ಮೂರು ಸಾರಿ ನ್ಯಾಯಾಧಿಪತಿಯ ಹುದ್ದೆ ನೀಡಲು ಮುಖ್ಯ ನ್ಯಾಯಮೂರ್ತಿಯನ್ನಾಗಿ ಮಾಡಲು ಮುಂದೆ ಬಂದಿತ್ತು. ಆದರೆ ಅವರ ಉತ್ತರ ಸ್ಪಷ್ಟವಾಗಿತ್ತು. "ನನಗೆ ಹುದ್ದೆ ಬೇಡ" ದೊಡ್ಡ ಸಾಧನೆ ಮಾಡಿದ್ದರೂ ಆ ಬಗ್ಗೆ ಯಾವುದೇ ಮಮಕಾರ ದೊಡ್ಡಸ್ಥಿಕೆಗೆ ಒಳಗಾಗದೆ ಅತ್ಯಂತ ವಿನಯವಂತರಾಗಿ ಬಾಳಿದರು.

ಜನತಂತ್ರದ ವಿಕಾಸಕ್ಕಾಗಿ ಶ್ರಮಿಸಿದ ಈ ಮಹಾನುಭಾವ ತಮ್ಮ ಹುಟ್ಟುಹಬ್ಬದ ಸಂಭ್ರಮ ದಿನದಂದು ಹೇಳಿದ ಮಾತುಗಳಿಗೆ ಬೆರಗಾಗಬೇಕಾದ್ದೆ. "ನೀವೆಲ್ಲ ಹೇಳಿದ ಹಾಗೆ ನಾನು ಹುಟ್ಟಿದ್ದು 1875ರಲ್ಲಿ. ಸಾಯುವ ವರ್ಷ ಗೊತ್ತಿಲ್ಲ. ಈ ಮಧ್ಯೆ ನಾನು ಮಾಡಿದ್ದೇನು? ಏನು ಇಲ್ಲ! ನನ್ನದು ಸಪ್ಪೆಯ ಬದುಕು."

ದೊಡ್ಡ ದೊಡ್ಡ ಸಾಧನೆ ಮಾಡಿದ ಜನ ತಾವೇನು ಮಾಡಿಲ್ಲವೆಂದು ವಿನಯ ತೋರುವುದು ಮಾನವರಲ್ಲಿ ಇರಬೇಕಾದ ಒಂದು ಮುಖ್ಯ ಗುಣ. "ಜಲದ ಬೊಬ್ಬುಳಿಯಂತೆ ಸ್ಥಿರವಲ್ಲವೀ ದೇಹ" ಎಂದು ಕನಕದಾಸರು ಹಾಡಿದ್ದಾರೆ. ಇಂಥ ಅನಿರೀಕ್ಷಿತ ಅವಸಾನದ ಬದುಕಿನಲ್ಲಿ ಶಾಶ್ವತವಾಗಿ ಉಳಿಯುವಂತಹುದು ಜೀವಿತದ ಅವಧಿಯಲ್ಲಿ ನಾವು ಸಾಧಿಸುವ ಸಾಧನೆಗಳು, ಸತ್ಕಾರ್ಯಗಳು ಮಾತ್ರ.

'ಹಾಡುವ ಹಕ್ಕಿಗೆ ಬೇಕೆ ಬಿರುದು ಸಮ್ಮಾನ' ಎಂಬ ಕವಿಯ ಅಭಿಮತದಂತೆ ವಿವಿಧ ಕ್ಷೇತ್ರದ ಪ್ರತಿಭಾವಂತರು ಸ್ಥಿತಪ್ರಜ್ಞರೇ. ವರಕವಿ ಎನಿಸಿದ ದ.ರಾ. ಬೇಂದ್ರೆ, ರಾಷ್ಟ್ರಕವಿಯೆನಿಸಿದ ಕುವೆಂಪು, ಕನ್ನಡದ ಕಣ್ವರೆನಿಸಿದ ಬಿ.ಎಂ.ಶ್ರೀ., ಆಧುನಿಕ ಸರ್ವಜ್ಞರೆನಿಸಿದ ಡಿ.ವಿ. ಗುಂಡಪ್ಪನವರು, 'ಚುಟುಕು ಬ್ರಹ್ಮ'ರೆನಿಸಿದ ದಿನಕರ ದೇಸಾಯಿಯಂಥ ಮಹನೀಯರು ಅಭಿದಾನ, ಪ್ರಶಸ್ತಿಗಳಿಗಿಂತ ಜನರ ಮನಸ್ಸಿನಲ್ಲಿ ಪಡೆದ ಮನ್ನಣೆ ಮೇರು ಮಟ್ಟದ್ದು.

ಮುಖ್ಯವಾದ ಇನ್ನೊಂದು ವಿಷಯ ಹೇಳುವುದು ಹೆಚ್ಚು ಸಮಂಜಸವೆನಿಸಿದೆ. ಅದೇ ಲೇಖಕಿಯನ್ನು ಮತ್ತೊಮ್ಮೆ ಭೇಟಿಯಾಗುವ ಸಂದರ್ಭ ಬಂತು. ಅದೊಂದು ಸಾಹಿತ್ಯಿಕ ಸಮಾರಂಭ. ಕವಿಗೋಷ್ಠಿ ಅಂಥದೇನು ಇರಲಿಲ್ಲ. ಶುರುವಾಗುವ ವೇಳೆಗೆ ಹೋದೆ. ಮಧ್ಯ ಮಧ್ಯ ಸಾಕಷ್ಟು ಆಸನಗಳು ಖಾಲಿ ಇದ್ದರೂ ಹಿಂದಿನ ಸಾಲಿನಲ್ಲಿ ಕೂತೆ. ಒಂದು ಒಳ್ಳೆಯ ಉಪನ್ಯಾಸ ಕಾರ್ಯಕ್ರಮವಿತ್ತು. ಮೊದಲ ಸಾಲಿನಲ್ಲಿ ಮೊದಲ ಸ್ಥಾನದಲ್ಲಿ ಕೂತಿದ್ದ ಕವಯತ್ರಿ ಆಗಾಗ ತಿರುಗಿ ನೋಡುತ್ತಿದ್ದರ ಅಂದಾಜು ಗೊತ್ತಾಗಲಿಲ್ಲ. ನಾಲ್ಕೈದು ಬಾರಿ ಒಳಕ್ಕೂ ಹೊರಕ್ಕೂ ಓಡಾಡಿದಾಗ ಕಸಿವಿಸಿಯೆನಿಸಿತು. ಸ್ವಲ್ಪ ಪರಿಚಯವಿದ್ದ ಒಂದು ಹುಡುಗಿ ಬಂದು ಕೂತು 'ನಿಮ್ಮ ಶರಧಿ ಹೋಗಿ ಬಾ' ಕಾದಂಬರಿ ಓದಿದೆ ಎಂದು ಶುರುವಿಟ್ಟಳು. "ಆಕೆಗೆ ಒಂದು ಅವಾರ್ಡ್ ಬಂದಿದೆ. ಸನ್ಮಾನ ಕೂಡ ಮಾಡಿದ್ರು" ಕಿಸಕ್ಕೆಂದು ನಕ್ಕಿದ್ದು ಮಾತ್ರ ಬೇಸರವೆನಿಸಿತು. ತುಟಿ ತೆರೆಯಲಿಲ್ಲ. ತೀರಾ ಬಿಗುವಾಗಿ ಮುಖ ಹುಮ್ಮಿಸಿ ಓಡಾಡುತ್ತಿದ್ದ ಕವಯತ್ರಿಯನ್ನು ಮಾತಾಡಿಸಲು ಹೋಗಲಿಲ್ಲ.

ಸಮಾರಂಭ ಮುಗಿದ ನಂತರ ಒಂಟಿಯಾಗಿ ಹೊರಬಂದಾಗ ಕಾದಿದ್ದವಳಂತೆ ಬಂದು ಹಿಡಿದು "ನೀವು ಮಾತಾಡಿಸಬಹುದೆಂದುಕೊಂಡೆ. ನಂಗೆ ಪ್ರಶಸ್ತಿ ಬಂದಿದ್ದು, ಸನ್ಮಾನವಾಗಿದ್ದು ಬೇರೆಯವರಿಗೆ ಹೊಟ್ಟೆಯುರಿ. ಬೇರೆ ಕಡೆಯಿಂದ ನೂರಾರು ಶುಭಾಶಯ ಫೋನ್‌ಗಳು ಬಂತು. ಇಲ್ಲಿ ಒಬ್ಬರಾದರೂ 'ಕಂಗ್ರಾಟ್ಸ್' ಹೇಳೋದು ಬೇಡ್ವಾ? ನೀವು ಇದ್ದೀರಾ ಆ ಲಿಸ್ಟ್‌ನಲ್ಲಿ" ಮುಖ ಮೂತಿ ನೋಡದೇ ಹೇಳಿದಾಗ ತಕ್ಷಣಕ್ಕೆ ಕೋಪ ಬಂದರೂ ಸಮಾಧಾನಗೊಂಡೆ. ಅನುಕಂಪ ಮೂಡಿತಷ್ಟೆ. "ಮೊದಲನೆಯದಾಗಿ ನಂಗೆ ನಿಮ್ಮ ಪ್ರಶಸ್ತಿ, ಸನ್ಮಾನಗಳ ಬಗ್ಗೆ ಗೊತ್ತಿಲ್ಲ. ಅಕಸ್ಮಾತ್ ಗೊತ್ತಾದರೂ ನಿಮ್ಮ ಫೋನ್ ನಂಬರ್ ನಂಗೆ ಗೊತ್ತಿಲ್ಲ. ಇಷ್ಟು ಸಣ್ಣ ವಿಷ್ಯಕ್ಕೆ ಯಾಕೆ ಬೇಜಾರಾಗ್ತೀರಾ?" ಸಾಂತ್ವನಿಸಿದಾಗ, ಆಕೆಯೇನು ಕೆಳಗಿಳಿಯಲಿಲ್ಲ. ಬ್ಯಾಗ್‌ನಿಂದ ವಿಳಾಸದ ಕಾರ್ಡ್ ತೆಗೆದುಕೊಟ್ಟು "ನಾನು ಕವಯತ್ರಿ ಮಾತ್ರವಲ್ಲ ಸಾಹಿತ್ಯ ವಿವಿಧ ಕ್ಷೇತ್ರದಲ್ಲಿ ನನ್ನನ್ನು ಗುರುತಿಸಿಕೊಂಡಿದ್ದೀನಿ" ವಿಳಾಸದ ಕಾರ್ಡ್‌ನಲ್ಲಿ ನಮೂದಾದ ಲೇಖಕಿ, ಕವಯತ್ರಿ, ಸಾಹಿತಿ, ಪತ್ರಕರ್ತೆ ಇವಕ್ಕೆಲ್ಲ ವಿವರಣೆ ಕೊಟ್ಟು "ನಂಗಂತು ತುಂಬ ಬೇಜಾರಾಯ್ತು. ನಂಗೆ ಪ್ರಶಸ್ತಿ ಬಂದಿದ್ದಕ್ಕೆ ಒಂದು ಸನ್ಮಾನ ಸಮಾರಂಭ ಏರ್ಪಡಿಸಲಿಲ್ಲ. ಎಲ್ಲರಿಗೂ ಹೊಟ್ಟೆಕಿಚ್ಚು. ನಂಗೆ ಸನ್ಮಾನ ಹೇಗೆ ಮಾಡಿಸಿಕೋಬೇಕೂಂತ ಗೊತ್ತು" ಛಾಲೆಂಜ್ ಎಸೆದು ಹೋಗಿದ್ದು.

ತೀರಾ ಸುಸ್ತಾದೆ. ಅನುಕಂಪ ಮೂಡಿತು. ಈ ಹೊಯ್ದಾಟ, ತುಯ್ದಾಟ ನಡುವೆ ಸಿಕ್ಕುವ ಸಣ್ಣ ಸಣ್ಣ ಸಂತೋಷಗಳು ಹೇಗೆ ಮಾಯವಾಗಿ ಬಿಡುತ್ತದೆಯೆನಿಸಿತು.

ಸ್ಟೀರಿಂಗ್ ವ್ಹೀಲ್ ಹಿಡಿದೆ ನನ್ನ ಮಗ 'ಹಾಡು ಹಕ್ಕಿಗೆ ಬೇಕೆ ಬಿರುದು ಸನ್ಮಾನ' ಎಂದು ಹಾಡಿದ.

ಜೋಕೆ... ತಿನ್ನುವ ಅನ್ನದಂತೆ ದೇಹ, ಬುದ್ಧಿ, ಮನಸ್ಸು ಕೂಡ...

ಹಿತ್ ಭುಕ್, ಮಿತ್ ಭುಕ, ಋತ ಭುಕ್

ಬಹಳ ದಿನದಿಂದ ಕಾಡದ ವಿಷಯ ಇಂದು ನನ್ನ ಅರಿವಿಗೆ ಬಂದಿದೆ.

ಅದನ್ನು ಕೂಡಲೇ ನಿಮಗೆ ಹೇಳಬೇಕೆನಿಸಿದೆ.

ನನ್ನ ವಿವಾಹದ ನಂತರ ಸ್ವಲ್ಪ ಹತ್ತಿರಕ್ಕೂ, ದೂರಕ್ಕೂ ನಡುವೆ ಇದ್ದ ಬಂಧುಗಳ ಕುಟುಂಬದಲ್ಲಿ ಒಡನಾಟವೇರ್ಪಟ್ಟಿತು. ನನ್ನ ಅತ್ತೆಯವರಿಗೆ ತವರುಮನೆಯ ಕಡೆಯ ಸಂಬಂಧ. ಇವರು ಆಗಾಗ ಅಲ್ಲಿ ಹೋಗಿ ತಿಂಗಳಾನುಗಟ್ಟಲೇ ಉಳಿಯುವುದಿತ್ತು. ಅಂಥ ಸಂದರ್ಭದಲ್ಲಿ ಒಂದೆರಡು ಸಲ ಅವರಲ್ಲಿಗೆ ಹೋಗಿದ್ದ ನೆನಪು. ನನ್ನ ಪ್ರೀತಿಯ ಅತ್ತೆಯ ಮಾತುಕತೆ ನಡವಳಿಕೆಯಲ್ಲಿ ಬಹಳ ವ್ಯತ್ಯಾಸ ಕಾಣುತ್ತಿತ್ತು. ಯಾಕೆ? ಎನ್ನುವ ಪ್ರಶ್ನೆ ಮೂಡಿದ್ದರೂ ಉತ್ತರವೇನು ಸಿಕ್ಕಿರಲಿಲ್ಲ.

ಈಚೆಗೆ ಜ್ಞಾನೋದಯವಾದಂತೆ ಸಾವಿರಾರು ವರ್ಷಗಳ ಹಿಂದೆ ವೈದ್ಯರಾಜ ಭಾಗವತರು 'ಯಾವುದು ಯುಕ್ತ ಹಾರ' ಎಂಬುದನ್ನು ಮೂರೇ ಶಬ್ದದಲ್ಲಿ ವಿವರಿಸಿದ್ದರು. ಅದುವೇ ಹಿತ್ ಭುಕ್, ಮಿತ ಭುಕ್ ಮತ್ತು ಋತ ಭುಕ್. ಈ ಬಗ್ಗೆ ಸಾಕಷ್ಟು ತಲೆ ಕೆಡಿಸಿಕೊಂಡ ನಂತರ ಹಿತ್ ಭುಕ್ ಮತ್ತು ಮಿತ ಭುಕ್ ಎಂಬುದರ ಬಗ್ಗೆ ವಿಜ್ಞಾನ ಸಾಕಷ್ಟು ಸಂಶೋಧನೆ ನಡೆಸಿದೆಯೆನಿಸಿತು.

'ಹಿತವಾದುದ್ದನ್ನು ತಿನ್ನಿ, ಮಿತವೆನಿಸುವಷ್ಟು ತಿನ್ನಿ' ಎನ್ನುವುದೊಂದು ಸರಳ ಸೂತ್ರ. ಯಾರಿಗಾದರೂ ಅರ್ಥವಾಗುವಂಥದ್ದೆ.

ಕೇವಲ ಹಿತ ಭುಕ್ ಮತ್ತು ಮಿತ ಭುಕ್ ಮಾಡಿದರಷ್ಟೇ ಸಾಲದು. ಸೇವಿಸುವ ಆಹಾರ ಋತು ಭುಕ್ ಆಗುವುದು ಅಷ್ಟೇ ಮುಖ್ಯ.

ಭಗವದ್ಗೀತೆಯಲ್ಲಿ ಯೋಗಾಚಾರ್ಯ ಕೃಷ್ಣ ಇದನ್ನು ಸ್ಪಷ್ಟಪಡಿಸಿದ್ದಾನೆ. 'ಯುಕ್ತಾಹಾರ ವಿಹಾರಸ್ಯ ಯುಕ್ತ ಚೇತಸ್ಯ ಕರ್ಮ ಸು' ಒಳ್ಳೆಯ ಆಹಾರವನ್ನು ತಿನ್ನಬೇಕು. ಉಚಿತ ಪ್ರಮಾಣದಲ್ಲಿ ತಿನ್ನಬೇಕು.

ಈ ಬಗ್ಗೆ ಯಾರದು ತಕರಾರು ಇರುವುದು ಸಾಧ್ಯವಿಲ್ಲ. ಒಳ್ಳೆಯ ಆಹಾರವೆಂದರೇನು? ಸಮತೋಲನದ ಆಹಾರವೇ? ಇದಕ್ಕೊಂದು ಪುಟ್ಟ ಕತೆ ಹೇಳುವುದು ಸೂಕ್ತವೆನಿಸುತ್ತದೆ. ಈ ಪ್ರಶ್ನೆಗೆ ವೈದ್ಯ ಶಾಸ್ತ್ರ ಸೂಕ್ತವಾಗಿ ಉತ್ತರಿಸಬಹುದು. ಅಷ್ಟು ಮಾತ್ರಕ್ಕೆ ಅದು ಒಳ್ಳೆಯ ಆಹಾರವೆಂದು ನಿರ್ಧರಿಸಲಾದೀತೆ?

ಪ್ರವಾಸದಲ್ಲಿದ್ದ ಒಬ್ಬ ಸಂನ್ಯಾಸಿ ರಾತ್ರಿ ಕಳೆಯಲೆಂದು ಒಬ್ಬ ನಾಗರಿಕನ ಮನೆಯ ಜಗುಲಿಯ ಮೇಲೆ ಆಶ್ರಯ ಪಡೆಯುತ್ತಾನೆ. ಆ ಮನೆಯ ಗೃಹಸ್ಥ ಸನ್ಯಾಸಿಯನ್ನು ಒಳಗೆ ಕರೆದು ಊಟೋಪಚಾರಗಳಿಂದ ಸತ್ಕರಿಸಿದ. ಸನ್ಯಾಸಿಯು ಕೂಡ ಸಂತುಷ್ಟನಾದ.

ಸನ್ಯಾಸಿಗೆ ಒಂದು ಹೊತ್ತಿನಲ್ಲಿ ಎಚ್ಚರವಾಯಿತು. ಆ ವೇಳೆಗೆ ಸ್ವೀಕರಿಸಿದ್ದ ಆಹಾರ ಹೊಟ್ಟೆಯಲ್ಲಿ ಕರಗಿತ್ತು. ಎದ್ದು ಕೂತ. ಕೊಟ್ಟಿಗೆಯಲ್ಲಿ ಸಾಕಷ್ಟು ಹಾಲು ಕೊಡುವ ಹಸುಗಳು ಇದ್ದವು. ಇಷ್ಟು ಹಸುಗಳಲ್ಲಿ ತಾನೊಂದು ಕರೆದೊಯ್ದರೇ ಗೃಹಸ್ಥನಿಗೆ ನಷ್ಟವಾಗುವುದಿಲ್ಲ. ತನಗೂ ಲಾಭದಾಯಕವೇ ಎಂದು ಪೂರ್ತಿ ಬೆಳಗಾಗುವ ಮುನ್ನ ಒಂದು ಹಸುವನ್ನು ಬಿಡಿಸಿಕೊಂಡು ಆ ಮನೆಯ ಯಜಮಾನನಿಗೆ ಹೇಳದೆ ಕೇಳದೇ ಹೋದ.

ಪೂರ್ತಿ ಬೆಳಗಾಯಿತು. ಸನ್ಯಾಸಿ ತನ್ನ ನಿತ್ಯ ಕರ್ಮಗಳನ್ನು ಮುಗಿಸಿಕೊಂಡು ಸ್ನಾನ ಮಾಡಿದ. ಮೈನ ಕೊಳೆಯ ಜೊತೆ ಮನದ ಕೊಳೆಯು ತೊಳೆದು ಹೋಯಿತು. ಅನ್ನವಿಟ್ಟ ಗೃಹಸ್ಥನ ಮನೆಯಿಂದ ಹಸುವನ್ನು ತಂದಿದ್ದಕ್ಕೆ ಪಶ್ಚಾತ್ತಾಪಪಟ್ಟ. ಮತ್ತೆ ಆ ಹಸುವನ್ನು ಆ ಮನೆಯ ಗೃಹಸ್ಥನ ಬಳಿಗೆ ಒಯ್ದು ತಲೆ ತಗ್ಗಿಸಿ ನಿಂತ.

ಗೃಹಸ್ಥ ನಗುತ್ತ ನುಡಿದ.

"ನೀವೇಕೆ ಹಸುವನ್ನು ಹಿಂದಕ್ಕೆ ತಂದಿರಿ? ನಿಮಗೆ ಅಗತ್ಯವಿದ್ದರೆ ಕೊಂಡು ಹೋಗಿರಿ. ಇಂದು ರಾತ್ರಿ ಕಳ್ಳತನಕ್ಕೆ ಹೋದಾಗ ಒಂದರ ಬಂದಲು ಎರಡನ್ನು ತರುತ್ತೇನೆ."

ಸನ್ಯಾಸಿಗೆ ಸಂಪೂರ್ಣವಾಗಿ ಜ್ಞಾನೋದಯವಾಯಿತು. ಕಳ್ಳನ ಮನೆಯ ಅನ್ನ ತಿಂದ ತನಗೆ ಕಳ್ಳ ಬುದ್ಧಿಯೆ ಬಂತು ಎಂದು ಚಿಂತಿತನಾದ.

ಒಬ್ಬ ವ್ಯಕ್ತಿ ಸೇವಿಸುವ ಆಹಾರದಿಂದ ಅವನ ಸ್ವಭಾವವನ್ನು ಅರಿಯಲು ಸಾಧ್ಯವಿದೆ ಎಂಬುದನ್ನು ವಿಜ್ಞಾನಿಗಳು ಒಪ್ಪಿಕೊಳ್ಳುತ್ತಾರೆ.

'ತಿನ್ನುವ ಅನ್ನದಂತೆ ದೇಹ, ಬುದ್ಧಿ, ಮನಸ್ಸು ಕೂಡ' ಎನ್ನುತ್ತಾರೆ ಪ್ರಾಜ್ಞರು.

ಬಂಧುಗಳ ಮನೆಗೆ ಹೋದಾಗ ನನ್ನ ಅತ್ತೆಯಲ್ಲಿ ಕಾಣುತ್ತಿದ್ದ ಬದಲಾವಣೆಗಳಿಗೆ

ಕಾರಣಗಳನ್ನು ವರುಷಗಳ ನಂತರ ಹುಡುಕಿಕೊಂಡೆ. ಇಂಥ ಅನುಭವಗಳು ಎಲ್ಲರ ಬದುಕಿನಲ್ಲಿ ಇರುತ್ತೆ.

ಅದೇ ಅನುಭವ ಸ್ವಂತವಾದರೇ, ಜಾಗ್ರತೆ ವಹಿಸಬೇಕಲ್ಲ.

ದುರ್ಯೋಧನನ ಅನ್ನವನ್ನು ಉಂಡು ಭೀಷ್ಮಾಚಾರ್ಯರು, ದ್ರೋಣಾಚಾರ್ಯರು, ಕೃಪಾಚಾರ್ಯರಂಥ ಆಚಾರ್ಯರೇ ಆರಾಮಾಗಿ ಧರ್ಮವನ್ನು ಮರೆತು ಸುಯೋಧನನ ಪಕ್ಷದಲ್ಲಿ ನಿಂತರು. ಇನ್ನು ಸಾಮಾನ್ಯರ ಪಾಡೇನು...?

ಸಂತೃಪ್ತಿ ಎನ್ನುವ ತಂಗಾಳಿಗೆ ಮೈಯೊಡ್ಡಿ

ಬಡತನ ಒಪ್ಪಿಕೊಳ್ಳೋಕೆ ದೊಡ್ಡ ಮನಸ್ಸು ಬೇಕು. ಆತ್ಮತೃಪ್ತಿಯ ಮುಂದೆ ಬಡತನ ಜುಜುಬಿ. ನಮ್ಮ ದೇಶದಲ್ಲಿ ಎಷ್ಟೋ ಬಡವರು ಆತ್ಮತೃಪ್ತಿಯಿಂದ ಹಾಯಾಗಿದ್ದಾರೆ.

ತೃಪ್ತಿ, ಸಂತೃಪ್ತಿಯೆನ್ನುವ ಪದಗಳು ತೀರಾ ಅರ್ಥಪೂರ್ಣವೇ. ಅವನ್ನು ಕೊಂಡು ತರಲು ಖಂಡಿತ ಸಾಧ್ಯವಿಲ್ಲ. ಅದು ನಮ್ಮೊಳಗೆ ಇರುವ ಒಂದು ಭಾವ. ಅದನ್ನು ಬೇರೆಯವರು ಅಪಹರಿಸಲು ಬಿಡಬಾರದು ಅಷ್ಟೇ.

ಕೆಲವರಿಗೆ ಎಲ್ಲವು ಇರುತ್ತೆ. ಸಂತೃಪ್ತಿಯೆನ್ನುವುದು ಇರುವುದಿಲ್ಲ. ಕೆಲವರಿಗೆ ಅಲ್ಪಸ್ವಲ್ಪ ಇದ್ದರೂ ಸಂತೃಪ್ತಿಯಾಗಿ ಇರುತ್ತಾರೆ. ಕೆಲವರು ಕನಿಷ್ಟ ಅವಶ್ಯಕತೆಗಳಿಗಾಗಿ ಹೋರಾಟ ನಡೆಸುತ್ತಿರುತ್ತಾರೆ. ಆದರೂ ಸಂತೃಪ್ತಿಗೆಲ್ಲ ತಾವೇ ವಾರಸುದಾರರೆಂದು ಬೀಗಿ ಬೀಳುತ್ತಾರೆ. ಅಂಥವರನ್ನು ಕಂಡರೇ ಕೆಲವೊಮ್ಮೆ ಅಸೂಯೆಯಾಗುತ್ತದೆ.

ಅಂಥ ಒಂದು ಸಂಸಾರವನ್ನು ನಿಮಗೆ ಪರಿಚಯ ಮಾಡಿಸುತ್ತೇನೆ.

ಈ ಸಲ ಡಿಪಾರ್ಟ್‌ಮೆಂಟಲ್ ಸ್ಟೋರ್‌ಗೆ ಹೋದಾಗ ಐವತ್ತರ ಅಂಚಿನಲ್ಲಿದ್ದ ವ್ಯಕ್ತಿ ಅತ್ತಿತ್ತ ಓಡಾಡುತ್ತ, ನಗುಮುಖದ ಸೇವೆ ಒದಗಿಸುತ್ತಿದ್ದ. ಕೌಂಟರ್ ಬಳಿ ನಿಂತಿದ್ದ ಯಜಮಾನ "ನೀವು ಬರೋ ತೊಂದರೆ ತಗೋಳ್ಳೋದ್ಬೇಡ. ಫೋನ್‌ನಲ್ಲಿ ಸಾಮಾನಿನ ಪಟ್ಟಿ ಹೇಳಿದರೇ ಸಾಕು" ಎಂಬಿತ್ಯಾದಿ ನುಡಿದಿದ್ದು ಸಾಕೆನಿಸಿತು. ಪಟ್ಟಿ ಕೊಟ್ಟು ಹೊರಗೆ ಅಡಿಯಿಟ್ಟಾಗ ಆ ಹೊಸ ವ್ಯಕ್ತಿ ಪರಿಚಯ ಹೇಳಿಕೊಂಡ "ನಿಮ್ಮ ಪಕ್ಕದ ಮನೆ ಔಟ್‌ಹೌಸ್‌ಗೆ ಬಾಡಿಗೆ ಬಂದಿದ್ದೀನಿ. ನಾನು ಸಾಮಾನು ತಂದುಹಾಕ್ತೀನಿ" ಎಂದು ಉಸುರಿದಾಗ ಬೆರಗಾದೆ. ಅದಕ್ಕೆ ಕಾರಣವು ಇತ್ತು.

ಕೇವಲ ಕೆಲವು ದಿನಗಳ ಹಿಂದೆ ಒಂದು ಸಂಸಾರ ಬಂದಿತ್ತು. ಅವರಾಗಿ ಹೇಳಿಕೊಳ್ಳದಿದ್ದರೂ ಈಗ ಡಿಪಾರ್ಟ್‌ಮೆಂಟಲ್ ಸ್ಟೋರ್‌ನಲ್ಲಿ ಕೆಲಸಕ್ಕಿರುವ ವ್ಯಕ್ತಿ, ಕೈ

ತುಂಬ ಬರುವಂಥ ದೊಡ್ಡ ಹುದ್ದೆಯಲ್ಲಿ ಇದ್ದವರು. ಯಾರದೋ ತಪ್ಪಿಗೆ ಕೆಲಸ ಕಳೆದುಕೊಂಡು ಈ ಸ್ಥಿತಿಗೆ ಬಂದಿದ್ದರು. ಎರಡು ವರ್ಷದ ನಿರಂತರ ಪರದಾಟದಲ್ಲಿ ಕೈಯಲ್ಲಿದ್ದ ಅಲ್ಪಸ್ವಲ್ಪ ಹಣ ಮಾತ್ರವಲ್ಲ, ಚಿನ್ನ ಬೆಳ್ಳಿ ಅಂಥದೆಲ್ಲ ಕರಗಿತ್ತು. ಇನ್ನು ಓದು ಪೂರ್ತಿ ಮಾಡಿ ತಮ್ಮ ಕಾಲಿನ ಮೇಲೆ ತಾವು ನಿಲ್ಲದ ಮಕ್ಕಳ ಜೊತೆ ವಯಸ್ಸಾದ ತಂದೆಯ ಪೋಷಣೆ. ಈ ವಿಷಯ ಅವರಿಗೆ ಬಾಡಿಗೆಗೆ ಕೊಟ್ಟ ಹೌಸ್‌ನ ಓನರ್‌ನಿಂದ ತಿಳಿದಿತ್ತು.

ಸದ್ಯಕ್ಕಂತು ಬದುಕೊಂದು ಅವರಿಗೆ ಹೋರಾಟವಾಗಿತ್ತು.

ಎರಡು ತಿಂಗಳ ಹಿಂದೆ ಹೊಸದಾಗಿ ಪ್ರಾರಂಭವಾದ ಡಿಪಾರ್ಟ್‌ಮೆಂಟಲ್ ಸ್ಟೋರ್‌ನಲ್ಲಿ ಕೆಲಸ ಸಿಕ್ಕಾಗ ಇಡೀ ಕುಟುಂಬಕ್ಕೆ ಒಂದು ದಾರಿ ಗೋಚರಿಸಿತ್ತು. ಆದರೆ ಹಿಂದಿನ ಅವರುಗಳ ಬದುಕಿಗೂ ಈಗಿನ ಜೀವನಕ್ಕೂ ಅಜಗಜಾಂತರ ವ್ಯತ್ಯಾಸ. ಆದರೆ ನೆಮ್ಮದಿಯೆನ್ನುವ ಹಸು ಅವರ ಮನೆಯಂಗಳದಲ್ಲಿ ಮಲಗಿದ್ದಂತೆ ಕಂಡಿತು.

ಎಷ್ಟೋ ಸಲ ಅತ್ಯಂತ ಸೂಕ್ಷ್ಮವಾಗಿ ಔಟ್‌ಹೌಸ್‌ನಲ್ಲಿದ್ದ ಎಲ್ಲರ ಮುಖ ಭಾವಗಳನ್ನು ಪರೀಕ್ಷಿಸಿದ್ದೇನೆ. ದೈನೇಸಿ ಭಾವವಂತು ಕಂಡಿದ್ದಿಲ್ಲ. ಬಂದಿದ್ದ ಬದುಕನ್ನು ಹಾಗೆಯೇ ಸ್ವೀಕರಿಸಿದ್ದು ಕೂಡ ಅದ್ಭುತವೇ. ಇಂಥ ಅನುಸರಣೆ ಸಂತೃಪ್ತಿಯ ಹಾದಿಗೆ ಸುಲಭವಾಗಿ ಕರೆದೊಯ್ಯುತ್ತೆ.

ಈ ಸಂತೃಪ್ತಿಯೆನ್ನುವ ಮುತ್ತೈದೆಯನ್ನು ವಶ ಮಾಡಿಕೊಳ್ಳುವ ಆಸೆ ಎಲ್ಲರಿಗೂ ಇದ್ದೀತು. ಆದರೆ ಪ್ರಾಮಾಣಿಕ ಪ್ರಯತ್ನ ಬೇಡವೇ?

ಫೋನ್‌ನಲ್ಲಿ ತಿಳಿಸಿದ ಸಾಮಾನನ್ನು ಆಟೋದಲ್ಲೇ ಸ್ಟೋರ್‌ನವರು ಕಳಿಸುತ್ತಿದ್ದುದ್ದು. ಸದ್ಯಕ್ಕೆ ಈ ಹೆಸರಿನ ಸಂಬೋಧನೆ ಸಾಕೂಂತ ಅನ್ನಿಸಿದೆ. ಹೆಚ್ಚಿಗೆ ಸಾಮಾನಿನೊಂದಿಗೆ ಬರುತ್ತಿದ್ದುದು ವಿದ್ಯಾಧರ್. ಕಾರಿಟ್ಟುಕೊಂಡಿದ್ದ ಮನುಷ್ಯ ಸ್ವತಃ ಆಟೋ ಚಾಲಕನಾಗಿದ್ದ. ಬಂದು ಹೋಗುತ್ತಿದ್ದ ಮನುಷ್ಯನೊಂದಿಗೆ ತುಸು ಪರಿಚಯ ಬೆಳೆಯಿತು. ಬಿಲ್ ಇತ್ತು ನಿಲ್ಲುವ ವಿದ್ಯಾಧರನನ್ನು ಕೂಡುವಂತೆ ನನ್ನವರೋ ಇಲ್ಲ ಮಕ್ಕಳೋ ಹೇಳುತ್ತಿದ್ದರು. 'ಪರ್ವಾಗಿಲ್ಲ, ಸರ್' ಎನ್ನುತ್ತಿದ್ದ.

ಅಂದು ಬಂದ ವಿದ್ಯಾಧರನನ್ನು ಮಾತಾಡಿಸಬೇಕೆನಿಸಿತು. ಆ ಮನುಷ್ಯ 3682 ರೂಪಾಯಿ ಬಿಲ್ ಕೊಟ್ಟು ನಿಂತ. ಆಶ್ಚರ್ಯವೆನಿಸಿತು. ಕಾರಿನ ಓನರ್ ಆಗಿ ಶ್ರೀಮಂತಿಕೆಯ ಬದುಕು ಬದುಕಿದ ಜಬರ್‌ದಸ್ತಾಗಲೀ, ಇಂದಿನ ಬದುಕಿನ ಬಗ್ಗೆ ಕೀಳರಿಮೆಯಾಗಲೀ ಮುಖದಲ್ಲಿ ಕಾಣಲಿಲ್ಲ. ಅತ್ಯಂತ ಸಹಜವಾಗಿತ್ತು ಮುಖದ ಭಾವ. 3690 ರೂ. ಕೊಟ್ಟೆ. 'ಚಿಲ್ಲರೆ ಇರಲಿ ಬಿಡಿ' ಎನ್ನುವ ಮನಸ್ಸಿತ್ತು. ಆದರೆ ಬಾಯಿಂದ ಮಾತು ಹೊರಬರಲಿಲ್ಲ. ಹಿಂದೆ ಸಾಮಾನು ತರುತ್ತಿದ್ದವರು ಮೇಲಿನ ಚಿಲ್ಲರೆಯನ್ನೇನು ಕೊಡುತ್ತಿರಲಿಲ್ಲ. ಆ ವಿದ್ಯಾಧರ ಷರಟು ಜೇಬು, ಪ್ಯಾಂಟ್ ಜೇಬಿನಲ್ಲೆಲ್ಲ ಹುಡುಕಾಡಿ 5 ರೂಪಾಯಿನ ಒಂದು ನೋಟು, 2 ರೂಪಾಯಿನ ಒಂದು ನಾಣ್ಯದ ಜೊತೆ ಅಪರೂಪದ

50 ಪೈಸೆಯ ಎರಡು ನಾಣ್ಯಗಳನ್ನು ತೆಗೆದಿಟ್ಟರು. ಬೆಳಿಗ್ಗೆ ಬರೀ 3 ರೂಪಾಯಿ ಕೊಟ್ಟು 1/4 ಕೆ.ಜಿ. ದಂಟಿನ ಸೊಪ್ಪು ತಗೊಂಡ ಗೃಹಿಣಿಯ ಗಂಡನಿಗೆ 8 ರೂಪಾಯಿ ದೊಡ್ಡದೇ. ಸ್ವಾಭಿಮಾನ ಒತ್ತೆಯಿಡಲು ಹಿಂದೆಗೆತವೋ? ಟಿಪ್ಸ್ ಅನ್ನೋದು ಬೇಡಂತಲೆ?

ಅಂತು ಆ ಚಿಲ್ಲರೆ ಬಹಳ ಹೊತ್ತು ನನ್ನ ಅಣಕಿಸಿತು. ಚಿಲ್ಲರೆ ಇಲ್ಲದಿದ್ದರಿಂದ 3682 ರೂಪಾಯಿಗೆ 3690 ರೂಪಾಯಿ ಕೊಟ್ಟನೇ ವಿನಃ ಟಿಪ್ಸ್ ಆಗಿ ಚಿಲ್ಲರೆ ಉಳಿಸಿ ಕೊಳ್ಳಲಿಯೆನ್ನುವ ಮನೋಭಾವ ನನ್ನಲ್ಲಿ ಸುಳಿದಿದ್ದೇ ಇಲ್ಲ, ಆ ಮನುಷ್ಯನನ್ನು ನೋಡಿದ ನಂತರ.

ಆದರೂ ಯಾಕೋ ಆ ವ್ಯಕ್ತಿಯ ಮೇಲೆ ಗೌರವ ಮೂಡಿತು.

"ಹೊಸದಾಗಿ ಶುರುವಾದ ಡಿಪಾರ್ಟ್‌ಮೆಂಟಲ್ ಸ್ಟೋರ್. ಅವರು ಕೊಡೋ ಸಂಬಳ ನಿಮ್ಮ ಸಂಸಾರಕ್ಕೆ ಸಾಕಾಗುತ್ತ?" ಪ್ರಶ್ನಿಸಿದೆ. ಆ ಪ್ರಶ್ನೆಯಿಂದ ಅಂಥ ದೊಡ್ಡ ಉದ್ದೇಶವೇನು ಇಲ್ಲದಿದ್ದರೂ ಒಂದಿಷ್ಟು ಕುತೂಹಲವಿತ್ತು. ಆ ಮನುಷ್ಯನ ಮುಖ ತಕ್ಷಣ ಗಂಭೀರವಾದರೂ, ಹಸನ್ಮುಖಿಯಾಗಿಯೇ ಉತ್ತರಿಸಿದ.

"ಸಾಕು, ಹಿಂದೆ ಇದ್ದ ಮನೆ ದೊಡ್ಡದಾಗಿತ್ತು. ಬಾಡ್ಗೇನು ಹೆಚ್ಚಿಗೇನೇ. ಬೇಡವಾದದನ್ನೆಲ್ಲ ತುಂಬಿಕೊಂಡಿದ್ವಿ. ಇಲ್ಲಿಗೆ ಬರೋಕೆ ಮೊದ್ಲೇ ಅವನ್ನೆಲ್ಲ ಮಾರಿದ್ವಿ. ಆ ಸಾಮಾನುಗಳೆಲ್ಲ ಹೊರಬಿದ್ದ ಮೇಲೆ ಬೇಕಾದಷ್ಟು ಸಾಮಾನಿನ ನಡ್ವೇ... ನಾವುಗಳು ಮಾತ್ರ. ಕಲರ್ ಟಿ.ವಿ. ಮಾರಿದೆ. ಈಗ ಬ್ಲಾಕ್-ಅಂಡ್-ವೈಟ್‌ನ ಪುಟ್ಟ ಟಿ.ವಿ. ಅದಕ್ಕಿಂತ ಇದು ಕಣ್ಣಿಗೆ ಅಪಾಯ ಕಡ್ಮೇ ಅಂದುಕೊಂಡ ಮೇಲೆ ಆರಾಮಾಗಿದೆ. ಬೇಕೋ ಬೇಡವೋ ಹಲವು ಸಲ ಬಟ್ಟೆಗಳ್ನ ತಗೊಂಡು ತುಂಬ್ಕೋತಾ ಇದ್ವಿ. ಈಗ ಅದೆಲ್ಲ ಬಂದ್. ಅದರಿಂದ ಅನುಕೂಲಗಳೇ ಹೆಚ್ಚಿದೆ" ಎಂದು ಕಾಲಿನ ಕಡೆ ನೋಡಿಕೊಂಡು "ಈಗ ಹವಾಯಿ ಚಪ್ಪಲಿಗಳು ಹಾಯೆನಿಸುತ್ತೆ. ಪರಿಸ್ಥಿತಿ ಅರಿವಾದ ಮಕ್ಳು ಕೂಡ ಭವಿಷ್ಯದ ಬಗ್ಗೆ ಶ್ರದ್ಧೆ ವಹಿಸಿದ್ದಾರೆ" ಎಂದರು.

ಕಳೆದುಕೊಂಡಿದ್ದಕ್ಕಾಗಿ ಚಿಂತಿಸಿ, ದುಃಖಿಸಿ ಇಡೀ ಬದುಕಿನ ದಿನಗಳನ್ನು ಮಸಣವಾಗಿ ಮಾಡಿಕೊಳ್ಳಲು ಇಚ್ಛಿಸದ ಆ ವ್ಯಕ್ತಿಯ ಮುಖದ ಮೇಲಿದ್ದ ಸಂತೃಪ್ತ ಭಾವಕ್ಕೆ 'ಹ್ಯಾಟ್ಸಾಫ್' ಅಂದೆ.

ಎಷ್ಟೋ ಕುಟುಂಬಗಳಲ್ಲಿ ಸಾಕಷ್ಟು ಇದ್ದರೂ ಇರಸು ಮುರುಸುನಿಂದಲೇ ಜೀವನ ದೂಡುತ್ತಾರೆ. ಅಸಹನೆ, ಅಸಹಕಾರದಿಂದ ಬದುಕುವುದನ್ನು ಮರೆತೆ ದಿನಗಳನ್ನು ದೂಡುತ್ತಾರೆ.

ವಾರಕ್ಕೊಮ್ಮೆ ಸಿಗುವ ರಜ ದಿನದಲ್ಲಿ ಇಡೀ ಕುಟುಂಬ ಸಂಜೆಯ ವೇಳೆ ದೇವಸ್ಥಾನಕ್ಕೋ ಮತ್ತೆ ಯಾವುದಕ್ಕೋ ಹೋಗಿ ಹಿಂದಿರುಗುತ್ತಾರೆ. ಅವರ ಅಷ್ಟೈಶ್ವರ್ಯಗಳ ಅಪಹರಣವಾಗಿ ಹೋದರೂ ಸಂತೃಪ್ತಿಯೆನ್ನುವುದು ಅಪಹರಣವಾಗಿಲ್ಲ. ಸದ್ದಿಲ್ಲದೆ ಕುಳಿತ ಸಂತೃಪ್ತಿಯನ್ನು ಎಬ್ಬಿಸಿ ಹೊರದೂಡಲು ಅಸಹನೆ,

ಅವಿವೇಕಗಳು ಬೇಕು.

ಸಂತೃಪ್ತಿಯೆನ್ನುವುದು ನಮ್ಮಲ್ಲಿಯೇ ಇದೆ. ಅದೊಂದು ಮಾನಸಿಕ ಸ್ಥಿತಿ. ದೈವ ನೀಡಿದ ಉಡುಗೊರೆ. ಅದು ಎಷ್ಟರಮಟ್ಟಿಗೆ ಉಪಯೋಗವಾಗುತ್ತೆ ಎನ್ನುವುದೇ ಜಿಜ್ಞಾಸೆ.

ಸ್ವಲ್ಪ ಯೋಚಿಸಿದರೆ ನಾವು ಕಳೆದುಕೊಳ್ಳುತ್ತಿರುವ ಸಂತೃಪ್ತಿಯ ಅರಿವಾಗುತ್ತದೆ. ಆದರೆ ಅವನ್ನು ಹಿಡಿದಿಟ್ಟುಕೊಳ್ಳುವಲ್ಲಿ ಅಸಫಲರಾಗುತ್ತಿದ್ದೇವೆ.

ನಾವು, ನೀವು ಎಲ್ಲ ಕೂಡಿಯೇ ಈ ಸಂತೃಪ್ತಿ ಭಾವವನ್ನು ಎತ್ತಿಟ್ಟುಕೊಳ್ಳೋಣ. ಅಂಥ ಒಂದು ಪ್ರಯತ್ನ ಮಾಡೋಣ.

ನಂಗೆ ಯಾಕೋ ಅಪೂರ್ಣವೆನಿಸಿದ್ದರಿಂದ ನಮ್ಮ ಬಸಕ್ಕನ ವಿಷಯ ಹೇಳಿಯೇ ಬಿಡುತ್ತೇನೆ. ಅವಳೇನು ದೊಡ್ಡದಾಗಿ ಓದಿಕೊಂಡವಳಲ್ಲ. ದೊಡ್ಡ ಶ್ರೀಮಂತಳಲ್ಲ. ಹರಿಕಥೆಗಳನ್ನು ಕೇಳಿದ್ದಳೇ ವಿನಃ ಹೆಸರಾಂತ ಪ್ರವಚನಕಾರರ ಉಪದೇಶಗಳು ಅವಳಿಗೆ ಅರಿವಾಗದು. ಟಿ.ವಿ.ಯಲ್ಲಿ ಬಂದ ರಾಮಾಯಣ, ಮಹಾಭಾರತಗಳನ್ನು ತಪ್ಪದೆ ನೋಡಿದವಳು. ಈಗಲೂ ಆ ಧಾರಾವಾಹಿಯ ಪಾತ್ರಗಳ ಬಗ್ಗೆ ಸಾಕಷ್ಟು ಮಾತಾಡುವ ಹುಮ್ಮಸ್ಸುಳ್ಳವಳು.

ತುಂಬು ಸಂಸಾರದ ಗೃಹಿಣಿ. ಗಂಡ ಕೂಲಿ ಕೆಲಸಕ್ಕೆ ಹೋಗುತ್ತಿದ್ದ. ಇವಳು ನಾಲ್ಕಾರು ಮನೆಗಳಲ್ಲಿ ಕಸ ಮುಸುರೆ ಮಾಡುತ್ತಿದ್ದಳು. ನಮ್ಮಲ್ಲಿ ಐದು ವರ್ಷವಾಯಿತು ಕೆಲಸಕ್ಕೆ ಬಂದು. ಅವರಿವರ ಮನೆಯಲ್ಲಿ ಕೊಟ್ಟ ಸೀರೆಗಳನ್ನು ಉಡುತ್ತಿದ್ದಳೇ ವಿನಃ ಹಣ ಕೊಟ್ಟು ಸ್ವಂತಕ್ಕೆ ಸೀರೆ ಖರೀದಿಸಿ ಉಟ್ಟಿದ್ದು ನಾನು ಕಂಡಿಲ್ಲ.

ಸದಾ ನಗುನಗುತ್ತ ಕೆಲಸ ಮಾಡಿಕೊಟ್ಟು ಹೋಗುತ್ತಿದ್ದ ಅವಳ ಬಗ್ಗೆ ಮೆಚ್ಚಿಗೆಯೇ. ಮುಗ್ಧವಾಗಿ ಮಾತಾಡುವ ಅವಳ ಮಾತುಗಳಲ್ಲಿ ದೊಡ್ಡ ಫಿಲಾಸಫಿಯೇ ಇರುತ್ತಿತ್ತು. ತೀರಾ ಬಡತನವೇ. ಸಾಕು ಸಾಲದ ಜೀವನ. ಆದರೆ ಬದುಕಿನ ಬಗ್ಗೆ ಗೊಣಗಿದವಳೇ ಅಲ್ಲ.

ಷೀಟು ಹೊದೆಸಿದ ಮನೆಯಲ್ಲಿ ಅವಳ ಸಂಸಾರದ ವಾಸ. ಆ ಬಗ್ಗೆ ಅವಳಿಗೆ ಚಿಂತೆ ಇಲ್ಲ. ಎದುರುಗಡೆ ಗುಡಿಸಲು ಹಾಕಿಕೊಂಡಿರುವ ಅಲೆಮಾರಿಗಳ ಬಗ್ಗೆ ಅವಳ ದುಃಖ.

"ಅಮ್ಮ, ಅವ್ರ ಪಡಿಪಾಟಲು ನೋಡಿದರೆ ದುಃಖವಾಗುತ್ತೆ. ಬಗ್ಗಿ ಒಳಗೆ ತೂರಿಕೊಳ್ಳುವಂಥ ಗುಡಿಸಲು. ಮಳೆ ಬಂದರೆ ಶಿವನೇ ಗತಿ. ಎಳೆ ಮಕ್ಕಳನ್ನು ಗುಡಿಸಲ ಮುಂದೆ ಆಡಲು ಬಿಟ್ಟು ಕೂಲಿಗೆ ಹೋಗ್ತಾರೆ. ಆ ಕಷ್ಟ ಯಾರ್ಗೂ ಬೇಡ" ಕಣ್ಣೀರು ಮಿಡಿಯುವಲ್ಲಿ ಅವಳ ದೊಡ್ಡತನ ಕಾಣುತ್ತದೆ.

ಬೇರೆಯವರ ಕಷ್ಟ ನೋಡಿ ತನ್ನ ಬದುಕನ್ನು ಮೇಲೇರಿಕೊಂಡಿದ್ದಾಳೆ.

ಅದಕ್ಕಾಗಿಯೇ ಸಂತೃಪ್ತಿಯ ದೋಸ್ತಿ ಅವಳಿಗೆ ಲಭ್ಯವಾಗಿದೆ.

ದಿನಕ್ಕೆ ಒಂದಿಪ್ಪತ್ತು ನಿಮಿಷ ಧ್ಯಾನಕ್ಕಾಗಿ ಎತ್ತಿಡೋಣ

ಒಂದು ಪ್ರತಿಷ್ಠಿತ ಸಾಫ್ಟ್‌ವೇರ್ ಕಂಪೆನಿಯಲ್ಲಿ ಕೆಲಸ ಮಾಡುತ್ತಿದ್ದ ಮಧು ಆತ್ಮಹತ್ಯೆಗೆ ಪ್ರಯತ್ನಿಸಿ ನರ್ಸಿಂಗ್ ಹೋಂಗೆ ಸೇರಿದ ಸುದ್ದಿ ತಿಳಿದಾಗ ಆಶ್ಚರ್ಯವಾಯಿತು. ಮೇಲ್ನೋಟಕ್ಕೆ ಆತ್ಮಹತ್ಯೆಗೆ ಇಂಥ ಪ್ರಮುಖವಾದ ಕಾರಣಗಳು ಕಂಡು ಬರಲಿಲ್ಲ. ನಿಮಗೂ ಕೂಡ ಹಾಗೇ ಅನ್ನಿಸಿತು.

ಮಧು ಶ್ರೀಮಂತರ ವಿದ್ಯಾವಂತರ ಮನೆಯಲ್ಲಿ ಹುಟ್ಟಿದವ. ಅವನು ಕೂಡ ಬುದ್ಧಿವಂತ. ಆರು ಅಂಕಿಯ ಉತ್ತಮವೆನಿಸುವಂಥ ಸ್ಯಾಲರಿ. ಮೂರು ವರ್ಷದ ಹಿಂದೆ ಮದುವೆಯಾಗಿದ್ದ. ಅವನು ಒಪ್ಪಿದ ಹುಡುಗಿಯೇ ಮನದನ್ನೆಯಾಗಿ ಬಂದಿದ್ದಳು.

'ಕೊರತೆ' ಎನ್ನುವಂಥದ್ದೇ ಇಲ್ಲ!

"ಮಧು ತುಂಬ... ತುಂಬ... ಲಕ್ಕಿ. ಕೊರತೆ ಅನ್ನೋದೇ ಇಲ್ಲ ಅವ್ನ ಬದುಕಿನಲ್ಲಿ" ಅವನ ಸ್ನೇಹಿತರು, ಬಂಧುಗಳು ಹೇಳೋ ಮಾತುಗಳು ಖಂಡಿತ ಒಪ್ಪಬೇಕಾದ್ದೆ. ಸಂಪನ್ನರಾದ ಹೆತ್ತವರು, ವಿದ್ಯಾವಂತೆ ಸದ್ಗುಣೆಯಾದ ಪತ್ನಿಯ ಜೊತೆ ಆರು ತಿಂಗಳ ಮುದ್ದಾದ ಮಗು ಪಿಂಕಿ. ಅಂತು ಸರ್ವಜ್ಞನ ಪದದಂತೆ ಕಿಚ್ಚು ಹಚ್ಚುವಂಥ ಸಂಸಾರವೇ.

ಆತ್ಮಹತ್ಯೆಗೆ ಕಾರಣವೇನು? ಅಧಿಕ ನಿದ್ದೆಯ ಗುಳಿಗೆಗಳನ್ನು ಸೇವಿಸಿ ಆತ್ಮಹತ್ಯೆಗೆ ಪ್ರಯತ್ನಿಸಿದ್ದ. ಒಂದರ್ಧ ಗಂಟೆ ತಡವಾಗಿದ್ದರೆ ಭೂಮಿಗೆ ಟಾಟಾ ಹೇಳಿ ಹೊರಟು ಬಿಡುತ್ತಿದ್ದ.

ಪ್ರತಿಯೊಬ್ಬರು ತಮ್ಮ ಭಾವನೆಗಳಿಗೆ ಅನುಸಾರವಾಗಿ ಆತ್ಮಹತ್ಯೆಯನ್ನು ಅನಾಲಿಸಿಸ್ ಮಾಡಬಹುದು. ಬೇರೆ ಸಂಬಂಧ, ಹಣದ ದಾಹ, ಹೆಂಡತಿಯೊಡನೆ ಕಿತ್ತಾಟ, ಆಸ್ತಿ ಸಂಬಂಧ ವೈಮನಸ್ಸು-ಇಂಥ ಕಾರಣಗಳನ್ನು ಕಲೆ ಹಾಕಿದರು ಅವನ ಪತ್ನಿ

ಟೋಟಲ್ಲಾಗಿ ತಳ್ಳಿ ಹಾಕಿದ್ದಳು.

"ಅಂಥದೇನಿಲ್ಲ! ಕೌಟುಂಬಿಕವಾಗಿ, ಆರ್ಥಿಕವಾಗಿ, ಸಾಮಾಜಿಕವಾಗಿ ಅತೃಪ್ತಿ ಮೂಡಲು ಸಾಧ್ಯವೇ ಇರಲಿಲ್ಲ. ಅವರು ಒಳ್ಳೆಯ ಮಗ, ಒಳ್ಳೆಯ ತಂದೆ, ಒಳ್ಳೆ ನಾಗರಿಕ, ಒಳ್ಳೆ ಗಂಡ ಕೂಡ. ಅಂಥದ್ದರಲ್ಲಿ ಸಾಯುವಂಥ ಕಾರಣಗಳೇ ಇಲ್ಲ."

ಎಲ್ಲ ತಿಳಿದಿದ್ದ ಜನ ಇದನ್ನು ಒಪ್ಪಬಹುದು. ಆದರೆ ಕಾರಣವಿಲ್ಲದೆ ಯಾಕೆ ಆತ್ಮಹತ್ಯೆಗೆ ಪ್ರಯತ್ನಿಸಿದ?

"ಮಲಗೋಕೆ ಮೊದ್ಲು ಏನಾದ್ರೂ ಜಗಳ?" ಡಾಕ್ಟರ್ ಪ್ರಶ್ನಿಸಿದಾಗ ಮಧು ಹೆಂಡತಿ ಕಣ್ಣೀರು ತೊಡೆದುಕೊಂಡು "ಖಂಡಿತ ಇಲ್ಲ. ನಮ್ಮಿಬ್ಬರಲ್ಲಿ ಒಳ್ಳೆ ಅಂಡರ್‌ಸ್ಟಾಂಡಿಂಗ್ ಇತ್ತು, ಪ್ರೀತಿ ಇತ್ತು" ಎಂದು ತಮ್ಮ ದಾಂಪತ್ಯವನ್ನು ಸಮರ್ಥಿಸಿಕೊಂಡಿದ್ದಳು.

ಹೆತ್ತವರಿಗೆ ಅತ್ಯಂತ ಪ್ರೀತಿ ಪಾತ್ರನಾದ ಮಗ. ಗೆಳೆಯರ ಹಿಂಡಿನಲ್ಲು ಒಳ್ಳೆ ಹೆಸರು ಗಳಿಸಿದ್ದ. ವಿದ್ಯಾರ್ಥಿ ಜೀವನದಲ್ಲಿ ಸದಾ ಹಸನ್ಮುಖಿಯಾಗಿರುತ್ತಿದ್ದ. ಹೋರಾಟ, ಜಗಳ ಅಂಥದೇನು ಇಲ್ಲದಂಥ ಬದುಕು ಅವನಿಗೆ ಸಿಕ್ಕಿತ್ತು. ಆದರೆ ಅವನ ಆತ್ಮಹತ್ಯೆ ಪ್ರಯತ್ನಕ್ಕೆ ಕಾರಣವೇನು?

ತೀವ್ರವಾದ ಕೆಲಸದ ಒತ್ತಡ ಕಾಡಿದಾಗ ಮನುಷ್ಯ ತನ್ನ ಮಾನಸಿಕ ನಿಯಂತ್ರಣ ಶಕ್ತಿಯನ್ನು ಕಳೆದುಕೊಳ್ಳುತ್ತಾನೆ. ಆ ಸ್ಥಿತಿ ಅವನನ್ನು ಆತ್ಮಹತ್ಯೆಗೂ ಪ್ರೇರೇಪಿಸುತ್ತದೆ. ಇಂಥದೊಂದು ಸತ್ಯ ವ್ಯಾಪಕವಾಗಿ ಹರಡಿದೆ.

ಮಧು ಆತ್ಮಹತ್ಯೆ ಪ್ರಯತ್ನದಿಂದ ಆಕಸ್ಮಿಕವಾಗಿ ಬಚಾವಾದ. ಎಲ್ಲಾ ಆತ್ಮಹತ್ಯೆಗಳು ಈ ರೀತಿ ಪರ್ಯವಸಾನಗೊಳ್ಳುವುದು ಸಾಧ್ಯವಿಲ್ಲ. ತೀರಾ ವಿದ್ಯಾವಂತ ಯುವಕರು ಆತ್ಮಹತ್ಯೆ ಮಾಡಿಕೊಳ್ಳುತ್ತಿದ್ದಾರೆ. ಯಾಕೆ?

ಮಾಹಿತಿ ತಂತ್ರಜ್ಞಾನಾಧಾರಿತ ಸೇವೆಗಳಿಗೊಂದು ಹೊಸ ಹೆಸರು ಬಿಸಿನೆಸ್ ಪ್ರೋಸೆಸ್ ಔಟ್ ಸೋಸಿಂಗ್ (ಬಿ.ಪಿ.ಓ.) ಅಂದರೆ ಮೆಡಿಕಲ್ ಟ್ರಾನ್ಸ್‌ಕ್ರಿಪ್ಷನ್, ಮೆಡಿಕಲ್ ವಿಮೆ, ಕಾಲ್ ಸೆಂಟರ್, ತಂತ್ರಾಂಶ ಪರೀಕ್ಷೆಗಳೆಲ್ಲ ಇದಕ್ಕೆ ಸೇರ್ಪಡೆ.

ಮುಂದಿನ ಐದು ವರ್ಷಗಳಲ್ಲಿ ಭಾರತಕ್ಕೆ ಸುಮಾರು ಐದು ದಶಲಕ್ಷ ಬಿ.ಪಿ.ಓ. ಉದ್ಯೋಗಾವಕಾಶಗಳು ಹರಿದುಬರಲಿವೆ ಎಂದು ನಾಸ್ಕಾಮ್ ಅಂದಾಜು ಮಾಡಿದೆಯೆಂದು ನಮ್ಮ ಯುವಕ, ಯುವತಿಯರು ಕನಸು ಕಾಣಲು ಶುರು ಮಾಡಿದ್ದಾರೆ. ಇಂಥದೊಂದು ಲಹರಿ ಓದುವಿಕೆಯಲ್ಲಿ ಕಾಂಪಿಟೇಷನ್ ತಂದು ಹಾಕಿದೆ. ಯುವ ಜನತೆಯನ್ನು ರೋಮಾಂಚಿತಗೊಳಿಸಿದೆ.

ಬಹುರಾಷ್ಟ್ರೀಯ ಕಂಪೆನಿಯಲ್ಲಿ ಉದ್ಯೋಗ, ಕೈ ತುಂಬ ಸಂಬಳ, ಗ್ಲಾಮರ್, ಹೈ ಸೊಸೈಟಿಯಲ್ಲಿನ ಓಡಾಟ - ಇಂಥ ಕನಸು ಯಾರಿಗೆ ಬೇಡ ಹೇಳಿ. ಪಿ.ಯು.ಸಿ.ಗೆ ಕಾಲು

ಇಟ್ಟಿರುವ ನನ್ನ ಗೆಳತಿಯ ಮಗಳು ಶುಭದಾ ಜಗತ್ತನ್ನೇ ಮರೆತು ಅಂಥದೊಂದು ಕನಸಿನಲ್ಲಿ ಬಡಬಡಿಸತೊಡಗಿದ್ದಾಳೆ.

ಎಲ್ಲ ಸಾಧಕ ಬಾಧಕಗಳನ್ನು ತಿಳಿದ ಜನ ಇಂಥದೊಂದು ಎಚ್ಚರಿಕೆಯ ಗಂಟೆ ಬಾರಿಸತೊಡಗಿದ್ದಾರೆ - ಮೊದಲಿಗೆ ಶುರುವಾದ ಬೆನ್ನು ನೋವಿನಿಂದ ಮುಂದುವರಿಯುವ ಕಣ್ಣು ನೋವು, ನಿದ್ರಾಹೀನತೆ, ಖಿನ್ನತೆಯ ಜೊತೆ ಜೊತೆಯಾಗಿಯೇ ರಕ್ತದೊತ್ತಡ, ಎದೆಯ ಬಡಿತ ಹೀಗೆಯೇ ಪಟ್ಟಿ ಬೆಳೆಯುತ್ತ ಹೋಗುತ್ತೆ. 25-30 ವಯಸ್ಸಿನವರು ಬರ್ನ್‌ಔಟ್ ಸಿಂಡ್ರೋಮ್‌ನಿಂದ ಬಳಲುತ್ತಿದ್ದಾರೆ. ಇದಕ್ಕೆ ಕಾರಣ? ರಾತ್ರಿ ಪಾಳಿಯ ದುಡಿತ, ಸಮಯಕ್ಕೆ ಸರಿಯಾದ ಊಟೋಪಚಾರ ಇಲ್ಲದೆ ಇರುವ ಜೊತೆಗೆ ಕುಟುಂಬದವರೊಂದಿಗೆ ವೇಳೆ ಕಳೆಯಲು ಸಮಯವಿಲ್ಲ. ಇಂಥ ಕಾರಣದಿಂದ ಮಾನಸಿಕ ಮತ್ತು ದೈಹಿಕ ಆರೋಗ್ಯ ಕೂಡ ಹದಗೆಡುತ್ತೆ.

ಐಷಾರಾಮಿ ಜೀವನದ ಕನಸಿನಿಂದ ಎಷ್ಟೊಂದು ತೊಡಕಿದೆ.

ಮಧು ಕೂಡ ಮಾನಸಿಕ ಒತ್ತಡಕ್ಕೆ ಸಿಕ್ಕಿ ಆತ್ಮಹತ್ಯೆಗೆ ಪ್ರಯತ್ನಿಸಿದನಾ!

ಅವನ ಹೆಂಡತಿ ಈ ರೀತಿ ಪ್ರತಿಕ್ರಿಯಿಸಿದರು.

"ಅವರು ತಮ್ಮ ಬೌದ್ಧಿಕ ಮತ್ತು ಮಾನಸಿಕ ಶಕ್ತಿಗೆ ಸವಾಲು ಎಸೆಯುವಂಥ ಕೆಲಸ ಇಷ್ಟಪಡುತ್ತಾರೆ. ಏನಾದರೂ ಸಾಧಿಸಬೇಕೆಂಬ ಉತ್ಕಟವಾದ ಹಂಬಲ. ಆದರೆ ಕೆಲಸ ಮಾಡ್ತಾ ಇರೋ ಕಡೆ ಅವ್ರಿಗೆ ಅದು ಸಾಧ್ಯವಾಗ್ತಾ ಇಲ್ಲ. ಅಲ್ಲಿ ಸಾಕಷ್ಟು ಕಿರಿಕಿರಿ, ಅಸೂಯೆ ಅನುಭವಿಸಿ ಸಾಕಾಗಿದ್ದಾರಂತೆ."

ಆತ್ಮಹತ್ಯೆಗೆ ಪ್ರಯತ್ನಿಸಿ ಉಳಿದುಕೊಂಡ ಸಾಕಷ್ಟು ದಿನಗಳ ನಂತರ ಪತ್ನಿಯ ಬಳಿ ತೋಡಿಕೊಂಡು ಕಣ್ಣೀರು ಸುರಿಸಿದ್ದರು. ಆದರೆ ಒಂದು ರೀತಿಯ ಮಾನಸಿಕ ಕ್ಷೋಭೆ ಯಿಂದ ಮುಕ್ತರಾಗಲಿಲ್ಲ ಮಧು.

ಮತ್ತೆ ಆತ್ಮಹತ್ಯೆಯ ಪ್ರಯತ್ನವೇ ಎಂದು ನೀವು ಪ್ರಶ್ನಿಸಬಹುದು. ಆದರೆ ಮಧು ಈಗ ಹೊಸ ಮನುಷ್ಯರಾಗಿದ್ದಾರೆ.

ಒತ್ತಡದ ಜೀವನಶೈಲಿ ಮಾನವನಿಗೆ ವಿಧ ವಿಧವಾದ ಕಾಯಿಲೆಗಳನ್ನು ಉಡುಗೊರೆಯಾಗಿ ನೀಡಿದೆ. ಅವುಗಳಿಂದ ಪಾರಾಗುವ ಪ್ರಯತ್ನದತ್ತ ಕೂಡ ಈಚೆಗೆ ಮನುಷ್ಯ ಧಾವಿಸುತ್ತಿದ್ದಾನೆ.

ಈಚೆಗೆ ಮಧು ಕೂಡ ಒತ್ತಡ ಜೀವನಶೈಲಿಯಿಂದ ಮುಕ್ತರಾಗುವುದು ಹೇಗೆ? ಎನ್ನುವ ವಿಷಯದ ಬಗ್ಗೆ ಉಪನ್ಯಾಸಗಳನ್ನು ಆರಂಭಿಸಿದ್ದಾರೆ. ಅಂಥ ಒಂದು ಉಪನ್ಯಾಸಕ್ಕೆ ಹೋಗುವ ಅವಕಾಶ ಸಿಕ್ಕಿತ್ತು.

ಭಾಗವಹಿಸಿದವರು ತೀರಾ ವಯಸ್ಸಾದವರಲ್ಲ. 25-40 ವಯಸ್ಸಿನವರು. ಅಲ್ಲಿ ಗಂಡಸರು- ಹೆಂಗಸರು ಎನ್ನುವ ಭೇದವಿರಲಿಲ್ಲ.

ತನ್ನ ಆತ್ಮಹತ್ಯೆ ಪ್ರಯತ್ನ ನಂತರ ಕೆಲವು ವಿಷಯದ ನಂತರ ತಮ್ಮ ಉಪನ್ಯಾಸ ಆರಂಭಿಸಿದರು.

ಮಾನಸಿಕ ಒತ್ತಡಗಳು ಸಹಜ. ಮಗುವಿನ ಆರೋಗ್ಯ ಕೆಟ್ಟಾಗ ತಾಯಿ ಅನುಭವಿಸುವ ದುಗುಡ, ಆತಂಕದಿಂದ ಹಿಡಿದು ಪರೀಕ್ಷೆಯ ಸಮಯದಲ್ಲಿ ವಿದ್ಯಾರ್ಥಿಗಳು ಅನುಭವಿಸುವ ಟೆನ್ಷನ್‌ವರೆಗೂ-ಎಲ್ಲವೂ ಒಂದು ರೀತಿಯಲ್ಲಿ ಒತ್ತಡಗಳೇ. ಇಂಥ ಒತ್ತಡಗಳು ಅಷ್ಟೊಂದು ಅಪಾಯಕಾರಿಯಲ್ಲ!

ವೈದ್ಯಕೀಯ ಕ್ಷೇತ್ರದಲ್ಲಿ, ಸಾಫ್ಟ್‌ವೇರ್ ಕ್ಷೇತ್ರದಲ್ಲಿ, ವಿಜ್ಞಾನ ಕ್ಷೇತ್ರದಲ್ಲಿ ದುಡಿಯುತ್ತಿರುವ ಎಷ್ಟೋ ಯುವಕ-ಯುವತಿಯರು ಆತ್ಮಹತ್ಯೆಯತ್ತ ವಾಲುತ್ತಿರುವುದು ಯಾಕೆ?

ದುಡಿಮೆಗೆ ತಕ್ಕ ಸಂಬಳ ದೊರೆಯದಿದ್ದಾಗ, ತನ್ನ ಪ್ರತಿಭೆಗೆ ಸರಿಯಾದ ಅವಕಾಶ ಸಿಗದಿರುವುದರ ಜೊತೆಗೆ ಕುಟುಂಬದ ಸದಸ್ಯರ ಸಣ್ಣ-ಪುಟ್ಟ ಆಕಾಂಕ್ಷೆಗಳು ಈಡೇರಿಸಲಾಗದ ಸ್ಥಿತಿಯಲ್ಲಿ ವ್ಯಕ್ತಿ ತೀರಾ ಮಾನಸಿಕ ಒತ್ತಡಕ್ಕೆ ಗುರಿಯಾಗುತ್ತಾನೆ. ದೈಹಿಕವಾಗಿ, ಮಾನಸಿಕವಾಗಿ, ಭಾವನಾತ್ಮಕವಾಗಿ ಬಳಲಿಕೆ ಶುರು ಸಿಟ್ಟು, ಅಸಹನೆ, ಸಿಡಿಮಿಡಿಯೆನ್ನುವ ಬೆಂಕಿ ಜ್ವಾಲೆಗಳು ಸ್ಫೋಟಿಸತೊಡಗುತ್ತೆ - ಆಗ ಸ್ವಯಂ ತಿರಸ್ಕಾರ, ಪಶ್ಚಾತ್ತಾಪಗಳು ಆತ್ಮಹತ್ಯೆಯತ್ತ ಸುಲಭವಾಗಿ ಎಳೆದೊಯ್ಯುತ್ತೆ. ಅದರ ಇನ್ನೊಂದು ರೂಪ ತಲೆನೋವು, ಅಸಿಡಿಟಿ, ರಕ್ತದೊತ್ತಡದಿಂದ ಹಿಡಿದು ಪಾರ್ಶ್ವವಾಯುವರೆಗೂ ಹೆಸರಿಸಬಹುದು.

ಅರ್ಥಪೂರ್ಣವಾಗಿ ಮಧು ವಿವರಿಸುವುದರ ಜೊತೆಗೆ ಯೋಗ, ಧ್ಯಾನದವರೆಗೂ ವಿವರಿಸತೊಡಗಿದ್ದಾರೆ. ಮಧುವನ್ನು ಭೇಟಿಯಾಗಬೇಕೆ? ಈ ಕೆಳಗಿನ ಮಾತುಗಳನ್ನು ಓದಿ.

"ಪ್ರತಿದಿನ ದಿನಕ್ಕೆ ಎರಡು ಸಲ ಧ್ಯಾನ ಮಾಡುವುದು ಒಳ್ಳೆಯದು. 20 ನಿಮಿಷಗಳ ಕಾಲ ಧ್ಯಾನ ಮಾಡುವುದು ಒಳ್ಳೆಯದು. ಅದರಿಂದ ಎರಡು ಲಾಭಗಳು ಇವೆ. ಒಂದು ದೈಹಿಕ ಮಟ್ಟದ ವಿಶ್ರಾಂತಿ, ಇನ್ನೊಂದು ಮಾನಸಿಕ ಮಟ್ಟದ ವಿಶ್ರಾಂತಿ. ಪೂರ್ತಿಯಾಗಿ ಧ್ಯಾನದಲ್ಲಿ ಮಗ್ನರಾದಾಗ ಮಿದುಳಿನಿಂದ ಆಲ್ಫಾ ಅಲೆಗಳು ಹೊರ ಹೊಮ್ಮುತ್ತವೆ. ಮನಸ್ಸಿನ ಸ್ಥಿತಿ ಮಾತ್ರವಲ್ಲ ದೇಹದ ಚಟುವಟಿಕೆಗಳು ಅತ್ಯುತ್ತಮವಾಗುತ್ತದೆ.

ಯೋಗ ಮತ್ತು ಧ್ಯಾನದ ತರಬೇತಿ ನೀಡುವ ಮಧು ಮುಖದಲ್ಲಿ ಈಗ ಪ್ರಸನ್ನತೆ ಇದೆ. ಹಿಂದೆಂದಿಗಿಂತಲೂ ಚುರುಕಾಗಿದ್ದಾರೆಂದು ಅವರು ಕೆಲಸ ಮಾಡುವ ಸಂಸ್ಥೆಯವರ ಅಭಿಪ್ರಾಯ.

ನಾವೇಕೆ ಮಧುವಾಗಬಾರದು? ದಿನಕ್ಕೆ ಒಂದಿಪ್ಪತ್ತು ನಿಮಿಷ ಧ್ಯಾನಕ್ಕಾಗಿ ಎತ್ತಿಡೋಣ.

ಮನೆ ಮತ್ತು ಮನಸ್ಸಿನಿಂದ ದೂರವಾಗುವ ಮಕ್ಕಳು

ಜೀವನ ಸಂಪಾದನೆಯಲ್ಲಿನ ಉಳಿತಾಯವನ್ನೆಲ್ಲ ಮಕ್ಕಳ ವಿದ್ಯಾಭ್ಯಾಸ, ಮದುವೆ, ಮುಂಜಿಗಳಿಗೆ ಖರ್ಚು ಮಾಡಿ ವಯಸ್ಸಾದ ಮೇಲಿನ ಕರುಣಾನಕ ಸ್ಥಿತಿ ಬರ್ಭರ.

ಈ ಲೇಖನ ಶುರು ಮಾಡುವ ಮುನ್ನ ಒಂದಿಷ್ಟು ಪೀಠಿಕೆ ಬೇಕೆನಿಸಿದೆ. ಅಮೆರಿಕ ಮುಂತಾದ ದೇಶಗಳಲ್ಲಿ ಸಾಮಾಜಿಕ ವಿಧಾನದಲ್ಲಿಯೇ ಒಂದಿಷ್ಟು ಬದಲಾವಣೆ ಇದೆಯೆನಿಸುತ್ತೆ. ಸ್ವಲ್ಪ ಭಾರತೀಯರಿಗಿಂತ ವಿಭಿನ್ನವಾಗಿ ಯೋಚಿಸುವುದು ಮಾತ್ರವಲ್ಲ, ತಮ್ಮ ಬದುಕಿನಲ್ಲಿ ಅಳವಡಿಸಿಕೊಂಡಿದ್ದಾರೆ. ಅಲ್ಲಿ ಹದಿನೆಂಟನೆ ವಯಸ್ಸಿಗೆ ಮಕ್ಕಳು ಹೆತ್ತವರಿಂದ ಬೇರೆಯಾಗಿ ಬಿಡುತ್ತಾರೆ. ಕಾಲೇಜು ವಿದ್ಯಾಭ್ಯಾಸಕ್ಕೆ ತಾಯಿ ತಂದೆ ಕರ್ತವ್ಯವೆನ್ನುವಂತೆ ಹಣ ಕೊಟ್ಟರೂ ತಮ್ಮ ಪಾಕೆಟ್ ಮನಿ ಇತ್ಯಾದಿ ಖರ್ಚುಗಳಿಗೆ ಮಕ್ಕಳೇ ಗಳಿಸಿಕೊಳ್ಳುತ್ತಾರೆ. ನಂತರ ಮಕ್ಕಳು ಅವರಿಂದ ಬೇರೆಯೇ.

ಇದು ಅಪ್ಪ - ಅಮ್ಮಂದಿರಿಗೆ ತಿಳಿದಿದ್ದೆ. ಅದರಿಂದ ವೃದ್ಧಾಪ್ಯದಲ್ಲಿ ಮಾನಸಿಕವಾಗಿ ಒಂಟಿಯಾಗಿರಲು ಸಿದ್ಧವಾಗಿ ಬಿಡುತ್ತಾರೆ. ಭಾರತೀಯರು ಇದಕ್ಕಿಂತ ಭಿನ್ನವಾಗಿ ಯೋಚಿಸುತ್ತಿದ್ದ ಕಾಲವೊಂದಿತ್ತು! ತಮ್ಮ ಸಮಸ್ತವನ್ನು ಧಾರೆಯೆರೆದು ಮಕ್ಕಳನ್ನು ಬೆಳೆಸುತ್ತಿದ್ದರು. ಮಕ್ಕಳು ಕೂಡ ವಿಧೇಯರಾಗಿರುತ್ತಿದ್ದರು. ಇಲ್ಲೂ ಕೂಡ ಈಗ ಪಾಶ್ಚಾತ್ಯ ಗಾಳಿ ಬೀಸಲು ಶುರುವಾಗಿದೆ. ಹಿರಿಯರಿದ್ದ ಮನೆ ದೇಗುಲವೆಂದು ತಿಳಿಯುವ ದಿನಗಳಿತ್ತು. ಈಗ ಅಂಥ ದೇಗುಲಗಳು ಕಡಿಮೆಯಾಗುತ್ತಿವೆ.

ಇತ್ತೀಚೆಗೆ ನಾನು ಕಂಡ ಒಂದು ಘಟನೆಯನ್ನು ನಿಮಗೆ ತಿಳಿಸಬೇಕೆನಿಸಿದೆ. ಪುಟ್ಟಪರ್ತಿಗೆ ಹೋಗಿ ಹಿಂದಿರುಗುವಾಗ ಸೂಪರ್ ಸ್ಪೆಷಾಲಿಟಿ ಆಸ್ಪತ್ರೆಯ ಬಳಿ ಕೆಲವರು ಹತ್ತುವುದು ಮಾಮೂಲಿ. ಸಂಪೂರ್ಣ ಉಚಿತ ವೈದ್ಯಕೀಯ ಸೌಲಭ್ಯವನ್ನು

ನೀಡುತ್ತಿರುವ ಜಗತ್ತಿನ ಮೊದಲ ಆಸ್ಪತ್ರೆ. ಎರಡನೆಯ ಅಂಥಹುದೇ ಆಸ್ಪತ್ರೆ ಕರ್ನಾಟಕದ ರಾಜಧಾನಿ ಬೆಂಗಳೂರಿಗೆ ಸಂದಾಯವಾಗಿದೆ. ಅಲ್ಲಿ ಯಾವುದೇ ತಾರತಮ್ಯವಿಲ್ಲ. ಯಾವುದೇ ರೆಕಮಂಡೇಶನ್ ಅಗತ್ಯವಿಲ್ಲ. ಮೊದಲು ಬಂದ ರೋಗಿಗಳಿಗೆ ಮೊದಲ ಆದ್ಯತೆ. ಕೆಲವೊಮ್ಮೆ ರೋಗದ ಉಲ್ಬಣ ಸ್ಥಿತಿಯನ್ನು ಗಮನಿಸಿ ಚಿಕಿತ್ಸೆ ನೀಡುವುದುಂಟು. ಆ ರಸ್ತೆಯಲ್ಲಿ ಸಂಚರಿಸುವ ಬಸ್ಸುಗಳು ಸಾಧಾರಣವಾಗಿ ಅಲ್ಲಿ ನಿಲ್ಲುತ್ತೆ!

ಅಂದು ಅಲ್ಲಿ ಬಸ್ಸಿಗೆ ಹತ್ತಿದ್ದು ಬರೀ ಐದೇ ಜನ. ತೀರಾ ವಯಸ್ಸಾದ ಹೆಂಗಸಿನ ಜೊತೆ 45ರೊಳಗಿನ ಒಬ್ಬ ಗಂಡಸು, ಸಹಧರ್ಮಿಣಿ ಎಂದೂ ಗುರುತಿಸಬಹುದಾದ ಒಂದು ಹೆಣ್ಣು. ಮೂರು ಜನ ಮಕ್ಕಳು. ಎಲ್ಲರು ಹತ್ತು ವರ್ಷಕ್ಕಿಂತ ಕಡಿಮೆಯವರೇ. ಸಾಧಾರಣ ಕುಟುಂಬ ಗ್ರಾಮಸ್ಥ ಜನ. ಆದರೆ ತೀರಾ ಬಡವರೇನು ಅಲ್ಲ. ಮೊದಲು ಹೆಂಡತಿ, ಮಕ್ಕಳನ್ನು ಹತ್ತಿಸಿ ಮೂರು ಸೀಟಿನಲ್ಲಿ ಕುಳ್ಳಿರಿಸಿ, ಕಡೆಯಲ್ಲಿ ತೀರಾ ವಯಸ್ಸಾದ ಕೋಲು ಹಿಡಿದ ಮುದುಕಿಯನ್ನು ಹತ್ತಿಸಿಕೊಳ್ಳುವಾಗ ಬಸ್ಸಿನಲ್ಲಿದ್ದ ಎಲ್ಲಾ ಜನರಿಗೂ ಕೇಳಿಸುವಂತೆ ಗೊಣಗಿದ "ಅದಕ್ಕೆ ನಿನ್ನ ಯಾರು ಕರ್ಕಂಡ್ ಹೋಗೋಲ್ಲ. ತೆಪ್ಪಗೆ ಮನೆಯಲ್ಲಿ ಇರೂಂದರೇ ಕೇಳ್ಳೋಲ್ಲ. ನಂಗೆ ಇದೊಂದು ಕರ್ಮ" ಗದರುತ್ತಲೇ ಬಂದು ಎರಡು ಸೀಟಿನಲ್ಲಿ ಖಾಲಿಯಿದ್ದ ಒಂದು ಸೀಟಿನಲ್ಲಿ ಕುಳ್ಳಿರಿಸುವಾಗ ನನ್ನ ನೋಟ ಅತ್ತ ಹರಿಯಿತು. ತೀರಾ ಜೀರ್ಣಗೊಂಡ ಶರೀರ. ಪ್ರತಿಯೊಂದು ಅನುಭವಕ್ಕೂ ಒಂದೊಂದು ಸುಕ್ಕು ಎನ್ನುವಂತೆ ಮುಖದ ಮೇಲೆ ಎಣಿಸಲಾಗದಷ್ಟು ಸುಕ್ಕುಗಳು. ಹಲ್ಲು ಇಲ್ಲದ ಬೊಚ್ಚುಬಾಯಿ, ಉಟ್ಟಿದ್ದು ಚೆನ್ನಾಗಿರುವ ಹತ್ತಿಯ ಸೀರೆಯೇ. ಕಣ್ಣಿಗೆ ಗಾಂಧಿ ಕನ್ನಡಕ. ಮುಖದಲ್ಲಿ ಚಿಂತೆಯ ಕಾರ್ಮೋಡಗಳು. ಶ್ರೀ ಶಂಕರ ಭಗವತ್ಪಾದರು ಬರೆದ 'ಭಜ ಗೋವಿಂದಂ' ಶ್ಲೋಕಗಳಲ್ಲಿ ಒಂದು ಕಡೆ 'ವೃದಸ್ತಾ ಚಿಂತಾಸಕ್ತ' ಎಂದಿದ್ದಾರೆ. ವಯಸ್ಸಾದ ಮೇಲೆ ಮನುಷ್ಯರು ಸದಾ ಚಿಂತಿತರಾಗಿರುತ್ತಾರೆ. ಇದು ಮನುಷ್ಯನ ಒಂದು ಮುಖ್ಯ ಅವಸ್ಥೆ.

ಈ ಅವಸ್ಥೆಯಿಂದ ತಪ್ಪಿಸಿಕೊಳ್ಳಬೇಕೆಂದರೆ ಯೌವನದಲ್ಲಿಯೇ ಹೊರಡಲು ಟಿಕೆಟ್ ರಿಸರ್ವ್ ಆಗಿರಬೇಕು.

ಈ ವಿಷಯವನ್ನು ಒಂದು ಕಡೆಗೆ ಇಟ್ಟು ಬಸ್ಸು ಹತ್ತಿದ ಸಂಸಾರದ ಬಗ್ಗೆ ಒಂದಿಷ್ಟು ಹೇಳಿಬಿಡುತ್ತೇನೆ. ಹೆತ್ತಮ್ಮನನ್ನು ಬೇರೆಯ ಕಡೆ ಕೂಡಿಸಿ ಹೆಂಡತಿ, ಮಕ್ಕಳೊಂದಿಗೆ ಅದೂ ಇದೂ ತಿನ್ನುತ್ತಾ ಮಾತಾಡುತ್ತಿದ್ದ ಗಂಡಸಿನ ದೃಷ್ಟಿ ಆ ಮುದುಕಿಯ ಕಡೆ ಹರಿಯಲೇ ಇಲ್ಲ. ಮಕ್ಕಳನ್ನು ಜೋಪಾನ ಮಾಡುವ ದಂಪತಿಗಳ ಕಸರತ್ತು ಸಹಜವೆನಿಸಿದರೂ, ನೋವಾಯಿತು. ಎಲ್ಲೋ ಒಂದು ಕಡೆ ಬಸ್ಸು ನಿಂತಾಗ ಹೆಂಡತಿಗಾಗಿ ಮೆಣಸಿನಕಾಯಿ ಬಜ್ಜಿ, ಕನಕಾಂಬರದ ಹೂವಿನ ಜೊತೆ ಮಕ್ಕಳಿಗಾಗಿ ಚಾಕಲೇಟು ಖರೀದಿಸಿ ತಂದ ಮಗನತ್ತ ಮುದುಕಿ ಆಸೆ ಕಣ್ಣುಗಳಿಂದ ನೋಡುತ್ತಿತ್ತು. ಒಂಟಿತನ ಅನಾಥ ಪ್ರಜ್ಞೆ ಕಾಡಿರಬಹುದು. ಸುಮಾರು ವರ್ಷಗಳ ಹಿಂದೆ ಸೊಸೆಯ ಈ ವಯಸ್ಸಿನಲ್ಲಿ ಮಕ್ಕಳು,

ಗಂಡನೊಡನೆ ಹೀಗೆ ನಲಿದಿರಬೇಕು ಆಕೆ. ಅವೆಲ್ಲ ಈಗ ನೆನಪುಗಳಷ್ಟೇ.

"ನಾಲಿಗೆ ಒಣಗ್ತಾ ಇದೆ. ಒಂದಿಷ್ಟು ಕಾಫಿ ಬೇಕು... ಮಗಾ" ಅಂದಳು ಕ್ಷೀಣ ದನಿಯಲ್ಲಿ ಮೊಮ್ಮಗನನ್ನು ಸನ್ನೆ ಮಾಡಿ ಕರೆಯುತ್ತಾ. "ಈ ಮುದ್ಕಿನ ಕಟ್ಟಿಕೊಂಡು ಬರೋದು ಬೇಡಾಂದೇ. ನೀವು ಕೇಳ್ಲಿಲ್ಲ. ಈಗ ಕಾಫಿ... ಬೇಕಂತೆ ನೋಡಿ" ಸೊಸೆ ಲೊಟಕಿ ಮೂತಿ ತಿರುವಿದಳು. ಗಂಡನನ್ನು ಹೆತ್ತು ಕೊಟ್ಟ ತಾಯಿಯ ಬಗ್ಗೆ ಅಸಹನೆ ಆ ಗರತಿಗೆ. "ಏಯ್ ಸುಮ್ನೆ ಕೂತ್ಕೋ. ಎಲ್ಲು ಬಸ್ಸು ನಿಲ್ಲೋಕ್ಕಿಲ್ಲ" ಮಗನನ್ನು ಎತ್ತಿ ತೊಡೆಯ ಮೇಲೆ ಕೂಡಿಸಿಕೊಂಡು ಚಾಕಲೇಟು ತಿಂದ ಮೂತಿಯನ್ನೊರೆಸುತ್ತ ಲೊಚ ಲೊಚ ಎಂದು ಮುತ್ತಿಡುತ್ತಿದ್ದ ಗಂಡನಿಗೆ ಉತ್ತೇಜನಕಾರಿಯೆನ್ನುವಂತೆ ನಗು ಬೀರುತ್ತಿದ್ದಳು ಆ ಸೊಸೆ.

ಬಾಟಲಿನಲ್ಲಿದ್ದ ನೀರನ್ನು ಬಗ್ಗಿಸಿಕೊಟ್ಟೆ ಆಕೆಗೆ. ಬಸ್ಸು ಅಲ್ಲಾಡುವಿಕೆ ಅದಕ್ಕೆ ಅವಕಾಶ ಮಾಡಿಕೊಡದಿದ್ದಾಗ ನಾನೇ ಹೋಗಿ ಕುಡಿಸಿದೆ. ಇದನ್ನೆಲ್ಲ ಸೂಕ್ಷ್ಮವಾಗಿ ಗಮನಿಸುತ್ತ ಕೂತಿದ್ದ ವ್ಯಕ್ತಿ ಗೌರಿಬಿದನೂರಿನಲ್ಲಿ ಬಸ್ಸು ನಿಂತ ಕೂಡಲೇ ಕೆಳಗಿಳಿದು ಹೋಗಿ ಕಾಫಿ ತಂದು ಒಂಟಿಯಾಗಿ ಕೂತಿದ್ದ ಮುದುಕಿಯ ಪಕ್ಕ ಕೂತು ಬಲವಂತ ಮಾಡಿ ಕುಡಿಸಿದರು. ಸೀಬೆಹಣ್ಣುಗಳನ್ನು ಕೈಗಳಲ್ಲಿ ತುಂಬಿಕೊಂಡು ಬಂದ ಆಕೆಯ ಮಗ ಏನೋ ಹೇಳಲು ಮುಂದಾದಾಗ ಮಾತಾಡದಂತೆ ಸನ್ನೆಯಿಂದಲೇ ತಡೆದರು.

"ಏನು ತೊಂದರೆ ಇಲ್ಲ, ಕೂತ್ಕೋ. ಈಕೆ ನಿನ್ನಮ್ಮ ತಾನೆ? ಆಕೆ ಮುಪ್ಪಿನಿಂದ ಪಾರಾಗೋ ಹವಣಿಕೆಯಲ್ಲಿದ್ದಾಳೆ. ನೀನು ಆ ಕಡೆ ಹೆಜ್ಜೆ ಇಟ್ಟಿದ್ದೀಯ. ಸ್ವಲ್ಪ ಹಿಂದಕ್ಕೆ ಹೋಗು ನಿನ್ನ ವಯಸ್ಸಿನಲ್ಲಿ ಅಲ್ಲ ಅದಕ್ಕಿಂತ ಕೆಲವು ವರ್ಷಗಳ ಹಿಂದೆ ಇಂಥ ಸಂದರ್ಭಗಳಲ್ಲಿ.... ನಿನ್ನ ಮಗನ ವಯಸ್ಸಿನಲ್ಲಿ ನೀನು ಕೇಳಿದ್ದು ಕೊಡಿಸಿ, ಮುಖ ಮೂತಿಯನ್ನೊರೆಸಿ, ಕೈ ಹಿಡಿದು ನಡೆಸಿ... ನಿಂಗೆ ಕಾಯಿಲೆ ಕಸಾಲೆ ಬಂದಾಗ ರಾತ್ರಿ-ಹಗ್ಲು ನಿದ್ದೆಗೆಟ್ಟು ಜೋಪಾನ ಮಾಡಿದ ತಾಯಿ. ಈಗ ವಯಸ್ಸಿನಲ್ಲಿರೋ ಹೆಂಡ್ತಿ, ತೊಡೆಯ ಮೇಲಾಡೋ ಮಕ್ಳು... ಕೆಲವ ವರ್ಷಗಳ ನಂತರ ನಿನ್ನ ಹೆಂಡ್ತಿ, ಮಕ್ಳನ ಜ್ಞಾಪಿಸ್ಕೋ. ನಿನ್ನ ತಾಯಿಯ ವಯಸ್ಸಿಗೆ ನೀನು ಬಂದಾಗ... ಆಕೆಯ ಸ್ಥಿತಿಗಿಂತ ನೀನು ಹೀನಾಯ ಸ್ಥಿತಿಯಲ್ಲಿ ಇರ್ತೀಯ. ತಲೆಯ ಮೇಲಿಟ್ಕೊಂಡು ಮೆರೆಸ್ತಾ ಇರೋ ನಿನ್ನ ಮಕ್ಳು... ನಿನ್ನ ಸಂತಾನ ತಿರುಗಿ ಕೂಡ ನೋಡೋಲ್ಲ. ಈಗ ಬ್ಯಾಂಕ್‌ನಲ್ಲಿ ಒಂದಿಷ್ಟು ಡಿಪಾಜಿಟ್ ಮಾಡಿದರೆ ಮಾತ್ರ ಆ ಸ್ಥಿತಿಗೆ ಬಂದಾಗ ಡ್ರಾ ಮಾಡಿಕೊಳ್ಳಬಲ್ಲೆ. ಅರ್ಥವಾಯಿತಾ?" ಎಂದು ಪಕ್ಕದಲ್ಲಿ ಕೂತು ಮುದ್ದು ಮಾಡುತ್ತಿದ್ದ ಅವನ ಹೆಂಡತಿಯತ್ತ ನೋಡಿ "ಸ್ವಲ್ಪ ನೋಡಮ್ಮ, ಆ ವಯಸ್ಸಿಗೆ ನೀನು ಬಂದಾಗ... ಮಕ್ಕಳು ಮರಿ ಯಾರು ಹತ್ತಿರ ಸುಳಿಯೋಲ್ಲ ಅಂದುಕೋ" ಸ್ವಲ್ಪ ಗಟ್ಟಿಯಾಗಿ ಹೇಳಿದರು "ಯೌವನ ಕಣ್ಣು ಮುಚ್ಕೊಂಡ್ ತೆರೆಯೋ ಅಷ್ಟರಲ್ಲಿ ಪರಾರಿ. ಅಂದರೇ... ನಮ್ಮ ಅರಿವಿಗೆ ಬರ್ದಂಗೆ ಅಟ್ಟಿಸಿಕೊಂಡು ಬಂದು ಅಪ್ಪಿ ಬಿಡುತ್ತೆ ಮುಪ್ಪು. ಮಕ್ಕಳೇ ಸಮಸ್ತವೆಂದು ಬೆಳೆಸೋ

ಹೆತ್ತವರಿಗೆ, ಅವರು ತೋರಿಸಿದಷ್ಟು... ಬೇಡ ಅದರಲ್ಲಿ ಹತ್ತು ಪರ್ಸೆಂಟ್ ಪ್ರೀತಿ ಸಲ್ಲಿಸೋಕ್ಕಾಗೋಲ್ವಾ? ನೀನು... ತಾಯಿ ಮುಂದೆ ನಿನ್ಮಕ್ಳು ಹೆಂಡ್ತಿ ಜೊತೆ ಕುಲುಕೋವಾಗ... ನೀನು ಇನ್ನಷ್ಟು ನಿಸ್ಸಹಾಯಕ ಸ್ಥಿತಿಯಲ್ಲಿ ಇರಬೇಕಾಗುತ್ತೆ" ಎಂದು ಎದ್ದು ಹೋದರು. ಆ ಮನುಷ್ಯನ ಮುಖ ಕಪ್ಪಿಟ್ಟಿತು. ಏನೇನೋ ನೆನಪಾಯಿತೋ ಅಳುತ್ತ ಮುಂದಿನ ನಿಲ್ದಾಣದಲ್ಲಿ ಇಳಿದು ಹೋದವನು ಕಾಫಿ ಹಿಡಿದು ಬಂದವನು ತಾಯಿ ಪಕ್ಕ ಕೂತ. ಅವನ ಹೆಂಡತಿಗಂತು ಇದು ನುಂಗಲಾರದ ತುತ್ತು ಆಯಿತೇನೋ, ಕೋಪದಿಂದ ಮಗನಿಗೆ ನಾಲ್ಕು ಬಡಿದಳು. ಮತ್ತೆ ಮುದುಕಿಯ ಮಗ ಬಂದು ಹೆಂಡತಿಯ ಪಕ್ಕ ಕೂತು ಮಗನನ್ನು ಮುದ್ದು ಮಾಡತೊಡಗಿದ.

ಪ್ರೀತಿಯ ಮತ್ತೊಂದು ಹೆಸರೆ ಹೆತ್ತವರು ಎನ್ನುತ್ತಾರೆ. ಪರಿಪೂರ್ಣ ಪ್ರೀತಿಯ ದರ್ಶನಕ್ಕೆ ತಾಯಿಯ ಉದಾಹರಣೆಯನ್ನು ಕೊಡುತ್ತಾರೆ.

ಈ ಸಮಯ ನನಗೆ ಚೀನಾ ದೇಶದ ಒಂದು ಕಥೆ ನೆನಪಾಗುತ್ತಿದೆ. ಒಬ್ಬ ತಾಯಿ ಇದ್ದಳು. ಗಂಡ ತೀರಿಕೊಂಡ ಮೇಲೆ ಮಗನೆ ಸರ್ವಸ್ವವೆನ್ನುವಂತೆ ಸಾಕಿ ಸಲಹಿದಳು. ಮಗ ಯೌವನಕ್ಕೆ ಬಂದ ತನ್ನ ಮಿತಿಯಲ್ಲಿ ವೈಭವದಿಂದ ವಿವಾಹ ಮಾಡಿ ಧನ್ಯತೆ ಪಡೆದಳು. ಚೆಲುವೆ ಹೆಂಡತಿ ಮಗನಲ್ಲಿ ಬದಲಾವಣೆ ಕಂಡಳು. ವಯಸ್ಸಾದ ಹೆತ್ತ ತಾಯಿಯ ಬಗ್ಗೆ ಮಗನಿಗೆ ಪ್ರೀತಿ ಇಲ್ಲದಾಯಿತು. ತಿರಸ್ಕಾರದಿಂದ ನೋಡಿದ. ಹೆಂಡತಿಯ ಮಾತು ಕೇಳಿ ತಾಯಿಯನ್ನು ಒಂಟಿ ಮಾಡಿ ಬೇರೆ ಸಂಸಾರ ಹೂಡಿದ. ಆಗಲೂ ತಾಯಿ ಒಳ್ಳೆಯದಾಗಲಿ ಎಂದು ಹರಸಿದಳು. ಆದರೂ ಸೊಸೆಗೆ ಸಮಾಧಾನವಿಲ್ಲ. ಅವಳಿಗೆ ತಲೆನೋವು ಶುರುವಾಯಿತು. ವೈದ್ಯರ ಚಿಕಿತ್ಸೆಯಿಂದ ಗುಣವಾಗಲಿಲ್ಲ. ಅವನು ಚಿಂತಿತನಾದ. ಹೆಂಡತಿ "ವೈದ್ಯರು ಹೇಳಿದಂತೆ ನಿನ್ನ ತಾಯಿಯ ಹೃದಯ ಹಿಂಡಿ ತಲೆಗೆ ಹಚ್ಚಿದರೆ ವಾಸಿಯಾಗುತ್ತೆ" ಹೇಳಿದಳು. ತಕ್ಷಣ ಕಾರ್ಯೋನ್ಮುಖ ನಾದ. ಹೆಂಡತಿಯ ಪ್ರೀತಿಗೆ ಹುಚ್ಚಾಗಿದ್ದ. ಅವಿವೇಕದಿಂದ ತಾಯಿಯನ್ನು ಕೊಂದು ಅವಳ ಹೃದಯವನ್ನು ಗಾಜಿನ ಪಾತ್ರೆಯಲ್ಲಿಟ್ಟುಕೊಂಡು ಬರುತ್ತಿದ್ದಾಗ ಎಡವಿದ. ಒಂದು ದುಃಖ ತಪ್ತ ದನಿ ಕೇಳಿಸಿತು. "ಮಗು ಪೆಟ್ಟಾಯಿತೇ?" ಕೇಳಿದ್ದು ಕೆಳಗೆ ಬಿದ್ದಿದ್ದ ತಾಯಿಯ ಹೃದಯ. ಇದು ಒಂದು ದೇಶದ ಕಥೆಯಲ್ಲ. ಹೆತ್ತ ತಾಯಿಯ ಹೃದಯ ಮಕ್ಕಳಿಗಾಗಿ ಮಿಡಿಯುತ್ತೆ. ಅಂಥ ತಾಯಿಯರ ಸ್ಥಿತಿ ಏನಾಗಿದೆ? ಹೆತ್ತವರನ್ನು ವೃದ್ಧಾಶ್ರಮಕ್ಕೆ ನೂಕುವ ಕಟುಕತನ ಈ ಸೆಂಟಿಮೆಂಟ್‌ನ ದೇಶಕ್ಕೆ ಶೋಭಿಸಿತೆ?

ಈಚೆಗೆ ಒಂದು ಲೇಟೆಸ್ಟ್ ಹಿಂದಿ ಚಿತ್ರದ ಬಗ್ಗೆ ಹೇಳಬೇಕೆನಿಸಿದೆ. ಅದೊಂದು ಯಶಸ್ವಿ ಬಾಲಿವುಡ್ ಚಿತ್ರ. ಅಮಿತಾಬ್ ಬಚ್ಚನ್, ಹೇಮಮಾಲಿನಿಯಂಥ ಹಿರಿಯ ನಟರು ನಟಿಸಿರುವ ಯಶಸ್ವಿ ಚಿತ್ರ. ಆ ಶೀರ್ಷಿಕೆಯ ಅಡಿಯಲ್ಲಿ ಒಂದು ಮಾತು ಕೇಳಿ ಬರುತ್ತಿದೆ. Can You Depend on your family? ಆ ಮಾತಿನ ಶೋಧನೆಯ ಕಥಾವಸ್ತು! ಆ ಚಿತ್ರದ ನಾಯಕ ಅಮಿತಾಬ್ ಬಚ್ಚನ್ ಬ್ಯಾಂಕಿನ ಉದ್ಯೋಗಿ. ಹೆಂಡತಿ

ಹೇಮಮಾಲಿನಿ. ಅನ್ಯೋನ್ಯ ದಾಂಪತ್ಯದ ಪ್ರತೀಕವಾಗಿ ನಾಲ್ಕು ಮಕ್ಕಳು. ಅಂತು ಒಂದು ಸುಖೀಮಯ ಕುಟುಂಬದ ಚಿತ್ರ. ತಂದೆ, ತಾಯಿ ನಲವತ್ತರ ವೆಡ್ಡಿಂಗ್ ಆನಿವರ್ಸರಿಯ ಸಂಭ್ರಮ. ಎಲ್ಲಾ ಕುಣಿದು ಕುಪ್ಪಳಿಸುತ್ತಾರೆ. ನಾಲ್ವರಲ್ಲಿ ಮೂವರಿಗೆ ವಿವಾಹವಾಗಿ ಬೇರೆ ಕಡೆ ಇರುತ್ತಾರೆ. ಇನ್ನೊಬ್ಬ ಮಗ ಕೂಡ ಜೊತೆಯಲ್ಲಿ ಇರುವುದಿಲ್ಲ. ನಿವೃತ್ತಿಯ ನಂತರ ಗ್ರಾಚುಯಿಟಿ ಹಣ ಮುಂತಾದುವೆಲ್ಲ ಮಕ್ಕಳ ಆಶೋತ್ತರ ಪೂರೈಕೆಯಲ್ಲಿ ಖರ್ಚಾಗಿ ಬಿಡುತ್ತೆ.

ಈಗ ಹೆತ್ತವರಿಗೆ ಮಕ್ಕಳ ಆಸರೆ ಬೇಕು. ಹೋಳಿ ಹಬ್ಬಕ್ಕೆ ಬಂದ ಮಕ್ಕಳಿಗೆ ಇದನ್ನು ವಿವರಿಸುತ್ತಾರೆ. ಉಳಿದ ಜೀವನವನ್ನು ಮಕ್ಕಳ ಮನೆಯಲ್ಲಿ ಕಳೆಯಬೇಕಾದ ಪರಿಸ್ಥಿತಿಯನ್ನು ವಿವರಿಸಿ ಮಕ್ಕಳನ್ನು ಪರಸ್ಪರ ಸಮಾಲೋಚಿಸಿ ಎಂದು ಹೇಳಿ ಮನೆಯಾಚೆ ಬಂದು ಕಲ್ಲು ಬೆಂಚಿನ ಮೇಲೆ ಕೂಡುತ್ತಾನೆ.

ನಾಲ್ಕು ಮಕ್ಕಳನ್ನು ಮನಃಪೂರ್ವಕವಾಗಿ ಬೆಳೆಸಿ ಪ್ರೀತಿಯ ಜೊತೆ ತಮ್ಮ ಸಮಸ್ತವನ್ನು ಧಾರೆಯೆರೆದ ಹೆತ್ತವರ ಆರೈಕೆ ಬಗ್ಗೆ ಅವರವರಲ್ಲೇ ತಿಕ್ಕಾಟ ಶುರುವಾಗುತ್ತೆ. ಈ ಜವಾಬ್ದಾರಿ ಮಕ್ಕಳಿಗೆ ಬೇಡ. ಸೊಸೆಯಂದಿರಿಗೆ ಸುತರಾಂ ಒಪ್ಪಿಗೆ ಇಲ್ಲ. ಇಲ್ಲಿ ಸುಖ ಸಂಸಾರದ ಮುಖವಾಡ ಕಳಚಿಬೀಳುತ್ತೆ. ತೀರಾ ಕಸಿವಿಸಿಯಿಂದಲೇ ಕೊನೆಗೆ ಅಪ್ಪ ಒಬ್ಬರ ಜೊತೆ, ಅಮ್ಮ ಇನ್ನೊಬ್ಬರ ಜೊತೆಯೆನ್ನುವ ವ್ಯವಹಾರ ಕುದುರುತ್ತೆ. ಇಬ್ಬರ ಸಮಾಗಮದಿಂದ ಹುಟ್ಟಿದ ಮಕ್ಕಳು ಆ ಜೋಡಿ ಹಕ್ಕಿಗಳನ್ನು ಸ್ವತಃ ಅಗಲಿಸುತ್ತಾರೆ. ಇದೊಂದು ದೊಡ್ಡ ದುರಂತ! ಇಂಥ ಮಕ್ಕಳು ಈಗೀಗ ಹೆಚ್ಚಾಗುತ್ತಿದ್ದಾರೆ.

ನಂತರ ಮಕ್ಕಳ ಮನೆಗಳಲ್ಲಿ ಅವರು ಎದುರಿಸುವ ಕಷ್ಟಗಳು ಸೂಕ್ಷ್ಮವಾಗಿ ಅಷ್ಟೇ ಪರಿಣಾಮಕಾರಿಯಾಗಿ ನಿರ್ದೇಶಕರು ಚಿತ್ರಿಸಿದ್ದಾರೆ. ತಮ್ಮ ಮಕ್ಕಳ ಮನಸ್ಸುಗಳಿಗೆ ಕಿಂಚಿತ್ ನೋವಾಗದಂತೆ ಸಾಕಿ ಸಲಹಿದ ಅವರು ಮಕ್ಕಳ ಮನೆಯಲ್ಲಿ ಅನುಭವಿಸುವ ನೋವು, ನಿಂದನೆ, ಅವಮಾನ ಕರುಳು ಕತ್ತರಿಸಿದಂತಾಗುತ್ತದೆ. ಪ್ರತಿಯೊಬ್ಬ ತಾಯಿ ತಂದೆಯರು ದಿಗ್ಭ್ರಮೆಗೊಳ್ಳಬೇಕು. ಹೆತ್ತವರ ಪಾಲಿಗೆ ಇದೊಂದು ಎಚ್ಚರಿಕೆಯ ಗಂಟೆ. ಈ ವಸ್ತುವನ್ನು ಪ್ರಧಾನವಾಗಿಟ್ಟುಕೊಳ್ಳದಿದ್ದರೂ ಹಲವಾರು ಚಿತ್ರಗಳಲ್ಲಿ ನಾವು ಇಂಥ ಕರುಳು ಕತ್ತರಿಸುವ ದೃಶ್ಯಗಳನ್ನು ನೋಡಬಹುದು. ಆಗ ಮಕ್ಕಳ ಬಗ್ಗೆ ಭರವಸೆ ಮೂಡುವುದಿಲ್ಲ. ಬಾಗ್‌ಬಾನ್ ಚಿತ್ರದಲ್ಲಿ ವೃದ್ಧ ನಾಯಕ ಕನ್ನಡಕವಿಲ್ಲದೆ ಹೆಂಡತಿ ಬರೆದ ಪತ್ರವನ್ನು ಬೇರೆಯವರ ಕೈಯಲ್ಲಿ ಓದಿಸುತ್ತಾನೆ. 'ನಾವೇ ಕೈ ಹಿಡಿದು ಮೊದಲ ಹೆಜ್ಜೆ ಇಡಿಸಿದ ಮಕ್ಕಳು ನಮ್ಮ ಜೀವನದ ಕೊನೆಯ ಹೆಜ್ಜೆಯನ್ನು ಕೈ ಹಿಡಿದು ನಡೆಸಲಾರರೆ?' ತಂದೆಯ ಆರ್ದ್ರ ಅಳಲು ಕಟ್ಟ ಕಡೆಯ ಭಾಷಣದ ದೃಶ್ಯ. ಅಲ್ಲಿ ಅಮಿತಾಬ್ ಲಕ್ಷಾಂತರ ತಂದೆಯರ ಪ್ರತಿನಿಧಿಯಾಗುತ್ತಾನೆ.

ಕಿಂಚಿತ್ ಮಕ್ಕಳು ಹೆತ್ತವರ ಬಗ್ಗೆ ಗಮನಹರಿಸಲಾರರ? ಪ್ರೀತಿಯ ಪಾತ

ಹೇಳಿದವರು ಹೆತ್ತವರೆ. ಯಾರನ್ನು ಮುಪ್ಪು ಬಿಡದು. ಆಗಿನ ನಿಮ್ಮ ಸ್ಥಿತಿ ನೆನಪಿಸಿಕೊಳ್ಳಿ. ಅದಕ್ಕಾಗಿ... ಅಂಜಿ! ಪ್ರೀತಿ ಕಲಿಸಿದ ಅವರನ್ನು ಪ್ರೀತಿಯಿಂದ ನಡೆಸಿಕೊಂಡಾಗಲೇ ನಿಮಗೆ ಪ್ರೀತಿ ಸಿಗುವುದು.

Can You Depend on your family? ಅನ್ನೋ ಯಕ್ಷಪ್ರಶ್ನೆಗೆ ಉತ್ತರವೇನು? ಮಕ್ಕಳು ಒಳ್ಳೆಯವರಾಗಬೇಕು ಇಲ್ಲದಿದ್ದರೇ ಕೈ ಕಾಲು ಗಟ್ಟಿಯಾಗಿರುವಾಗಲೇ ಕಣ್ಮುಚ್ಚಬೇಕು.

ನನ್ನ 'ವಸುದೈವ ಕುಟುಂಬ' ಕಾದಂಬರಿಯಲ್ಲಿ ನಿಸ್ಸಹಾಯಕ ಪಾಟಿ ಜಗತ್ತಿನ ತಾಯಿಯ ಪ್ರತಿನಿಧಿಯಾಗಿ ಕಾಣುತ್ತಾಳೆ.

ನಾನು ಸುಮ್ಮನಿದ್ದರೇ ಚೆನ್ನಾಗಿತ್ತು!

ಯಾರು ತಾನು ಮಾಡಿದ ತಪ್ಪಿನಿಂದ ಪಾಠ ಕಲಿಯುತ್ತಾನೋ ಅವನು ಬುದ್ಧಿವಂತ, ವಿವೇಕಿ. ಇತರರು ಮಾಡುವ ತಪ್ಪುಗಳನ್ನು ಗ್ರಹಿಸಿ ಪಾಠ ಕಲಿಯುತ್ತಾನೆ. ತಾನು ಮಾಡಿದ ತಪ್ಪುಗಳನ್ನು ಪದೇ ಪದೇ ನೆನಪಿಸಿಕೊಂಡು ತಾನು ಹಿಂಸೆಪಡುವುದರ ಜೊತೆಗೆ ಇತರರನ್ನು ಮಾನಸಿಕ ಹಿಂಸೆಗೆ ಗುರಿ ಮಾಡುವವರನ್ನು ಏನೆಂದು ಕರೆಯಬೇಕು?

ಮಾಡಿದ ತಪ್ಪುಗಳು ಬರೀ ಮುಂದಿನ ಬದುಕಿಗೆ ಪಾಠವಾಗಬೇಕು. ಅದರ ನೆನಪಿನಿಂದ ಬೇರೆಯವರನ್ನು ಹಿಂಸಿಸಬಾರದು. ಯಾರು ತಾವು ಮಾಡಿದ ತಪ್ಪುಗಳಿಂದ ಮೌನವಾಗಿ ಪಾಠ ಕಲಿಯುತ್ತಾರೋ ಅವರು ಬುದ್ಧಿವಂತರು. ಹಾಗೆಯೇ ಅವಿವೇಕಿ ಇತರರು ಮಾಡುವ ತಪ್ಪುಗಳನ್ನು ಗ್ರಹಿಸಿ ತಾನು ಪಾಠ ಕಲಿಯುತ್ತೇನೆ. ಆದರೆ ಕೆಲವರು ತಾವು ಮಾಡಿದ ತಪ್ಪುಗಳನ್ನು ಪದೇ ಪದೇ ನೆನಪಿಗೆ ತಂದುಕೊಂಡು ತನಗೆ ತಾನು ಹಿಂಸೆ ಪಡಿಸಿಕೊಳ್ಳುವುದರ ಜೊತೆ ಸುತ್ತಲಿನ ಜನರನ್ನು ಕೂಡ ಹಿಂಸಿಸುತ್ತಾನೆ. ಇಂಥವರನ್ನು ಏನನ್ನೋಣ?

ಮಾಡಿ ಮುಗಿಸಿದ್ದನ್ನು ಮತ್ತೆ ಮಾಡಬೇಕಾದುದಿಲ್ಲ. ಸತ್ತವನಿಗೆ ಮತ್ತೆ ಮರಣವಿಲ್ಲ. ಕಳೆದು ಹೋದುದಕ್ಕೆ ದುಃಖಿಸಬೇಕಾಗಿಲ್ಲ. ಇದು ಜ್ಞಾನಿಗಳ ಮಾತು. ಹಿರಿಯರು ಕಿರಿಯರಿಗೆ ಹೇಳುವ ಬುದ್ಧಿವಾದ. ಜೊತೆಗೆ ನಾವು... ನಾವೇ ಆದಾಗ ಒಬ್ಬರಿಗೊಬ್ಬರು ಹೇಳಿಕೊಳ್ಳುವ ಮಾತು. ಆದರೂ ಅದನ್ನು ಸ್ವಲ್ಪ ನೆನಪಿನಲ್ಲಿ ಇಟ್ಟುಕೊಂಡರೆ ಎಷ್ಟೋ ಸಂತೋಷವಾಗಿ ಬಾಳಬಹುದು.

ಇಲ್ಲಿ ನಿಮಗೆ ಉದಾಹರಣೆಯ ಮೂಲಕ ಹೇಳಲು ಕಾರಣವಿದೆ. ಶಾಮಣ್ಣನ ವಿಷಯ ಹೇಳಬೇಕೆನಿಸಿದೆ. ತೀರಾ ಕೆಟ್ಟವನು ಅಲ್ಲ. ಒಳ್ಳೆಯವನೆಂದು ಅಟ್ಟದ ಮೇಲೆ ಕೂರಿಸಿಕೊಳ್ಳುವುದು ಕೂಡ ಸಾಧ್ಯವಿಲ್ಲ. ಈ ತರಹ ಸ್ವಭಾವ ಸ್ವಲ್ಪ ಹೆಚ್ಚು ಕಡಿಮೆ

ಎಲ್ಲರಲ್ಲೂ ಇದ್ದೇ ಇರುತ್ತೆ! ಇದ್ದೇ ಇರುತ್ತೇಂತ ಕೂಡ ಹೇಳಲು ಹೊರಟಿಲ್ಲ. ಪಶ್ಚಾತ್ತಾಪ ಬೇರೆ ರೀತಿಯಲ್ಲಿ ಬಳಕೆಯಾದರೆ ಹೇಗೆ ಅಪಾಯಕ್ಕೆ ದಾರಿಯಾಗುತ್ತದೆಯೆಂದು ವಿವರಿಸುವ ಯತ್ನವಷ್ಟೇ.

ಈ ತರಹದ ಸ್ವಭಾವದ ಬಗ್ಗೆ (awareness) ಬೇಕು.

ಶಾಮಣ್ಣನಿಗೆ ಎಲ್ಲಾ ಇತ್ತು ಅಂತ ಪ್ರಮಾಣ ಮಾಡಿ ಹೇಳಬಹುದು. ಒಳ್ಳೆ ರೂಪವತಿ, ವಿದ್ಯಾವತಿ ಹೆಂಡತಿ ಇದ್ದಳು. ಮಕ್ಕಳು ಕೂಡ ಪರವಾಗಿಲ್ಲ. ಬುದ್ಧಿವಂತರು ಅಂತಲೇ ಹೇಳಿಕೊಳ್ಳಬಹುದು. ಕೋರ್ಟು ಕಚೇರಿಯ ತಕರಾರು ಇರಲಿಲ್ಲ. ಆ ಮನುಷ್ಯನ ಇಂಥ ಒಂದು ಗುಣ ಎಷ್ಟು ಅಪಾಯಕಾರಿ ಅಂತ ನಮ್ಮನ್ನು ನಾವೇ ವಿಶ್ಲೇಷಿಸಿ ಕೊಳ್ಳಬಹುದು.

ನಮ್ಮ ಶಾಮಣ್ಣ ಸದಾ ವ್ಯಸನಚಿತ್ತರಾಗಿ ಇರುತ್ತಿದ್ದ. ಯಾಕೆ? ಇಪ್ಪತ್ತು ವರ್ಷದ ಹಿಂದೆ ನಡೆದು ಹೋದ ಒಂದು ಘಟನೆ ನೆನಪಿಸಿಕೊಂಡು "ಆಗ ನಮ್ಮಪ್ಪ ಮೆಡಿಕಲ್ ಸೇರಿಕೋ ಅಂದರು. ನಾನು ಅವರ ಮಾತು ಕೇಳದೆ ಇಂಜಿನಿಯರಿಂಗ್ ಸೇರಿಕೊಂಡೆ. ಈಗ ಅದರ ಫಲ ಅನುಭವಿಸ್ತಾ ಇದ್ದೀನಿ" ದಿನಕ್ಕೆ ಒಂದೆರಡು ಸಲ ಹೇಳುವ ಒಂದು ಡೈಲಾಗ್ ಇದು. ಸದಾ ಆ ಬಗ್ಗೆ ಚಿಂತಿತರು. ಇದೊಂದು ಪುಟ್ಟ ಉದಾಹರಣೆ ಅಷ್ಟೆ. ಇದು ಬರೀ ಶುರು ಅಂದುಕೊಳ್ಳಿ. ಆಗ ತೆಗೆದುಕೊಂಡ ನಿರ್ಣಯದಿಂದ ಪಶ್ಚಾತ್ತಾಪ. ಇಂಥ ಒಂದು ಮನಸ್ಥಿತಿ.

ಆಮೇಲೆ ಮದುವೆಯ ಸಂದರ್ಭದಲ್ಲಿ ನಡೆದ ಒಂದು ಪುಟ್ಟ ಇನ್ಸಿಡೆಂಟ್. ಚಿಕ್ಕ ಮಾವ ಅಂದರೆ ಹೆಂಡತಿಯ ಚಿಕ್ಕಪ್ಪ ಶಾಮಣ್ಣನ ಮದುವೆಯ ಸಂದರ್ಭದಲ್ಲಿ ಒಂದು ಸಣ್ಣ ರಗಳೆ ಶುರು ಮಾಡಿದ್ದರು. "ಹುಡುಗಿಗೆ ತಂದ ಧಾರೆ ಸೀರೆಯಲ್ಲಿ ಜರಿ ಕಮ್ಮಿ ಇದೆ" ಆಮೇಲೆ ನಾಲ್ಕಾರು ಜನ ಅಮರಿಕೊಂಡ ನಂತರ ಆ ಮನುಷ್ಯ ಕ್ಷಮೆ ಕೇಳಿದ್ದರು. ಸುಲಭವಾಗಿ ಮರೆಯಬಹುದಾದ ವಿಷಯ. ಇಂದಿಗೂ ಪ್ರತಿಸಲ ಸೀರೆ ತಂದಾಗಲೂ ಆ ಮಾತನ್ನು ಆಡಿ ಹೆಂಡತಿಯ ಕಣ್ಣಲ್ಲಿ ನೀರು ತರಿಸುತ್ತಿದ್ದರು. "ವರ್ಷಗಳೇ ಉರುಳಿ ಹೋಗಿದೆ. ಸುಮ್ಮನೆ ಅದನ್ಯಾಕೆ ನೆನಪಿಸುತ್ತೀರಾ?" ಈ ಮಾತನ್ನು ಹೆಂಡತಿ ಅನ್ನಿಸಿ ಕೊಂಡವಳು ಪ್ರತಿಸಲವು ಹೇಳಿ ಸೋತು ಹೋಗಿದ್ದಳು. ಇದರಿಂದ ಅವರು ಕಳೆದು ಕೊಳ್ಳುತ್ತಿದ್ದ ಸಂತೋಷ ಎಷ್ಟೆಂದು ಒಮ್ಮೆ ಕೂಡ ಆಲೋಚಿಸಲಿಲ್ಲ.

ಒಮ್ಮೆ ಶಾಮಣ್ಣನ ಹೆಂಡತಿ ಚಿಕ್ಕಪ್ಪನೆಂಬ ಮನುಷ್ಯ ಇವರ ಮನೆಗೆ ಕೊನೆಯ ಮಗಳನ್ನು ಲಗ್ನಕ್ಕೆ ಕರೆಯುವ ಸಲುವಾಗಿ ಬಂದಾಗ ಮುಖ ಮೂತಿ ನೋಡದೇ ಎಂದಿನದೋ ಮಾತು ನೆನಪಿಸಿಯೇಬಿಟ್ಟರು.

"ಅಂದು ನಾವು ತಂದ ಧಾರೆ ಸೀರೆಗಿಂತ ದೊಡ್ಡ ಜರಿ ಬಾರ್ಡರಿನ ಸೀರೆ ತರ್ತಾರ ಬೀಗರು?" ಅದನ್ನು ಸೀರಿಯಸ್ಸಾಗಿ ತೆಗೆದುಕೊಳ್ಳದಿದ್ದರೂ ಈ ಮಾತನ್ನು ಕನಿಷ್ಟ ಒಂದು

ನೂರು ಸಲವಾದರೂ ಕೇಳಿದ್ದ ಮನುಷ್ಯ ಜಗಳಕ್ಕೆ ಬಿದ್ದೆ. "ಎಂದೋ ನಡೆದು ಹೋದ ವಿಷಯ. ನಾನು ಮರೆತು ಬಹಳ ಕಾಲವಾಗಿದೆ. ಅಂದು ಎಲ್ಲರ ಕ್ಷಮೆ ಕೂಡ ಕೇಳಿದ್ದೀನಿ. ಪದೇ ಪದೇ ಅದೇ ಮಾತುಗಳನ್ನಾಡಿದರೆ ಮತ್ತೆಂದು ನಿಮ್ಮ ಮನೆಗೆ ಬರೋಲ್ಲ" ಘೋಷಿಸಿದರು.

ಆ ಸಮಯದಲ್ಲಿ ಈ ಮನುಷ್ಯ ಸುಮ್ಮನೆ ಇದ್ದಿದ್ದರೇ ಎಲ್ಲ ಸರಿ ಹೋಗುತ್ತಿತ್ತೇನೋ. "ಬೇಡ, ಅಂದು ನಡೆದಿದ್ದನ್ನು ಮರೆಯೋಕೆ ಸಾಧ್ಯವಿಲ್ಲ" ಅಂದು ಬಿಟ್ಟರು.

ಮದುವೆಗೆ ಕರೆಯಲು ಬಂದವರು ಒಂದು ಲೋಟ ನೀರು ಕೂಡ ಕುಡಿಯದೇ "ಮತ್ತೆಂದು ಬರೋಲ್ಲ" ಹೊರಟೇಬಿಟ್ಟರು. ಎರಡು ಕುಟುಂಬದ ಮಧ್ಯೆ ತೆರೆ ಬಿದ್ದಿತು.

ಆಮೇಲೆ ಶಾಮಣ್ಣ ಕೂಡ ಪಶ್ಚಾತ್ತಾಪಗೊಂಡ.

"ನಾನು ಅಂದು ಸುಮ್ಮನಿದ್ದಿದ್ದರೆ ಚೆನ್ನಾಗಿತ್ತು" ಈ ಮಾತು ಶುರುವಾಯಿತು. "ಅದು ಮುಗಿದು ಹೋದದ್ದು. ಕಡಿದು ಹೋದ ಸಂಬಂಧ! ಪದೇ ಪದೇ ನೆನಪಿಸಿಕೊಂಡು ನೋವು ಮಾಡಿಕೊಳ್ಳೋದು ಬೇಡ" ಪ್ರತಿಸಲ ಹೆಂಡತಿ ಇದನ್ನು ಹೇಳಿ ಹೇಳಿ ಸೋತಳೇ ವಿನಃ ಇದನ್ನು ನೆನಪಿಸಿಕೊಳ್ಳುವುದನ್ನು ಬಿಡಲಿಲ್ಲ. ಮುಜುಗರ ಅನುಭವಿಸುವುದು ತಪ್ಪಲಿಲ್ಲ.

ಒಂದು ಮುಖ್ಯವಾದ ಪ್ರಕರಣದ ಬಗ್ಗೆ ಹೇಳಬೇಕೆನಿಸಿದೆ.

"ಒಂದಾರು ತಿಂಗಳು ಹಿಂದೆ ಮಗನಿಗಾಗಿ ಒಂದು ಸಂಬಂಧ ಬಂದಿತ್ತು. ಮಾತುಕತೆ ಒಂದು ಹಂತಕ್ಕೆ ಬಂತು. ಲಗ್ನದ ದಿನ ಕೂಡ ನಿಶ್ಚಯವಾಯಿತು. ಸುಮ್ಮನಿರುವುದರ ಬದಲು "ನನ್ತಮ್ಮನ ಮದ್ವೆಯಲ್ಲಿ ಹುಡ್ಗೀ ಕಡೆಯೋರು ಸ್ವಲ್ಪ ಕಂಜೂಸ್ ಜನ. ಯಾವುದರಲ್ಲೂ ಧಾರಾಳವಿಲ್ಲ. ತಾಂಬೂಲಕ್ಕೇಂತ ಯಾವ ಸೈಜು ತೆಂಗಿನಕಾಯಿ ತರಿಸಿದ್ದರೂ ಗೊತ್ತಾ? ಅದಕ್ಕಾಗಿ ದೊಡ್ಡ ಜಗಳವೇ ಆಯ್ತು. ಮೊದಲು ಅದ್ನ ಪ್ರಸ್ತಾಪಿಸಿದೋನು ನಾನು. ಈಗಲೂ ತೆಂಗಿನಕಾಯಿ ನೋಡಿದ ಕೂಡಲೇ ಅದು ನೆನಪಾಗಿ "ತ್ಥೂ...ತ್ಥೂ" ಎಂದರು. "ಹಾಗಂತ ನಾವೇನು ತಾಂಬೂಲಕ್ಕೆ ದೊಡ್ಡ ಸೈಜಿನ ತೆಂಗಿನಕಾಯಿ ಕೊಡೀಂತ ಕೇಳ್ತಾ ಇಲ್ಲ" ಅಂದೇಬಿಟ್ಟರು.

ಅಲ್ಲೇ ಇದ್ದ ಅವರ ತಮ್ಮನ ಹೆಂಡತಿ ಮುಖ ತಗ್ಗಿಸಿದರು. ಪಶ್ಚಾತ್ತಾಪ ಇವರದಾದರೂ, ಅವಮಾನ ಆಕೆಯ ತೌರಿಗೆ. ಯಾವುದೇ ಒಂದು ನೆಪವೊಡ್ಡಿ ಇಡೀ ಅವರ ತಮ್ಮನ ಕುಟುಂಬವೇ ಖಾಲಿ ಆಯಿತು.

"ನೀವು ಆ ತರಹ ಹೇಳಬಾರದಿತ್ತು" ಹೆಂಡತಿ ಹೇಳಿದರು.

"ಅಂದು ನಡೆದು ಹೋಗಿದ್ದಕ್ಕೆ ನಂಗೆ ಪಶ್ಚಾತ್ತಾಪವಾಗಿದೆ" ಸಮರ್ಥಿಸಿಕೊಂಡರು.

ಇಡೀ ದಿನ ಎದ್ದಾಗಿನಿಂದ ಮಲಗುವವರೆಗೂ ನಡೆದುಹೋದ ಘಟನೆಗಳನ್ನು

ನೆನಪು ಮಾಡಿಕೊಂಡು ತಮ್ಮನ್ನು ತಾವೇ ದೂಷಿಸಿಕೊಳ್ಳುತ್ತಿದ್ದರು. ಇದರಿಂದ ಆ ಮನೆಯಲ್ಲಿ ನೆಮ್ಮದಿ ಇಲ್ಲ. ಜೊತೆಗೆ ಸಂಬಂಧಿಕರು, ಗೆಳೆಯರು ದೂರವಿಡ ತೊಡಗಿದರು. ಯಾಕೆ? ನಡೆದು ಹೋದ ಘಟನೆಯನ್ನು, ಅದರಲ್ಲೂ ಅನಾಹುತಗಳನ್ನು ಸದಾ ಜ್ಞಾಪಿಸಿಕೊಂಡು, ನೆನೆಸಿಕೊಂಡು, ಆ ಬಗ್ಗೆ ವಟಗುಟ್ಟುತ್ತ ಚಿತ್ತಕ್ಷೋಭೆ ಮಾಡಿಕೊಳ್ಳುವ ಜನ ಸಾಕಷ್ಟು ಇದ್ದಾರೆ.

ತಪ್ಪು ನಡೆದು ಹೋದಾಗ ಕಾರಣ ಹುಡುಕಬೇಕೇ ವಿನಃ ಸದಾ ಅದನ್ನು ಜ್ಞಾಪಿಸಿ ಕೊಂಡು ಇಡೀ ವಾತಾವರಣ ಮಧ್ಯೆ ಬೆಂಕಿ ಉರಿಸುವ ಪ್ರಯತ್ನದಲ್ಲಿ ಮೊದಲು ಬೇಯುವವನು ಹಚ್ಚಿದ ವ್ಯಕ್ತಿ. ಆದರೆ ಮತ್ತೆ ಮತ್ತೆ ತಪ್ಪು ಮಾಡುವುದು, ದುಡುಕಿ ಮಾತಾಡುವುದೇನು ನಿಲ್ಲಿಸುವುದಿಲ್ಲ.

ಆಮೇಲೆ ಇನ್ನೊಂದು ಮುಖ್ಯ ಉದಾಹರಣೆ. ಮನೆಯ ಆಯ್ಕೆ ವಿಷಯದಲ್ಲಿ ಎಲ್ಲರ ಮಾತುಗಳನ್ನು ತಳ್ಳಿಹಾಕಿ ತಾವೇ ನಿರ್ಣಯ ಕೈಗೊಂಡರು. ಈಗ ಅದೇ ಮನೆಯಲ್ಲಿ ವಾಸಿಸುತ್ತಿದ್ದರೂ ಸುಖಿಗಳಲ್ಲ. ದಿನದ ಎಲ್ಲಾ ಸಮಯಗಳಲ್ಲೂ ಇರುವ ಮನೆಯ ಪ್ರತಿಯೊಂದು ಭಾಗದ ಬಗ್ಗೆ ಬೇಸರಿಸುತ್ತ, ಕಿಡಿ ಕಾರುತ್ತ ತನ್ನ ತಪ್ಪಿನ ಬಗ್ಗೆ ಗೊಣಗಾಡುತ್ತಿದ್ದಾರೆ.

ಹೆಂಡತಿ ಮಕ್ಕಳೆಲ್ಲ ಆ ಮನುಷ್ಯನ ಈ ಗುಣದ ಬಗ್ಗೆ ಬೇಸತ್ತು ಹೋಗಿದ್ದಾರೆ. ದೊಡ್ಡವರಾದ ಮಕ್ಕಳು ತಿರುಗಿ ಬೀಳುತ್ತಾರೆ. ಹೆಂಡತಿಯ ಕಣ್ಣೀರು ಕೂಡ ಆ ಮನುಷ್ಯನನ್ನು ಬದಲಿಸಲಿಲ್ಲ.

ಇಂಥ ಒಂದು ಸ್ವಭಾವದಿಂದ ಆತ ಪಡೆದಿದ್ದೇನು?

ಪ್ರಯೋಜನವಿಲ್ಲದ ನೆನಪು, ಪಶ್ಚಾತ್ತಾಪದಿಂದ ಸ್ವಲ್ಪ ದೂರ ಇರೀ, ನಡೆದು ಹೋದದ್ದರ ಬಗ್ಗೆ ಚಿಂತಿಸದೇ ಭವಿಷ್ಯದ ಬುದ್ಧಿವಂತಿಕೆಯ ಹಕ್ಕಿಯನ್ನು ಬಂಧಿಸಿಡಿ. ನಡೆದು ಹೋದದ್ದು ಮುಂದಿನ ದಿನಗಳಿಗೆ ಪಾಠವಾಗಬೇಕೆ ಹೊರತು ಮತ್ತೇನಿಲ್ಲ.

ಹಮ್ಮು... ಬಿಮ್ಮು ಬೇಕಿಲ್ಲ, ಅಂಬುಜನಾಭನಿಗೆ

ಕಲಾವಂತಿಕೆಯಿಂದ ಶೋಭಿಸುತ್ತಿದ್ದ ದೇವಸ್ಥಾನಗಳು ಈಚೆಗೆ ಫಳ ಫಳ ಹೊಳೆಯುತ್ತಿದೆ.

ಇತ್ತೀಚೆಗೆ ಯಾವ ದೇವಸ್ಥಾನಗಳಲ್ಲಿ ನೋಡಿದರೂ ಭಕ್ತರಿಂದ ತುಂಬಿ ಹೋಗಿರುತ್ತೆ. ನೆಲಕ್ಕೆ ಅಮೃತಶಿಲೆ ಹಾಕಿಸಿ ತಮ್ಮ ಭಕ್ತಿಯನ್ನು ತೋರ್ಪಡಿಸುವವರು ಒಬ್ಬರಾದರೇ, ಕಾಂಪೌಂಡ್ ಒಬ್ಬರದು, ಗೋಡೆ ಒಬ್ಬರದು, ಅಂಗಳ ಒಬ್ಬರದು ಎನ್ನುವಂತೆ ಹಣವಿದ್ದ ಶ್ರೀಮಂತರು ಹಂಚಿಕೊಂಡು ತಮ್ಮ ಭಕ್ತಿಯನ್ನು ಪ್ರದರ್ಶನಕ್ಕೆ ಇಡುತ್ತಾರೆ. ಈಚೆಗೆ ನಮ್ಮ ದೂರದ ಸಂಬಂಧಿ ಅಂಬುಜಮ್ಮ ಅಂಡ್ ಫ್ಯಾಮಿಲಿ ಗೋಪುರದ ಕಳಸಕ್ಕೆ ಚಿನ್ನದ ಹೊದಿಕೆ ಹಾಕಿಸಿದ್ದಕ್ಕೆ ಪೂಜಾವಿಧಿ, ಸಮಾರಂಭ, ಅನ್ನ ಸಂತರ್ಪಣೆ ಏರ್ಪಡಿಸಿದ್ದರು. ಅದಕ್ಕೆ ಸಾಕಷ್ಟು ಜನ ಜಮಾಯಿಸಿದ್ದರು. ಅವರ ಮನೆಯುವರು ಪ್ರತ್ಯೇಕ... ಪ್ರತ್ಯೇಕವಾಗಿ... ನೆಂಟರು ಪರಿಚಿತರು ಸ್ನೇಹಿತರುಗಳಿಗೆ ಕಳಸಕ್ಕೆ ಹೊದಿಸಲ್ಪಟ್ಟ ಚಿನ್ನದ ಬಗ್ಗೆ ಬಣ್ಣ ಬಣ್ಣವಾಗಿ ಹೇಳಿಕೊಂಡರು. ತಮ್ಮಿಂದ ಜಗತ್ತಿಗೆ ಮಾತ್ರವಲ್ಲ ಕೃಷ್ಣನಿಗೂ ಉಪಯೋಗವಾಗಿದೆಯೆನ್ನುವ ಪರಿಜ್ಞಾನ. ಅದೊಂದು ದೊಡ್ಡ ವಿಷಯವಾಗಿ ಮಾಡಿಕೊಂಡು ಇನ್ನು ಗರ್ಭಗುಡಿಯಲ್ಲಿದ್ದ ಕೃಷ್ಣ ಇನ್ನು ತಮ್ಮ ಮುಷ್ಟಿಯಲ್ಲಿ ಎನ್ನುವಂತೆ ಮಾತಾಡುತ್ತಿದ್ದರು.

ಆಹ್ವಾನವಿದ್ದುದರಿಂದ ದೇವಸ್ಥಾನಕ್ಕೆ ಹೋಗಿದ್ದೆ.

ಒಂದು ಸಣ್ಣ ವಿಷಯಕ್ಕೆ ವಾಗ್ವಾದ ಶುರುವಾಯಿತು. ಅಮೃತಶಿಲೆಯ ಮೇಲೆ ಕೆತ್ತಿಸಿದ ಹೆಸರು ತುಂಬ ಸಣ್ಣದಾಯಿತು ಎನ್ನುವುದು ಅವರುಗಳ ತಕರಾರು. ಜಗಳಕ್ಕೆ ಹೋದ ವಿಷಯ ದೊಡ್ಡ ಹಂತದಲ್ಲಿ ಹೊಡೆದಾಟದವರೆಗೂ ಹೋಯಿತು. ಅಂತು ಹಿರಿಯರು ಮಧ್ಯಕ್ಕೆ ಬಂದು ಸಂತೈಸಿದರು. 'ನಿಮ್ಮ ಹೆಸರು ಪ್ರತ್ಯೇಕವಾಗಿ ಕೆತ್ತಿಸುತ್ತೇವೆ'

ಅಂದ ನಂತರವೆ ಒಂದಿಷ್ಟು ತಣ್ಣಗಾಗಿದ್ದು. ಇಂಥ ಪ್ರಸಂಗಗಳು ಹತ್ತಾರು. ಅದನ್ನು ಸದಾ ನೋಡುತ್ತಿರುತ್ತೇವೆ.

ಇಲ್ಲಿ ಕೂಡ ದೇವರಿಗೆ ಪೂಜೆ ಸಲ್ಲಿಸುವ, ಕೊಡುವ ಬಿಡುವ ಬಗ್ಗೆ ಅಂತಸ್ತನ್ನು ಗಣನೆಗೆ ತಂದುಕೊಳ್ಳುತ್ತಾರೆ. 'ದೇವಸ್ಥಾನದ ದುರಸ್ತಿಯ ಸಲುವಾಗಿ ಫಂಡ್‌ಗೆ ಬಂದಿದ್ದರು. 'ಹಾಳಾಗಿ ಹೋಗಲೀಂತ ಹತ್ತು ಸಾವಿರ ಕೊಟ್ಟೆ. ಇಲ್ಲ ನನ್ನ ಮಾನ, ಅಂತಸ್ತು ಹರಾಜಿಗೆ ಇಟ್ಟು ಬಿಡುತ್ತಾರೆ' ಎಂದು ಗುನುಗುವ ಶ್ರೀಮಂತರನ್ನು ನೋಡಿದ್ದೇವೆ. ಯಾಕೆ?

"ಅಯ್ಯೋ, ನಾವು ಬೆಳ್ಳಿ ದೀಪದ ಕಂಬಗಳ್ನ ಮಾಡಿಸಿದ್ದೀವಿ. ನಾವು ತುಪ್ಪದ ದೀಪನೆ ಹಚ್ಚೋದು. ನನ್ನ ಓರಗಿತ್ತಿಯ ಮನೆಯಲ್ಲಿ ಎಣ್ಣೆಗೂ ಗತಿ ಇಲ್ಲ. ಇನ್ನೆಲ್ಲಿ ಅವರಿಗೆ ಒಳ್ಳೆದಾಗುತ್ತೆ?" ಇಂಥ ಕಂಪ್ಲೇಂಟ್‌ಗಳನ್ನು ಕೇಳಿದ್ದೀವಿ.

ಆ ದೇವರು ಅನ್ನೋ ಮಹಾತ್ಮನ್ನ ಒಂದು ಹಂತಕ್ಕೆ ತಂದು ನಿಲ್ಲಿಸಿಕೊಂಡು ಬಿಡುತ್ತೀವಿ. ಅದಕ್ಕೊಂದು ಪುಟ್ಟ ಕಾರಣ. ನನಗೆ ತಿಳಿದ ಶ್ರೀಮಂತ ಗೆಳತಿ ಲಕ್ಷ್ಮಿದೇವರಿಗೆ ಒಂದು ನವರತ್ನದ ಹಾರ ಮಾಡಿಸಿದ್ದು ಸುದ್ದಿಯಾಗಿತ್ತು. ದೇವಾಲಯಕ್ಕೆ ಹಾರ ಒಪ್ಪಿಸುವ ಮುನ್ನ ಒಂದು ಸಭೆ ಏರ್ಪಡಿಸಿದ್ದರು ಮಹಿಳಾ ಮಂಡಲಿಯ ವತಿಯಿಂದ. ಅಕ್ಕಸಾಲಿಗನು ತಂದುಕೊಟ್ಟ ಹಾರವನ್ನು ಪ್ರದರ್ಶನಕ್ಕೆ ಇಡಲಾಗಿತ್ತು.

ಮಹಿಳಾಮಣಿಗಳ ದೊಡ್ಡ ಗುಂಪೇ ನೆರೆದಿತ್ತು. ಬಂದವರೆಲ್ಲ ಹಾರಗಳನ್ನು, ಬೊಕ್ಕೆಗಳನ್ನು ತಂದಿದ್ದರು. ನಾನು ಬರೀ ಕೈಯಲ್ಲಿ ಹೋಗಿದ್ದೆ. ಅದೊಂದು ಅಭಿನಂದನಾ ಸಭೆಯೆಂದು ನನಗೆ ಗೊತ್ತಿರಲಿಲ್ಲ. ಆಕೆ ದೊಡ್ಡ ಬಾರ್ಡರಿನ ಜರಿಯ ಸೀರೆಯುಟ್ಟು, ನವೀನ ಮಾದರಿಯ ತುರುಬು ಕಟ್ಟಿಕೊಂಡು ಅದಕ್ಕೊಂದು ಚೆಂದದ ಗುಲಾಬಿಯ ಹೂ ಸಿಕ್ಕಿಸಿಕೊಂಡು ಬಂದವರನ್ನು ಸ್ವಾಗತಿಸುವ ಪರಿ ಸೊಗಸಾಗಿತ್ತು. ಹಾರವನ್ನು ಚೆಂದದ ಬಾಕ್ಸ್‌ನಲ್ಲಿ ತೆರೆದಿಡಲಾಗಿತ್ತು. ಅದನ್ನು ನೋಡಿ ಬಂದವರೆಲ್ಲ ಸಿಂಗರಿಸಿಕೊಂಡು ನಿಂತ ಆ ಮಹಾದಾನಿಯನ್ನು ತಾವು ತಂದ ಹೂ, ಗಂಧದ ಹಾರಗಳಿಂದಲೋ, ಹೂವಿನ ಗೊಂಚಲುಗಳಿಂದಲೋ ಅಭಿನಂದಿಸುತ್ತಿದ್ದುದು ಚಲನಚಿತ್ರದ ಸೀನ್ ಎನಿಸಿತು. ಆಮೇಲಿನ ಮಾತುಗಳೆಲ್ಲ ಹಾರಕ್ಕೆ ಖರ್ಚಾದ ಹಣ, ಹಾರಕ್ಕೆ ತೊಡಿಸಿದ ಕಲ್ಲುಗಳ ಬೆಲೆಗಳ ನಂತರ ಅದರ ಕುಶಲತೆ ಬಗ್ಗೆ ಸೂಚಿಸುತ್ತಿದ್ದರು. ಆಮೇಲೆ ಭರ್ಜರಿ ಬಫೆ. ಆದರೆ ಆ ಮನೆಯವರೆಲ್ಲ ಸ್ವರ್ಗಾಧಿಪತಿ ವಿಷ್ಣುವಿನ ಪತ್ನಿಗೆ ತಮ್ಮಿಂದ ದೊಡ್ಡ ಉಪಕಾರವಾದಂತೆ ನಡೆದುಕೊಂಡಿದ್ದು ಬೇಸರವೆನಿಸಿತು. ಹಣಕ್ಕೆ ಅಧಿದೇವತೆಯಾದ ಲಕ್ಷ್ಮಿಯನ್ನು ಒಲಿಸಿಕೊಳ್ಳಲು ಇಂಥ ಮುತುವರ್ಜಿ. ಇಂಥ ತಪ್ಪು ನಮ್ಮಗಳಿಂದಾಗುವುದು ಸರ್ವೇ ಸಾಮಾನ್ಯವಾಗಿ ಹೋಗಿದೆ. ನಮ್ಮಿಂದ ಇಂಥ ದೇಣಿಗೆ ಪಡೆಯುವ ಅಗತ್ಯ ದೇವರಿಗೆ ಇದೆಯೇ?

ದಾನಧರ್ಮಗಳ ರೂಪದಲ್ಲಿ ದೇವರು ಉದ್ಧರಿಸುತ್ತಿದ್ದೀನಿ ಎನ್ನುವ ಮನೋಭಾವ ನಮ್ಮನ್ನು ಬೇರೆಲ್ಲಿಗೋ ಒಯ್ಯುತ್ತದೆ.

ಉಪನಿಷತ್‌ನ ಕಥೆ ಇಲ್ಲಿ ನೆನಪಾಗುತ್ತಿದೆ.

ಮಹಾವ್ರಷ ರಾಜ್ಯದ ಮಹಾರಾಜ ಜ್ಞಾನಶ್ರುತಿ. ಧರ್ಮನಿಷ್ಟನು ಉದಾರಿಯು ಆಗಿದ್ದ. ತನ್ನ ರಾಜ್ಯದ ಪ್ರಜೆಗಳ ಅನುಕೂಲಕ್ಕೆ ಬೇಕಾದ ಎಲ್ಲಾ ಅನುಕೂಲಗಳನ್ನು ಒದಗಿಸಿದ್ದ. ಹಾಗೆಯೇ ಪರ ಊರುಗಳಿಂದ ಇಲ್ಲಿಗೆ ಬರುವ ಜನಕ್ಕೆ ಊಟ-ಉಪಚಾರಗಳ ಜೊತೆಗೆ ತಂಗಲು ಛತ್ರಗಳನ್ನು ನಿರ್ಮಿಸಿದ್ದ. ಧರ್ಮಭೀರುವಾಗಿದ್ದ. ಆಧ್ಯಾತ್ಮಶೀಲನಾದ ರಾಜನಾಗಿದ್ದ. ಜನರೆಲ್ಲ ಮೆಚ್ಚಿಕೊಂಡು ತಮ್ಮ ರಾಜನ ಸುಗುಣಗಳನ್ನು ಹಾಡಿ ಹೊಗಳುತ್ತಿದ್ದರು. ಕ್ರಮೇಣ ಜ್ಞಾನಶ್ರುತಿಯಲ್ಲು ತನಗೆ ಸಮಾನರಿಲ್ಲ ಎನ್ನುವ ಅಹಂಕಾರ ಚಿಗುರೊಡೆಯಿತು. 'ದೈವ ಈ ರಾಜನಿಗೆ ಬುದ್ಧಿ ಕಲಿಸಬೇಕೆಂಬ ಸಂಚು ಹೂಡಿರಬಹುದು.

ಒಂದು ದಿನ ರಾತ್ರಿ ರಾಜ ತುಂಬು ಬೆಳದಿಂಗಳಿನಲ್ಲಿ ಅರಮನೆಯ ಉಪ್ಪರಿಗೆಯ ಮೇಲೆ ನಿಂತು ತಂಗಾಳಿಗೆ ಮೈಯೊಡ್ಡಿ ವಿಶ್ರಮಿಸಿಕೊಳ್ಳುತ್ತಿದ್ದ. ಆಗ ಆಕಾಶದಲ್ಲಿ ಹಾರುವ ಹಂಸಗಳ ಹಿಂಡೊಂದು ಅವನ ಕಣ್ಣಿಗೆ ಬಿತ್ತು. ದೈವ ರಾಜನಿಗೆ ಬುದ್ಧಿ ಕಲಿಸಲು ಈ ಸಮಯ ಆರಿಸಿಕೊಂಡಿರಬೇಕು. ಒಂದು ಹಂಸ ಇನ್ನೊಂದು ಹಂಸದೊಂದಿಗೆ 'ನೋಡು ಕೆಳಗಡೆ ಮಹಾರಾಜ ಜ್ಞಾನಶ್ರುತಿ ಇದ್ದಾನೆ. ಆತನು ಧರ್ಮಭೀರು, ಮಹಾಜ್ಞಾನಿ, ಆತನನ್ನು ದಾಟಿಕೊಂಡು ಮುಂದಕ್ಕೆ ಹೋಗಬೇಡ. ಆ ಕಡೆಯಿಂದ ಸುತ್ತು ಬಳಸಿ ಹೋಗು' ಎಂದು ಹೇಳಿತು.

ತಕ್ಷಣ ಇನ್ನೊಂದು ಹಂಸ ನಿರಾಸಕ್ತಿಯಿಂದ 'ಅಯ್ಯೋ, ಆ ಕೈ ಗಾಡಿಯ ರೈಕ್ವನ ಜ್ಞಾನದ ಎದುರು ಈತನದೇನು ಮಹಾ' ಎಂದಿತು. ಇದನ್ನು ಕೇಳಿದ ಮಹಾರಾಜ ಚಿಂತಾಕ್ರಾಂತನಾದ. ರೈಕ್ವ ತನಗಿಂತ ಪರಮ ಜ್ಞಾನಿಯೇ? ಹೇಗೆ? ಆತ ಎಲ್ಲಿರಬಹುದು? ಈ ಯೋಚನೆಯಲ್ಲಿ ನಿದ್ರಿಸಲಾಗಲಿಲ್ಲ ರಾಜನಿಗೆ.

ಸರಿ ಬೆಳಗಾಯಿತು. ರಾಜ ಕಾರ್ಯೋನ್ಮುಖನಾದ. ರೈಕ್ವನನ್ನು ಪತ್ತೆಹಚ್ಚಲು ದೂತರನ್ನು ಕಳುಹಿಸಿದ. ಅವರು ಹುಡುಕಾಡಿ ಹಿಂದಕ್ಕೆ ಬಂದರು. 'ರೈಕ್ವ ಅನ್ನುವ ವ್ಯಕ್ತಿಯೇ ಇಲ್ಲ. ಇವನ ಹೆಸರನ್ನು ಕೇಳಿದ ಜನರೇ ರಾಜಧಾನಿಯಲ್ಲಿಲ್ಲ' ಎಂದು ತಿಳಿಸಿದರು. ಆದರೆ ರಾಜನು ಅಷ್ಟಕ್ಕೆ ಸುಮ್ಮನಾಗಲಿಲ್ಲ.

'ಪರಮ ಜ್ಞಾನಿಯಾದ ಆ ಮನುಷ್ಯ ಋಷಿ ಮುನಿಗಳಂತೆ ಕಾಡು ಮೇಡುಗಳಲ್ಲಿ ಇರಬಹುದು. ಹುಡುಕಿ ತನ್ನಿ' ಎಂದು ಆಜ್ಞಾಪಿಸಿದ. ಸೈನಿಕರು ಮತ್ತೆ ಹುಡುಕಲು ಹೊರಟರು. ದೂರದ ಹಳ್ಳಿಯಲ್ಲಿ 'ರೈಕ್ವ' ಎನ್ನುವ ವ್ಯಕ್ತಿ ಇರುವ ಬಗ್ಗೆ ತಿಳಿದು ಅತ್ತ ಧಾವಿಸಿದರು. ಒಂದು ಮೂಲೆಯಲ್ಲಿ ಕೈ ಗಾಡಿಯ 'ರೈಕ್ವ' ಕಜ್ಜಿ ತೂರಿಸುತ್ತ ಯೋಚನೆ

ಯಲ್ಲಿದ್ದ. ಭಟರು ಆಶ್ಚರ್ಯಗೊಂಡರು. ಇಂಥ ಒಬ್ಬ ಸಾಮಾನ್ಯ ವ್ಯಕ್ತಿ ರಾಜನಿಗೆ ಯಾಕೆ ಬೇಕು? ಅಂದುಕೊಂಡರು. 'ರೈಕ್ವ' ಎಂದರೆ ನೀನೇನಾ? ಎಂದು ಕೇಳಿದಾಗ ಎದ್ದು ನಿಂತ. ತನ್ನನ್ನು ಕೆಲಸಕ್ಕೆ ಕರೆಯಲು ಬಂದಿದ್ದಾರೆಂದು ತಿಳಿದ. 'ಮಹಾರಾಜರು ನಿನ್ನನ್ನು ಕರೆತರಲು ಹೇಳಿದ್ದಾರೆ' ಎಂದು ಹೇಳಿದರು. ನಿರಾಸಕ್ತಿಯಿಂದ ಕುಳಿತು 'ಅವರಿಗೆ ನನ್ನಿಂದ ಏನಾಗಬೇಕು?' ಎಂದು ಅಂತಃಮುಖಿಯಾದ.

ರಾಜ ಭಟರು ಈ ಕಜ್ಜಿ ಬುರುಕ 'ರೈಕ್ವ'ನ ಬಗ್ಗೆ ರಾಜನಿಗೆ ವರದಿ ಮಾಡಿದರು. ಆತನನ್ನು ಸಂಪ್ರೀತಗೊಳಿಸಿ ಪರಮ ಜ್ಞಾನ ಅವನಿಂದ ಪಡೆಯಲು 600 ಗೋವು, ಚಿನ್ನದ ಕಂಠೀಹಾರ, ಅಶ್ವರಥಗಳೊಂದಿಗೆ ಅವನ ಬಳಿಗೆ ತೆರಳಿದ. 'ಇವನ್ನೆಲ್ಲ ಸ್ವೀಕರಿಸಿ... ನನಗೆ ಬ್ರಹ್ಮಜ್ಞಾನ ಪ್ರಾಪ್ತಿಯ ದಾರಿ ತೋರಿಸು' ಎಂದು ಕೇಳಿಕೊಂಡ. 'ಮಹಾರಾಜ ಬ್ರಹ್ಮಜ್ಞಾನ ಎಂಬುದು ಸಂಪತ್ತಿಗೆ ಒಲಿಯುವ ಶಕ್ತಿಯಲ್ಲ. ನಿನ್ನ ಯಾವ ವಸ್ತುಗಳು ನನಗೆ ಬೇಕಿಲ್ಲ. ನಿನಗೆ ಇನ್ನು ಬ್ರಹ್ಮಜ್ಞಾನದ ಅರ್ಹತೆ ಬಂದಿಲ್ಲ. ಇದನ್ನೆಲ್ಲ ತಗೊಂಡು ಹಿಂದಿರುಗು' ಎಂದು ನಿರ್ಲಿಪ್ತನಾಗಿ ನುಡಿದ.

ನಿರಾಶನಾಗಿ ರಾಜ ಹಿಂದಿರುಗಿದ. ಮೊದಲಿನ ಪ್ರಸನ್ನತೆ ಅವನಲ್ಲಿ ಮರೆಯಾಯಿತು. ಬ್ರಹ್ಮಜ್ಞಾನ ಪಡೆಯುವ ಮಾರ್ಗ ಹೇಗೆಂದು ಚಿಂತಿಸತೊಡಗಿದ. ಅವನಿಗೆ ಒಬ್ಬ ಸುಂದರಿಯಾದ ಮಗಳು ಇದ್ದಳು. ಅವಳು ಪರಮ ಜ್ಞಾನಾಸಕ್ತಳು. ಪರಮ ಜ್ಞಾನಿಯಾದ ರೈಕ್ವನಿಗೆ ತನ್ನನ್ನು ಅರ್ಪಿಸುವಂತೆ ಕೇಳಿಕೊಂಡಳು. ಅವರು ರೂಪವಂತನಲ್ಲ, ಸಿರಿವಂತನಲ್ಲ, ಕೈಗಾಡಿ ತಳ್ಳುವ ಭಿಕಾರಿ ಅಂಥವನನ್ನು ಮಗಳು ವರಿಸುವುದು ರಾಜನಿಗೆ ಇಷ್ಟವಾಗಲಿಲ್ಲ. ಮಗಳು ತನ್ನ ಪಟ್ಟು ಸಡಿಲಿಸಲಿಲ್ಲ. ರಾಜ ಬೇರೆ ದಾರಿ ಕಾಣದೆ ಮಗಳೊಂದಿಗೆ 1000 ಗೋವು, ಚಿನ್ನ, ಅಶ್ವರಥಗಳೊಂದಿಗೆ ರೈಕ್ವನಲ್ಲಿಗೆ ತೆರಳಿದ. ಮಗಳೊಂದಿಗೆ ಅವನ ಪಾದಗಳಿಗೆರಗಿದ.

ರೈಕ್ವ ಪರಮ ಸುಂದರಿ ರಾಜಕುಮಾರಿ ಕಣ್ಣಲ್ಲಿ ಕಣ್ಣಿಟ್ಟು ನೋಡಿದ. ತಾನು ಸುಂದರಿ, ರಾಜಕುಮಾರಿಯಾಗಿದ್ದರೂ ರಾಜ ವೈಭೋಗ ಕನಸನ್ನೆಲ್ಲ ತ್ಯಜಿಸಿ ಸಾಮಾನ್ಯನ ಸೇವೆಗೆ ಸಿದ್ಧವಾದ ಅವಳಲ್ಲಿ ಜ್ಞಾನಾತುರತೆಯನ್ನು ಕಂಡು ರೈಕ್ವ ಆಕೆಗೆ ಬ್ರಹ್ಮಜ್ಞಾನ ಬೋಧಿಸುವನೆಂದ.

'ರಾಜ ಬ್ರಹ್ಮಜ್ಞಾನಕ್ಕೆ ಬೇಕಾದ ಅರ್ಹತೆಯೇ ಹಮ್ಮುಬಿಮ್ಮುಗಳ ತ್ಯಾಗ. ನಿನ್ನಲ್ಲೂ ಈಗ 'ನಾನು ಮಹಾರಾಜ' ಎಂಬ ಝೇಂಕಾರ ಅಳಿದಿದೆ. ರಾಜಕುಮಾರಿ ಕೂಡ ಭೋಗ ಭಾಗ್ಯಗಳೆಲ್ಲ ತೊರೆದು ಬಂದಿದ್ದಾಳೆ. ಆದರಿಂದಲೇ ನಿಮಗಿಬ್ಬರಿಗೂ ಬ್ರಹ್ಮಜ್ಞಾನ ಪಡೆಯುವ ಅರ್ಹತೆ ಬಂದಿದೆ' ಎಂದು ಅವರಿಗೆ ಬ್ರಹ್ಮಜ್ಞಾನ ಬೋಧಿಸಿದ.

ಜ್ಞಾನದ ಪರಿಪೂರ್ಣದ ಅರ್ಹತೆಯೇ ಹಮ್ಮುಬಿಮ್ಮುಗಳ ತ್ಯಾಗ ಅಥವಾ ಪರಿಪೂರ್ಣ ಶರಣಾಗತಿ.

ಭಗವಂತನನ್ನು ಪಡೆಯಲು ಪರಿಪೂರ್ಣ ಭಕ್ತಿ ಬೇಕು. ಎಲ್ಲವನ್ನು ಕೊಟ್ಟ ಅಂಬುಜನಾಭನಿಗೆ ನಾವೇನು ದಾನ ಮಾಡಲು ಶಕ್ಯ? ಇಲ್ಲಿ ಸಮಯ ಕಳೆಯಲು ತಮ್ಮ ವೈಭವ ಪ್ರದರ್ಶನ ಮಾಡಲು ಯಾರು ಯಾಕೆ ಅಡ್ಡಿ ಮಾಡಿಯಾರು?

ಬಾಹ್ಯಾಡಂಬರ ವೈಭವ ಇಂದು ಫ್ಯಾಷನ್ ಆಗಿದೆ. ಆಧ್ಯಾತ್ಮಿಕ ಕ್ಷೇತ್ರಕ್ಕೂ ಅದು ಹಬ್ಬಿದೆ. ಸಿರಿ, ಸಂಪತ್ತು ಪರಿಚಯ ಪತ್ರಗಳು ಅಗತ್ಯವಿಲ್ಲ. ಆಧ್ಯಾತ್ಮ ಜ್ಞಾನ ಅಂತರಂಗಕ್ಕೆ ಸಂಬಂಧಿಸಿದ್ದು. ಇಲ್ಲಿ ಈ ಬೆಡಗುಗಳು ಬೇಕಿಲ್ಲ.

ಇಂಥದೊಂದು ದಿನಚರಿ ಬೇಕು

ಬದುಕು ತೀರಾ ವಿಲಕ್ಷಣವೆನಿಸಿತ್ತು. ಪುಟ್ಟ ಕವನ, ಕಥೆ, ಕಾದಂಬರಿ, ಕಾವ್ಯಕ್ಕಿಂತ ಫೆಂಟಾಸ್ಟಿಕ್ ಎನಿಸಿದ್ದು ಬಾಲ್ಯದ ಮುಗ್ಧತೆ. ಕಳೆದುಕೊಳ್ಳುವುದಕ್ಕೆ ಮುನ್ನವೇ ಓದು, ಪರೀಕ್ಷೆಗಳು ಕಾಡುತ್ತೆ. ಆಮೇಲೆ ಕೆರಿಯರ್ ನೌಕರಿಗಾಗಿ ಅಲೆದಾಗ, ಲೈಫ್ ಸೆಟ್ಲಾಗಬೇಕೆಂಬ ತುಡಿತದ ಹಿಂದೆ ಹಿರಿಯರ ಒತ್ತಾಯ, ಒತ್ತಡ. ಆ ಮಧ್ಯೆ ಕಾಡುವ ಪ್ರೇಮ, ಕಾಮ ನಂತರ ವಿವಾಹ, ಮಕ್ಕಳು ದುಡಿಮೆ ಸ್ವಂತ ಮನೆ ಜೊತೆಯಾಗಿಯೇ ಸುಸ್ತು, ಬೆನ್ನು ನೋವು ಕಂಟಿನ್ಯೂಟಿ ಎನ್ನುವಂತೆ ಬಿ.ಪಿ., ಷುಗರ್, ಸದ್ದುಗದ್ದಲವಿಲ್ಲದೆ ವಕ್ಕರಿಸುವ ಮುಪ್ಪು. ಅಲ್ಲಿಂದ ಮಗನ ಕೆಲಸ, ಮಗಳ ಮದುವೆ, ಆರೋಗ್ಯದ ಭಯ, ಸಂಗಾತಿಯ ತಿರಸ್ಕಾರದ ಭಯ ಮತ್ತು ಅವುಗಳಿಂದ ತಪ್ಪಿಸಿಕೊಳ್ಳುವ ಭರದಲ್ಲಿ ಮತ್ತಷ್ಟು ವಯಸ್ಸು ಮಾಗಿ ಶರೀರದಲ್ಲಿ ಉತ್ಸಾಹ, ಶಕ್ತಿ ಕುಂದುತ್ತದೆ. ಕೆಲವರ ಬದುಕಿನಲ್ಲಂತು ಸುಖ ಎನ್ನುವುದು ಮರೀಚಿಕೆ!

ಇಂಥದೊಂದು ದಿನಚರಿ ಅಗತ್ಯ

ಮೂರು ದಿನದಿಂದ ಆಕಾಶದಲ್ಲಿ ದಟ್ಟವಾದ ಮೋಡಗಳು. ಆಗಾಗ ಹಣಕಿಸುತ್ತಿದ್ದವೇ ವಿನಃ ಮಳೆ ಹನಿಗಳನ್ನು ಭೂಮಿಗೆ ಉದುರಿಸುವ ಕೃಪೆ ಮಾಡಲಿಲ್ಲ. ಮುನಿದ ಸಾಹುಕಾರನಂತೆ ನನ್ನ ಬರವಣಿಗೆಯಲ್ಲಿ ಇಣಕದ ಈ ಪ್ರಸಂಗವನ್ನು ನಿಮಗೆ ಹೇಳಿಯೇ ಬಿಡಬೇಕೆಂಬ ಕುತೂಹಲ. ಇದು ರೊಮ್ಯಾಂಟಿಸಂಗೆ ಸಂಬಂಧಿಸಿದ್ದಲ್ಲ.

ಸಂಜೆಯ ಸಮಯದಲ್ಲಿ ನಾನಂತು ಜಪ್ಪಯ್ಯ ಅಂದರೂ ಟಿ.ವಿ.ಯ ಮುಂದೆ ಕೂಡಲಾರೆ. ಮೇಲಿನ ಬಾಲ್ಕನಿಯಲ್ಲಿ ಯಾವುದಾದರೂ ಪತ್ರಿಕೆಯೋ, ಪೇಪರೋ ಹಿಡಿದು ಕೂತು ಆಗಾಗ ತಲೆಯೆತ್ತಿ ಆಕಾಶವನ್ನು ನೋಡುವುದೆಂದರೆ ನನಗೆ ತುಂಬ

ಪ್ರಿಯ. ಇದೊಂದು ರೀತಿಯ ದಿವ್ಯ ಏಕಾಂತ. ಈ ಸಮಯದಲ್ಲಿ ಕಲ್ಪನೆಗಳು ಗರಿಗೆದರಲು, ಯೋಚನೆಗಳು ಮುತ್ತಿಕ್ಕಲು ಕಾದಿರುತ್ತಿತ್ತು. ನನಗೆ ಇದು ಅತ್ಯಂತ ಪ್ರಯೋಜನಕಾರಿ. ಓದಿದ, ಬರೆದ, ನೋಡಿದ ತುಣುಕುಗಳನ್ನು ವಿಶ್ಲೇಷಿಸಿಕೊಳ್ಳಲು, ವಿಮರ್ಶಿಸಿಕೊಳ್ಳಲು ಅತ್ಯಂತ ಪ್ರಯೋಜನಕಾರಿ. ಕೆಲವು ನಿರ್ಧಾರಗಳಿಗೆ ಬರುವುದು ಈ ಸಮಯದಲ್ಲೆ. ನನ್ನ ಬರವಣಿಗೆಯ ಪ್ರಮುಖ ಘಟ್ಟಗಳ ನಿರ್ಣಯಕ್ಕೆ ಬರಲು ಈ ಏಕಾಂತ ಅದ್ಭುತ ಸಮಯ ಸಹಕಾರಿ. ಮನೆ ತುಂಬ ಜನ ತುಂಬಿಕೊಂಡು ಈ ಸಮಯ ಮಿಸ್ ಮಾಡಿದರಂತು ನಂಗೆ ತುಂಬಾ ಕೋಪ. ದಯವಿಟ್ಟು ಸಂಜೆಗಳಲ್ಲಿ ಇಂಥ ಏಕಾಂತ ಅನುಭವಿಸಿ ನೋಡಿ.

ಮನೆಯಲ್ಲಿ ಯಾರೂ ಇರಲಿಲ್ಲ. ತುಂಬ ಖುಷಿಯಿಂದ ಅಂದಿನ ಪೇಪರ್ ಹಿಡಿದು ಬಂದು ಬಾಲ್ಕನಿಯಲ್ಲಿ ಕೂತೆ. ದೊಡ್ಡದಾಗಿ ಯಾವ ತಂಟೆ, ತಕರಾರು ಇಲ್ಲದ ತಂಪನೆಯ ಹವಾಮಾನ. ಪಕ್ಕದ ಮನೆಯಲ್ಲಿನ ಹುಡುಗರ ಗಲಾಟೆ ಆಗಾಗ ಕೇಳಿಬರುತ್ತಿದ್ದರೂ ನನ್ನ ಏಕಾಂತಕ್ಕೇನು ಭಂಗ ಬರಲಿಲ್ಲ. ಮೋಡಗಳ ಚಿತ್ತಾರ ಬರೆದಿದ್ದ ಗಗನವನ್ನೇ ನೋಡುತ್ತ ಕೂತೆ. ಪೇಪರ್ ತೊಡೆಯ ಮೇಲೆ ಆರಾಮಾಗಿ ಪವಡಿಸಿತ್ತು.

ನಿಧಾನವಾಗಿ ರೋಡಿನತ್ತ ನೋಟ ಹರಿಸಿದೆ. ಈ ತಿಂಗಳಲ್ಲಿ ಕನಿಷ್ಟ ಇಪ್ಪತ್ತು ಸಂಜೆಗಳಾದರೂ ವಯಸ್ಸಾದ ದಂಪತಿಗಳು ವಾಕ್ ಹೋಗುತ್ತಿದ್ದನ್ನು ಕಂಡಿದ್ದೆ. ಇಂದು ಅದೇ ದಂಪತಿಗಳು ಚುರುಕಿನ ನಡಿಗೆಯಿಂದ ಹೊರಟಿದ್ದರು.

"ಈ ಕಡೆ ಬಂದು ಬಾಡಿಗೆಗೆ ಮನೆ ಹಿಡಿದಿದ್ದಾರೆ. ಇಬ್ಬರಿಗೂ ವಯಸ್ಸಾಗಿದೆ. ದಿನ ನನ್ನಲ್ಲೆ ತರಕಾರಿ ಕೊಳ್ಳೋದು" ತರಕಾರಿಯವ ಹೇಳಿದ್ದು ನೆನಪಾಯಿತು. ಈ ಕಾಲೋನಿಗೆ ಇವರು ಹೊಸಬರು ಅಂದುಕೊಂಡೆ. ಮಾತಿನಲ್ಲಿ ಕೆಲವೊಮ್ಮೆ ನಾನು ತೀರಾ ಕಂಜೂಸ್. ನಾನಾಗಿ ಮಾತನಾಡಿಸಿ ಗೆಳೆತನ ಮಾಡಿಕೊಂಡಿದ್ದಂತು ಇಲ್ಲವೇ ಇಲ್ಲ. 'ಮೌನ ಗೌರಿ' ಎಂದು ಒಂದು ಪತ್ರಿಕೆಯವರು ಬರೆದಿದ್ದರು. ಮೌನಕ್ಕಿಂತ ಮಾತೇ ಹೆಚ್ಚು ಅನರ್ಥಕಾರಿ! ಅಗತ್ಯವಿದ್ದಷ್ಟು ಮಾತು ಸಾಕು. ಅನ್ನೋ ಮನೋಭಾವ ಕೆಲವರಿಗೆ ಬೇಸರ ತರಿಸುವುದು ಉಂಟು.

ಚುರುಕು ನಡಿಗೆಯಲ್ಲಿ ಹೊರಟ ದಂಪತಿಗಳಿಗೆ ವಯಸ್ಸಾಗಿತ್ತು. 'ಚುರುಕು' ಎನ್ನುವುದನ್ನು ಅವರ ವಯಸ್ಸಿನ ಲೆಕ್ಕಾಚಾರದಲ್ಲಿ ಅಂದಿದ್ದಷ್ಟೆ. ಆ ವಯಸ್ಸಿನಲ್ಲಿ ಚುರುಕಿನ ನಡಿಗೆ ಬಲವಂತದ ಉತ್ಸಾಹದ ಸಂಕೇತ. ಮುಪ್ಪಡರುವ ಈ ವಯಸ್ಸಿನಲ್ಲಿ ಮೈದಡವಿ, ಎತ್ತಿ ನಿಲ್ಲಿಸುವ ಅಗೋಚರ ಶಕ್ತಿ ಬೇಕು. ತಟ್ಟನೆ ನನ್ನ ಮನದಲ್ಲಿ ನನ್ನ ವಯಸ್ಸು ಲೆಕ್ಕ ಹಾಕಿತು. ಎಲ್ಲರ ಹಾಗೆ ನನಗೂ ವಯಸ್ಸಾಗುತ್ತದೆ. ಅದು ಯಾರ ಗಮನಕ್ಕೂ ಬರುವುದಿಲ್ಲ. ಎಂದೂ ನನಗೆ ವಯಸ್ಸಿನ ಜ್ಞಾಪಕ ಬರೋಲ್ಲ. ಇಲ್ಲ ಆ ನೆನಪು ನನಗೆ ಇಷ್ಟವಿಲ್ಲವೇನೋ ಹಾಗೆಂದು ನನ್ನವರು ಹಾಸ್ಯ ಮಾಡುತ್ತಾರೆ. ನಾನೇ ಸರಿಯೆಂದು ನನ್ನ

ಮಕ್ಕಳು ವಾದ ಮಾಡುತ್ತಾರೆ. ಆದರೆ ಇಂದು ವಯಸ್ಸಿನ ಬಗ್ಗೆ ಚಿಂತನೆ ನಡೆಸಿದೆ. ನಿಮಿಷಗಳು, ಗಂಟೆಗಳು, ತಿಂಗಳುಗಳು, ವರ್ಷಗಳು ನಿಶ್ಶಬ್ದವಾಗಿ ಉರುಳಿ ಹೋಗಿ ಜೀವನದ ಮತ್ತೊಂದು ದಡ ಗೋಚರವಾಗುತ್ತದೆ, ಹಠಾತ್ ತೆರೆ ಸರಿದಂತೆ.

ಇಂದು ಮನಸ್ಸು ಅಂತಃಮುಖಿಯಾಯಿತು. ವಯಸ್ಸಿನ ಲೆಕ್ಕಾಚಾರದಲ್ಲಿ ತೊಡಗಿತ್ತು.

ಅಷ್ಟರಲ್ಲಿ ಪಟಪಟ ಎಂದು ನೆಲ್ಲಿಕಾಯಿ ಗಾತ್ರದ ಮಳೆ ಹನಿಗಳನ್ನು ಆಕಾಶ ಬಿಸುಟ್ಟು ನನ್ನನ್ನು ಎಚ್ಚರಿಸಿದಾಗ ಖುಷಿಯೆನಿಸಿತು. ನನಗೆ ಮಳೆ ತುಂಬ ಇಷ್ಟ. 'ನಿಮ್ಮ ಎಲ್ಲ ಕಾದಂಬರಿಗಳಲ್ಲೂ ಮಳೆ ಇದ್ದೇ ಇರುತ್ತೆ' ಓದುಗರು ವ್ಯಾಖ್ಯಾನಿಸಿದಾಗ ವರ್ಷವನ್ನು ಬಿಟ್ಟು ಬದುಕುಂಟೆ ಅನಿಸಿತು.

ಇನ್ನೆರಡು ಹನಿ ಬಿದ್ದಾಗ ಮೇಲೆದ್ದೆ. ಇಂದು ಒಂಟಿಯಾಗಿದ್ದರಿಂದ ನೆಂದು ಮಳೆಯ ಸುಖವನ್ನು ಅನುಭವಿಸಬೇಕೆನಿಸಿತು. ಅಷ್ಟರಲ್ಲಿ ಗೇಟಿನ ಶಬ್ದ ಕೇಳಿ ಆ ಕಡೆ ದೃಷ್ಟಿ ಹರಿಸಿದೆ. ವಯಸ್ಸಾದ ದಂಪತಿಗಳಲ್ಲಿ ಗಂಡ ಗೇಟಿನ ಚಿಲಕ ತೆರೆಯುತ್ತಿದ್ದರು. ಅರ್ಥ ಮಾಡಿಕೊಂಡು ಪೇಪರ್ ಹಿಡಿದು ಕೆಳಗೆ ಬಂದು ಬಾಗಿಲು ತೆರೆದು ಹೊರಗಿನ ಬಾಲ್ಕನಿಗೆ ಬರುವ ವೇಳೆಗೆ ಅವರುಗಳು ಗೇಟಿನ ಒಳಗೆ ಬಂದಾಗಿತ್ತು.

"ಮಳೆ ಶುರುವಾಯ್ತು. ಒಂದ್ಗಳಿಗೆ ನಿಂತು ಹೋಗೋಣಾಂತ ಬಂದ್ವಿ" ಹೇಳಿದ ಕೂಡಲೇ "ಬನ್ನಿ ಒಳ್ಗೇ ಕೂತ್ಕೋಬಹುದ್ದು" ಬಹಳ ಬಲವಂತದ ನಂತರವೇ ಅವರು ಸಂಕೋಚಿಸುತ್ತ ಬಂದಿದ್ದು. ವಯಸ್ಸಿನಿಂದ ಮುಪ್ಪಾದ ದೇಹಗಳು. ಮೊದಲೇ ಸಂಕೋಚ ಸ್ವಭಾವದ ನಾನು ಮಾತಾಡಲೇ ಹಿಂದೇಟು ಹಾಕಿದೆ.

"ಒಬ್ರೇ ಇದ್ದೀರಲ್ಲ" ವಿಚಾರಿಸಿದರು ಆಕೆ.

ಎಲ್ಲರ ವಿಷಯ ತಿಳಿಸಿದೆ. ಲೈಬ್ರರಿ ನೋಡಿದರು "ಎಷ್ಟೊಂದು ಪುಸ್ತಕ ಸಂಗ್ರಹಿಸಿದ್ದೀರಿ. ಅದಕ್ಕೊಂದು ಕೋಣೆ. ತುಂಬ ಚೆಂದ ಇದೆ." ಪ್ರಶಂಸೆ ನೀಡಿದರು. "ಈ ಶಭಾಷ್‌ಗಿರಿ ನನ್ನವರಿಗೆ ಸಂದಾಯವಾಗಬೇಕೆಂದೆ" ಮಳೆ ನಿಂತ ನಂತರ ಹೊರಟರು. ಕೊಡೆ ಕೊಟ್ಟಿದ್ದರಿಂದ ಮರುದಿನ ಅವರ ಮನೆಯ ಕೆಲಸದವಳು ಕೊಡೆ ಹಿಡಿದು ಬಂದು "ಕೊಟ್ಟು ಬಾ ಅಂದ್ರು. ವಯಸ್ಸಾದ ಜನ ಒಂದು ರೀತಿಯಲ್ಲಿ ಮಕ್ಕಳಿಂದ ದೂರವಾದವರು. ಇಲ್ಲಿ ಮನೆನ ಲೀಜ್‌ಗೆ ಹಿಡಿದಿದ್ದಾರಂತೆ. ಎಷ್ಟೊಂದು ಚಟುವಟಿಕೆ ಅಂತೀರಾ! ಸಂಜೆ ವಾಕ್ ಮುಗ್ಸಿಕೊಂಡು ಬಂದವರೆ ಮೈದಾನದಲ್ಲಿ ಆಡೋ ಮಕ್ಕಳನ್ನೆಲ್ಲ ಕರ್ಕಂಡ್ ಬಂದು ಮನೆಯಲ್ಲಿ ಗುಡ್ಡೆ ಹಾಕ್ಕೋತಾರೆ. ನಂದು ಒಂದಿಷ್ಟು ಹೊರ್‍ಗಿನ ಕೆಲಸವಷ್ಟೆ. ಮಿಕ್ಕಿದ್ದೆಲ್ಲ ಅವರೇ ಮಾಡ್ಕೋತಾರೆ. ಹಾಳು ಬಿದ್ದಂಗಿತ್ತು ಕಾಂಪೌಂಡು. ಈಗ ಯಾವ ಪಾಟಿ ಗಿಡ ಹಾಕ್ಕೊಂಡಿದ್ದಾರೆ. ತುಂಬ ಶಿಸ್ತು ಕಣ್ರಮ್ಮ! ಅದೇನು ಚಟುವಟಿಕೆ ಅಂತೀರಾ! ಕಾಲೋನಿ ಹುಡುಗರೆಲ್ಲ ಅಲ್ಲೇ ಇರ್ತಾರೆ" ಇಷ್ಟು ತಿಳಿಸಿ ಕೆಲಸಕ್ಕೆ

ಹೊತ್ತಾಯಿತೆಂದು ದಾಪುಗಾಲು ಹಾಕಿದಳು.

ಉದಯಿಸಿದ ಸೂರ್ಯ ನೆಡುನೆತ್ತಿಯ ಮೇಲೇರಿ ಅಸ್ತಮಿಸಲೆಂದು ಬಾನಿನಲ್ಲಿ ಇಳಿಯುವುದು ಅನಿವಾರ್ಯ. ಸಂಜೆಗೆ ಅದರದೇ ಆದ ಸೊಬಗಿದೆ. ಆದರೆ ಮನುಷ್ಯನ ಬದುಕಿನಲ್ಲಿ ಮಗುವಾಗಿ ಹುಟ್ಟಿ ಬಾಲ್ಯದ ಮುಗ್ಧತೆಯನ್ನು ಅನುಭವಿಸಿ, ಯೌವನದ ಹುಮ್ಮಸ್ಸು ಅದೋ, ಇದೋ ಎನ್ನುವ ವೇಳೆಗೆ ಕಳೆದುಕೊಂಡು ಮುಪ್ಪನ್ನು ಸ್ವಾಗತಿಸ ಬೇಕಾದ್ದು ಅನಿವಾರ್ಯ. ಇದರಿಂದ ತಪ್ಪಿಸಿಕೊಳ್ಳುವುದಂತು ಸಾಧ್ಯವಿಲ್ಲ. ಹೇಗೆ ಸಹನೀಯವಾಗಿ ಮಾಡಿಕೊಳ್ಳುವುದು? ಮುಪ್ಪು, ಸಾವು ಬಗ್ಗೆ ಮನುಷ್ಯ ಆಗಾಗ ಯೋಚಿಸಿದರೆ ಕೆಲವು ತಪ್ಪು, ಅಪರಾಧಗಳಾದರೂ ಕಡಿಮೆಯಾಗಬಹುದು. ಆ ವಯಸ್ಸು ತಲುಪಿದಾಗ ನನ್ನಲ್ಲಿ ಏನೇನು ಬದಲಾವಣೆಗಳು ಬರಬಹುದು? ಮಗಳಿಂದ ಬರುವ ಪತ್ರಕ್ಕಾಗಿಯೋ, ಮಗನಿಂದ ಬರುವ ಫೋನ್‌ಗಾಗಿಯೋ ಕಾಯುತ್ತ ದಿನಗಳ ಕಳೆಯುವುದೋ? ಆದರೆ ನನ್ನ ಸ್ಥಿತಿ ಸ್ವಲ್ಪ ಡಿಫರೆಂಟ್. ಓದುಗರ ಪತ್ರಗಳಲ್ಲಿ ನನ್ನನ್ನು ನಾನು ಹುಡುಕಿಕೊಳ್ಳಬಹುದು. ಗುಡ್ಡೆ ಹಾಕಿಕೊಂಡಿರೋ ಪುಸ್ತಕಗಳನ್ನು ಓದಬಹುದು. ಆ ಬಗ್ಗೆ ನನ್ನವರೊಂದಿಗೆ ಚರ್ಚಿಸಬಹುದು, ಮೊಮ್ಮಕ್ಕಳೊಂದಿಗೆ ಕಳೆಯುವುದು ಕೂಡ ಆಪ್ಯಾಯಮಾನವೆ. ಇದೆಲ್ಲ ಒತ್ತಟ್ಟಿಗೆ ಇಟ್ಟು ಟೋಟಲಿ ವೃದ್ಧಾಪ್ಯದ ಬಗ್ಗೆ ಮನ ಚಿಂತಿಸಿತು. ಕಂತುವ ಸೂರ್ಯ ತನ್ನ ಕಿರಣಗಳ ಪ್ರಖರತೆಯನ್ನೆಲ್ಲ ಕಳೆದುಕೊಂಡು ಮಂಕಾಗಿಬಿಡುವ ಅವಸ್ಥೆ ಇಡೀ ಬದುಕಿನ ಓಟದಲ್ಲಿ ಎಲ್ಲಿ ಮುಗ್ಗರಿಸಿದ್ದೇವೆ ಎಂದು ಯೋಚಿಸುವ ಅದ್ಭುತ ಸಮಯಗಳೇ. ದೋಷ, ದೌರ್ಬಲ್ಯ ಹೆಚ್ಚು ಪ್ರಾಬಲ್ಯ ತೋರುತ್ತದೆ. ಹುಟ್ಟೆಂಬುದು ಹೇಗೆ ಆಯುಷ್ಯಕ್ಕೆ ನಾಂದಿ ಆದಂತೆಯೆ ಮುಪ್ಪು ಕೂಡ ಸಾವಿನ ಪೀಠಿಕೆ.

ಈ ಸಮಯದಲ್ಲಿ ಯಯಾತಿಯನ್ನು ನೆನೆಸಿಕೊಂಡೆ. ಕತ್ತಲೆಯ ಗರ್ಭದಲ್ಲಿನ ಹುಡುಕಾಟದಲ್ಲಿ ಯಯಾತಿಯ ನೆನಪಾದದ್ದು ಓದಿದ ನಂತರ ಸರಿಯೆನಿಸಬಹುದು. ಯಯಾತಿ ಚಂದ್ರವಂಶದ ದೊರೆ ನಹುಷನ ಪುತ್ರ. ಇಬ್ಬರು ಹೆಂಡತಿಯರ ಪತಿ, ಒಬ್ಬಳು ದೇವಯಾನಿ ಮತ್ತೊಬ್ಬಳು ಶರ್ಮಿಷ್ಠೆ. ದೈತ್ಯರಾಜನ ಪುತ್ರಿ. ದೇವಯಾನಿ ಒಮ್ಮೆ ಬಾವಿಯಲ್ಲಿ ಬಿದ್ದಿದ್ದಳು. ಅವಳನ್ನು ತಳ್ಳಿದವಳು ಶರ್ಮಿಷ್ಠೆ. ದೇವಯಾನಿಯನ್ನು ಮೇಲೆ ಎತ್ತಲೆಂದು ಯಯಾತಿ ಕೈ ನೀಡಿದ. ಅದನ್ನು ಅವಳು ಪಾಣಿಗ್ರಹಣವೆಂದೇ ವಾದಿಸಿ ಮದುವೆಯಾದಳು. ತನ್ನನ್ನು ಹಾಗೆ ತಳ್ಳಿದ ಶರ್ಮಿಷ್ಠೆಯನ್ನು ದಾಸಿಯನ್ನಾಗಿ ಮಾಡಿಕೊಂಡು ಪತಿಗೃಹಕ್ಕೆ ಕೊಂಡೊಯ್ದಳು.

ದೇವಯಾನಿ ಯಯಾತಿಯನ್ನು ಮೆಚ್ಚಿದ್ದು ಶರ್ಮಿಷ್ಠೆ ಯಯಾತಿಗೆ ಮೆಚ್ಚುಗೆಯಾದುದ್ದೇ ಮುಂದಿನ ಕಥೆಗೆ ಕಾರಣವಾಯಿತು. ದೇವಯಾನಿ ಪುರುವಿಗೆ ತಾಯಿಯೆನಿಸಿದಳು. ತಿಳಿದ ಶುಕ್ರಾಚಾರ್ಯರಿಗೆ ಕೋಪ ಬಂತು. ಯಯಾತಿಯನ್ನು ಶಪಿಸಿದರು "ದಾಸಿಯನ್ನು ಮಡದಿಯಾಗಿ ಸ್ವೀಕರಿಸಿದ ನಿನಗೆ ಅಕಾಲದಲ್ಲಿ ಮುಪ್ಪು

ಅಡರಲಿ" ಎಂದು. ಯಯಾತಿ ತಾರುಣ್ಯ ಕಂದಿತು. ಮುಪ್ಪು ಆವರಿಸಿತು. ಒಂದು ತಪ್ಪಿಗೆ ಇಷ್ಟು ದೊಡ್ಡ ಶಿಕ್ಷೆ. 'ಇಬ್ಬರು ಹೆಂಡಿರ ಸುಖದಿಂದ ಸಿಕ್ಕ ಫಲ' ಯಯಾತಿ ಮರುಗಿದ. ಮುಪ್ಪಿನ ಗಂಡ ಹೆಂಡತಿಯರಿಗೆ ಬೇಡವಾದ. ತಾನಿತ್ತ ಶಾಪಕ್ಕೆ ಮಗಳ ಸುಖ ಬಲಿ. "ಮತ್ತೊಬ್ಬರಿಗೆ ಮುಪ್ಪನ್ನು ನೀಡಿ ತಾರುಣ್ಯ ಪಡೆಯಬಹುದು" ಒಂದು ತಿದ್ದುಪಡಿಯನ್ನು ನೀಡಿದರು ಶುಕ್ರಾಚಾರ್ಯರು.

ಯಯಾತಿಯ ಮನದಲ್ಲಿ ಹೊಂಗಿರಣ ಮೂಡಿತು. ಬೇಡದ ಮುಪ್ಪನ್ನು ಯಾರು ಪಡೆದಾರು? ಹುಡುಕಾಟ ಶುರುವಾಯಿತು. ತಾನು ಜನ್ಮವಿತ್ತ ಮಕ್ಕಳು ಈ ಸಮಯದಲ್ಲಿ ತನ್ನ ಸಹಾಯಕ್ಕೆ ಬಂದೇ ಬರುತ್ತಾರೆ ಎನ್ನುವ ನಿರ್ಣಯಕ್ಕೆ ಬಂದವ ಮಕ್ಕಳ ಮುಂದೆ ತನ್ನ ಬೇಡಿಕೆಯನ್ನಿತ್ತ "ನಿನಗೆ ಬೇಕಿಲ್ಲದ ಮುಪ್ಪು ಚಿಕ್ಕವನಾದ ನನಗೆ ಯಾಕೆ?" ಹಿರಿಮಗ ಪ್ರತಿಭಟಿಸಿದ. ಅಣ್ಣನ ಹಾದಿಯನ್ನು ಹಿಡಿದರು ತಮ್ಮ ತುರ್ವಸು ಮತ್ತು ದ್ರಾಹ್ಯ, ಅನು. ಕೊನೆಯವನಾದ ಪುರುವಿನ ಮುಂದೆ ತೀರಾ ಅಂಜಿಕೆ ಸಂಕೋಚದಿಂದ ತನ್ನ ಬೇಡಿಕೆಯನ್ನು ಮುಂದಿಟ್ಟ. ಆ ಕ್ಷಣದಲ್ಲಿ ತನ್ನ ದೇಹವನ್ನು ಹಿಡಿ ಮಾಡಿಕೊಂಡಿದ್ದ. ಮುಂದಿನದು ಅಚ್ಚರಿ ತಂದಿತು. ಪುರು ಅತ್ಯಂತ ಸಂತೋಷದಿಂದ "ಈ ದೇಹವಿತ್ತ ನಿಮಗೆ ನನ್ನ ತಾರುಣ್ಯ ನೀಡಲಾರನೆ?" ಉತ್ತರಿಸಿದ. ಅದರ ಫಲವಾಗಿ ಯಯಾತಿ ತಾರುಣ್ಯ ಪಡೆದ. ಪುರು ವೃದ್ಧನಾದ. ತಾರುಣ್ಯದ ತಂದೆಯ ಮುಪ್ಪಿನ ಮಗನೆಂದು ಯೋಚಿಸುವುದೇ ಸಾಧ್ಯವಿಲ್ಲ. ಆದರೆ ನಿಜ!

ದಿನಗಳು ಕಳೆದವು. ಯಯಾತಿಯ ನಿರೀಕ್ಷೆ ಸುಳ್ಳಾಯಿತು. ಭೋಗಲಾಲಸೆ ದಿನದಿಂದ ದಿನಕ್ಕೆ ಹೆಚ್ಚುತ್ತಿತ್ತು. ಭೋಗ ತಣಿಯಲಿಲ್ಲ. ವೈರಾಗ್ಯ ಮೂಡಲಿಲ್ಲ. ರೋಗ ನಿರೋಧಕವೆಂದು ಭಾವಿಸಿದ್ದು ರೋಗವರ್ಧಕವಾಯಿತು. ಹಸಿವಿಗೆ ಕೊನೆಯಿಲ್ಲ. ಆ ಕ್ಷಣದಲ್ಲಿ ಸಾಕೆನಿಸಿದ್ದು, ಮರುಕ್ಷಣ ಬೇಕೆನಿಸುತ್ತಿತ್ತು. ದಿನದಿಂದ ದಿನಕ್ಕೆ ಬೇಡಿಕೆ ಹೆಚ್ಚಾಯಿತು. ಹಾಗಿದ್ದರೆ ಇದಕ್ಕೆ ಪರಿಹಾರವೇನು? ಬೆಳಕು ಕಂಡಿತು. ಬೆಂಕಿಯನ್ನು ಹವಿಸ್ಸಿನಿಂದ ನಂದಿಸಲಾಗದು. ಅದಕ್ಕೆ ಹವಿಸ್ಸನ್ನು ನೀಡದಿರುವುದೇ ಪರಿಹಾರ ಎನ್ನುವ ನಿರ್ಧಾರಕ್ಕೆ ಬಂದ. ತ್ಯಾಗವೇ ಇದಕ್ಕೆ ಪರಿಹಾರ. ಯಯಾತಿ ಬದುಕಿನ ಒಗಟಿಗೆ ಅರ್ಥ ಹುಡುಕಿಕೊಂಡ. ಪುರುವಿಗೆ ತನ್ನ ಯೌವನ ಮರಳಿಸಿದ. ವೃದ್ಧಾಪ್ಯವನ್ನು ಹಾರ್ದಿಕವಾಗಿ ಸ್ವಾಗತಿಸಿದ.

ಭೋಗ ಜೀವನಕ್ಕೆ ತಮ್ಮನ್ನು ತೆರೆದುಕೊಂಡು ವೃದ್ಧಾಪ್ಯಕ್ಕೆ ಅಂಜುವ, ದುಃಖದಿಂದ ಮಾನಸಿಕ ನೆಮ್ಮದಿ ಕಳೆದುಕೊಳ್ಳುವ ಜನಕ್ಕೆ ಯಯಾತಿ ಬದುಕು ಒಂದು ಶ್ರೇಷ್ಠ ಸಂದೇಶ. ಭೋಗದಿಂದ ಕಾಮ ಗೆಲ್ಲುವುದು ಹುಂಬ ಪ್ರಯತ್ನ. ದುಃಖ ಭೋಗದ ಫಲಶೃತಿ ಯಾದರೇ, ಸುಖ ಶಾಂತಿಗಳೇ ತ್ಯಾಗದ ಫಲಶೃತಿ. ಭಗವಂತ ಸಿಕ್ಕುವುದು ತ್ಯಾಗಕ್ಕೆ ಹೊರತು ಭೋಗಕ್ಕಲ್ಲ.

ಇವಿಷ್ಟು ಯಯಾತಿಯ ವಿಷಯವಾಯಿತು. ವಯಸ್ಸಾದ ದಂಪತಿಗಳ ಬಗ್ಗೆ ಒಂದಿಷ್ಟು ಹೇಳಿದರೆ ಉಪಯೋಗವಾಗಬಹುದೆನ್ನುವುದು ನನ್ನ ಭಾವನೆ. ನಾನೇನು ರೆಗ್ಯುಲರ್ ಆಗಿ ವಾಕ್ ಹೋಗುವವಳಲ್ಲ. ಅಂದು ನಮ್ಮವರ ಜೊತೆ ಕಾಲೇಜು ಕ್ಯಾಂಪಸ್‌ನೊಳಕ್ಕೆ ವಾಯುವಿಹಾರಕ್ಕೆಂತ ಹೊರಟೆ. ಈ ಸಮಯದಲ್ಲಿ ಅಡ್ಡಾಡುವವರ ಸಂಖ್ಯೆ ಹೆಚ್ಚೆ. ಸೂರ್ಯ ಸಂಧ್ಯೆಯ ಮಡಿಲಲ್ಲಿ ಮಲಗಲು ಸಜ್ಜಾಗಿದ್ದ. ನಿಧಾನವಾಗಿ ಬರುತ್ತಿದ್ದ ದಂಪತಿಗಳು ದೇವಸ್ಥಾನದ ಮುಂಭಾಗದಲ್ಲಿದ್ದ ಕಲ್ಲು ಬೆಂಚಿನ ಮೇಲೆ ಕೂತರು. ಅಲ್ಲಲ್ಲಿ ಆಟವಾಡುತ್ತಿದ್ದ ಅಮ್ಮ ಅಥವಾ ತಾತನ ಕೈ ಹಿಡಿದು ಅಡ್ಡಾಡುತ್ತಿದ್ದ ಚಿಣ್ಣರೆಲ್ಲ 'ಹೋ...ಹೋ' ಎಂದು ಹುಯಿಲೆಬ್ಬಿಸುತ್ತ ಬಂದು ಗುಂಪು ಕೂಡಿದರು. ಮುಳುಗುವ ಸೂರ್ಯನ ಕೆಂಪು ವಯಸ್ಸಾದ ದಂಪತಿಗಳ ಮುಖದಲ್ಲಿ ಹರಿದಾಡಿದಾಗ ನೋಡುತ್ತ ನಿಂತೆ. ಪ್ರಕೃತಿ ಸೊಬಗು, ಪಕ್ವತೆ ಅಲ್ಲಿ ಪ್ರತಿಫಲಿಸಿದಂತಾಯಿತು. ಅದ್ಭುತವೆನಿಸಿ ಯೌವನದ ಉತ್ಸಾಹ, ಹುರುಪು, ಮೊರಟುತನ ಕಳೆದುಕೊಂಡು ಪ್ರಶಾಂತತೆಯಲ್ಲಿ ಮಿಂದ ಸಾರ್ಥಕದ ಪುಷ್ಪಗಳೆನಿಸಿತು.

ತಾವು ತಂದಿದ್ದ ಚಾಕಲೇಟುಗಳನ್ನು ಬಿಡಿಸಿ ಅವರಿಗೆಲ್ಲ ಕೊಟ್ಟರು. ಮಕ್ಕಳ ಅಮ್ಮಂದಿರೆಲ್ಲ ಹೋಗಿ ಸುತ್ತುವರಿದರು. ಅದೊಂದು ಜೇನುಗೂಡು ಎನಿಸಿತು. ದೂರ ಹೋದ ಮಕ್ಕಳಿಗಾಗಿ ವ್ಯಥೆಪಡದೇ, ಮನಸ್ಸನ್ನು ವಿಸ್ತಾರಗೊಳಿಸಿ ಶಾಂತವಾದ ಜೀವನವನ್ನು ಆರಿಸಿಕೊಂಡಿದ್ದರು.

ಅದ್ಭುತವಾದ ದಿನಚರಿ. ಇಂಥದೊಂದು ಮುಪ್ಪಿನ ದಿನಗಳಲ್ಲಿದ್ದರೇ ಅದೆಷ್ಟು ಸೊಗಸು.

ಮನೆಯಿಂದ ಮತ್ತು ಮನಸ್ಸಿನಿಂದ ದೂರವಾದ ಮಕ್ಕಳನ್ನು ಬೇರೆ ಮಕ್ಕಳಲ್ಲಿ ಹುಡುಕಿಕೊಂಡಿದ್ದು ಅದ್ಭುತವೆನಿಸಿತು.

ಆಸೆಯೆಂಬ ಹಕ್ಕಿಯನ್ನು ಎತ್ತರಕ್ಕೆ ಹಾರಲು ಬಿಡಬೇಡಿ

ದೇಶವನ್ನು ಗೆದ್ದವನು ಚಕ್ರವರ್ತಿ ಅಲ್ಲ;
ಆಸೆಯನ್ನು ಗೆದ್ದವನು ಚಕ್ರವರ್ತಿ.

- ಸಂತ ಕಬೀರ್ ದಾಸ್

ಹಿರಿಯರು ಒಟ್ಟುಗೂಡಿದಾಗ ಪ್ರಸ್ತಾಪವಾಗುವುದು ಅವನ ಕಾಲದ ಬಗ್ಗೆ 'ಆ ಕಾಲ ಎಷ್ಟು ಚೆನ್ನಾಗಿತ್ತು! ಈಗಿನ ಕಾಲ ಕೆಟ್ಟು ಹೋಗಿದೆ! ಜನಕ್ಕೆ ಆಸೆ ಜಾಸ್ತಿಯಾಗಿದೆ. ತೃಪ್ತಿಯೆಂಬುದೇ ಇಲ್ಲ. ಮೌಲ್ಯಗಳು ಪತನ ಹೊಂದಿದೆ.' ಈ ಧಾಟಿಯಲ್ಲಿಯ ಮಾತುಗಳು ಶುರುವಾಗುವುದು ಮಾಮೂಲು.

ಆಸೆ ಯಾವಾಗ ಹುಟ್ಟಿತು? ಹಿಂದಿನ ಜನಕ್ಕೆ ಆಸೆ ಇರಲಿಲ್ಲವೇ? ಅವರೆಲ್ಲ ವಿರಕ್ತಿಯಿಂದ ಜೀವಿಸುತ್ತಿದ್ದರೇ? ಇಂಥ ಹಲವು ಪ್ರಶ್ನೆಗಳು ಮೂಡುವುದು ಸಹಜ. ಆಸೆಯ ಹುಟ್ಟು ತೀರಾ ಪುರಾತನವಾದದ್ದು. ನಾಲ್ಕು ಕಾಲುಗಳ ಸ್ಥಿತಿಯಿಂದ ಮೇಲೆದ್ದು ಮನುಷ್ಯ ಎರಡು ಕಾಲುಗಳ ಮೇಲೆ ನಡೆಯುವಂತಾದಾಗ, ಮೊದಲ ಬಾರಿಗೆ ತಲೆಯೆತ್ತಿ ಆಕಾಶದ ಕಡೆಗೆ ನೋಡಿದ ಹಗಲಲ್ಲಿ ಕೋರೈಸುವ ಸೂರ್ಯ, ರಾತ್ರಿಯಲ್ಲಿ ಬೆಳಗುವ ಚಂದ್ರ, ನೀಲಾಕಾಶದಲ್ಲಿ ಮಿನುಗುವ ಅಸಂಖ್ಯಾತ ತಾರಾಗಣ! ಇವೆಲ್ಲ ತನಗಾಗಿಯೇ. ಜಗತ್ತಿನ ಸೃಷ್ಟಿಯಲ್ಲಿ ಎಲ್ಲವು ತನ್ನದೇ - ಇದನ್ನು ಪಡೆಯುವುದು ತನ್ನ ಹಕ್ಕೆಂದು ಭಾವಿಸಿದಾಗಲೇ ಆಸೆಯೆಂಬ ಪುಟ್ಟ ದೀಪ ಹತ್ತಿಕೊಂಡು ಬೆಳೆಯತೊಡಗಿದ್ದು. 'ಆಸೆಗೆ ಅಂತ್ಯವಿಲ್ಲ; ಪಾಶಕ್ಕೆ ಕೊನೆ ಇಲ್ಲ' ಎನ್ನುವ ಗಾದೆ ಮಾತು ನಂತರ ಹುಟ್ಟಿಕೊಂಡಿರ ಬಹುದು. ಅಂತು ಆಸೆ ಇಲ್ಲದೆ ಬದುಕಿಲ್ಲ ಅನ್ನೋ ವಿಷಯವಂತು ನಿಜ.

ಮಾನವನ ಇದುವರೆಗಿನ ಆಸೆಯ ಇತಿಹಾಸವನ್ನು ಗಮನಿಸಿದರೇ, ಆಸೆಯಿಂದಲೇ

ವಿಕಸನ ಶುರುವಾಗಿದ್ದು. ಹಸಿವಾದಾಗ ಏನೋ ತಿಂದು ಬದುಕುತ್ತಿದ್ದ ಮನುಷ್ಯ ಆಸೆಯಿಂದಲೇ ಬೇರೆ ಬೇರೆ ಹಣ್ಣುಗಳ ರುಚಿ ನೋಡಿದ್ದು. ಆಸೆ ಬೆಳೆದಂತೆ ಮಾಂಸದ ರುಚಿ ನೋಡಿದ. ನಂತರ ಬೇಯಿಸಿ ತಿಂದ. ಬೇಕಿದ್ದು ಮತ್ತೆ ಮತ್ತೆ ಸಿಗದಾಗ ವ್ಯವಸಾಯ ಮಾಡಿದ. ಮನೆಕಟ್ಟಿಕೊಂಡ, ಪಶುಪಾಲಕನಾದ. ಕಲೆ, ವಿಜ್ಞಾನ, ತಂತ್ರಜ್ಞಾನಗಳ ಆವಿಷ್ಕಾರ ಆಸೆಯ ಒಂದು ಸ್ವರೂಪವೇ. ಆದರೆ ಬುದ್ಧ 'ಆಸೆಯೇ ದುಃಖಕ್ಕೆ ಮೂಲ' ಎಂದರು. ಪುರಂದರ ದಾಸರು 'ಗೇರುಹಣ್ಣಿನಲ್ಲಿ ಬೀಜ ಸೇರಿದಂತೆ ಸಂಸಾರದಿ ಮೀರಿ ಆಸೆ ಮೂಡದಂತೆ...' ಎನ್ನುವುದರ ಜೊತೆಗೆ ಈಸಬೇಕು, ಇದ್ದು ಜಯಿಸಬೇಕು, ಹೇಸಿಗೆ ಸಂಸಾರದಲ್ಲಿ ಆಶಾಲೇಶ ಮೂಡದಂತೆ..." ಎಂದರು. ಬದುಕಿಗೆ ಆಸೆಯೆ ಆಧಾರ. ಅದನ್ನು ಬಿಟ್ಟು ಬದುಕುವುದಾದರೂ ಹೇಗೆ? ಆ ಆಸೆಯ ಸೀಮೆಯಲ್ಲಿ ಉಪಾಯವಾಗಿ ಘಾಸಿಯಾಗದಂತೆ ಸಂಚರಿಸುವುದು ಹೇಗೆ?

ಇಲ್ಲಿ ಸಾಮಾನ್ಯ ಜನರ ಆಸೆಯ ಬಗ್ಗೆ ಮಾತ್ರ ಪ್ರಸ್ತಾಪಿಸೋಣ.

ಇದಕ್ಕೆ ಒಂದು ಸಣ್ಣ ಉದಾಹರಣೆ ಕೊಡುತ್ತೀನಿ. ನನ್ನ ದೂರದ ಬಂಧು ಒಬ್ಬರಿದ್ದಾರೆ. ಅವರಿಗೊಂದು ಹೆಸರನ್ನು ಇಡೋಣ. ಸದ್ಯಕ್ಕೆ ಲಕ್ಷ್ಮಿ ಅಂದುಕೊಳ್ಳೋಣ. ಪೂರ್ವಿಕರಿಂದ ಆ ಸಂಸಾರಕ್ಕೆ ಬಂದ ಆಸ್ತಿ ಇದೆ. ಗಂಡನಿಗೆ ಒಳ್ಳೆಯ ದುಡಿಮೆ ಇದೆ. ಮಕ್ಕಳೂ ಕೂಡ ಪರವಾಗಿಲ್ಲ ಎನ್ನುವಷ್ಟರಮಟ್ಟಿಗೆ ಓದಿದ್ದಾರೆ. ಸಾಲ-ಸೋಲ, ಕಾಟ-ಕಿರುಕುಳ ಅಂಥದೇನಿಲ್ಲ. ವರ್ಷಕ್ಕೋ, ಆರು ತಿಂಗಳಿಗೊಮ್ಮೆ ನಮ್ಮಲ್ಲಿಗೆ ಬರುತ್ತಿದ್ದರು. ಬಂದಾಗಲೆಲ್ಲ ಬದುಕನ್ನು ಹೊತ್ತು ಓಡಾಡುವಂತೆ ಕಾಣುತ್ತಿದ್ದರು.

"ಯಾವುದಕ್ಕೂ ಕೇಳ್ಕೊಂಡ್ ಬರ್ಬೇಕು. ಇರೋಕ್ಕೊಂದು ಮನೆ ಇದ್ದರೆ ಸಾಕಾ? ಅದಕ್ಕೊಂದು ಅಂದ ಚೆಂದ ಬೇಡ್ವಾ?" ಇಂಥ ಡೈಲಾಗ್ ಇರುತ್ತಿತ್ತು. ಅತ್ಯಂತ ಶ್ರೀಮಂತ ಬಡಾವಣೆಯಲ್ಲಿ ಈಚೆಗೊಂದು ಬಂಗ್ಲೆ ಕಟ್ಟಿಸಿ ದೊಡ್ಡದಾಗಿ ಗೃಹಪ್ರವೇಶ ಮಾಡಿದ್ದು. ಯಾರಾದರೂ ಆ ಬಗ್ಗೆ ಒಂದು ಮಾತೆತ್ತಿದರೆ "ನನ್ನ ಆಸೆ ಪ್ರಕಾರ ಬಂಗ್ಲೇ ಇಲ್ಲ ಬಿಡು. ಆ ಪಕ್ಕದ ಸೈಟು ಮೊದ್ಲು ಮಾರ್ತೀನಿ ಅಂದವರು ಆಮೇಲೆ ಕೊಡೊಲ್ಲಾಂದ್ರು. ಅವ್ರಿಗೇನು ಬಂತೋ ರೋಗ? ದೊಡ್ಡ ಗಾರ್ಡನ್ ಮಾಡಬೇಕೂಂತ ಅಂದುಕೊಂಡಿದ್ದೆ ಅದೊಂದು ನೆರವೇರಲಿಲ್ಲ. ಮೈ ಪರಚಿಕೊಳ್ಳುವಂತಾಗುತ್ತೆ" ಕಂಬನಿ ಸುರಿಸಲೇ ಶುರು ಮಾಡುತ್ತಿದ್ದರು.

ಅತ್ಯಂತ ಸುಂದರ ಬಂಗ್ಲೆ, ಮುಂದೆ ಗಾರ್ಡನ್ ಕೂಡ ಇತ್ತು. ಆದರೆ ತೃಪ್ತಿ ಇಲ್ಲ. ಪಕ್ಕದ ಸೈಟಿನ ಮೇಲೆ ಕಣ್ಣು ಯಾಕೆ? ಇದು ಅತಿಯಾಸೆಯೆಂದು ನಿಮಗೆ ಅನ್ನಿಸಬಹುದು. ಆದರೆ ಆಕೆಗೆ ಅನ್ನಿಸದು. ಅಂತು ಇಂತು ಅವರು ಇವರಿಗೆ ಮಾರಿ ಕೈ ತೊಳೆದು ಕೊಂಡರೂಂತ ಕಾಣಿಸುತ್ತೆ.

ಒಂದು ವರ್ಷದ ಹಿಂದೆ ಫೋನ್ ಮಾಡಿದಾಗ "ಅಯ್ಯೋ ಕೊಂಡಿದ್ದಂತು ಆಯ್ತು.

ಎದುರುಗಡೆ ಎರಡು ಸೈಟುಗಳನ್ನು ಸೇರಿಸಿಕೊಂಡು ಬಂಗ್ಲೆ ಕಟ್ಟಿಸ್ತಾ ಇದ್ದಾರೆ. ಅದ್ನ ಕೊಂಡುಕೋಬೇಕೆನ್ನೋ ಆಸೆ. ಆ ಸುಡುಗಾಡು ಜನ ಮಾರೋ ಗ್ಯಾರಂಟಿ ಇಲ್ಲ. ಜೀವನದಲ್ಲಿ ನನ್ನ ಒಂದು ಆಸೆಯಾದರೂ ನೆರವೇರುತ್ತ? ಅದಕ್ಕೂ ಕೇಳಿಕೊಂಡು ಬರಬೇಕು" ನಿಡುಸುಯ್ದಾಗ ಫೋನ್ ಮಾಡಿದ್ದು ತಪ್ಪೆನಿಸಿತು. "ನಂಗೇನೋ ನಿಮ್ಮ ಬಂಗ್ಲೇನೇ ಹೆಚ್ಚು ಸುಂದರವಾಗಿದೆಯೆನಿಸುತ್ತೆ. ಹೇಗೂ ಪಕ್ಕದ ಸೈಟು ಸಿಕ್ಕಿತಲ್ಲ. ಸುಂದರವಾದ ಗಾರ್ಡನ್... ನೆನಪಾದರೇನೆ ಅಲ್ಲಿ ಬಂದು ಒಂದು ತಿಂಗ್ಳು ಟೆಂಟ್ ಹಾಕಿಬಿಡೋಣಾಂತ ಅನ್ನಿಸುತ್ತೆ" ಉತ್ಸಾಹ ತೋರಿದೆ.

"ಅದೇನು ಬಂಗ್ಲೇನೋ ಬಿಡಿ. ನಂಗಂತು ಒಂದ್ಚೂರು ಸಮಾಧಾನವಿಲ್ಲ. ನಂಗೆ ಮೂರೊತ್ತು ಎದುರಿಗೆ ಕಟ್ತಾ ಇರೋ ಬಂಗ್ಲೇನ ನೋಡೋದೆ ಕೆಲ್ಸವಾಗಿದೆ" ದುಃಖದಿಂದ ತೋಡಿಕೊಂಡರು. ಇನ್ನು ಮಾತೇ ಇಲ್ಲವೆಂದು ಫೋನಿಟ್ಟೆ. ಇದೊಂದು ಸಣ್ಣ ಉದಾಹರಣೆಯಷ್ಟೆ.

ಸಮಾಜದಲ್ಲಿ ಇಂಥವರು ಸಾಕಷ್ಟು ಜನ ಇರಬಹುದು. ಇನ್ನು ಸ್ವಲ್ಪ ಆಕೆಯ ಬಗ್ಗೆ ಹೇಳೋದಿದೆ.

ಒಂದು ಮದುವೆಯಲ್ಲಿ ಆಕೆಯನ್ನು ಭೇಟಿಯಾಗುವ ಅವಕಾಶ ಒದಗಿ =ಬಂತು. ಮೈಮೇಲೆ ಒಂದೂವರೆ ಕೆ.ಜಿ.ಗಿಂತ ಅಧಿಕ ಚಿನ್ನ. ಉಟ್ಟಿದ್ದು ಕಾಂಜೀವರಂ ದೊಡ್ಡ ಬಾರ್ಡರ್ ಸೀರೆ. ಬಂದಿದ್ದು ಕಾರಿನಲ್ಲಿ. ಅಂತು ಬೇರೆಯವರು ನೋಡಿ ಕರಬುವಂಥ ಸ್ಥಿತಿಯೇ. ಬಂದ ಕೂಡಲೇ "ನಾನು ಮದ್ವೆಗೆ ಬರಲೇಬಾರ್ದೂಂತ ಇದ್ದೆ. ಮದು ಮಗಳು ತಾಯಿ ಉಟ್ಟಿರೋ ಸೀರೆ ನೋಡಿ ಎಂಥ ಗ್ರಾಂಡಾಗಿದೆ. ಅಂಥ ಒಂದು ಸೀರೆ ಕೂಡ ನನ್ನ ಹತ್ರ ಇಲ್ಲ. ದೇವರು ಎಲ್ಲರಿಗೂ ಎಲ್ಲಾ ಕೊಡೋಲ್ಲ" ಗೋಳಾಡಿಕೊಂಡರು. ಆಗ ಬೆಪ್ಪಾದೆ.

ನಿಜ ಹೇಳಬೇಕೂಂದರೇ ಇಡೀ ಮದ್ವೆ ಚಪ್ಪರದಲ್ಲಿ ಹುಡುಕಿದರೂ ಆಕೆಯುಟ್ಟ ಕಾಸ್ಲಿ ಸೀರೆಗಿಂತ ಇನ್ನೊಂದು ಸೀರೆ ಇರಲಿಲ್ಲ. ಮದುಮಗಳು ಕೂಡ ಇಂಥ ಗ್ರಾಂಡಾದ ಸೀರೆ ಉಟ್ಟಿರಲಿಲ್ಲ. ಸಹಜವಾಗಿ ನಾನು ಉಟ್ಟ ಸೀರೆ ನೋಡಿಕೊಂಡೆ. ಸಾಧಾರಣ ಮೈಸೂರು ಸಿಲ್ಕ್ ಸೀರೆ. ಇತ್ತೀಚೆಗೆ ಕೊಂಡಿದ್ದಲ್ಲ. ಅವರು ನಮೂನೆ ಸಾಧಾರಣಕ್ಕೆ ಬದಲಾಯಿಸು ವುದಿಲ್ಲವಾದ್ದರಿಂದ ತೀರಾ ಹಳೆಯದೆಂದು ಯಾರು ಸರ್ಟಿಫಿಕೇಟ್ ಕೊಡುವುದು ಸಾಧ್ಯವಿಲ್ಲ. ಉಡುಪಿನ ಬಗ್ಗೆ ವಿಶೇಷವಾದ ಅಕ್ಕರೆ ನನಗಿಲ್ಲದಿದ್ದರಿಂದ ಏನು ಅನ್ನಿಸಲಿಲ್ಲ. ಆದರೆ ನನ್ನ ಆಕೆಯ ಮುಖದಲ್ಲಿ ಮಾತ್ರ ಹರ್ಷ ಮೂಡಲಿಲ್ಲ. ಒಂದು ಸುತ್ತು ಹೋಗಿ ಬಂದವರು ದಢಕ್ಕನೆ ನನ್ನ ಪಕ್ಕ ಕೂತರು "ನಂಗೆ ಎಲ್ಲಿಗಾದರೂ ಬರಬೇಕೂಂದರೇ ಕತ್ತು ಹಿಸುಕಿದಂತಾಗುತ್ತೆ. ಒಂದು ಲಾಂಗ್ ಚೈನ್ ಮಾಡ್ಸಿ ಹಾಕ್ಕೋಬೇಕನ್ನೋ ಆಸೆ ಎಷ್ಟು ದಿನದ್ದೋ, ಇಂದಿಗೂ ನೆರವೇರಲಿಲ್ಲ" ಕಣ್ಣಂಚಿಗೆ ಕಂಬನಿ ತಂದುಕೊಂಡರು.

ನಾನು ಪೂರ್ತಿ ಸುಸ್ತಾದೆ. ಕುತ್ತಿಗೆಯಲ್ಲಿ ಹಳೆ, ಹೊಸ ಕಾಲದ ಒಡವೆಗಳು ಸಾಕಷ್ಟು ಇತ್ತು. ಕೊರಳಿನಿಂದ ಸೊಂಟದವರೆಗೂ ಬಂದಿದ್ದ ಲಾಂಗ್ ಚೈನ್‌ಗಿಂತ... ಮತ್ತಷ್ಟು... ಉದ್ದ... ಅಬ್ಬ ಅನಿಸಿತು.

ಭಗವಂತ ಆಕೆಗೆ ಒಳ್ಳೆ ಗಂಡ, ಮಕ್ಕಳು ಐಶ್ವರ್ಯವನ್ನು ಕೊಟ್ಟಿದ್ದ. ಮಿತಿ ಮೀರಿದ ಆಸೆಯಿಂದ ಅಸುಖಿಯಾಗಿದ್ದಳು. ಗಂಡನೆಂಬ ಪ್ರಾಣಿ ಬಂದು ತೋಡಿಕೊಂಡಿದ್ದ "ನಾನು ಸೋತು ಹೋಗಿದ್ದೀನಿ. ಮೂರು ಮನೆ ಕಟ್ಟಿಸಿ ಮಾರಿದ್ದಾಯಿತು. ರಾಶಿ ರಾಶಿ ಸೀರೆಗಳನ್ನು ಬೀರುಗಳಲ್ಲಿ ತುಂಬಿಟ್ಟುಕೊಂಡರೂ ಬೇರೆಯ ಸೀರೆಗಳನ್ನು ಕಂಡಾಗ ಆಸೆಯ ಮಿಂಚು. ಈ ಒಂದು ವಿಷಯದಲ್ಲಿ ಮಾತ್ರವಲ್ಲ ಎಲ್ಲಾ ವಿಚಾರಗಳಲ್ಲೂ ಅಷ್ಟೆ. ತನ್ನ ತಟ್ಟೆಯಲ್ಲಿ ಬೆಣ್ಣೆಯ ಮಸಾಲೆ ದೋಸೆ ಇದ್ದರೂ, ಬೇರೆ ತಟ್ಟೆಯ ಮೇಲೆ ಅವಳ ಕಣ್ಣು. ಸುಧಾರಿಸಲಾಗದೆ ಕೈ ಬಿಟ್ಟಿದ್ದೀನಿ. ಇದು ಬರೀ ವಸ್ತು, ಮನೆಗಳಿಗೆ ಮಾತ್ರ ಅನ್ವಯಿಸಿದ್ದಲ್ಲ. ಎದುರು ಮನೆಯವರ ಹೈಟ್ ನೋಡಿ. ನೀವು ಒಂದು ಮೂರು ಇಂಚಾದರೂ ಹೆಚ್ಚಿಗೆ ಉದ್ದ ಇರಬೇಕೆಂದು ಲೆಕ್ಕ ಹಾಕಿದಾಗ ತೀರಾ ಸೋತೆ" ಆ ಮನುಷ್ಯ ತೀರಾ ಕಂಗಾಲಾಗಿದ್ದ.

ತನ್ನ ಅತಿಯಾದ ಆಸೆಯಿಂದ ಆಕೆ ಮಾತ್ರ ಕಂಗಾಲಾಗಿರಲಿಲ್ಲ. ಇಡೀ ಮನೆಯವರ ನೆಮ್ಮದಿ ಕದಡಿಬಿಟ್ಟಿದ್ದಳು. ಆಸೆ ಇಲ್ಲಿ ರೋಗವಾಗಿ ಅಧಿಕಾರ ಚಲಾಯಿಸಿತ್ತು.

ಆಸೆ ಬದುಕಿಗೆ ಆಧಾರ. ಆಸೆ ಇಲ್ಲವೆಂದಾದರೆ ಬದುಕಿಗೆ ಅಂಟಿಕೊಳ್ಳುವುದು ಸಾಧ್ಯವಿಲ್ಲ. ಆಸೆಯ ಒಂದು ಸೀಮೆಯವರೆಗೂ ಸಂಚಾರ ಆರೋಗ್ಯಕರ. ಅದಕ್ಕಾಗಿಯೇ ಪುರಂದರ ದಾಸರು 'ಗೇರು ಹಣ್ಣಿನಲ್ಲಿ ಬೀಜ ಸೇರಿದಂತೆ ಸಂಸಾರದಿ ಮೀರಿ ಆಸೆ ಮೂಡದಂತೆ...' ಎಂದಿದ್ದು. ಒಂದು ಮಿತಿಯವರೆಗೂ ಆಸೆ ಅನಿವಾರ್ಯ. ಕಾಲೇಜಿಗೆ ಹೋಗದ ಸಾಮಾನ್ಯ ವಿದ್ಯಾರ್ಥಿ ತಾನು ಡಾಕ್ಟರಾಗುವ ಆಸೆಪಟ್ಟರೆ ಸಾಧ್ಯವೇ?

ಇಲ್ಲಿ ಬೇರೆ ಮಾರ್ಗಗಳನ್ನು ಬಿಟ್ಟು ಯೋಚಿಸಿರುವುದು.

ಅತಿಯಾದ ಆಸೆ - ಅದು ನೆರವೇರದ ನಿರಾಶೆ. ನಿರಾಶೆ ಮನುಷ್ಯನನ್ನು ರಾಕ್ಷಸನನ್ನಾಗಿ ಮಾಡುತ್ತಿದೆ. ಎಷ್ಟೋ ದುರಂತಗಳಿಗೆ ಅದು ಕಾರಣ. ಮಿತಿ ಇಲ್ಲದ ಆಸೆ ರಾಗ, ದ್ವೇಷ, ಲೋಭ, ಮೋಹ, ಮದ, ಮಾತ್ಸರ್ಯಗಳೆಂಬ ಶತ್ರುಗಳನ್ನು ತಂದು ಮನುಷ್ಯನನ್ನು ಸುತ್ತುವರಿಯುತ್ತಿದೆ. ಭೋಗ ಕೈಬೀಸಿ ಕರೆಯುತ್ತೆ. ಅಲ್ಲಿಂದ ಸುಖ ಪರಾರಿ.

ಈ ಸಂದರ್ಭಕ್ಕೆ ಭಗವಾನ್ ಮಹಾವೀರರು ಹೇಳಿದ ಕತೆ ನೆನಪಾಗುತ್ತೆ. ಕೋಸಂಬಿ ಎಂಬಲ್ಲಿ ಕಪಿಲ ಎಂಬ ಬ್ರಾಹ್ಮಣನಿದ್ದ. ಅವನು ಅಲ್ಲಿನ ರಾಜ ಪುರೋಹಿತನ ಮಗ. ಆದರೆ ಅವಿದ್ಯಾವಂತ.

ಅವನ ತಂದೆ ತೀರಿಕೊಂಡ ಮೇಲೆ ರಾಜ ಬೇರೊಬ್ಬ ರಾಜ ಪುರೋಹಿತನನ್ನು ನೇಮಿಸಿಕೊಂಡ. ಕಪಿಲನ ತಾಯಿಗೆ ದುಃಖವಾಯಿತು. ಅವಿದ್ಯಾವಂತ ಮಗನನ್ನು

ನಿಂದಿಸಿದರು. "ನೀನು ವಿದ್ಯಾವಂತನಾಗಿದ್ದರೆ ರಾಜ ಪುರೋಹಿತನ ಕೆಲಸ ಸಿಗುತ್ತಿತ್ತು."

ಕಪಿಲ ನೊಂದ. ತಾನು ವಿದ್ಯೆ ಕಲಿಯಬೇಕೆಂದು ತೀರ್ಮಾನಿಸಿ ಶ್ರಾವಸ್ತಿ ಎಂಬಲ್ಲಿಗೆ ಹೋದ. ಊಟಕ್ಕೆ ಒಬ್ಬರ ಮನೆಯಲ್ಲಿ ಏರ್ಪಾಟು ಮಾಡಿಕೊಂಡ. ಆ ಮನೆಯಲ್ಲೊಬ್ಬಳು ದಾಸಿ ಇದ್ದಳು. ಅವಳು ಪ್ರತಿದಿನ ಅವನಿಗೆ ಊಟ ಬಡಿಸುತ್ತಿದ್ದಳು. ಅವರಿಬ್ಬರಲ್ಲಿ ಪ್ರೇಮಾಂಕುರವಾಯಿತು. ದಾಸಿ ಬುದ್ಧಿವಂತೆ. "ನಮ್ಮಿಬ್ಬರ ಪ್ರೇಮ ಸ್ಥಿರವಾಗಬೇಕಾದರೆ ನೀನು ಹಣ ಗಳಿಸಬೇಕು" ಎಂದು ತಾಕೀತು ಮಾಡಿದಳು. ಕಪಿಲ ಚಿಂತಿತನಾದ.

ಊರಿನ ದೊರೆ ಪ್ರತಿದಿನವು ಯಾರು ಬೆಳಕು ಮೂಡುವ ವೇಳೆಗೆ ಬಂದು ಬೇಡುತ್ತಾರೋ ಅವರಿಗೆ ಎರಡು ತೊಲ ಬಂಗಾರ ಕೊಡುತ್ತಾನೆಂದು ತಿಳಿದ ಮೇಲೆ ಅವನಿಗೆ ನಿದ್ದೆಯೇ ಬರಲಿಲ್ಲ. ಬೆಳಗಾಯಿತೆಂದು ಅರ್ಧರಾತ್ರಿಯಲ್ಲಿಯೇ ಅರಮನೆಗೆ ಹೊರಟ. ಸರಿ ಹೊತ್ತಿನಲ್ಲಿ ಬಂದ ಕಪಿಲನನ್ನು ಕಳ್ಳನೆಂದು ರಾಜ ಭಟರು ಎಳೆದೊಯ್ದು ರಾಜನ ಮುಂದೆ ನಿಲ್ಲಿಸಿದರು.

ದೊರೆಗೆ ಕಪಿಲ ತನ್ನ ಕತೆ ಹೇಳಿದ. ರಾಜನಿಗೆ ಕನಿಕರವಾಯಿತು. "ನಿನಗೇನು ಬೇಕು? ಕೇಳು ಕೊಡುತ್ತೇನೆ" ಎಂದ. ಚಿಂತಿತನಾದ ಕಪಿಲ. ಏನು ಕೇಳುವುದು? ಎರಡು ತೊಲ ಚಿನ್ನ! ತೀರಾ ಕಮ್ಮಿ. ನಾಲ್ಕು ತೊಲ... ಹತ್ತು ತೊಲ... ಸಾವಿರ ತೊಲ... ಲಕ್ಷ ತೊಲ... ಕಡೆಗೆ ರಾಜ್ಯವನ್ನೇ ಕೇಳಿದರೆ? ಅದು ಕಡಿಮೆಯೆನಿಸಿದಾಗ ಪಶ್ಚಾತ್ತಾಪ ಗೊಂಡ. ಆಸೆಗೆ ಕೊನೆ ಇಲ್ಲವೆನಿಸಿತು. ಮೂರ್ಖತನವಾಗಿ ಕಂಡಿತು. ನಂತರವು ತನ್ನ ಆಸೆಗೆ ಕೊನೆ ಇಲ್ಲವೆನಿಸಿತು.

"ಏನು ಬೇಡ ಮಹಾರಾಜ. ಆಸೆಗೆ ಮಿತಿ ಇಲ್ಲವೆನಿಸುತ್ತೆ. ನಾನು ಅಪರಿಗ್ರಹ ವ್ರತ ತೊಡುತ್ತೇನೆ" ಎಂದು ಹೇಳಿ ಹಿಂದಿರುಗಿದ.

ಆಸೆಗೆ ಅಂತ್ಯವೇ ಇಲ್ಲ. ಒಂದಾದ ಮೇಲೊಂದು ಬೇಡುತ್ತಾ ಮನುಷ್ಯನ ಸುಖಿ ಜೀವನವನ್ನು ಕಬಳಿಸುತ್ತಲೇ ಇರುತ್ತದೆ. ಅದಕ್ಕಾಗಿ ನಮ್ಮ ಆಸೆಗಳಿಗೆ ಆಗಾಗ ಕಡಿವಾಣ ಹಾಕುತ್ತಲೇ ಇರಬೇಕು.

ಆಸೆ ರೋಗವಾಗಿ ಬೆಳೆದರೆ ನಮ್ಮನ್ನೇ ಆಹುತಿ ತೆಗೆದುಕೊಂಡುಬಿಡುತ್ತೆ.

ಅವನು ಅಥವಾ ಅವಳು ಯಾರನ್ನೂ ಪ್ರೀತಿಸುವುದಿಲ್ಲ

ಆಕೆ ಹೆಸರಾಂತ ಸರ್ಜನ್. ಬುದ್ಧಿವಂತೆ. ಎಂಎಸ್. ನಲ್ಲಿ ರ್‍ಯಾಂಕ್ ಗಳಿಸಿದ್ದಾರೆ. ಆಕೆಯ ಪತಿ ಕೂಡ ಹೆಸರಾಂತ ಚಿಲ್ಡ್ರನ್ ಸ್ಪೆಷಲಿಸ್ಟ್. ಒಂದೇ ಕಡೆ ಕೆಲಸ ಮಾಡುವಾಗ ಉದಯಿಸಿದ ಪ್ರೇಮ ಏಳು ವರ್ಷಗಳಷ್ಟು ಕಾಲ ಮುಂದುವರಿದು ಮದುವೆಯಲ್ಲಿ ಮುಕ್ತಾಯವಾಗಿದ್ದು. ಎರಡು ಕಡೆ ಅಲ್ಪಸ್ವಲ್ಪ ವಿರೋಧ ವ್ಯಕ್ತವಾದರೂ ಆಮೇಲೆ ಸರಿ ಹೋಗಿದೆ. ಈಗ ಅವರ ಸಂಸಾರ ನೆನಪಿಗೆ ಬಂದರೆ ನರಕ.

ಒಬ್ಬರ ಮುಖ ಕಂಡರೆ ಒಬ್ಬರಿಗಾಗೋಲ್ಲ. ಆದರೂ ಜೊತೆಯಲ್ಲಿದ್ದಾರೆನ್ನುವುದೇ ದೊಡ್ಡ ದುರಂತ. ಯಾವುದರಲ್ಲೂ ಸಮಾನ ಅಭಿರುಚಿ ಇಲ್ಲ. ಆತ ಕನ್ನಡ ಪ್ರೇಮಿ. ಆ ಭಾಷೆಯ ಪತ್ರಿಕೆ, ಪುಸ್ತಕಗಳೇ ವಿರಾಮದ ಸಂಗಾತಿಗಳು. ಅದು ಪತ್ನಿಗೆ ಇಷ್ಟವಿಲ್ಲದಿದ್ದರೂ ಗಂಡ ಕೇರ್ ಮಾಡಲಾರ. ಇನ್‌ಡಿವಿಜಿಯಾಲಿಟಿ ಇಷ್ಟಪಡುವ ದಂಪತಿಗಳು ಮಕ್ಕಳ ವಿಷಯದಲ್ಲು ಇಬ್ಬರ ತೀರ್ಮಾನಗಳು ವಿರುದ್ಧ ದಿಕ್ಕಿನಲ್ಲಿಯೇ ಇರುತ್ತೆ. ಬಂದವರ ಮುಂದೆಲ್ಲ ವಾಗ್ವಾದ. 'ಇಂದಿಗೂ ನಂಗೊಂದು ಸೀರೆ ಕೊಡಿಸಿಲ್ಲ' ವಿದ್ಯಾವಂತೆಯ ಆಕ್ರೋಶ. 'ಅಂಥ ಅಗತ್ಯವೇನಿದೆ? ಅವಳಿಗೆ ದುಡಿಮೆ ಇದೆ. ಬೇಕಾದ್ದು ತಗೋತಾಳೆ' ಪುರುಷನ 'ಅಹಂ' ಇಬ್ಬರಲ್ಲಿ ಪ್ರತಿಯೊಬ್ಬರು ಯಾವುದೇ ವಿಷಯದಲ್ಲಿ ಸೋಲು ಒಪ್ಪಿಕೊಳ್ಳರು. ಮಗಳು ತನ್ನ ಹಾಗೆ ಡಾಕ್ಟರ್ ಆಗಬೇಕು. ಅವಳ ಬಾಳನ್ನು ಹಾಳು ಮಾಡೋಕೆ ಹೊರಟಿದ್ದಾರೆ. ತಾಯಿಯಾದವಳ ದೂರು. ತಂದೆಯ ಯೋಚನೆ ವಿಚಿತ್ರ ರೀತಿಯಲ್ಲಿ ಸಾಗುತ್ತೆ. "ನೀನು ನಾನು ಡಾಕ್ಟರಾಗಿ ಸೇವೆ ಮಾಡಿದ್ದು ಸಾಕು. ಅವಳು ಕನ್ನಡ ಲಿಟರೇಚರ್ ತಗೊಳ್ಳಿ. ಮೊದಲು ಇಲ್ಲಿನ ಭಾಷೆ, ಸಾಹಿತ್ಯನ ಅಭ್ಯಾಸ ಮಾಡಲೀ" ನಿರಂತರವಾಗಿ ಜಗಳ ನಡೆದು ಕೊನೆಗೆ ಗೆದ್ದಿದ್ದು ನನ್ನ ಸ್ನೇಹಿತೆಯೇ. ಮಗಳನ್ನು ಮೆಡಿಕಲ್‌ಗೆ ಸೇರಿಸಿದಳು. ಆ ಮನುಷ್ಯನ 'ಈಗೋ'ಗೆ ಪೆಟ್ಟಾಯಿತು. ಮಗಳ

ವಿದ್ಯಾಭ್ಯಾಸದ ವಿಷಯದಲ್ಲಿ ಒಲವು ತೋರಿಸಲಿಲ್ಲ ಮಾತ್ರವಲ್ಲ ಯಾವುದೇ ಸಹಕಾರ, ಸಹಾಯ ನೀಡಲು ಸಿದ್ಧವಾಗಲಿಲ್ಲ. ಮನೆ ಅವರಿಬ್ಬರಿಗೂ ಹೋರಾಟ ಕಣ. ದೈವ ಪ್ರೀತಿ ಹೆಚ್ಚಿದ್ದ ನನ್ನ ಗೆಳತಿ ಒಂದಲ್ಲ ಒಂದು ಪೂಜೆ, ವ್ರತ ಮಾಡಿಸುತ್ತಿದ್ದುದನ್ನು ನೋಡಿ ತೀರಾ ಸರಳ ಜನ ಹುಬ್ಬೇರಿಸುತ್ತಿದ್ದುದುಂಟು. ದೇವರ ಪೂಜೆಯಲ್ಲಿ ತುಂಬ ನಿಷ್ಠೆ. ನನ್ನ ಗೆಳತಿಯ ಪತಿ ವಿರುದ್ಧ ಸ್ವಭಾವದವ. ಹಾಗೆಂದು ದೈವ ವಿರೋಧಿಯಲ್ಲ. ಅನಗತ್ಯವಾಗಿ ಹೆಂಡತಿ ದುಡ್ಡು ಹಾಳು ಮಾಡುತ್ತಾಳೆಂಬ ಆರೋಪ. 'ಇಷ್ಟೆಲ್ಲ ದೇವರಿಗಾಗಿ, ಪುರೋಹಿತರಿಗಾಗಿ ಖರ್ಚು ಮಾಡುವ ಇವಳು ತೀರಾ ನಿಸ್ಸಹಾಯಕರಿಗೆ ಏನಾದರೂ ಮಾಡಿಯಾಳ?' ಹೆಂಡತಿಯ ತಪ್ಪುಗಳನ್ನು ದೊಡ್ಡ ಪಟ್ಟಿಯನ್ನು ಮಾಡಿ ಒಪ್ಪಿಸುತ್ತಾರೆ. ಅಂತು ನಿರಂತರ ಘರ್ಷಣೆ. ವಿವಾಹವಾಗಿ 25 ವರ್ಷಗಳ ನಂತರವು ಅವರಲ್ಲಿ ಒಮ್ಮತ, ಸಾಮರಸ್ಯ ಮೂಡಿದ್ದೇ ಇಲ್ಲ. ನಾಲ್ಕು ಗೋಡೆಗಳ ಮಧ್ಯೆ ಶತ್ರುಗಳಂತೆ ಕಾದಾಡುತ್ತ ಜೀವನ ಸವೆಸುವುದು ನೋಡಿದರೆ, ಏಳು ವರ್ಷ ಪ್ರೀತಿಸಿ ಮದುವೆಯಾದವರು. ಅಭಿರುಚಿಗಳು, ಅಭ್ಯಾಸಗಳನ್ನು ಪರಸ್ಪರ ಅರ್ಥ ಮಾಡಿಕೊಳ್ಳಲಿಲ್ಲವೇ? ಬದುಕಿನ ಮೂಲ ಸೂತ್ರದ ಅರಿವೆ ಇಲ್ಲದೆ ದಿನಗಳನ್ನು ತಳ್ಳುತ್ತಿದ್ದಾರೆನಿಸಿತು.

'ನಮ್ಮದು ಲವ್ ಮ್ಯಾರೇಜ್' ಇಂಥ ಸ್ಲೋಗನ್ ಪದೇ ಪದೇ ಉಚ್ಚರಿಸುವ ಅವರು ಪ್ರೀತಿ, ಪ್ರೇಮ ಅನ್ನುವ ಭಾವನಾತ್ಮಕದ ಸಮೀಪಕ್ಕೆ ಬಂದಿದ್ದಾರ ಎಂದು ಯೋಚಿಸಬೇಕೆನಿಸುತ್ತದೆ. 'ಪ್ರೇಮ ವಿವಾಹ' ಹಿರಿಯರು ಒಪ್ಪಿ ಮಾಡುವ ವಿವಾಹ 'ಎರಡರ ಮೂಲೋದ್ದೇಶವು ಒಂದೇ' ಈ ಪ್ರೇಮ ವಿವಾಹ ಅರ್ಥ ಕಳೆದುಕೊಂಡಿದ್ದು ಹೇಗೆ?

ನನಗೆ ಈ ಸಂದರ್ಭದಲ್ಲಿ ಶುಕ್ಲಾಯಜುರ್ವೇದದ ದಷ್ಟರರಾದ ಯಾಜ್ಞವಲ್ಕ್ಯರ ಸಂದೇಶ ನೆನಪಾಗುತ್ತಿದೆ. ಅವರಿಗೆ ಮೈತ್ರೇಯಿ ಮತ್ತು ಕಾತ್ಯಾಯಿನಿ ಪತ್ನಿಯರು. ಕಾತ್ಯಾಯಿನಿ ಉತ್ತಮ ಗೃಹಿಣಿಯಾಗಿ ಗೃಹಕೃತ್ಯವನ್ನು ನಿರ್ವಹಿಸುತ್ತಿದ್ದರೆ, ಮೈತ್ರೇಯಿ ವೇದಾಂತ ಚಿಂತನೆಯಲ್ಲಿ ಸಹಭಾಗಿನಿಯಾಗಿ ಆಧ್ಯಾತ್ಮಿಕ ಚಿಂತನೆಯಲ್ಲಿ ಪತಿಯ ಸಹಭಾಗಿತ್ವದಲ್ಲಿ ಪಾಲುದಾರಳಾಗಿದ್ದಳು. ಯಾಜ್ಞವಲ್ಕ್ಯರಿಗೆ ಸಂಸಾರ ಜೀವನ ಸಾಕೆನಿಸಿ ಏಕಾಂತ ಸಾಧನೆಯಲ್ಲಿ ಮುಳುಗಬೇಕೆನಿಸಿ ಪತ್ನಿಯರ ಮುಂದೆ ವಿಚಾರವಿಟ್ಟಾಗ ಕಾತ್ಯಾಯಿನಿ ಒಪ್ಪಿಕೊಂಡರೂ ಮೈತ್ರೇಯಿ ತನಗೆ ಅದರಲ್ಲಿ ಸಹಭಾಗಿತ್ವ ಬೇಕೆನ್ನುತ್ತಾಳೆ. ಆಗ ಆ ಮಹಾಮುನಿ ಪ್ರೀತಿ ಅಂದರೆ ಏನು ಎನ್ನುವುದನ್ನು ಆಧ್ಯಾತ್ಮಿಕ ಮತ್ತು ಲೌಕಿಕ ಅರ್ಥದಲ್ಲಿ ಹೇಳಿದ್ದಾರೆ.

ಲೌಕಿಕ ಅರ್ಥದ ಈ ಸಂದೇಶದಲ್ಲಿ ಗಂಡು, ಹೆಣ್ಣಿನ ಪ್ರೀತಿಯ ಬೆಸುಗೆ ಮೂಲ ಅರ್ಥವನ್ನು ವ್ಯಾಖ್ಯಾನಿಸಿದ್ದಾರೆ. ಹೆಂಡತಿ ಗಂಡನನ್ನು ಅಥವಾ ಯಾವುದೇ ಹೆಣ್ಣು ಗಂಡನನ್ನು ಪ್ರೀತಿಸುತ್ತಾಳೆ ಎಂಬುದೊಂದು ಭ್ರಮೆ. ಅವಳು ಆ ಗಂಡಿನಿಂದ ಪಡೆಯಬೇಕು ಎನ್ನುವ ತನ್ನ ಬಯಕೆಯನ್ನು ಪ್ರೀತಿಸುತ್ತಾಳೆ ಅಷ್ಟೆ. ಅಂದರೆ ಹೆಂಡತಿ

ಪ್ರೀತಿಸುವುದು ಗಂಡನನ್ನಲ್ಲ, ತನಗೆ ಬೇಕಾದ ಸುಖ ಕೊಡುತ್ತಾನೆ ಎಂದು ಗಂಡನನ್ನು ಪ್ರೀತಿಸುತ್ತಾಳೆಯೇ ಹೊರತು ಗಂಡನಿಗೋಸ್ಕರ ಗಂಡನನ್ನ ಹೆಂಡತಿ ಪ್ರೀತಿಸುವುದಿಲ್ಲ. ಇದೇ ಮಾತು ಹೆಂಡತಿಯ ಮೇಲಿನ ಗಂಡನ ಪ್ರೀತಿಗೂ, ಮಕ್ಕಳ ಮೇಲಿನ ಹೆತ್ತವರ ಪ್ರೀತಿಗೂ, ಹಣದ ಮೇಲಿನ ಎಲ್ಲರ ಪ್ರೀತಿಗೂ ಅನ್ವಯಿಸುತ್ತದೆ.

ಯಾಜ್ಞವಲ್ಕ್ಯರ ಮಾತುಗಳ ಪೂರ್ಣ ಅರ್ಥ - ಮನುಷ್ಯ ನಿಜವಾಗಿ ಯಾರನ್ನು, ಯಾವುದನ್ನು ಪ್ರೀತಿಸುವುದಿಲ್ಲ. ಆತ ಪ್ರೀತಿಸುವುದು ತನ್ನನ್ನು ಮಾತ್ರ. ಅದರಿಂದ ಮನುಷ್ಯನ ಪ್ರೀತಿ ನಿರ್ವಾಜ್ಯವಾದುದಲ್ಲ. ಅದರ ಹಿಂದೊಂದು ಸ್ವಾರ್ಥ ಇದ್ದೇ ಇದೆ. ಅದರಿಂದಲೇ ಅದು ಸ್ವಾರ್ಥಪರ ಅನ್ನೋದು. ಜಗತ್ತಿನಲ್ಲಿ ನಿಸ್ವಾರ್ಥ ಪ್ರೀತಿಯೆಂಬುದಿಲ್ಲ ಎನ್ನುವುದರೊಂದಿಗೆ ಅಧ್ಯಾತ್ಮಿಕ ಅರ್ಥದಲ್ಲಿ ನಿಜವಾದ ಪ್ರೀತಿ ಹೇಗಿರಬಹುದೆಂಬುದರ ಮೇಲೆ ಬೆಳಕು ಚೆಲ್ಲಿ ಎಲ್ಲರ ಕಣ್ಣು ತೆರೆಸಿದರು.

ಗಂಡನನ್ನು ಹೆಂಡತಿ ಪ್ರೀತಿಸುತ್ತಾಳೆನ್ನುವುದು ಭ್ರಮೆ. ಯಾಕೆಂದರೆ ಹೆಂಡತಿಯೊಳಗಿದ್ದು ಪ್ರೀತಿಯ ಭಾವವನ್ನುಂಟು ಮಾಡುವವನು ಭಗವಂತ. ದೇವರು ಪ್ರೀತಿ ಕೊಟ್ಟರೇ ಅಥವಾ ಪ್ರೀತಿಯ ಭಾವವನ್ನು ಪ್ರಚೋದಿಸಿದರೆ ಮಾತ್ರ ಪ್ರೀತಿಸಬಲ್ಲಳು. ಒಟ್ಟಿನಲ್ಲಿ ಯಾವತ್ತು ಪ್ರೀತಿಗೆ ಅನ್ವಯಿಸುವಂತೆ ಒಟ್ಟಿಗೆ ಎಲ್ಲರಿಗೂ ಪ್ರೀತಿ ಕೊಡುವವನು, ಹಂಚುವವನು ದೇವರೇ. ಆದ್ದರಿಂದ ಅವರ ಹೇಳಿಕೆಯ ಪ್ರಕಾರ 'ನೀನು ನನ್ನನ್ನು ಪ್ರೀತಿಸುವುದಲ್ಲ, ನಾವು ಪ್ರೀತಿಸಬೇಕಾದ್ದು ಪ್ರೀತಿ, ಪ್ರೇಮಕ್ಕೆ ಮೂಲವಾದ ಭಗವಂತ ನನ್ನು. ಪರಮಾತ್ಮನ ಮೇಲಿನ ಪ್ರೀತಿಯಿಂದ ಹೆಂಡತಿ ಗಂಡನಿಗೆ ಪ್ರಿಯವಾಗುತ್ತಾಳೆ. ಗಂಡ ಹೆಂಡತಿಗೆ ಪ್ರಿಯವಾಗುತ್ತಾನೆ. ಗಂಡನ, ಹೆಂಡಿರ ನಡುವಿನ ಬಾಂಧವ್ಯದ ಕೊಂಡಿ ಭಗವಂತನಾದಾಗ ಅಲ್ಲಿ ಸ್ವಾರ್ಥ ಇಣಕದು. ನಮನಮಗೋಸ್ಕರ ಸ್ವಾರ್ಥದ ಪ್ರೀತಿಯನ್ನು ಬೆಳೆಸುವುದು ಬೇಡವೆಂದು ಉಪದೇಶಿಸುತ್ತಾರೆ. ಈ ಉಪದೇಶ ಪೂರ್ಣ ಜಗತ್ತಿಗೆ ಪಾಠ.

ಇಂದಿಗೂ ಆ ಡಾಕ್ಟರ್ ಜೋಡಿ ದಾಂಪತ್ಯ ಜೀವನ ಸಾಗಿಸುತ್ತಿದ್ದಾರೆ. ಎದುರಾದಾಗಲೆಲ್ಲ ಹಾವು, ಮುಂಗುಸಿಗಳಂತೆ ಕಿತ್ತಾಡುವ ಅವರಿಗೆ ಯಾರು ಬುದ್ಧಿ ಹೇಳಬೇಕು?

ನೀವೇನು... ಅಂತೀರಾ?

ಪ್ರಕೃತಿಯ ಮೂಲಕ ದೇವರು ನಮಗೆ ಬಾಳುವ ಪರಿಯನ್ನು ನಿರಂತರವಾಗಿ ಬೋಧಿಸುತ್ತಲೇ ಇದ್ದಾನೆ. ಸಮುದ್ರದ ತೆರೆಗಳನ್ನು ನೋಡಿ ಮಾನವನ ಯಾವ ಪ್ರತಿಕ್ರಿಯೆಗೂ ಅಂಜದೆ ಅಳುಕದೆ ತನ್ನ ಕೆಲಸವನ್ನು ಮಾಡುತ್ತಿರುತ್ತೆ. ಹಾಗೆಯೇ ಸಮುದ್ರದ ಮಧ್ಯೆ ಇರುವ ಬಂಡೆ ನೋಡಿ ಅಲೆಗಳ ಸಪ್ಪಳಕ್ಕಾಗಲಿ, ಅಪ್ಪಳಿಸುವಿಕೆಗೆ ವಿಚಲಿತವಾಗುವುದಿಲ್ಲ. ಇದೆಲ್ಲ ಪ್ರಕೃತಿಯ ಮೂಲಕ ಮಾನವನಿಗೆ ಭಗವಂತನ ಬೋಧನೆ.

ಇತ್ತೀಚೆಗೆ ಮಗಳ ಹೆರಿಗೆಯ ಸಲುವಾಗಿ ಅಮೆರಿಕಕ್ಕೆ ಹೋಗಿ ಬಂದ ದಂಪತಿಗಳು ತೀರಾ ಇಲ್ಲಿನ ರೀತಿ ರಿವಾಜುಗಳಿಗೆ ಬೇಸತ್ತವರಂತೆ "ಅಲ್ಲಿನ ನಗರಗಳು ಎಷ್ಟೊಂದು ಸ್ವಚ್ಛವಾಗಿರುತ್ತೆ. ಹಿರಿಯರು, ಪುಟ್ಟ ಹುಡುಗರು ಕೂಡ ಎಲ್ಲೆಂದರಲ್ಲಿ ಕಸ ಹಾಕುವುದಿಲ್ಲ. ರಸ್ತೆಗಳಲ್ಲಿ ಉಗುಳಿ ಮಲಿನಗೊಳಿಸುವುದಿಲ್ಲ. ರೈಲುಗಳು, ಬಸ್ಸುಗಳು ಸಮಯಕ್ಕೆ ಸರಿಯಾಗಿ ಓಡಾಡುವುದರಿಂದ ಜನರ ಸಮಯ ಪೋಲಾಗುವುದಿಲ್ಲ. ಶಿಸ್ತು ಇದೆ. ಉತ್ತಮ ಸಂಸ್ಕೃತಿ ಹೊಂದಿದೆ" ಎಂದು ಹೇಳಿಕೊಂಡರು. ಇದೆಲ್ಲ ನಿಜವಿರಬಹುದು.

ಪ್ರತಿಯೊಂದು ದೇಶವು ತನ್ನದೇ ಆದ ಸಂಸ್ಕೃತಿಯನ್ನು ಹೊಂದಿದೆ. ಅವರವರ ದೇಶದ ಸಂಸ್ಕೃತಿಗೆ ಅವರು ಒಗ್ಗಿಕೊಂಡಿರುತ್ತಾರೆ. ವೈಜ್ಞಾನಿಕ ಕ್ಷೇತ್ರದಲ್ಲಿ ಆದ ಆವಿಷ್ಕಾರದಿಂದ ದೇಶಗಳು ಹತ್ತಿರವಾದಂತೆ ಸಂಸ್ಕೃತಿಗಳು ಕೂಡ ಹತ್ತಿರವಾಗಿದೆ. ಭಾರತೀಯ ಕಲೆ, ಸಾಹಿತ್ಯ, ಸಂಗೀತದಲ್ಲಿ ಹೆಚ್ಚೆಚ್ಚು ಆಸಕ್ತಿ ಹೊಂದಿದ್ದಾರೆ. ನಮ್ಮ ಪುರಾತನ ಸಂಸ್ಕೃತಿ ಜಗತ್ತಿಗೆ ಆದರ್ಶಪ್ರಾಯ.

ನಾನು ಹೇಳಲು ಹೊರಟಿರುವುದು ಇದಲ್ಲ.

ಮೂರು ವರ್ಷದಿಂದ ನಿರಂತರವಾಗಿ ಬರ ಅನುಭವಿಸಿದ್ದರಿಂದ ಅಂದಿನ ಮಳೆ ಚೇತೋಹಾರಿ. ವಯಸ್ಸಿನ ಲೆಕ್ಕ ಹಾಕದೇ ಮಳೆಯಲ್ಲಿ ಕುಣಿದಾಡಿಬಿಡಬೇಕೆನಿಸಿತು. ನಂಗೆ

ಸುರಿಯುವ ಮಳೆಯೆಂದರೆ ತುಂಬ ಇಷ್ಟ. ರಾತ್ರಿಯೆಲ್ಲ ಮಳೆ ಸುರಿಯೋವಾಗ ಆಗಾಗ ಹೋಗಿ ಕಿಟಕಿಯ ಬಳಿ ನಿಂತು ಮಳೆಯನ್ನು ನೋಡುತ್ತ ನಿಲ್ಲುತ್ತಿದ್ದೆ. ಸಿಡಿಯುವ ತುಂತುರು, ಬೀಸುವ ತಂಪಾದ ಗಾಳಿಯಿಂದ ರೋಮಾಂಚಿತಳಾಗುತ್ತಿದ್ದೆ. ಈ ಅನುಭವ ಎಲ್ಲರದು ಕೂಡ.

ಬೆಳಿಗ್ಗೆ ಎದ್ದ ಕೂಡಲೇ ಕಾಂಪೌಂಡ್‌ನಲ್ಲಿ ನಳನಳಿಸುತ್ತಿದ್ದ ಗಿಡಗಳ ನಡುವೆ ಓಡಾಡಿದೆ. ಉದುರಿದ ಗುಲಾಬಿ ಪಕಳೆಗಳನ್ನು ಹೆಕ್ಕಿಕೊಂಡೆ. ಒದ್ದೆಯಾದ ನೆಲಕ್ಕೆ ಕಾಲುಗಳನ್ನು ಸೋಕಿಸಿ ಧನ್ಯಳಾದೆ. ಅಂತು ತುಂಬ ಹರ್ಷಚಿತ್ತಳಾಗಿದ್ದೆ.

ಇಂಥ ಸಮಯದಲ್ಲಿ ಹೊರಗಿನ ಜಟಾಪಟಿ ಕೇಳಿ ಬಂತು. ಈ ಬಡಾವಣೆಯಲ್ಲಿ ವಾಸ ಮಾಡುವ ಜನ ಶ್ರೀಮಂತರು, ವಿದ್ಯಾವಂತರು. ಜಗಳ, ಗಲಾಟೆ ಅಂಥದ್ದು ಇಲ್ಲ! ಒಳಗೆ ಸಾಕಷ್ಟು ಇರುಸು ಮುರಸುಗಳು ಇದ್ದರೂ ಹೊರಗಿನ ಜಗತ್ತಿಗೆ ಮುಖವಾಡ. ನಾನು ಕಂಡ ಹಾಗೆ ಅಂಥ ಮಾರಾಮಾರಿಗಳೇನು ನಡೆದಿರಲಿಲ್ಲ. ಹೊರಗೆ ಸಿಕ್ಕಾಗ ಬರೀ ನಗುವಿನ ವಿನಿಮಯ ಅಷ್ಟೆ.

ಅಂತು ನಾವು ವಾಸವಿದ್ದ ಬಡಾವಣೆ ಸುಸಂಸ್ಕೃತ ಜನ ವಾಸ ಮಾಡುವಂಥದ್ದು ಎನ್ನುವ ಹೆಸರಿತ್ತು.

ಇಡೀ ಮನೆಯವರು ಹೊರಗೆ ಬಂದು ನಿಂತೆವು. ಅದೊಂದು ಸಣ್ಣ ಜಗಳವೆನಿಸಿತು, ಅರ್ಧಗಂಟೆಯಲ್ಲಿ ಮನೆಯೊಳಗಿದ್ದ ಜನರೆಲ್ಲ ಹೊರಗೆ ಬಂದು ತಮ್ಮ ತಮ್ಮ ಕಾಂಪೌಂಡ್‌ನೊಳಗೆ ನಿಂತು ಕಿವಿಗಳನ್ನು ತೆರೆದಿಟ್ಟು ಪ್ರೇಕ್ಷಕರಾದರು. ಈ ಬಡಾವಣೆ ಯಲ್ಲಿ ಇಂಥದೊಂದು ಜಗಳ ಶುರುವಾಗಿದ್ದು ಕುತೂಹಲವೆನಿಸಿತ್ತು. ಕೆಲವು ಗಂಡಸರು ಅಲ್ಲಿಯವರೆಗೂ ಹೋಗಿ ನಿಂತರು.

ಅಷ್ಟರಲ್ಲಿ ಒಂದು ಜಟಾಪಟಿ ಕಿವಿಗೆ ಬಿತ್ತು. ಹಾಗೆಂದು ಈ ಬಡಾವಣೆಯ ಬಗ್ಗೆ ಒಂದು ನಿಲುವಿಗೆ ಬಂದು ಬಿಡಬೇಡಿ. ಇಲ್ಲಿ ಇಪ್ಪತ್ತೈದು ವರ್ಷದಿಂದ ವಾಸಿಸುತ್ತಿದ್ದೇವೆ. ಹೆಚ್ಚು ಕಮ್ಮಿ ಎಲ್ಲಾ ವಿದ್ಯಾವಂತರೇ, ಕೋಟ್ಯಾಧೀಶರಲ್ಲದಿದ್ದರೂ ಹಣ, ಅನುಕೂಲತೆಗಳಿಂದ ಜನ ಅಂದುಕೊಳ್ಳಬಹುದು. ಮನೆ ಕಟ್ಟಿಕೊಳ್ಳುವಾಗ ಕಾಂಪೌಂಡ್ ಗೋಡೆಯ ಎತ್ತರ, ಕಿಟಕಿಗಳ ಜೋಡಣೆಯ ಬಗ್ಗೆ ಸಣ್ಣ ಪುಟ್ಟ ತಕರಾರುಗಳನ್ನು ಬಿಟ್ಟರೆ ಖಂಡಿತ ಜಗಳ, ಹೊಡೆದಾಟ ಇಲ್ಲ ಎನ್ನುವುದನ್ನು ನಂಬಬಹುದು.

ಇದೇ ಬೀದಿಯಲ್ಲಿರುವ ಅಕ್ಕಪಕ್ಕದ ಮನೆಯವರು ಜಗಳಕ್ಕೆ ನಿಂತಿದ್ದರು. ರಾತ್ರಿಯೆಲ್ಲ ಮಳೆ ಸುರಿದು ಕಲ್ಮಶವನ್ನು ತೊಳೆದು ತಂಪಾದ ವಾತಾವರಣಕ್ಕೆ ಬಿರುಸಾದ ವಾತಾವರಣ ಶೋಭೆ ನೀಡಲಿಲ್ಲ.

“ಏನದು?” ಹೋಗುತ್ತಿದ್ದವರು ಬೈಕ್ ನಿಲ್ಲಿಸಿ ವಿಚಾರಿಸಿದರು. ನಿಂತು ತಮಾಷೆ ನೋಡುತ್ತಿದ್ದ ವ್ಯಕ್ತಿ “ಆ ಪುಟ್ಟ ಹುಡುಗಿ ತಲೆ ಮೇಲೆ ಸೀಬೆಕಾಯಿ ಎಸೆದು ಗಾಯ ಮಾಡಿದ್ದಾನೆ” ವಿಷಯ ಇಷ್ಟು.

ಆಮೇಲೆ ತಿಳಿದಿದ್ದು ಬೇರೆ. ಪುಟ್ಟ ಇನ್ಸಿಡೆಂಟ್. ಹತ್ತು ಇಪ್ಪತ್ತು ವರ್ಷಗಳಿಂದ ಅನ್ಯೋನ್ಯತೆ ಇಲ್ಲದಿದ್ದರೂ ಒಬ್ಬರಿಗೊಬ್ಬರು ಎದುರು ಬದರು ಸಿಕ್ಕಾಗ 'ಹೇಗಿದ್ದೀರಿ?' ನೀವು ಹೇಗಿದ್ದೀರಿ? ಅನ್ನುವಷ್ಟರಮಟ್ಟಿಗೆ ವಿಶ್ವಾಸದಿಂದ ಇದ್ದ ನೆರೆಹೊರೆಯವರು, ಏನೋ ನಡೆಯಬಾರದ್ದು ನಡೆದು ಹೋಗಿದೆಯೆನ್ನುವಂತೆ ಮಾತಿನ ಯುದ್ಧಕ್ಕೆ ನಿಂತಿದ್ದರು.

ನಡೆದಿದ್ದು ಇಷ್ಟು ಮಾತ್ರ. ರಾತ್ರಿಯ ಮಳೆಯಿಂದ ಪಾರಿಜಾತದ ಹೂಗಳೆಲ್ಲ ಭೂ ಶಾಯಿಯಾಗಿತ್ತು. ಆ ಮನೆಯ ಪುಟ್ಟ ಹುಡುಗಿ ಬಿದ್ದಿದ್ದ ಹೂಗಳಿನಲ್ಲಿ ಚೆಂದವಾಗಿದ್ದನ್ನು ಆಯ್ದು ಬುಟ್ಟಿಗೆ ಹಾಕುತ್ತಿದ್ದಳು. ನೆರೆಮನೆಯ ಹುಡುಗ ಕಾಂಪೌಂಡ್‌ನಲ್ಲಿದ್ದ ಸೀಬೆ ಗಿಡವನ್ನಿಡಿದು ಅಲ್ಲಾಡಿಸಿದ. ಆ ಕಡೆಯ ಕೊಂಬೆಯಲ್ಲಿದ್ದ ಸೀಬೆಯ ದೊರುಗಾಯಿ ಎಸೆದಂತೆ ಪಕ್ಕದ ಮನೆಯ ಹುಡುಗಿಯ ತಲೆಯನ್ನು ಬಲವಾಗಿ ಸವರಿತು. ಹುಡುಗಿ ನೋವಿಗಿಂತ ಗಾಬರಿಯಾಗಿ ಅಬ್ಬರಿಸಿದ್ದು ಕೇಳಿ ಮನೆಯವರೆಲ್ಲ ಹೊರಗೆ ಬಂದರು.

ಸರೋವರದಲ್ಲಿ ಅಡಗಿದ್ದ ದುರ್ಯೋಧನನ್ನು ತೊಡೆ ತಟ್ಟಿ ಕರೆದ ಭೀಮಸೇನನಂತೆ ಹುಡುಗಿಯ ಮನೆ ಕಡೆಯವರು ತಮ್ಮ ಬೈಗುಳ ಮೂಲಕ ನೆರೆಯ ಮನೆಯವರನ್ನು ಹೊರಗೆ ಬರುವಂತೆ ಮಾಡಿದರು.

ಅಷ್ಟು ಸಾಕಿತ್ತು ತಂಪಾದ ವಾತಾವರಣವನ್ನು ಬಿಸಿಯೇರಿಸಲು.

ಇಬ್ಬರ ನಡುವೆ ಮಾತಿನ ಯುದ್ಧ ಶುರುವಾಯಿತು. ಇದ್ದದ್ದು ಇಲ್ಲದ್ದನ್ನು ಸೇರಿಸಿ ಬಯ್ದಾಡುತ್ತಿದ್ದರು. ಬಹುಶಃ ಮಳೆ ಶುರುವಾಗದಿದ್ದರೆ ಅದು ಎಲ್ಲಿಗೆ ಹೋಗಿ ಮುಟ್ಟುತ್ತಿತ್ತೋ. ಅಂತು ಮಳೆ ಹೊರಗೆ ಸುರಿದು ತಣ್ಣಗೆ ಮಾಡತೊಡಗಿತು. ಆದರೆ ಒಳಗೆ ಭುಸುಗುಡುವಿಕೆಯೇನು ಕಡಿಮೆಯಾಗಲಿಲ್ಲ.

ನಂಗೇನು ಈ ಲೇಖನದಲ್ಲಿ ಖ್ಯಾತ ಕಾದಂಬರಿಕಾರರಾದ ಶ್ರೀ ಎಸ್.ಎಲ್. ಭೈರಪ್ಪನವರ ಜಪಾನ್ ಪ್ರವಾಸದ ಒಂದು ಘಟನೆಯುನ್ನು ಖಂಡಿತ ದಾಖಲಿಸಬೇಕೆನಿಸಿದೆ. ಅವರು ಅಲ್ಲಿನ ಒಂದು ಪಾರ್ಕ್‌ಗೆ ಹೋಗಿದ್ದಾಗ ಕೀ ಕೊಟ್ಟ ತಕ್ಷಣ ರಾಕೆಟ್‌ನಂತೆ ಮೇಲೆ ಹಾರಿ ಕೆಳಗೆ ಬಂದು ಬೀಳುವ ಒಂದು ಆಟದ ಸಾಮಾನನ್ನು ಕೊಂಡಿದ್ದರಂತೆ. ಆ ಆಟದ ಸಾಮಾನನ್ನು ಪರೀಕ್ಷಿಸುವ ಸಲುವಾಗಿ ಕೀ ಕೊಟ್ಟರಂತೆ. ಅದೇನೋ 'ಸುಯ್' ಎಂದು ಮೇಲಕ್ಕೆ ಹಾರಿ ಆಟವಾಡುತ್ತಿದ್ದ ಮಗುವಿಗೆ ಕಣ್ಣಿಗೆ ಹೊಡೆಯಿತಂತೆ. ಆ ಕ್ಷಣ ಅಲ್ಲಿಯೇ ಇದ್ದ ಮಗುವಿನ ತಂದೆ, ತಾಯಿ ಪೊಲೀಸ್‌ಗೆ ಕಂಪ್ಲೆಂಟ್ ಕೊಡಬಹುದೆಂದು ಅವರುಗಳ ಬಳಿ ಹೋಗಿ ಕ್ಷಮೆ ಯಾಚಿಸಿದರಂತೆ. ಇಲ್ಲಿ ಅವರ ನಿರೀಕ್ಷೆ ಸುಳ್ಳಾಯಿತು. ಆ ದಂಪತಿಗಳು ಕೋಪ ಗೊಳ್ಳಲಿಲ್ಲ.

"ಅನಿರೀಕ್ಷಿತವಾಗಿ ನಡೆದುಹೋಗಿದ್ದಕ್ಕೆ ನೀವು ಕಾರಣರಲ್ಲ" ಎಂದು ಸೌಜನ್ಯದಿಂದ ಉತ್ತರಿಸಿದರಂತೆ. ಈ ಘಟನೆಯ ಬಗ್ಗೆ ತಾನು ತಂಗಿದ್ದ ಹೋಟೆಲ್ ರಿಸೆಪ್ಷನಿಸ್ಟ್‌ನ ವಿಚಾರಿಸಿದಾಗ "ಅವರು ಹೊಸ ತಲೆಮಾರಿನವರು. ಅವರಿಗೆ ನೀಡಿದ ಮೆಂಟರಿಂಗ್ ಫಲ" ಎಂದರಂತೆ. ಆಗ ಮೆಂಟರಿಂಗ್ ಎಂದರೇನೆಂದು ವಿಚಾರಿಸಿದರು.

ಜಪಾನಿಯರು ತಮ್ಮ ಸೃಜನಶೀಲತೆ, ಕರ್ತೃತ್ವ ಶಕ್ತಿಗಳನ್ನು ಹೆಚ್ಚಿಸಿಕೊಳ್ಳಲು ಕಂಡುಕೊಂಡ ಅಧ್ಯಾತ್ಮ ವಿಧಾನ. ಎಳೆತನದಲ್ಲಿಯೆ ಮಗುವಿಗೆ ಸತ್ಯ, ಧರ್ಮ, ನ್ಯಾಯ, ನೀತಿಗಳ ವಿಚಾರಗಳನ್ನು ಹೆಚ್ಚು ಸಮರ್ಪಕವಾಗಿ ತಿಳಿಸಿ ಮುನ್ನಡೆಸಬಹುದಾದಂಥ ವ್ಯಕ್ತಿಗಳ ಆಶ್ರಯದಲ್ಲಿ ಶಿಕ್ಷಣ ಕೊಡಿಸುವುದು, ಅಲ್ಲಿಯೇ ಮಗುವನ್ನು ಬೆಳೆಸುವ ವಿಧಾನಕ್ಕೆ ಮೆಂಟರಿಂಗ್ ಅನ್ನುವ ಚೆಂದದ ಹೆಸರು.

ಕ್ಷಣ ಯೋಚಿಸಿ. ಹೆಚ್ಚು ಕಡಿಮೆ ನಮ್ಮ ಭಾರತ ದೇಶದ ಗುರುಕುಲ ಮಾದರಿಯ ವಿದ್ಯಾಭ್ಯಾಸವೇ ಎಂದು ನಿಮಗೆ ಅನ್ನಿಸುವುದಿಲ್ಲವೆ? ಈಗಿನ ನಮ್ಮ ಮಕ್ಕಳಿಗೆ ಅಂತಹ ಗುರುಕುಲ ಮಾದರಿಯ ವಿದ್ಯಾಭ್ಯಾಸ ಸಿಗುತ್ತಿದೆಯೇ. ಸಿಕ್ಕಿದ್ದರೆ ನಮ್ಮ ಸಮಾಜ ಇಷ್ಟು ಹದಗೆಡುತ್ತಿರಲಿಲ್ಲವೇನೋ?

ಅಂದು ನಮ್ಮ ಪೂರ್ವಿಕರು ಕಂಡುಕೊಂಡಿದ್ದ ಸತ್ಯವನ್ನು ಪಕ್ಕಕ್ಕೆ ಒಂದು ರೀತಿಯ ಭ್ರಮೆಯಲ್ಲಿ ಇದ್ದೀವಿ.

ಮಧ್ಯೆ ಒಬ್ಬ ಹಿರಿಯರು ಪ್ರವೇಶಿಸಿ ಇಬ್ಬರನ್ನು ಬಹಳ ಪ್ರಯಾಸದಿಂದ ಸಮಾಧಾನಿಸಿದರು. "ದಯವಿಟ್ಟು ನಿಲ್ಲಿ. ಮೂರ್‍ವರ್ಷದಿಂದ ಮಳೆ ಇಲ್ಲ. ಆಕಾಶ ನೋಡೋ ಹಂಗೆ ಆಗಿತ್ತು. ರಾತ್ರಿಯಿಂದ ಮಳೆ ಸುರಿದಿದೆ. ಆ ಆಹ್ಲಾದವನ್ನು ಎಲ್ಲ ಅನುಭವಿಸೋಣ" ಗೊಣಗಿ ಸುಮ್ಮನಾದರು.

ಇಂದಿಗೂ ಆ ನೆರೆಹೊರೆಯವರಲ್ಲಿ ಸಾಮರಸ್ಯ ಮೂಡಿಲ್ಲ. ಒಂದಲ್ಲ ಒಂದು ವಿಷಯಕ್ಕೆ ಒಬ್ಬರ ಮೇಲೊಬ್ಬರು ಗೂಬೆ ಕೂರಿಸ್ತಾರೆ. ಈಗ ಹಬ್ಬ ಹರಿದಿನಗಳಲ್ಲಿ ಕೂಡ ಒಬ್ಬರ ಮನೆಗೆ ಒಬ್ಬರು ಅರಿಶಿನ ಕುಂಕುಮಕ್ಕೆ ಹೋಗೋಲ್ಲ.

"ನಮ್ಮ ಗಿಡದ ಒಂದು ಹೂ ಆ ಮನೆಯ ಅಂಗಳದಲ್ಲಿ ಬೀಳಕೂಡದು" ಆ ಕಡೆಯ ಮನೆಯವರು ಪಾರಿಜಾತ ಗಿಡದ ಅವರ ಮನೆಯ ಕಡೆಯ ರೆಂಬೆ ಕೊಂಬೆಗಳನ್ನು ಕಡಿಸಿ ಹಾಕಿದರು. ಸೀಬೆ ಗಿಡ ನೆಲಕ್ಕೆ ಉರುಳಿತು. ಇದಕ್ಕೆಲ್ಲ ಕಾರಣ ಸುಲಭವಾಗಿ ಹುಡುಕಿ ಕೊಳ್ಳಬಹುದಲ್ಲ. ಎರಡು ಮನೆಗಳಲ್ಲಿದ್ದ ಗಿಡಗಳು ದ್ವೇಷ ಹಬ್ಬಿಸಲು ಕಾರಣವೇ? ಸತ್ಯ ಎಲ್ಲಿ ಭೂಗತವಾಯಿತು? ಆಕಸ್ಮಿಕಕ್ಕೆ ಎರಡು ಮನೆಯವರ ಸಾಮರಸ್ಯ ಬಲಿಯಾಗ ಬೇಕಾ?

ನೆರೆಹೊರೆಯಲ್ಲಿ ವಾಸಿಸುವ ಹುಡುಗಿ, ಹುಡುಗ ಕೂಡ ಮುಖ ತಿರುಗಿಸುತ್ತಾರೆ. ಅವರುಗಳ ನಡುವೆ ದ್ವೇಷದ ಸಸಿ ನೆಟ್ಟವರು ಯಾರು? ಇದು ಬೇಕಿತ್ತಾ?

ಪುಟ್ಟ ಆಕಸ್ಮಿಕದಿಂದ ಏನು ಅನಾಹುತವಾಗದಿದ್ದರೂ ಎರಡು ಗಿಡಗಳು ಬಲಿಯಾಗಿ ಹೋದವು.

ಇಂಥ ಸಂಸ್ಕೃತಿ ನಮ್ಮದಾ?

ವ್ಯಕ್ತಿ ತನ್ನನ್ನು ತಾನು ಉದ್ಧರಿಸಿಕೊಳ್ಳಬೇಕು

I am the Captain of my soul,
I am the Master of my fate

ನಾನು ನನ್ನ ಆತ್ಮದ ನಾವಿಕ. ನಾನೇ ನನ್ನ ಅದೃಷ್ಟದ ಒಡೆಯ

ನಾನು ಚಿಕ್ಕಂದಿನ ದಿನದಲ್ಲಿ ಕಂಡಿದ್ದ ಯುವಕನ ಬಗ್ಗೆ ಒಂದಿಷ್ಟು ಬರೆಯಬೇಕೆನಿಸಿದೆ. ನನ್ನ ಕಾದಂಬರಿ 'ಗಿರಿಧರ'ದಲ್ಲಿ ಅಷ್ಟಿಷ್ಟು ಪ್ರಸ್ತಾಪವಾಗಿದೆಯೆನಿಸುತ್ತೆ. ಅತ್ಯಂತ ಸುರದ್ರೂಪಿಯೇನಲ್ಲ. ಹೀರೋ ಆಗುವಂಥ ಮೈಕಟ್ಟು ಇರಲಿಲ್ಲ. ಶ್ರೀಮಂತಿಕೆಯನ್ನ ಕಂಡರಿಯ. ಅಂತು ಬಡತನದಲ್ಲಿ ಹುಟ್ಟಿ ಬೆಳೆದವ. ದೊಡ್ಡ ಮಟ್ಟಿನ ಕಲಾಕಾರನಲ್ಲ. ಮ್ಯಾತ್ಸ್‌ನಲ್ಲಿ 90ರ ಮುಂದು ಮಾರ್ಕ್ಸ್ ಗಳಿಸುವಂಥ ಬುದ್ಧಿವಂತ.

ಇದೆಲ್ಲ ಸಾಧಾರಣ ವಿಷಯವೇ. ಇದು ನಲ್ವತ್ತು ವರ್ಷಗಳಷ್ಟು ಹಿಂದಿನ ವಿಷಯ. ದೊಡ್ಡದಾಗಿ ಹೇಳೋಂಥದ್ದು ಏನಿದೇಂತ ನೀವು ಪ್ರಶ್ನಿಸಬಹುದು. ಅದಕ್ಕೆ ಕಾರಣವಿದೆ. ಅಕ್ಟೋಬರ್‌ನಲ್ಲಿ ದೆಹಲಿಗೆ ಹೋದಾಗ ರೈಲು ನಿಲ್ದಾಣದಿಂದ ಹೊರಗೆ ಬಂದು ಟ್ಯಾಕ್ಸಿ ಸ್ಟಾಂಡ್‌ನತ್ತ ಹೋಗುವಾಗ ಕಾರು ಹತ್ತುತ್ತಿದ್ದ ವ್ಯಕ್ತಿಯತ್ತ ಗಮನ ಹರಿಯಿತು. ಭರ್ಜರಿಯಾದ ಸೂಟಿನಲ್ಲಿ ಕಾರು ಹತ್ತುತ್ತಿದ್ದ ವ್ಯಕ್ತಿಯನ್ನ ಕಂಡೆ. 'ಅವನೇ ಗಿರಿ' ಅನ್ನಿಸಿತು. ಮನಸ್ಸು ಗುರ್ತಿಸಿತು. ಬಲಗೆನ್ನೆ ಕಡೆಯಲ್ಲಿ ಕಿವಿಗೊತ್ತಿಕೊಂಡಿದ್ದ ಕಡಲೆಕಾಳು ಗಾತ್ರದ ಕಪ್ಪುಮಚ್ಚೆ ನಾನೇ 'ಗಿರಿ'ಯೆಂದು ಹೇಳಿತು. ವಿಸ್ಮಿತಳಾದೆ.

ಇದೇನು ಮಹಾ ಅನ್ನಬೇಡಿ. ಎಂಥೆಂಥ ದೈನಾಸಿ ಸ್ಥಿತಿಯಲ್ಲಿರುವವರೋ ಇಂದು ವಿಮಾನದಲ್ಲಿ ಓಡಾಡುವ ಸ್ಥಿತಿಗೇರಿರುವುದು ಖಂಡಿತ ಆಶ್ಚರ್ಯವಲ್ಲ. ಸ್ವಾಮಿ ವಿವೇಕಾನಂದರು ಇನ್ನು ನರೇಂದ್ರನಾಗಿದ್ದಾಗಲೇ ತಂದೆ ವಿಶ್ವನಾಥ ದತ್ತರನ್ನು ಕೇಳಿದಂತೆ 'ನನಗೆ ನಿಮ್ಮ ಮಾರ್ಗದರ್ಶನವೇನು?' ಉತ್ತರ ಬಂತು 'ನೀನು ಆಶ್ಚರ್ಯಗೊಳ್ಳ ಬೇಡಾಂತ'. ಸ್ವಾಮೀಜಿ ಅದರಂತೆ ನಡೆದರು. ಜೀವನ ವೈವಿಧ್ಯ, ವೈರುಧ್ಯಗಳನ್ನು ಕಂಡರು. ಜೀವನದ ಎರಡು ಮುಖ - ಅತೀವ ತಿರಸ್ಕಾರ, ಅತ್ಯಂತ ಸನ್ಮಾನ - ಎರಡನ್ನು ಕಂಡರು. ಅವರಿಗೆ ಅದು ಜೀವನದ ಸಹಜ ಮುಖ - ಕೋಪ ಬರಲಿಲ್ಲ.

ಆಶ್ಚರ್ಯಪಡಲಿಲ್ಲ, ಗಾಬರಿಗೊಳ್ಳಲಿಲ್ಲ.

ಜಗತ್ತಿನಲ್ಲಿ ಅನೇಕಾನೇಕ ವಿಷಯಗಳು ಘಟಿಸುತ್ತಲೇ ಇರುತ್ತದೆ. ಅಂದಿನ ಬಡ ಗಿರಿ ಈ ಸ್ಥಿತಿಗೇರುವುದು ಆಶ್ಚರ್ಯವಲ್ಲ. ಅದಕ್ಕಾಗಿ ತಲೆ ಕೆಡಿಸಿಕೋಬೇಕಿಲ್ಲ. ಅವನ ಅಂದಿನ ದಿನಗಳನ್ನು ಮಾತ್ರ ಮೆಲುಕು ಹಾಕುತ್ತಿದ್ದೇನೆ.

ಗಿರಿ ತೀರಾ ಚಿಕ್ಕ ವಯಸ್ಸಿನಲ್ಲಿ ತಂದೆಯನ್ನು ಕಳೆದುಕೊಂಡಿದ್ದ. ನೆಂಟರಿಷ್ಟರೆಂದು ದೊಡ್ಡದಾಗಿ ಯಾರು ಇರಲಿಲ್ಲ. ಅವನ ತಾಯಿ ಕೆಲವರ ಮನೆಯಲ್ಲಿ ನೀರು ಸೇದಿ ಹಾಕುವುದು, ಬಾಣಂತಿ, ಮಗುವಿಗೆ ನೀರು ಹಾಕುವುದು. ಆಗ ಮೆಣಸಿನಪುಡಿ, ಚಟ್ನಿಪುಡಿ ಮಿಲ್‌ಗೆ ಕಳಿಸಿ ಪುಡಿ ಮಾಡಿಸುವುದೇ ಅಪರಾಧಯೆನ್ನುವಂಥ ದಿನಗಳು. ಆಕೆ ಮೆಣಸಿನಪುಡಿ, ಚಟ್ನಿಪುಡಿ ಕುಟ್ಟಿ ಕೊಡುವಂಥ ಕೆಲಸಗಳನ್ನು ಮಾಡಿಕೊಡುತ್ತಿದ್ದರು.

ತಾಯಿಗೆ ಸಹಾಯ ಮಾಡಲು ಗಿರಿಯು ಬರುತ್ತಿದ್ದ. ಆಕೆ ಮೆಣಸಿನಪುಡಿ ಜರಡಿಯಾಡಿಸಿದರೆ, ಗಿರಿ ಒನಕೆ ಹಿಡಿದು ಕುಟ್ಟುತ್ತಿದ್ದ. ಆಗ ಅವನ ವಯಸ್ಸು ಎಷ್ಟು ಎಂಬುದು ನನಗೆ ಗೊತ್ತಿಲ್ಲ. ನಾನು ಅವನಿಗಿಂತ ಒಂದು ಹತ್ತು ವರ್ಷ ಚಿಕ್ಕವಳು ಇರಬಹುದು.

ನಾವು ಆಟದ ಮೈದಾನದಲ್ಲಿ ಆಡುತ್ತಿದ್ದಾಗ ಅವನು ತಲೆ ಬಗ್ಗಿಸಿಕೊಂಡು ಅವರಿವರ ಮನೆಗೆ ನೀರು ಸೇದಿ ಹಾಕುತ್ತಿದ್ದ. ಮೈಮೇಲೆ ಒಂದು ಚೌಕಳಿಯ ಷರಟು, ಒಂದು ಕಾಕಿ ನಿಕ್ಕರ್ - ಇಷ್ಟೇ ಅವನ ಡ್ರೆಸ್. ಕಾಲೇಜಿಗೆ ಹೋಗುವಾಗ ಪಂಚೆಯುಡುತ್ತಿದ್ದ. ಕಿವಿಯಲ್ಲಿ ಬಿಳಿ ಚಿನ್ನದ ತಳಕುಗಳು. ಮುಖದಲ್ಲಿ ಅತ್ಯಂತ ವಿಧೇಯತೆಯ ಕಳೆ.

ಇಂಥ ಒಂದು ವ್ಯಕ್ತಿಯನ್ನು ನಲ್ವತ್ತು ವರ್ಷಗಳ ಹಿಂದೆ ನೋಡಿದ್ದು. ಆದರೆ ದೆಹಲಿ ರೈಲು ನಿಲ್ದಾಣದಿಂದ ಹೊರಬಂದಾಗ ವಿದೇಶಿ ಕಾರು ಹತ್ತುತ್ತಿದ್ದವನನ್ನು ಗುರುತಿಸಿದ್ದು ಕಾಕತಾಳೀಯವೆಂದುಕೊಂಡರೂ ಅವನೇ ಇವನೆಂದು ಪದೇ ಪದೇ ಮನಸ್ಸು ಒತ್ತಿ ಹೇಳುತ್ತಿತ್ತು.

ಇಷ್ಟೇ ಅಲ್ಲ, ಹಿಂದಿನ ಗಿರಿಯ ವಿಷಯ ಇನ್ನಷ್ಟು ಹೇಳುವುದು ಮುಖ್ಯವಾಗಿದೆ.

ಅಮ್ಮನಿಗೆ ಸಹಾಯ ಮಾಡುವುದರ ಜೊತೆಗೆ ಹಗಲಿರುಳು ಓದುತ್ತಿದ್ದ. ಟ್ಯೂಷನ್ ಅಂಥದಕ್ಕೆಲ್ಲ ಹೋಗಲು ಅವನಿಗೆ ಇಷ್ಟವಿಲ್ಲ ಅಲ್ಲ ಅನುಕೂಲವೂ ಇಲ್ಲ. ಒಬ್ಬಿಬ್ಬರು ಲೆಕ್ಚರರ್‌ಗಳು ಅವನಲ್ಲಿನ ಓದುವ ಆಸಕ್ತಿ, ಬಡತನವನ್ನು ಗುರ್ತಿಸಿ ಫ್ರೀಯಾಗಿ ಬೇರೆ ಬೇರೆ ವಿದ್ಯಾರ್ಥಿಗಳ ಜೊತೆಗೆ ಪಾಠ ಹೇಳುತ್ತಿದ್ದರು. ಆದರೆ ಗಿರಿ ನೀರು ಸೇದಿ ಹಾಕಿಯೋ, ಅವರ ಹುಡುಗರನ್ನು ತನ್ನ ಹಳೆಯ ಸೈಕಲ್ ಮೇಲೇರಿಕೊಂಡು ಹೋಗಿ ಶಾಲೆಗೆ ತಲುಪಿಸಿ ಬರುವುದೋ, ಇಲ್ಲ ಅಂಗಡಿಯಿಂದ ಸಾಮಾನು ತಂದುಕೊಟ್ಟು ಅಂದಂದಿನ ಋಣವನ್ನು ಅಂದೇ ಸಂದಾಯ ಮಾಡುತ್ತಿದ್ದ.

"ಪರೀಕ್ಷೆಗೆ ಓದ್ಕೋ, ನಂಗೇನು ಸಹಾಯ ಮಾಡೋಕೆ ಬರ್ಬೇಡ" ಅವನಮ್ಮ

ತೀರಾ ನಿರ್ಬಂಧಿಸಿದ ಮೇಲೆ ಮನೆಯಲ್ಲಿ ಕೂತು ಓದತೊಡಗಿದ. "ಏನು ಮಗ ರ್‍ಯಾಂಕಾ?" ಕೆಲವರ ಮನೆಯವರು ವ್ಯಂಗ್ಯವಾಗಿಯೋ ಇಲ್ಲ ಸಹಜವಾಗಿಯೋ ಪ್ರಶ್ನಿಸಿದಾಗ ಆಕೆಯ ಕಣ್ಣುಗಳಲ್ಲಿ ಕನಸುಗಳು ತುಂಬಿಕೊಳ್ಳುತ್ತಿತ್ತು. "ಎಂಥದ್ದೋ... ಒಂದು! ಓದು ಒಂದು ನೆಲೆಗೆ ನಿಂತು... ಒಂದು ಕೆಲ್ಸಾಂತ ಹಿಡೀಲಿ. ಮುಂಡೇದು ಹುಟ್ಟಿದಾಗಿನಿಂದ ಸುಖ ಅನ್ನೋದೆ ಕಾಣದೇ ಬೆಳೀತು. ಎರಡು ಹೊತ್ತು ನೆಟ್ಟಗೆ ಹೊಟ್ಟೆ ತುಂಬ ಊಟ ಬಡಿಸಿದ್ದೀನಾ?" ಎನ್ನುತ್ತಿದ್ದ ಆಕೆಯ ಪ್ರತಿಬಿಂಬ ಇನ್ನು ನನ್ನ ಕಣ್ಮುಂದೆ ಇದೆ. ಆಗ ದೊಡ್ಡದಾಗಿ ನಂಗೇನು ಗೊತ್ತಾಗದಿದ್ದರೂ 'ಅಯ್ಯೋ' ಅನಿಸುತ್ತಿತ್ತು.

ಕೆಲವರು ಮೂಗು ಮುರಿದು ಹಂಗಿಸಿದ್ದು ಕೂಡ ಉಂಟು.

ಪರೀಕ್ಷೆಯ ದಿನ ಹೊರಟವನನ್ನು ನಿಲ್ಲಿಸಿಕೊಂಡು "ಒಂದಿಷ್ಟು ತರಕಾರಿ ತಂದು ಕೊಟ್ಟು ಹೋಗು" ತಾಯಿ ನೀರು ಸೇದುತ್ತಿದ್ದ ಮನೆಯೊಡತಿ ಹೇಳಿದಾಗ ಇಲ್ಲವೆನ್ನಲಾರದೆ ವೇಗವಾಗಿ ಸೈಕಲ್ ಪೆಡಲ್ ತುಳಿಯುತ್ತ ಹೋದವನು ಎದುರಾದ ಲಾರಿಯಿಂದ ಸರಿಯಲು ಹೋಗಿ ಪಕ್ಕದ ಮೋರಿಗೆ ಬಿದ್ದು, ಚರಂಡಿಯ ಕಲ್ಲಿಗೆ ಹಣೆ ತಾಕಿದ್ದರಿಂದ ಪ್ರಜ್ಞಾಶೂನ್ಯನಾಗಿ ಆಸ್ಪತ್ರೆ ಸೇರಿದ್ದ.

ಗಿರಿ ಆಸ್ಪತ್ರೆಯಿಂದ ಮನೆಗೆ ಮರಳುವ ವೇಳೆಗೆ ಪರೀಕ್ಷೆಗಳು ಮುಗಿದುಹೋಗಿತ್ತು. ಆ ತಾಯಿ ಪೂರ್ತಿ ಕಂಗೆಟ್ಟು ಹೋಗಿದ್ದಳು.

"ತುಂಬ ಆಸೆ ಇಟ್ಕೋಬಾರ್ದು, ಬಾಳಾ. ಹೇಗೋ ಹುಷಾರಾಗಿ ಮನೆಗೆ ಬಂದೆಯಲ್ಲ. ಮುಂದಿನ ಪರೀಕ್ಷೆಗೆ ಕೂತ್ಕೋಬಹ್ದು" ಮಗನನ್ನು ಸಂತೈಸಿದರು.

ಅಂಥ ಒಂದು ಆಸೆಯಲ್ಲಿ ಬದುಕಬೇಕು. ಸೆಪ್ಟೆಂಬರ್ ಪರೀಕ್ಷೆಗೆ ಕಷ್ಟದಿಂದ ಹಣ ಕಟ್ಟಿದ. ಕೆಲವರು ಲೊಚಗುಟ್ಟಿದರು.

"ಲೆಕ್ಕದಲ್ಲಿ ಇಂಟಲಿಜೆಂಟ್ ಇದ್ದೀ. ನಮ್ಮ ಅಂಗ್ಡಿಯಲ್ಲಿ ಬಂದು ಲೆಕ್ಕ ಬರೀ. ಮತ್ತೆ ಪರೀಕ್ಷೆ, ಓದು ಅನ್ನೋದು ಬೇಡ" ಒಬ್ಬರು ಸಹಾನುಭೂತಿಯಿಂದ ಅಪ್ಪಣೆ ಕೊಡಿಸಿದರು. "ಬಂದು ಲೆಕ್ಕ ಬರಿತೀನಿ. ಮಿಕ್ಕ ಸಮಯದಲ್ಲಿ ಓದ್ಕೋತೀನಿ" ಎಂದ.

ಅಮ್ಮನಿಗೆ ಸಹಾಯ ಮಾಡುವುದರ ಜೊತೆಗೆ ಅಂಗಡಿಯಲ್ಲಿ ಲೆಕ್ಕ ಬರೆದು ಓದುತ್ತಿದ್ದ ಇವನನ್ನು ಕಂಡು ಮೂಗು ಮುರಿದವರೂ ಇದ್ದರು.

"ಬರೀ ಕಾಲೇಜು, ಟ್ಯೂಷನ್ ಜೊತೆ ಓದನ್ನು ಹಚ್ಚಿಕೊಂಡಿರೋ ನಮ್ಮ ಹುಡುಗರು ಪಾಸಾಗೋದೇ ಕಷ್ಟ. ಅಂಥದ್ದರಲ್ಲಿ... ಇವ್ನು ಓದಿ ಪಾಸು ಮಾಡೋದುಂಟಾ?"

ಇಂಥ ಮಾತುಗಳು ಕಿವಿಗೆ ಬಿದ್ದರು ನಿರ್ಲಿಪ್ತನಾಗಿ ತನ್ನ ವ್ಯಾಸಂಗದಲ್ಲಿ ಮಗ್ನನಾಗಿದ್ದ. ಆದರೆ ಈ ಸಲವು ಪರೀಕ್ಷೆಗೆ ಹೋಗಲಾಗಲಿಲ್ಲ. ಅವನಮ್ಮನ ಅನಾರೋಗ್ಯ ಆಕೆಯ ಬಳಿಯಿಂದ ಕದಲದಂತೆ ಮಾಡಿತು.

ಪಾಪ, ಆಕೆ ಸಾವಿನ ಹೋರಾಟದಲ್ಲಿ ಜಯಿಸಿ ಹೊರಬರುವ ವೇಳೆಗೆ ಮೈಯಲ್ಲಿನ ಶಕ್ತಿಯನ್ನು ಮಾತ್ರವಲ್ಲ, ಅಷ್ಟಿಷ್ಟು ಉಳಿಸಿದ್ದನ್ನು ಕಳೆದುಕೊಂಡಂತಾಗಿತ್ತು. ಮುಂದೇನು ಎನ್ನುವ ಸ್ಥಿತಿ. "ಸದ್ಯಕ್ಕೆ ನಿಂಗೆ ರೆಸ್ಟ್ ಬೇಕು. ಒಂದು ಮೂರು ತಿಂಗಳಾದರೂ ಹೊರ್‍ಗಿನ ಕೆಲ್ಸಗಳಿಗೆ ಹೋಗ್ಬೇಡ" ಎಂದು ಡಾಕ್ಟರ್ ತಾಕೀತು ಮಾಡಿದಾಗ ಆಕೆ ನಿಸ್ಸಹಾಯಕಳಾಗಿ ಅವರಿವರ ಮುಂದೆ ಕಣ್ಣೀರು ಸುರಿಸಿದ್ದಳು. ಅಷ್ಟಿಷ್ಟು ಅವರಿಂದ ಸಹಾಯ ಸ್ವೀಕರಿಸಲು ಆಕೆಯ ಸ್ವಾಭಿಮಾನ ಮುಷ್ಕರ ಹೂಡಿತ್ತು.

"ನೀನೇನು ಯೋಚ್ನೆ ಮಾಡ್ಬೇಡ. ಅವ್ರ ಮನೆಗಳ ಕೆಲ್ಸಕ್ಕೆ ನಾನು ಹೋಗ್ತೀನಿ" ನುಡಿದ ಮಗನನ್ನು ಬಿಕ್ಕಿ "ನಿನ್ನ ಓದು... ಪರೀಕ್ಷೆ" ಸೆರಗನ್ನು ಬಾಯಿಗೆ ಅಡ್ಡ ಹಿಡಿದಳು. "ಓದ್ತೀನಿ, ಪರೀಕ್ಷೆಗೂ ಹೋಗ್ತೀನಿ. ನೀನೇನು ಯೋಚ್ನೆ ಮಾಡ್ಬೇಡ" ಅಮ್ಮನಿಗೆ ಸಮಾಧಾನ ಹೇಳಿದ. ಕೆಲವರ ಪ್ರಕಾರ ಇದು ಆಗದ ಕೆಲಸ.

ಅಲ್ಲಿ ಅವನ ಆತ್ಮವಿಶ್ವಾಸ ಹೆಜ್ಜೆ ಹಿಂದಕ್ಕೆ ತೆಗೆಯದಂತೆ ನೋಡಿಕೊಂಡಿತು.

ಈಗಾಗಲೇ ಒಂದಿಬ್ಬರನ್ನು ನೀರು ಸೇದಲು, ಬೇರೆ ಕೆಲಸಗಳಿಗೆ ನೇಮಿಸಿ ಕೊಂಡಿದ್ದರಿಂದ "ಮತ್ತೆ ನೀನು ಓದು... ಪರೀಕ್ಷೆ ಅಂತ ಹೋದರೆ ನಮ್ಗೇ ಕಷ್ಟ. ಇನ್ನು ನಿಮ್ಮಮ್ಮನ ಕೈಯಲ್ಲಂತು ಕೆಲ್ಸ ಆಗೋಲ್ಲ. ನಮ್ಮ ಅಕ್ಕಿ ಮಂಡಿಯಲ್ಲಿ ರೈಟರ್ ಕೆಲ್ಸ ಕೊಡುಸ್ತೀನಿ. ಅಷ್ಟು ಬೇಕಾದಷ್ಟಾಗುತ್ತೆ. ಸುಮ್ನೆ ಓದೋ ಛಲ ಯಾಕೆ?" ಎಂದಾಗಲೂ ಅವನ ಆತ್ಮವಿಶ್ವಾಸ ಕುಗ್ಗಲಿಲ್ಲ. ಹೆಜ್ಜೆ ಹಿಂದೆಗೆಯಲು ಸಿದ್ಧವಾಗಲಿಲ್ಲ.

ಲೆಕ್ಕ ಬರೆದ, ಕಡೆಗೆ ಕೊತ್ತಂಬರಿ ಸೊಪ್ಪು, ಎಲಚಿ ಹಣ್ಣನ್ನು ಕೂಡ ಮಾರಿ ಬಹಳ ಕಷ್ಟದಿಂದ ಜೀವನ ನಿರ್ವಹಣೆ ಮಾಡಿ ಪರೀಕ್ಷೆಗೆ ಹಣ ಕಟ್ಟಿದ. ಬೇರೆಯವರಿಗೆ ಇದೊಂದು ಹಾಸ್ಯಾಸ್ಪದವಾದ ವಿಷಯ. 'ಅಂತೂ ದೇವರಾಣೆ ಇವ್ನು ಪರೀಕ್ಷೆಗೆ ಹೋಗೋಲ್ಲ. ಈ ಸಲ ಏನು ಕಾದಿದೆಯೋ. ತೀರಾ ಅತಿಯಾಸೆ ಕಣ್ರೆ ತಾಯಿ ಮಗನದು' ಕೆಲವರು ಕೇಳುವಂತೆಯೇ ಅಂದರು.

ಗಿರಿ ಮೌನವಹಿಸಿದ.

ಈ ಸಲದ ಪರೀಕ್ಷೆಯಲ್ಲಿ ಬರೆದ. ಪರೀಕ್ಷೆ ಮುಗಿದ ಮರುದಿನವೇ ಕೆಲಸಕ್ಕೆ ಹಾಜರಾದ. ಅವನೇ ಮೆಣಸಿನಪುಡಿ ಹುರಿದು ಕುಟ್ಟಿ ಕೊಡುತ್ತಿದ್ದ. ಚಟ್ನಿಪುಡಿ ಮಾಡಿ ಕೊಡುತ್ತಿದ್ದ. ಹೇಳಿದ ಯಾವ ಕೆಲಸವನ್ನು ಇಲ್ಲವೆನ್ನುತ್ತಿರಲಿಲ್ಲ. ಕೊಟ್ಟಷ್ಟು ಪಡೆಯುತ್ತಿದ್ದ. ಮುಂದಿನ ಬದುಕಿಗೆ ಹಣದ ಅಗತ್ಯವಿತ್ತು.

"ಅವ್ನಿಗೂ ಗೊತ್ತಾಗಿದೆ. ಎಲ್ಲಾ ಇದ್ದು ನೆಟ್ಟಗೆ ಓದಿ ಪಾಸು ಮಾಡೋದು ಕಷ್ಟ. ಅಂಥದ್ದರಲ್ಲಿ ಇವ್ನು ಪಾಸಾಗ್ತಾನಾ? ಈ ಕೆಲ್ಸಗಳಿಂದ ಏನಾಗಿದೆ ದಾಢಿ? ದುಡಿದಷ್ಟು ರೊಕ್ಕ ಕೈ ಸೇರುತ್ತೆ" ಇಂಥ ಹಾರೈಕೆಗಳೇ ಅವನ ಪಾಲಿಗೆ.

ಅಂತು ರಿಸಲ್ಟ್ ಬಂದ ದಿನ ಎಲ್ಲ ಬೆಚ್ಚಿ ಬೀಳಬೇಕಾಯಿತು. ಜಿಲ್ಲೆಗೆ

ಮೊದಲನೆಯವನಾಗಿ ಪಾಸಾಗಿದ್ದ. ಕೆಲವರಿಗಂತು ಭಾರಿ ನಿರಾಶೆ. ಆಮೇಲೆ ಡಿಗ್ರಿ ಪೂರೈಸಿದ್ದು ನಂತರ ಪುಟ್ಟ ಕೆಲಸ ಎಂ.ಎಸ್ಸಿ. ಮಾಡಿದ್ದು ಖಂಡಿತ... ನನಗೆ... ಅಬ್ಬಾ... ಅನಿಸಿದ್ದಿದೆ!

ನನಗೆ ಈಗ ಅತ್ಯಂತ ಪ್ರಸಿದ್ಧರಾದ ಅಮೆರಿಕ ಅಧ್ಯಕ್ಷರಾಗಿದ್ದ ಅಬ್ರಹಾಂ ಲಿಂಕನ್‌ರ ನೆನಪಾಗುತ್ತೆ. ಆತ್ಮವಿಶ್ವಾಸಕ್ಕೆ ನಿಜವಾಗಿಯೂ ಇನ್ನೊಂದು ಹೆಸರು. ಏಳು ವರ್ಷದ ಬಾಲಕನಾಗಿದ್ದಾಗ ಲಿಂಕನ್ ಕುಟುಂಬ ಕಾನೂನಿನ ಬಲೆಯಲ್ಲಿ ಬಿದ್ದು ಬೀದಿಗೆ ಬರಬೇಕಾಯಿತು. ನಂತರ 9ನೇ ವರ್ಷವಾಗಿದ್ದಾಗ ಅವನ ತಾಯಿ ತೀರಿಕೊಂಡಳು. ತಮ್ಮ 22ನೇ ವಯಸ್ಸಿನಲ್ಲಿ ಇದ್ದ ಪುಟ್ಟ ಉದ್ಯೋಗ ಕಳೆದುಕೊಂಡರು. 25ನೇ ವಯಸ್ಸಿನಲ್ಲಿ ಚುನಾವಣೆಯಲ್ಲಿ ಅಪಜಯ. ಇದರ ಜೊತೆಗೆ 27ನೇ ವಯಸ್ಸಿನಲ್ಲಿ ತೀವ್ರವಾದ ನರದೌರ್ಬಲ್ಯದ ಅಪಘಾತಕ್ಕೆ ಒಳಗಾದರು. ಅವರ ಹಿಂದೆಯೇ ಮಡದಿಯ ಸಾವು. ಆಗ ಅವರ ವಯಸ್ಸು 28. 30ನೇ ವಯಸ್ಸಿನಲ್ಲಿ ಸ್ಪೀಕರ್ ಹುದ್ದೆಗೆ ನಿಂತು ಸೋತರು. 46ನೇ ಹರೆಯದಲ್ಲಿ ಪ್ರೀತಿಯ ಮಗನ ಸಾವು. ಆದರೂ ಅವರು ಬದುಕಿನಿಂದ ಹಿಂದಕ್ಕೆ ಸರಿಯಲಿಲ್ಲ. ಆತ್ಮವಿಶ್ವಾಸ ಕಳೆದುಕೊಳ್ಳಲಿಲ್ಲ.

ತಮ್ಮ 52ನೇ ವಯಸ್ಸಿನಲ್ಲಿ ಅಮೆರಿಕದ ಅಧ್ಯಕ್ಷರಾದರು. ಹಿಮ್ಮೆಟ್ಟದ ಅವರ ಆತ್ಮವಿಶ್ವಾಸ ಯಶಸ್ಸನ್ನು ಗಳಿಸಿಕೊಟ್ಟಿತು.

ಕಷ್ಟಗಳು, ಆಘಾತಗಳು, ಅನಿರೀಕ್ಷಿತಗಳು ಎಲ್ಲವು ಸಹಜವೆ. ಆತ್ಮವಿಶ್ವಾಸ ನಿಮ್ಮನ್ನು ಬಿಟ್ಟು ಹೋಗದಂತೆ ನೋಡಿಕೊಂಡರೆ ಸಾಧನೆಯ ಕಿರೀಟ ನಿಮ್ಮ ತಲೆಯ ಮೇಲಿರುತ್ತೆ.

ಉದ್ಧರೇದಾತ್ಮನಾತ್ಮಾನಂ ನಾ ತ್ಮಾನ ಮವ ಸಾದ ಯೇತ್

ಆ ತ್ಮೈವಹಾತ್ಮನೋ ಬಂಧುರಾತ್ವೇವರಿಪುರಾತ್ಮನಃ

'ವ್ಯಕ್ತಿ ತನ್ನನ್ನು ತಾನು ಉದ್ಧರಿಸಿಕೊಳ್ಳಬೇಕು. ತನ್ನನ್ನು ತಾನು ಕುಗ್ಗಿಸಿಕೊಳ್ಳಬಾರದು. ತನಗೆ ತಾನೇ ಬಂಧು, ತನಗೆ ತಾನೇ ಶತ್ರು.'

ಪ್ರತಿಕ್ಷಣದ ಸಂಭ್ರಮವು ನಮ್ಮದಾಗಲೀ

ನಾಳೆ ಎಂಬುದು ಇನ್ನು ಬಂದಿಲ್ಲ. ನಾಳೆ ಎನ್ನುವುದೇ ಅನಿಶ್ಚಯ. ನಾಳಿನ ಭಾರ ಇಂದೇ ಹೊತ್ತುಕೊಳ್ಳುವುದು ಬೇಡ. ನಾಳಿನದನ್ನು ನಾಳೆಗೆ ಬಿಡೋಣ. ಇಂದಿನ ಬದುಕಿಗಾಗಿ ಸಂಭ್ರಮಿಸೋಣ. ನಿನ್ನೆಯೊಡಗಿನ ಎಲ್ಲಾ ಭಾರ ನಿನ್ನೆಯೊಡನೆ ಗತಿಸಿ ಹೋಗಿದೆ. ಹಾಗಾಗಿ ನಿನ್ನೆಯ ಗೋಳು ಇಂದಿಗೆ ಅಪ್ರಸ್ತುತ. ಇಂದು ಮಾತ್ರ ಸತ್ಯ.

"ತೇರೆ ಸಾಮನೇ ವಾಲೆ ಕಿಟಕಿಸೇ..." ಕಿಶೋರ್‌ಕುಮಾರ್‌ನ ಹಾಡನ್ನು ಕೇಳಿಸಿಕೊಳ್ಳುತ್ತ ಒಳಗೆ ಹೆಜ್ಜೆ ಇಟ್ಟ ಕೂಡಲೇ ಎದುರಾಗುವುದು ಹರೆಯದ ಹುಡುಗನಲ್ಲ, ಇಲ್ಲ 24ರಿಂದ 28ರೊಳಗಿನ ಯುವಕನಲ್ಲ, 50 ನಡುವಿನ ಯುವಕನ ಹುಮ್ಮಸ್ಸಿನಲ್ಲಿದ್ದ ಯುವಕನನ್ನು ನೀವು ನೋಡುವುದು.

ಡೈನಿಂಗ್ ಟೇಬಲ್ ಮುಂದೆ ನಿಂತು ಊಟದ ತಟ್ಟೆಗಳನ್ನು ಫಳ ಫಳ ಎಂದು ಒರೆಸುತ್ತಿದ್ದ ವ್ಯಕ್ತಿಯೇ ನಂದಗೋಪಾಲ್‌ಜೀ "ಬನ್ನಿ... ಬನ್ನಿ... ನಿಮ್ಮಗಳ್ನ ನನ್ನ ಶ್ರೀಮತಿ ಜೊತೆ ಎಂದೂ ನೋಡೇ ಇಲ್ವಲ್ಲ. ಥ್ಯಾಂಕ್ ಗಾಡ್... ಸದ್ಯಕ್ಕೆ ಮನೆಯಲ್ಲಿದ್ದೆ" ಎದೆಯ ಮೇಲೆ ಕೈ ಇಟ್ಟುಕೊಂಡು "ಅಂಜು, ನಿನ್ನ ಫ್ರೆಂಡ್ಸ್... ಬಂದಿದ್ದಾರೆ. ನೀವು ಕೂತ್ಕೊಳ್ಳಿ" ಎನ್ನುತ್ತ ಅಡಿಗೆ ಕೋಣೆಯಲ್ಲಿ ಇಣಕಿ ಬಂದು "ಆರಾಮಾಗಿ ಸೋಫಾದಲ್ಲಿ ಕೂತ್ಕೊಳ್ಳಿ. ಇಲ್ಲ ಈವೊತ್ತಿನ ಅವ್ಳ ಕೈನ ನಳಪಾಕದ ರುಚಿ ನೋಡಬೇಕಾಗುತ್ತೆ. ಅವ್ಳ ಕೈನ ಅಡಿಗೆ ತಿಂದು...ತಿಂದೇ...ನಾನು ದಪ್ಪಗಾಗಿರೋದೂಂತ ಅಮೆರಿಕದಲ್ಲಿನ ಡಾಕ್ಟ್ರುಗಳು ಹೇಳಿದ್ದಾರೆ" ಆಕೆ ಬರುವ ವೇಳೆಗೆ ಇಂಥದೊಂದು ಚಟಾಕಿ ಹಾರಿಸಿಯೇ ಹೋಗಿದ್ದು.

ನಾನು ಮೊದಲ ಬಾರಿ ಅವರನ್ನು ಭೇಟಿ ಮಾಡುತ್ತಿರುವುದು. ದೇಹ ಸ್ವಲ್ಪ ಭಾರಿಯೇ. ಮುಖದ ತುಂಬ ನಗುವನ್ನೇ ತುಂಬಿಕೊಂಡು ನನ್ನ ಗೆಳತಿಯ ಜೊತೆ ನನ್ನನ್ನು ಪರಿಚಯಿಸಿಕೊಂಡರು. 'ಎಷ್ಟೋ ದಿನದಿಂದ ನಿಮ್ಹತ್ರ ಜಗ್ಳ ಆಡಬೇಕೂಂತ ಇದ್ದೆ.

ಪ್ರಜಾಮತದಲ್ಲಿ ಧಾರಾವಾಹಿ ಬರ್ತಾ ಇದ್ದಾಗ ಹೀರೋ ಪ್ರಸಾದ್ ಬಗ್ಗೆ ಕನಸು ಕಂಡಿದ್ದೆ. ನಂಗೆ ಸಿಕ್ಕಿದ್ದು ಪ್ರಸಾದ್ ಅನ್ನೋ ಹೆಸರು ಮಾತ್ರ. ಮಿಕ್ಕ ಯಾವ ಗುಣ ಲಕ್ಷಣ ನಮ್ಮವರಲಿಲ್ಲ' ಅಂದಕೂಡಲೇ ಆ ಮನುಷ್ಯ ಪ್ರವೇಶಿಸಿ "ಇಲ್ಲಿ ನೋಡಿ ಮೇಡಮ್, ಹೇಮಳಲ್ಲಿರೋ ಒಂದು ಲಕ್ಷಣವಾದ್ರೂ ಇವಳಲ್ಲಿ ಇದ್ಯಾ? ಕೆನ್ನೆಗಳಲ್ಲಿ ಮೂಡೋ ಗುಳಿಗಳಲ್ಲಿ ಬಿದ್ದು ಮೋಸ ಹೋದೆ. ಇವಳಲ್ಲಿ ನಿರಂತರವಾಗಿ ಹೇಮನ ಹುಡುಕ್ತಾ ಇದ್ದೀನಿ. ಇನ್ಮೇಲೆ ಸ್ವಲ್ಪ ಹುಡುಕೋದು ಕಷ್ಟ" ಎಂದು ಮಡದಿಯ ದಢೂತಿ ದೇಹದತ್ತ ನೋಟವರಿಸಿ ದಿಟ್ಟಿಸಿದಾಗ "ಈಗಿನಿಂದ್ಲೇ ಹುಡುಕೋದು ನಿಲ್ಸಿಬಿಡಿ. ನಿಮ್ಮ ಹುಡುಕಾಟದಲ್ಲಿ ನಾನು ಸೋತು ಹೋಗಿದ್ದೀನಿ" ಗದರಿಸಿಯೇ ಗಂಡನನ್ನು ರೂಮಿಗೆ ಅಟ್ಟಿ ಬಂದಿದ್ದು.

ಲಕ್ಷಣವಾಗಿ ನಮ್ಮ ಮುಂದೆ ಕೂತರು.

"ಏನು ತಗೋತೀರಾ? ಯಾರಾದ್ರೂ ಬರೋ ಸುಳಿವು ಅವ್ರಿಗೆ ಮೊದ್ಲೇ ಸಿಕ್ಕಿತೇನೋ ನನ್ನ ಸಹಾಯಕ್ಕೆ ನಿಂತು ಬಿಡ್ತಾರೆ. ಒರೆಸಿಟ್ಟ ತಟ್ಟೆಗಳ್ನ ಮತ್ತೆ ಮತ್ತೆ ಒರೆಸೋ ಉಸಾಬರಿ ಇವರಿಗೆ ಯಾಕೆ?" ಅಷ್ಟು ಅಂದಿದ್ದೆ ತಡ ಆ ಮಹಾಶಯ ಪ್ರವೇಶಿಸಿ ಬಿಟ್ಟ "ಇವ್ರಿಗೆ ಹೆಚ್ಚು ಹೆಚ್ಚು ಸಹಾಯ ಮಾಡೋದರಿಂದ ಬೇಗ ಋಣ ಹರಿಯುತ್ತೆ ಅನ್ನೋ ಸೆಂಟಿಮೆಂಟ್. ಆಮೇಲಾದರೂ ಆರಾಮಾಗಿರೋ ಆಸೆ" ಎಂದು ಹೆಂಡತಿಗೆ ಕಣ್ಣೊಡೆದರು.

ಆಕೆ ದೊಡ್ಡದಾಗಿ ನಕ್ಕರು.

"ಖಂಡಿತ ನಿಮ್ಮ ಆಸೆಯಂತು ಪೂರ್ಣವಾಗೋ ಛಾನ್ಸಸ್ ಕಡ್ಮೇ. ನಿಮ್ಮ ಲವ್ವರ್‌ಗೆ ಆರಾಮಾಗಿ ಮದ್ವೆ ಮಾಡಿಕೊಳ್ಳೋಕೆ ಹೇಳಿ. ಇಲ್ಲ, ಜೀವನಪೂರ್ತಿ ಒಂಟಿಯಾಗಿಯೇ ಇರಬೇಕಾಗುತ್ತೆ" ಎಸೆದರು ಬಾಣ.

ಇಂಥ ಹಾಸ್ಯ ಚಟಾಕಿಗಳ ಮಧ್ಯೆ ಒಂದೆರಡು ಗಂಟೆ ಸಮಯ ಸರಿದು ಹೋಗಿದ್ದೇ ಗೊತ್ತಾಗಲಿಲ್ಲ. ಕೆಲವೊಮ್ಮೆ ಅವರ ಹಾಸ್ಯದ ಮಾತುಗಳು ನಡುವೆ ನುಸುಳುತ್ತಿದ್ದ ಮಾತುಗಳ ಒಳಾರ್ಥ ತಿಳಿಯಲಾರದೆ ಗಾಬರಿಯಾಗುತ್ತಿದ್ದೆ. ಸೀರಿಯಸ್ಸಾಗಬಹುದಾದ ಮಾತುಗಳು ಕೂಡ ಅಲ್ಲಿ ಹಾಸ್ಯವಾಗಿ ಮಾರ್ಪಾಡಾಗುತ್ತಿತ್ತು.

ಹೊರಟಾಗ ದಂಪತಿಗಳು ಬಾಗಿಲವರೆಗೂ ಬಂದರು "ಒಂದು ಸಣ್ಣ ರಿಕ್ವೆಸ್ಟ್. ಈಚೆಗೆ ನಿಮ್ಮ 'ಮೋಹನಾ ಮುರಲಿ ಕರೆಯಿತು' ಕಾದಂಬರಿ ಓದಿದ್ವಿ. ಇಬ್ರಿಗೂ ತುಂಬ ಅನ್ಯಾಯವಾಗಿದೆ ಮೇಡಮ್. ಇಲ್ಲಿ ದೊಡ್ಡ ತಪ್ಪು ಮಾಡಿದವರಾರು? ಚಿದೂ ತುಂಬ ದೊಡ್ಡ ವ್ಯಕ್ತಿ ಮೇಡಮ್. ಅದ್ನ ಈ ಕೋತಿ ಒಪ್ಪೋದೇ ಇಲ್ಲ" ಹೆಂಡತಿಯ ಕಡೆ ನೋಡಿ ಗುರುಗುಟ್ಟಿದರು.

"ನಾನು ಕೋತಿಯಾದರೇ, ಇವರು ಗಡವಾ! ಅದೇನು ದೊಡ್ಡಸ್ಥಿಕೆ ಅಂತೀನಿ

ಚಿದೂದು. ತೀರಾ ರೆಸ್ಪಾನ್ಸಿಬಿಲಿಟೀ ಇಲ್ದ ಮನುಷ್ಯ. ನಾನೇನಾದ್ರೂ ಮಂದಾಕಿನಿ ಯಾಗಿದ್ದರೆ ಡೈವೋರ್ಸ್ ಕೊಟ್ಟು ಆರಾಮಾಗಿ ಹೇಮಂತ್ ಜೊತೆ ಇದ್ದು ಬಿಡ್ತಾ ಇದ್ದೆ" ಗಂಡನನ್ನು ಮಾತಿನಿಂದಲೇ ತಿವಿದರು.

"ಆ ಅದೃಷ್ಟ ನಂಗೆಲ್ಲಿದೆ ಬಿಡು! ನಿನ್ನ ನೋಡೋಕೆ ಬಂದಾಗ, ನಿನ್ತಂಗಿನ ಕೂಡ ನೋಡ್ದೆ. ಒಂದು ತಗೊಂಡರೇ ಇನ್ನೊಂದು ಫ್ರೀ ಅನ್ನೋದು ಆಗ ಚಾಲ್ತಿಯಲ್ಲಿರಲಿಲ್ಲ. ಅಂಥದೊಂದು ಅವಕಾಶ ಸಿಕ್ಕಿದರೇ ರಂಗಿನಾಟ...ವಾಹ್...ವಾಹ್..." ಎಂದು ಮುಖ ಚಪ್ಪರಿಸಿದ ಕೂಡಲೇ, ಎದುರಿಗೆ ಇರುವವರನ್ನು ಮರೆತು ಗಂಡನ ಕ್ರಾಪ್ ಕೆದರಿ ನಂಗೆ ಮೊದ್ಲು ಹೇಮಂತ್ ಸಿಗ್ಲೀ" ಎಂದು ಮುಖದಲ್ಲಿ ನಗು ಅರಳಿಸಿದರು.

ಛೇಡಿಸುವಿಕೆ ಅತಿರೇಕಕ್ಕೆ ಹೋಗದೇ ಆತ್ಮೀಯವಾಗಿತ್ತು. ಒಬ್ಬರಲ್ಲಿನ ದೋಷಗಳನ್ನು ಮತ್ತೊಬ್ಬರು ಗೇಲಿ ಮಾಡಿ ಬದುಕನ್ನು ಹಸನು ಮಾಡಿಕೊಂಡ ಜೋಡಿ.

"ಏನು ಅನ್ನಿಸ್ತು?" ನನ್ನ ಸ್ನೇಹಿತೆ ಕೇಳಿದಳು.

"ಮೊದ್ಲು ಗಾಬರಿಯಾಯ್ತು. ಸಂಕೋಚ ಕಾಡಿದ್ದು ಕೂಡ ಉಂಟು"

ನಗು ತಮಾಷೆಯ ಹಿಂದೆ ಮತ್ತೇನೋ ಇದೆಯೆನಿಸಿತು. ಬದುಕನ್ನು ಬಂದ ಹಾಗೆಯೇ ಸ್ವೀಕರಿಸಿದ್ದಾರೆ. ನೆನ್ನೆ ಮತ್ತು ನಾಳೆಗಳ ಬಗ್ಗೆ ತಲೆ ಕೆಡಿಸಿಕೊಳ್ಳದೇ ಹಾಸ್ಯ ಬದುಕಿಗೆ ಎಷ್ಟೊಂದು ಆಪ್ಯಾಯಮಾನ. ಅವ್ರ ಮಗ್ನ ಆತುರದ ಸ್ವಭಾವದ ಬಗ್ಗೆ ಅಷ್ಟೊಂದು ಹೇಳಿಕೊಂಡರಲ್ಲ" ಅಂದಾಗ ಅವಳ ಮುಖ ಗಂಭೀರವಾಯಿತು.

"ಹೌದು, ನಾನು ನೋಡಿದ್ದೇ ಅವನನ್ನು. ಅವನು ಅಷ್ಟೇ ತುಂಬ ತಮಾಷೆ ಹುಡ್ಗ. ಅಪ್ಪ, ಅಮ್ಮನ ಮಾತುಗಳಿಗೆ ವಗ್ಗರಣೆ ಹಾಕಿ ಇನ್ನಷ್ಟು ದಿನಗಳನ್ನು ಹಗುರ ಮಾಡುತ್ತಿದ್ದ. ದೇವರು ಸಿಕ್ಕರೇ ಘೇರಾವ್ ಮಾಡಿಬಿಡ್ತೀನಿ. ನಮ್ಮಮ್ಮನ ಕಲರ್ ಬಂತು ಬಚಾವಾದೆ. ಇಲ್ಲದಿದ್ದರೆ ದಕ್ಷಿಣ ಆಫ್ರಿಕಾಗೆ ಅಟ್ಟಿ ಬಿಡೋರು" ಅಪ್ಪನನ್ನು ಮುಲಾಜಿಲ್ಲದೆ ಗೋಳು ಹೊಯ್ದುಕೊಳ್ಳುವುದರ ಜೊತೆಗೆ "ನಮ್ಮಮ್ಮ ಸಣ್ಣಗಾಗದಿದ್ದರೆ, ನಂಗೆ ಉಳಿಗಾಲವಿಲ್ಲ. ರೋಡ್ ರೋಲರ್ ಮಗಾಂತಾರೆ" ಅಮ್ಮನನ್ನು ಕೂಡ ಗೋಳು ಹೊಯ್ದುಕೊಳ್ಳೋಷ್ಟು ದಾಷ್ಟಿಕತನ. ಆಕೆ ಕೂಡ ತಿಂಡಿಪೋತ ಮಗನನ್ನು 'ಸ್ವಲ್ಪ ಕಮ್ಮೀ ತಿನ್ನು. ಅನ್ನದ ಋಣ ಅನ್ನೋದೊಂದು ಇರುತ್ತಂತೆ. ಅದು ಬೇಗ ಮುಗಿದರೇ ರೈಟ್ ಹೇಳಬೇಕಾಗುತ್ತೆ' ಸೀರಿಯಸ್ ವಿಷಯವು ತಮಾಷೆಯಾಗಿ ಬಿಡುತ್ತಿತ್ತು. ಅವನು ಕೂಡ ಹಿಂದೆ ಬೀಳುತ್ತಿರಲಿಲ್ಲ. "ಒಂದು ರೀತಿ ಬೇಗ ರೈಟ್ ಹೇಳಿದರೆ ಒಳ್ಳೇದೇ ಆಗುತ್ತೆ. ಹೇಗೂ ನಿಮ್ಮ ಊಟ, ತಿಂಡಿ ವಿಷ್ಯವೆಲ್ಲ ಗೊತ್ತಲ್ಲ. ಮೊದ್ಲು ಒಂದು ಹೋಟೆಲ್ ಓಪನ್ ಮಾಡ್ತೀನಿ ಅನ್ನೋನು. ಬಹುಶಃ ಹಾಗೆ ಆಯ್ತೂಂತ ಇಟ್ಕೋ'' ಕಣ್ಣೀರು ತೊಡೆದುಕೊಂಡಾಗ ಗಾಬರಿಯಾಯಿತು.

ವರ್ಷದ ಹಿಂದೆ ಟೂರ್‌ಗೆ ಹೋದವನು ಹೊಳೆಯಲ್ಲಿ ಮುಳುಗಿ ಸತ್ತಿದ್ದ.

ಆದರೆ ಬದುಕಿನ ಅರ್ಥ ತಿಳಿದ ದಂಪತಿಗಳು ಬೇಗ ಚೇತರಿಸಿಕೊಂಡಿದ್ದರು.

ಗತಿಸಿ ಹೋದ ನೆನ್ನೆಯ ದುಃಖ ಅಪ್ರಸ್ತುತ. ಗೊತ್ತಿಲ್ಲದ ನಾಳೆಯ ಬಗ್ಗೆ ತಲೆಕೆಡಿಸಿ ಕೊಳ್ಳೋದು ಬೇಡ. ಇಂದಿನ ಬದುಕಿಗಾಗಿ ಮಾತ್ರ ಅವರ ಸಂಭ್ರಮ.

"ಇಬ್ರೂ ಹೆಣ್ಣುಮಕ್ಳು. ನನ್ಮದ್ವೆಯ ಕಾಲವಲ್ಲ. ಈಗ ಪ್ರತಿಯೊಂದು ಕೊಂಡಾಗಲೂ ಇನ್ನೊಂದು ಫ್ರೀ ಅನ್ನೋ ಕಾಲ. ಆದ್ರಿಂದ ಒಬ್ಬ ಮಗ್ಳಿಗೆ ಗಂಡು ಹುಡ್ಕಿಕೊಂಡರೆ ಇನ್ನೊಬ್ಳು... ಫ್ರೀ" ಅಂದಿದ್ದು ನನ್ನ ನೆನಪಿನಲ್ಲಿದೆ.

ನೆನ್ನೆ ಬೇಡ, ನಾಳೆ ಇಲ್ಲ. ಇಂದೇ ನಮ್ದು.

ಪ್ರತಿಕ್ಷಣದ ಸಂಭ್ರಮವು ನಮ್ಮದಾಗಲೀ.

'ಹಿಮ ಬಿಂದು'ವಿಗೆ ಒಂದು ಆಸರೆ

ಪ್ರತಿಯೊಂದು ಮಗುವೂ ಹುಟ್ಟಿನಿಂದ ವಿಶ್ವ ಮಾನವನೆ ಆಗಿರುತ್ತಾನೆ. ಆದರೆ ನಾವು ಅದನ್ನು ಅಲ್ಪಮಾನವನಾಗಿ ಮಾಡುತ್ತೇವೆ. ಮತ್ತೆ ಅದನ್ನು ವಿಶ್ವ ಮಾನವನನ್ನಾಗಿ ಮಾಡುವ ಅಗತ್ಯವಿದೆ. ಇಂಥ ಒಂದು ವಿಶ್ವಮಾನವ ಸಂದೇಶವನ್ನು ನಮ್ಮ ರಾಷ್ಟ್ರಕವಿ ಕುವೆಂಪು ಇಡೀ ಜಗತ್ತಿಗೆ ಕೊಟ್ಟಿದ್ದಾರೆ. ಹಾಗೆಯೆ ಇಪ್ಪತ್ತನೆ ಶತಮಾನದ ತತ್ವಜ್ಞರಾದ 'ಬಟ್ರಾಂಡ್ ರಸೆಲ್'ದು 'ವಿಶ್ವನಾಗರಿಕ' 'World Citizen' ಕಲ್ಪನೆಯಾದರೆ ನಮ್ಮ ರವೀಂದ್ರನಾಥ ಠಾಕೂರರದು 'ವಿಶ್ವಮಾನವ' 'Universal Man' ಎನ್ನುವ ವಿಶ್ವಪ್ರಜ್ಞೆಯನ್ನು ಬಲಗೊಳಿಸುವಂಥ ನಿಟ್ಟಿನ ಪ್ರಯತ್ನವೆ ಆಗಿದೆ.

ಈ ಎಲ್ಲಾ ಪೀಠಿಕೆಗೂ ಒಂದು ಕಾರಣವಿದೆ. ನಾನು ಪ್ರೌಢಶಾಲೆಯಲ್ಲಿ ಓದುತ್ತಿದ್ದ ದಿನಗಳಲ್ಲಿ ನಾನು ಕಂಡ ಶ್ರೀಕಂಠಯ್ಯನ ನಡವಳಿಕೆಯೇ ಕಾರಣ. ಎಲ್ಲರನ್ನು ಒಂದಾಗಿ ಕಾಣುವ ಸಮರಸಭಾವದ ಉತ್ತಮ ಮಾನವ ಪ್ರಜ್ಞೆಯು ನನ್ನನ್ನು ಕಾಡಿದೆ, ಜೊತೆಗೆ ಅವರ ವ್ಯಕ್ತಿತ್ವಕೊಂಡು ಬರವಣಿಗೆಯ ಚೌಕಟ್ಟು ಹಾಕಲು ನಾನು ಬರವಣಿಗೆ ಶುರುವಾದ ಮೇಲೆ ಹವಣಿಸುತ್ತಿದ್ದೆ. ಆ ಮನುಷ್ಯನ ವ್ಯಕ್ತಿತ್ವ ನನ್ನ ಮೇಲೆ ಅಷ್ಟರಮಟ್ಟಿಗೆ ಪ್ರಭಾವ ಬೀರಿತ್ತು. ನಾನು ಕಂಡಾಗ ಆ ವ್ಯಕ್ತಿಗೆ ನಲ್ವತ್ತರ ಸುಮಾರು ವಯಸ್ಸು ಇರಬಹುದೇನೋ, ಆ ಲೆಕ್ಕಾಚಾರದಲ್ಲಿ ಒಂದಿಷ್ಟು ಹೆಚ್ಚು ಕಡಿಮೆ ಕೂಡ ಇರಬಹುದು. ಅವರು ಜೋಡಿದಾರರ ವಂಶಸ್ಥರೆಂದು ಕೇಳಿದ್ದೆ. ಆ ಜೋಡಿದಾರ ಗಿರಿಯನ್ನು ತಮ್ಮನಿಗೆ ಒಪ್ಪಿಸಿ ನಿಶ್ಚಿಂತೆಯಿಂದ ಬಂದು ಒಂದು ಪುಟ್ಟ ಕೋಣೆ ಹಿಡಿದಿದ್ದರು, ಎಂಥ ಕಾಲದಲ್ಲು ಹಿಂಭಾಗದಲ್ಲಿರುವ ಬಾವಿಯ ಬಳಿಯೆ ಸ್ನಾನ, ಅದು ಸೂರ್ಯ ಹುಟ್ಟುವ ಮೊದಲೆ ಮುಗಿದು ಹೋಗಿದ್ದರಿಂದ, ಆ ವಠಾರದಲ್ಲಿರುವ ಜನರಿಗೇನು ತೊಂದರೆ ಇರಲಿಲ್ಲ, ತನ್ನ ಪಾಡಿಗೆ ತಾವಿರುವ ಮನುಷ್ಯ. ಆಮೇಲೆ ಅಷ್ಟಿಷ್ಟು ತಿಳಿದಿತ್ತು. ಅವರು ಹುಟ್ಟಿದ್ದು ಸಣ್ಣ

ಹಳ್ಳಿಯಲ್ಲಿ. ಬಹುಶಃ ಮೂವತ್ತು ಹಳ್ಳಿಗಳು ಇದ್ದ ಗ್ರಾಮ. ಬಸ್ಸುಗಳು ಇರಲಿಲ್ಲ, ಶಾಲೆಗಳು ಇರಲಿಲ್ಲ. ಕಾಲು ದಾರಿಯಲ್ಲಿ ಓಡಾಡಿದ್ದರ ಖುಷಿಯನ್ನು ಎಲ್ಲರೊಂದಿಗೂ ಹೇಳಿ ಕೊಳ್ಳುತ್ತಾರೆ. ಒಂದು ಹಂತದವರೆಗೂ ಮನೆಯ ಕಲಿಕೆಯೇ. ಮಂದ ದೀಪದ ಬೆಳಕಿನಲ್ಲಿ ಓದಿದವರು. ಕನಿಷ್ಟವೆಂದರೆ ಆ ಸಂಸಾರದಲ್ಲಿ ಇಪ್ಪತ್ತು ಜೊತೆಗೆ ಒಂದಿಬ್ಬರು ಆಳುಕಾಳು, ಹಸು, ದನ ಕೊಟ್ಟಿಗೆಯನ್ನು ಕಂಡವರು. ಹಿರಿಯರು ತೀರಿಕೊಂಡ ಮೇಲೆ ಸಾಕಷ್ಟು ಬದಲಾವಣೆಗಳು ಬಂದು ಹೋದ ಮೇಲೆ ಆ ಮನೆಯ ಎರಡನೆ ಸಂತಾನವಾದ ಇವರಿಗೆ, 'ನಿನ್ನ ಭಾಗ ಇಷ್ಟೆ' ಎಂದು ಕೈಗಿಟ್ಟಾಗ ತನ್ನ ಎರಡು ಜೊತೆ ಬಟ್ಟೆಗಳನ್ನು ಬ್ಯಾಗಿಗೆ ತುರುಕಿಕೊಂಡು ಬಸ್ಸು ಹತ್ತಿದರು. ಅವಿವಾಹಿತ ಈ ವ್ಯಕ್ತಿಯನ್ನು ಕೈ ಹಿಡಿದು ನಿಲ್ಲಿಸುವ ಅಥವಾ ಹಿಂಬಾಲಿಸುವವರು ಯಾರೂ ಇಲ್ಲದಿದ್ದರಿಂದ ಒಂಟಿಯಾಗಿಯೇ ಬಂದಿದ್ದು. ಪುಟ್ಟ ಕೋಣೆಯಲ್ಲಿ ವಾಸ. ಹತ್ತಿರದ ದೇವಸ್ಥಾನಕ್ಕೆ ಹೋಗಿ ಅಷ್ಟಿಷ್ಟು ಸಹಾಯ ಮಾಡುವುದರ ಜೊತೆಗೆ ಮುಂಜಾನೆ ಎದ್ದು ದೇವಸ್ಥಾನದ ಅಂಗಳ ಪೂರ್ತಿ ಸ್ವಚ್ಛಮಾಡುವ ಕೆಲಸ ತಮ್ಮ ಗುತ್ತಿಗೆಯೆನ್ನುವಂತೆ ಒಪ್ಪಿಸಿಕೊಳ್ಳುತ್ತಿದ್ದರು. ಮಾತು ತೀರಾ ಕಡಿಮೆ. ಯಾರೊಂದಿಗೂ ಚರ್ಚೆಗೆ ಇಳಿಯುತ್ತಿರಲಿಲ್ಲ. ಜೊತೆಗೆ ಉಳಿದ ಸಮಯವನ್ನು ಹತ್ತಿರದಲ್ಲೆ ಇದ್ದ ವೃದ್ಧಾಶ್ರಮಕ್ಕೆ ಮೀಸಲಿಟ್ಟ ಮನುಷ್ಯ ಎಲ್ಲರಿಂದ, ಎಲ್ಲದರಿಂದ ಮುಕ್ತನಾದಂತೆ ಕಾಣುತ್ತಿದ್ದ. ಹೆಸರು ಶ್ರೀಕಂಠಯ್ಯ, ಅಲ್ಲಿ ಅಡ್ಡಾಡುವ ಪುಟ್ಟ ಹುಡುಗರಿಂದ ಹಿಡಿದು ಹಿರಿಯರವರೆಗೂ 'ಶ್ರೀಕಂಠು ಮಾವ' ಹಿರಿಯರಿಗೆಲ್ಲ 'ಶ್ರೀಕಂಠು'. ಅಂಥ ಊಟ, ತಿಂಡಿಗಳ ಲೆಕ್ಕಾಚಾರವಿಲ್ಲದ ಮನುಷ್ಯ, ದೇವಸ್ಥಾನದ ಪ್ರಸಾದ, ಇಲ್ಲ ವೃದ್ಧಾಶ್ರಮಕ್ಕೆ ಹೋದಾಗ ಅಲ್ಲಿನ ಊಟದಲ್ಲೇ ದಿನಗಳನ್ನು ದೂಡುತ್ತಿದ್ದ. ಕೆಲವೊಮ್ಮೆ ಮೂರು-ನಾಲ್ಕು ದಿನವಾದರೂ ವಠಾರದ ನಲ್ಲಿಯಲ್ಲಿ ನೀರು ಬರುತ್ತಿರಲಿಲ್ಲ. ಅಂಥ ದಿನಗಳಲ್ಲಿ ಹಿಂದಿನ ಬಾವಿಯಲ್ಲಿನ ನೀರನ್ನು ಸೇದಿ ಪ್ರತಿಯೊಬ್ಬರ ಮನೆಗೂ ತುಂಬುತ್ತಿದ್ದರು. ಅಲ್ಲಿ ಜಾತಿ, ಮತ, ಪಂಥದ ತಾರತಮ್ಯವಿರಲಿಲ್ಲ. ಒಂದೆರಡು ಬ್ರಾಹ್ಮಣ ಕುಟುಂಬಗಳಿಗೆ ಇದು ಸರಿ ಕಾಣುತ್ತಿರಲಿಲ್ಲ.

"ಸ್ವಲ್ಪ ಕೂಡ ಮಡಿ, ಮೈಲಿಗೆ ಇಲ್ಲ. ಎಲ್ಲರ ಮನೆಗೂ ನೀರು ಸೇದಿ ಹಾಕೋಕೆ ನೀನೇನು ಅವ್ರ ಮನೆಯ ಆಳಾ?" ಇಂಥ ಮಾತುಗಳು ಕೇಳಿಬಂದರೂ ತಲೆ ಕೆಡಿಸಿಕೊಳ್ಳುತ್ತಿರಲಿಲ್ಲ. ಆದರೆ ಯಾವುದೇ ಬದಲಾವಣೆ ಕಾಣುತ್ತಿರಲಿಲ್ಲ. ಇದನ್ನು ನೋಡಿದ ಆ ಕುಟುಂಬದವರು "ಅಯ್ಯೋ, ನಮ್ಮಗಳ ಮನೆಗೆ ನೀರು ತಂದು ಹಾಕೋದೇನು ಬೇಡ" ಅಂದಾಗಲು ಅವರದು ಮೌನ ಪ್ರತಿಕ್ರಿಯೆ.

ಇಂಥ ವ್ಯಕ್ತಿಯನ್ನು ನೋಡುತ್ತಲೇ ಬೆಳೆದವಳು ನಾನು. ವಠಾರದ ಮಕ್ಕಳು ಮಾತ್ರವಲ್ಲ, ಆ ಬೀದಿಯ ಸಣ್ಣ, ಪುಟ್ಟ ಹುಡುಗರು ಸಂಜೆಯಾಯಿತೆಂದರೆ ಅವರ ಮನೆಯಲ್ಲಿ ಬೀಡು ಬಿಡುತ್ತಿದ್ದರು. ಲೆಕ್ಕ ಇಂಥದನ್ನು ಹೇಳಿಸಿಕೊಳ್ಳುವುದರ ಜೊತೆಗೆ ಅಲ್ಲೇ ಕೂತು ಹೋಂ ವರ್ಕ್ ಮಾಡಿಕೊಳ್ಳುತ್ತಿದ್ದರು. ಸೀಬೆ ಹಣ್ಣಿಗಾಗಿ ಮಾಳಿಗೆ ಹತ್ತಿದ್ದ

ಇಸ್ಮಾಯಿಲ್ ಹೆಜ್ಜೆ ತಪ್ಪಿ ಬಿದ್ದಾಗ ತಾವು ಹೊದೆಯುವ ಬೆಡ್‌ಷೀಟ್‌ನಲ್ಲಿ ಸುತ್ತಿಕೊಂಡು ಆಸ್ಪತ್ರೆಗೆ ಒಯ್ದು ಇಡೀ ದಿನ ಕಾದ ಮನುಷ್ಯ ಆಮೇಲೆ ಎಷ್ಟೋ ದಿನ ಅವನ ಕಾಲಿಗೆ ಎಣ್ಣೆ ಹಚ್ಚಿ ನೀವಿದ್ದರು. ಆಗ ಅವನ ಬಗ್ಗೆ ತೋರುತ್ತಿದ್ದ ಅಕ್ಕರೆಯನ್ನು ಕೆಲವರು ಹೊಗಳಿದರೆ ಮತ್ತೆ ಕೆಲವರು ಹೀಯಾಳಿಸಿದ್ದುಂಟು. ಆಗ ಇಬ್ಬರಿಗೂ ಯಾವುದೇ ಪ್ರತಿಕ್ರಿಯೆ ತೋರದ ಆ ಮನುಷ್ಯನ ನಿಷ್ಕಾಮ ವ್ಯಕ್ತಿತ್ವ ನನ್ನ ಮಸ್ತಿಷ್ಕದಲ್ಲಿ ವರುಷಗಳು ಉರುಳಿದರು ಹಾಗೆಯೇ ನಿಂತು ಹೋಗಿತ್ತು. ವರ್ಷಗಳು ಸರಿದುಹೋದರೂ ಆ ವ್ಯಕ್ತಿಯ ವ್ಯಕ್ತಿತ್ವ ನನ್ನ ಕಣ್ಮುಂದೆ ಸುಳಿಯುತ್ತಿತ್ತು. ಅದನ್ನು ಚಿತ್ರಿಸಲು ಮನ ಕಾಯುತ್ತಿತ್ತು.

"ಸಾಕಷ್ಟು ಹಣ ಬಂದಿದೆಯಂತೆ ಶ್ರೀಕಂಠಯ್ಯನ ಪಾಲಿಗೆ, ವೈನಾಗಿ ಒಂದ್ಮದ್ವೆ ಮಾಡ್ಕೊಂಡ್ ಸಂಸಾರ ಸಾಗಿಸಬಹುದಿತ್ತು. ಗಟ್ಟಿಮುಟ್ಟಾದ ಆಳು ನೋಡೋಕೆ ಚೆನ್ನಾಗಿದ್ದಾನೆ, ಯಾರಾದ್ರೂ ಹೆಣ್ಣು ಕೊಟ್ಟು ಮದ್ವೆ ಮಾಡಿಯಾರು" ಅಷ್ಟಿಷ್ಟು ಶ್ರೀಕಂಠಯ್ಯ ಬಗ್ಗೆ ವಠಾರದ ಜನ ಆಡಿಕೊಳ್ಳೋರು. ಜೊತೆಗೆ ದೇವಸ್ಥಾನದ ಅರ್ಚಕರು ಕೂಡ ಒಮ್ಮೆ ಕೂಡಿಸಿಕೊಂಡು ಬುದ್ಧಿ ಹೇಳಿದ್ದರು "ಒಂದ್ಕೆಲ್ಸ ಕೊಡ್ಸಿಯೇನು. ಒಂದು ಅನ್ಕೂಲವಿರೋ ಮನೆ ಹಿಡೀ. ನಾನೇ ಒಂದು ಹೆಣ್ಣನ್ನು ಮದ್ವೆ ಮಾಡ್ತೀನಿ" ತಲೆಯಾಡಿಸಿ ಬಿಟ್ಟಿದ್ದರು. "ನಂಗೆಂದು ಅಂಥ ಯೋಚನೇನೆ ಇಲ್ಲ. ಎಲ್ಲರನ್ನು ನಮ್ಮವರೆಂದು ಕೊಂಡರೇ, ಮುಗೀತು. ಒಂದಲ್ಲ... ಒಂದ್ಕೆಲ್ಸ ಒದಗಿಬರುತ್ತೆ. ಅದ್ರಿಂದ ವೇಳೆ ಸರಿಯೋದು ಪ್ರಯಾಸವಲ್ಲ. ನಾನು ಸ್ವಾಮಿ ವಿವೇಕಾನಂದರ ಪಾಂಡಿತ್ಯ, ಪ್ರೌಢಿಮೆ, ಉನ್ನತ ವಿಚಾರಗಳಿಗೆ ಮನ ಸೋತವನು. ನಂಗೆ ಸಾಕಷ್ಟು ಕೆಲ್ಸವುಂಟು" ಎಂದು ಎದ್ದು ಹೋಗಿ ಬಿಡುತ್ತಿದ್ದರು.

ಅವರು ಸಮಾಜಕ್ಕೆ ಸ್ಪಂದಿಸುವ ರೀತಿಗೆ ಅಚ್ಚರಿಯೆನಿಸುತ್ತಿತ್ತು.

ನಾನು ಅಂಥ ವ್ಯಕ್ತಿಯನ್ನು ಬರವಣಿಗೆಯಲ್ಲಿ ಪಾತ್ರವಾಗಿಸಬಹುದು ಎನ್ನುವ ವಿಚಾರವನ್ನು ಮಿದುಳಿನಲ್ಲಿ ಇಟ್ಟುಕೊಂಡವಳು ಸಾಕಷ್ಟು ವರ್ಷಗಳೆ ಕಾಯ ಬೇಕಾಯಿತೇನೋ.

ನಾನು ಎರಡು ವರ್ಷಗಳ ಹಿಂದೆ ಶೃಂಗೇರಿಗೆ ಹೋಗಿ ಕಾರಿನಲ್ಲಿ ಕುಟುಂಬದ ಜೊತೆ ಹಿಂದಿರುಗುತ್ತಿದ್ದಾಗ ಮರದ ಬದಿಗೆ ಕೂತ ಒಂದು ಪುಟ್ಟ ಹುಡುಗಿಯನ್ನು ನೋಡಿ ಕಾರು ನಿಲ್ಲಿಸಿ ಇಳಿದು ವಿಚಾರಿಸಿದಾಗ ಅಲ್ಲಿ ಸಿಕ್ಕವಳೇ ಹಿಮಬಿಂದು, ಮಲತಾಯಿಯ ಕೈಯಲ್ಲಿ ನೋಯುತ್ತಿದ್ದ ಅವಳದೊಂದು ದುರಂತ ಕತೆ. ಅಲ್ಲಿ ತೋಟಗಳಲ್ಲಿ ಕೆಲಸ ಮಾಡುತ್ತಿದ್ದ ಜನ ಹೇಳಿದ್ದು ಮಾನವೀಯತೆ ಮರೆತ ಹೆಣ್ಣಿನ ಚಿತ್ರಣ. ನಿಸ್ಸಹಾಯಕ ಗಂಡು. ತಾಯಿಯನ್ನು ಕಳೆದುಕೊಂಡಿದ್ದ ತನ್ನ ಮಗಳಿಗೆ ತಾಯಾಗಲೆಂದು ಕರೆ ತಂದಿದ್ದ ಹೆಣ್ಣು ಮಾರಿಯಾಗಿದ್ದಳು. ಹಿಮಬಿಂದು ಹಂತ ಹಂತವಾಗಿ ಕರಗಿ ಹೋಗುತ್ತಿದ್ದುದೊಂದು ದುರಂತ ಚಿತ್ರಣ. ಏನಾದರೂ ಮಾಡಲು ಸಾಧ್ಯವೇ? ಬಂದ ಆ ಹೆಣ್ಣು ಆ ಪುಟ್ಟ

ಹುಡುಗಿಯನ್ನು ಎಳೆದೊಯ್ಯುತ್ತಿದ್ದಾಗ ಅವಳ ಕಣ್ಣುಗಳಲ್ಲಿ ಆಕ್ರಂದನವಿತ್ತು. ಅಲ್ಲಿ ಸುಳಿದಿದ್ದು ಶ್ರೀಕಂಠಯ್ಯನ ವ್ಯಕ್ತಿತ್ವ. ಎಲ್ಲಾ ಮಕ್ಕಳನ್ನು ಮಮತೆಯಿಂದ ಕಾಣುವ ಗುಣ ಶ್ರೀಕಂಠಯ್ಯನವರಂಥವರಿಗೆ ಮಾತ್ರ ಸಾಧ್ಯವೇನೋಂತ ಅಂದುಕೊಂಡಿದ್ದೆ.

ನನ್ನ ಕಾದಂಬರಿಯಲ್ಲಾದರೂ ಶ್ರೀಕಂಠಯ್ಯನಂಥವರ ಆಶ್ರಯ 'ಹಿಮಬಿಂದು'ಗೆ ಸಿಗಲೀಯೆಂದು ಕಾದಂಬರಿ ಶುರು ಮಾಡಿದ್ದು. ಅದು ಮುಗಿದಾಗ ಶ್ರೀಕಂಠಯ್ಯನ ಜೊತೆ ಹಿಮಬಿಂದು ಕೂಡ ತುಂಬ ಕಾಡಿದ್ದುಂಟು. ಕಾದಂಬರಿ ಮುಗಿಯುವ ವೇಳೆಗೆ 'ಮಂಗಳ' ವಾರಪತ್ರಿಕೆಯ ಸಂಪಾದಕರು ಧಾರಾವಾಹಿಯಾಗಿ ಪದೇ ಪದೇ ಕೇಳುತ್ತಿದ್ದರಿಂದ, 'ಬನದ ಮಲ್ಲಿಗೆ' ಕಾದಂಬರಿ ಪತ್ರಿಕೆಯಲ್ಲಿ ಧಾರಾವಾಹಿಯಾಗಿ ಪ್ರಕಟವಾಗುತ್ತಿದ್ದಾಗ ಪತ್ರಗಳ ಮಹಾಪೂರವೆ ಹರಿದುಬಂತು 'ಹಿಮಬಿಂದು'ವಿನ ಬಗ್ಗೆ ಕನಿಕರಗೊಂಡು ಕೇಳಿದವರೆಷ್ಟೋ. ಕೆಲವರಂತು ತಾವು ದತ್ತು ಪಡೆಯುವ ಬಯಕೆಯನ್ನು ಕೂಡ ನನ್ನ ಮುಂದಿಟ್ಟರು. ಅದು ನನ್ನಿಂದ ಸಾಧ್ಯವಿರಲಿಲ್ಲ.

ವರ್ಷಗಳ ಹಿಂದಿನ ಶ್ರೀಕಂಠಯ್ಯನನ್ನು ನನ್ನ ಕಾದಂಬರಿಯಲ್ಲಿ ಪಾತ್ರವಾಗಿಸಿ 'ಹಿಮಬಿಂದು'ವನ್ನ ಅವರಿಗೆ ಒಪ್ಪಿಸುವುದಷ್ಟೆ ನನ್ನ ಕೆಲಸವಾಗಿತ್ತು. ಆದರೆ ಕಾದಂಬರಿ ಮುಗಿದಾಗ ಮುಂಬಯಿನ ಒಬ್ಬ ಓದುಗರು ಕಣ್ಣೀರಿಡುತ್ತ ಪತ್ರ ಬರೆದಿದ್ದರು 'ಇದು ನನ್ನ ಕತೆಯೆ. ಒಬ್ಬ ದುರಾದೃಷ್ಟ ತಂದೆ ನಾನು. ನನ್ನ ಮಗಳು ಹಿಮಬಿಂದುಗೂ ಶ್ರೀಕಂಠಯ್ಯ ನಂಥವರು ಸಿಗಬೇಕಿತ್ತು. ಆಗ ಅವಳು ಬದುಕಿ ಉಳಿಯುತ್ತಿದ್ದಳು. ಈಗ ಅವಳಿಲ್ಲ. ನನ್ನ ಮಲ್ಲಿಗೆ ಸುಟ್ಟು ಕರಕಲಾದಳು.'

ಆ ಪತ್ರ ಓದಿದನಂತರ ಬಹಳಷ್ಟು ಶ್ರೀಕಂಠಯ್ಯನ ಜೊತೆ ಹಿಮಬಿಂದು ಕೂಡ ಕಾಡಿದ್ದಳು. ತೀರಾ ಸಾಮಾನ್ಯ ವ್ಯಕ್ತಿ ತನ್ನ ಉನ್ನತವಾದ ಗುಣಗಳಿಂದ ಕೆಲವರ ಮನಸ್ಸಿನಲ್ಲಾದರೂ ಗೌರವ ಪಡೆಯಬಲ್ಲ. ಇವರಂಥವರು ಅಪರೂಪವಾಗಿ ನಮ್ಮ ನಿಮ್ಮಗಳ ನಡುವೆಯೇ ಇದ್ದರೂ ಅರಿವಿಗೆ ಬರುವ ಮುನ್ನವೇ ಸರಿದು ಹೋಗಿ ಬಿಡುತ್ತಾರೆ.

ಶರಧಿ ಹೋಗಿ ಬಾ

ನಮ್ಮ ಆಯ್ಕೆಯಂತೆ ನಮ್ಮ ಜೀವನ ಇರುತ್ತದೆ
ನಮ್ಮ ಎಲ್ಲಾ ನೋವು-ನಲಿವುಗಳಿಗೂ ನಾವೇ ಜವಾಬ್ದಾರರು.
ಕೆಲವೊಮ್ಮೆ ಇದು ಆಕಸ್ಮಿಕವೆನ್ನುವ ಚಡಪಡಿಕೆ
ಆದರೆ ಇದು ಸರಿಯಲ್ಲ. ನಮಗೆ ಅನಿವಾರ್ಯವಲ್ಲದ
ಹೊರತು ಯಾವುದನ್ನು ಆಯ್ದುಕೊಳ್ಳುವುದಿಲ್ಲ.

2001ರ ಸೆಪ್ಟೆಂಬರ್‌ನಲ್ಲಿ ನನ್ನ ಭೇಟಿ ಮಾಡಿದ ಪಾರಿಜಾತ ಮತ್ತು ಶರಧಿ ಈಗ ಬರೆಯುತ್ತಿರುವ ನನ್ನ ಸೃಜನಶೀಲ ಕೃತಿಗೆ ವಸ್ತುವಾಗಿದ್ದು ವಿಚಿತ್ರವೇನಲ್ಲ. ಆದರೆ ಬಹಳ ಕಾಡಿದ್ದು ಮಾತ್ರ ನಿಜ. ತನ್ನ ಅಸ್ತಿತ್ವದ ಹುಡುಕಾಟದಲ್ಲಿದ್ದ ಶರಧಿ, ನನ್ನಲ್ಲಿ ಹಲವು ಮೂಲಭೂತವಾದ ಪ್ರಶ್ನೆಗಳನ್ನೆತ್ತಿ ಚಿಂತಿಸುವಂತೆ ಮಾಡಿದ್ದಲ್ಲದೆ ನನ್ನ ಕಾದಂಬರಿಯಲ್ಲಿ ಮುಖ್ಯವಾದ ಪಾತ್ರವಾಗಿ ರೂಪುಗೊಂಡಿದ್ದು. ಇದು ಶರಧಿಯೊಬ್ಬಳ ಸಮಸ್ಯೆಗಳು, ಹುಡುಕಾಟಗಳು ಅಲ್ಲವಾಗಿ ಈಗ ಅದೊಂದು ಮುಖ್ಯ ಸಮಸ್ಯೆಯಾಗಿ ಸಮಾಜದಲ್ಲಿ ರೂಪುಗೊಳ್ಳುತ್ತಿರುವುದೊಂದು ದುರಂತ. ಅದೇ ಹುಡುಗಿ ನನ್ನ ಕಾದಂಬರಿಯಲ್ಲಿ ಒಂದು ಪಾತ್ರವಾಗಿದ್ದು ಖಂಡಿತ ವಿಶೇಷವೇ.

ಖ್ಯಾತ ಸಂಗೀತ ವಿದುಷಿ ಡಾ. ಗಂಗೂಬಾಯಿ ಹಾನಗಲ್ ಅವರು ರವೀಂದ್ರ ಪ್ರಕಟಣಾಲಯದ ವೈ. ದಂತಿಯವರು ಪ್ರಕಟಿಸಿದ ನನ್ನ 'ಮಾನಸವೀಣಾ' ಮತ್ತು 'ಮುಂಗಾರಿನ ಹುಡುಗಿ' ಕಾದಂಬರಿಗಳನ್ನು ಸಾಗರದಲ್ಲಿ ಬಿಡುಗಡೆ ಮಾಡಿದ್ದು ಹರ್ಷ ತಂದಿತ್ತು. ಯಾವುದೇ ನನ್ನ ಕಾದಂಬರಿಯನ್ನು ವೇದಿಕೆಯ ಮೇಲೆ ಬಿಡುಗಡೆಯಾಗುವ ಸಣ್ಣ ಕನಸು, ಕಲ್ಪನೆ ಕೂಡ ನನಗೆ ಇರಲಿಲ್ಲ. ಆದರೆ ಪ್ರಕಾಶಕರ ಒತ್ತಾಯದ ಸಮಾರಂಭವಾದರೂ, ಜೀವನದಲ್ಲಿ ಮರೆಯಲಾರದಂಥ ಸುದಿನ ಅಂದು. ಅದ್ಭುತ

ಚೇತನ ಮಾತೃ ಸ್ವರೂಪಿಣಿಯಾದ ಡಾ. ಗಂಗೂಬಾಯಿ ಹಾನಗಲ್‌ನ ಭೇಟಿಯಾಗಿದ್ದು, ಅವರೊಂದಿಗೆ ಮಾತಾಡಿದ ಮಾತುಗಳು, ಕಳೆದ ಸಮಯ ಎಲ್ಲವು ಅದ್ಭುತವೇ. ಆಕೆಯ ಸರಳ, ಸ್ನೇಹಮಯ ವ್ಯಕ್ತಿತ್ವದಲ್ಲಿ ಗುರುತಿಸಿದ್ದು ಸಾತ್ವಿಕ ತೇಜಸ್ಸನ್ನು. ನಾನು ಇನ್ನು ಅದೇ ಗುಂಗಿನಲ್ಲಿದ್ದಾಗಲೇ ನನ್ನನ್ನು ಭೇಟಿಯಾಗಲು ಬಂದಿದ್ದು ನಡುವಯಸ್ಸಿನ ಪಾರಿಜಾತ ಮತ್ತು ಅವರ ಮಗಳು ಶರಧಿ. ಮಗಳಿಗಿಂತ ಹೆಚ್ಚು ಮೇಕಪ್ ಮಾಡಿಕೊಂಡಿದ್ದ ಪಾರಿಜಾತ ತಮ್ಮ ವಯಸ್ಸನ್ನು ಹತ್ತು ವರ್ಷ ತಗ್ಗಿಸಿಕೊಳ್ಳುವ ಹುನ್ನಾರದಲ್ಲಿದ್ದಂತೆ ಕಂಡರು. ಬಂದಿದ್ದು ಮಾರುತಿ ಕಾರ್‌ನಲ್ಲಿ. ಬಹುಶಃ ಡ್ರೈವರ್ ಇಲ್ಲದ ಕಾರಣ ಪಾರಿಜಾತ ಡ್ರೈವ್ ಮಾಡಿಕೊಂಡು ಬಂದಿರಬಹುದೆಂದುಕೊಂಡಿದ್ದೆ. ಜೊತೆಯಲ್ಲಿ ಬಂದರೂ ಇಬ್ಬರ ಮುಖಗಳಲ್ಲಿ ಪ್ರಸನ್ನತೆ ಇರಲಿಲ್ಲ. ಇದೇನು ನನ್ನ ಪಾಲಿಗೆ ಅಪರೂಪದ ಸಂಗತಿಯಾಗಿರಲಿಲ್ಲ. ನನ್ನ ಕಾದಂಬರಿಗಳನ್ನು ಓದಿದ ಓದುಗರು ಕೆಲವೊಮ್ಮೆ ಅಭಿಮಾನದಿಂದ ಕಾದಂಬರಿಗಳ ಬಗ್ಗೆ ಚರ್ಚಿಸಲು ಬರುತ್ತಿದ್ದರೇ, ಇನ್ನ ಕೆಲವರು ಚಿತ್ರ, ವಿಚಿತ್ರವಾದ ಸಮಸ್ಯೆಗಳನೊತ್ತುಕೊಂಡು ಬರುತ್ತಿದ್ದರು. ನನಗೆ ಎಲ್ಲಾ ತಿಳಿದಿದೆಯೆನ್ನುವ ಹಮ್ಮ ಬಿಮ್ಮು ಇಲ್ಲದ ನಾವು ಸಾಧಾರಣ ರೀತಿಯಲ್ಲಿ ಮಾತಾಡುತ್ತ ಅವರ ಸಮಸ್ಯೆಗಳಿಗೆ ಅವರೇ ಪರಿಹಾರ ಹುಡುಕಿಕೊಳ್ಳುವಂತೆ ಮಾತಾಡುತ್ತಿದ್ದೆ.

ಇಂದು ಕೂಡ ತಾಯಿ, ಮಗಳನ್ನು ಆತ್ಮೀಯನಾಗಿಯೇ ಸ್ವಾಗತಿಸಿದೆ. ಬಂದ ಪಾರಿಜಾತ ಚೆಲುವೆಯೇ. ತನ್ನ ಚೆಲುವನ್ನು ಹೆಚ್ಚಿಸಿಕೊಳ್ಳಲು, ತನ್ನ ಯೌವನವನ್ನು ಉಳಿಸಿಕೊಳ್ಳುವ ಎಲ್ಲಾ ಪ್ರಯತ್ನವನ್ನು ಮಾಡಿದಂತಿತ್ತು. ಆದರೆ ಆಗ ಯೌವನಕ್ಕೆ ಕಾಲಿಟ್ಟ ಶರಧಿ ಮಾತ್ರ ಅಸ್ತವ್ಯಸ್ತಗೊಂಡಂತೆ ಕಂಡಳು. ತೊಟ್ಟಿದ್ದು ಜೀನ್ಸ್ ಪ್ಯಾಂಟ್ ಮತ್ತು ಟೀ ಷರಟು. ಆದರೆ ಲಕ್ಷಣವಾಗಿ ಜಡೆ ಹಾಕಿಕೊಂಡಿದ್ದಂತು ಅಚ್ಚರಿಯೆನಿಸಿತು. ಆ ಮುದುಡಿದ ಮುಖದಲ್ಲು ಅದ್ಭುತವಾದ ಆಕರ್ಷಣೆ ಇತ್ತು. ಬರೀ ಉಭಯಕುಶಲೋಪರಿ ಮಾತಿನ ನಂತರ ಶರಧಿ ಬಾಯಿಬಿಟ್ಟಳು.

"ನನ್ನ ವಯಸ್ಸು ಹದಿನೇಳು ಚಿಲ್ಲರೇ, ಇನ್ನು ಹದಿನೆಂಟಾಗಿಲ್ಲ. ಎಸ್.ಎಸ್.ಎಲ್.ಸಿ. ಯಲ್ಲಿ ರ್‍ಯಾಂಕ್. ನಾನು ತುಂಬ ಬ್ರಿಲಿಯಂಟ್ ಅಂತ ನನ್ನ ಮಿಸ್‌ಗಳು, ನನ್ನ ಫ್ರೆಂಡ್ಸ್ ಹೇಳ್ತಾರೆ. ಆದರೆ ಪಿಯುಸಿಯಲ್ಲಿ ಫೇಲ್ ನಾನು ಶರಧಿ... ಈ ಪಾರಿಜಾತ... ಮಗ್ಳು" ಅನ್ನುವ ವೇಳೆಗೆ ಅವಳ ಕಣ್ಣಲ್ಲಿ ತುಂತುರು. ಹಠಾತ್ತನೆ ನನ್ನ ಕಾಲುಗಳ ಬಳಿ ಕುಸಿದು ಮಡಿಲಲ್ಲಿ ತಲೆಯಿಟ್ಟು ಬಿಕ್ಕತೊಡಗಿದಾಗ ನನಗೆ ಗಾಬರಿ. ಅರ್ಧಗಂಟೆ ಸಂತೈಸಿದ ನಂತರವೇ ಅವಳು ಸಮಾಧಾನಗೊಂಡಿದ್ದು. ನಮ್ಮ ಮನೆಯವರೆಲ್ಲ ಒಮ್ಮೊಮ್ಮೆ ಬಂದು ಇಣಕಿ ಹೋದರು. ನೀರು, ಕಾಫೀ... ಎಲ್ಲಾ ಬಂತು ತೀರಾ ಸಮಾಧಾನಗೊಂಡ ಮೇಲೆ ಎದ್ದು ಕೂತು ಒಮ್ಮೆ ಪಾರಿಜಾತ ಅತ್ತ ನೋಟ ಬೀರಿದ್ದು ಕೆಕ್ಕರಿಸಿಕೊಂಡೆ. ಆಕೆ ಬೆವರೊತ್ತಿಕೊಂಡಿದ್ದು ಮುಖದ ಮೇಲೆ ನಿಧಾನವಾಗಿ ಹತ್ತಿಕ್ಕಲಾರದ ತಳಮಳ ವ್ಯಕ್ತವಾಯಿತು ಆಕೆಯಲ್ಲಿ. ನಂತರ ಹಠಾತ್ತಾಗಿ

ಗಂಭೀರವಾದಳು ಶರಧಿ. "ನಂದು ಕಾನ್ವೆಂಟ್ ಓದು. ನನ್ನ ಅಮ್ಮ... ಇದೇ ಪಾರಿಜಾತ ಫ್ರೆಂಡ್... ನಿಮ್ಮ ಕಾದಂಬರಿಗಳ್ನ ಎಷ್ಟು ಹಚ್ಚಕೊಂಡಿದ್ದರೂಂದರೇ ನಿಮ್ಮ ಒಂದಲ್ಲ ಒಂದು ಕಾದಂಬರಿ ಅವರ ಬ್ಯಾಗ್‌ನಲ್ಲಿ ಇರೋದು. ಆಗ ಕೋಪಕ್ಕೋ, ಕುತೂಹಲಕ್ಕೋ... ಓದೋಕೆ ಶುರು ಮಾಡಿದವಳು ನಿಮ್ಮ ಅಭಿಮಾನಿಯಾದೆ. ನಿಮ್ಮ ಕಾದಂಬರಿ ಸಿಕ್ಕರೇ ನಂಗೆ ಏನು ಬೇಡವಾಗಿ ಬಿಡೋದು. ನಾನು ನಿಮ್ಮ ಕಾದಂಬರಿಯ ನಾಯಕಿಯಾಗಬೇಕು, ನನ್ನ ಸಮಸ್ಯೆಗೆ ನಿಮ್ಮ ಬರವಣಿಗೆಯಿಂದ ಸಮಾಧಾನ ಸಿಗಬೇಕು" ಅಂದು ಶುರು ಮಾಡಿದವಳು ವ್ಯಾಖ್ಯಾನಿಸ ತೊಡಗಿದ್ದು ಮಾತ್ರ ತೀರಾ ಗಾಂಭೀರ್ಯ ದಿಂದ ಒಂದೇ ಕತೆ, ಅಮ್ಮ, ಮಗಳು ಬೇರೆಬೇರೆ ದೃಷ್ಟಿಕೋನದಿಂದ ಮಂಡಿಸಿದ್ದರು. ವಿಷಯಕ್ಕೆ ಶರಧಿಯ ಪ್ರತಿಭಟನೆ ಕಟುವಾಗಿತ್ತು. ಮಧ್ಯೆ ಮಧ್ಯೆ ಪಾರಿಜಾತ ಅವಳನ್ನು ಸುಮ್ಮನಾಗಿಸಲು ಹೋಗಿದ್ದು ಮಾತ್ರ ಕೆಟ್ಟದೆನಿಸಿತು. ಅವಳು ಎತ್ತಿದ್ದು ಒಂದು ಮೂಲಭೂತವಾದ ಪ್ರಶ್ನೆ. ಅವಳ ಗೊಂದಲವನ್ನು ಅರ್ಥ ಮಾಡಿಕೊಳ್ಳುವ ವೇಳೆಗೆ ನನ್ನ ಎರಡು ಕೈಗಳನ್ನು ಹಿಡಿದು ಬಿಕ್ಕಿದ ಕನಸುಗಣ್ಣಿನ ಹುಡುಗಿಯನ್ನು ನಾನೆಂದು ಮರೆಯಲು ಸಾಧ್ಯವಿಲ್ಲ.

'ನಂಗೆ ಅಪ್ಪ ಬೇಕು' ಶರಧಿಯ ಚಡಪಡಿಕೆ ಸುಲಭವಾಗಿ ಅರ್ಥವಾಗುವಂತೆ! ಹುಟ್ಟಿದ ಪ್ರತಿ ಮಗುವಿಗೂ ಅಮ್ಮ ಮಮತೆಯ ಕಡಲಾದರೆ, ಜನ್ಮಕ್ಕೆ ಕಾರಣನಾದ ತಂದೆ ಸುಭದ್ರತೆಯ ಆಕಾಶ. ಒಂದು ಮಗುವಿಗೆ ಅಪ್ಪ ಎಂಬ ಬೆಚ್ಚನೆಯ ಭಾವ ಕೊಡುವ ಸುರಕ್ಷತೆ ಬೇರೆ ಯಾರಿಂದಲೂ ಸಿಗಲು ಸಾಧ್ಯವಿಲ್ಲ. ಅಂಥ ಒಂದು ಬೆಚ್ಚಗಿನ ಅನುಭೂತಿ ಪ್ರತಿ ಮಗುವಿಗೂ ಸಿಕ್ಕಾಗಲೇ ಪರಿಪೂರ್ಣ ಬಾಲ್ಯ. ಅದಿಲ್ಲದೆ ಸೊರಗುವ ಎಷ್ಟೋ ಮಕ್ಕಳು ದುರಂತಕ್ಕೆ ನಾಂದಿ! ಅಂಥ ಒಂದು ದೌರ್ಬಲ್ಯ ಶರಧಿಯದು. ಅದಕ್ಕಾಗಿ ಹೆತ್ತ ತಾಯಿಯನ್ನೇ ದ್ವೇಷಿಸಲು ಸಿದ್ಧವಾಗಿದ್ದಳು. ಅದಕ್ಕೆ ಕಾರಣ ನೀನೇ ಎಂದು ಬೆಟ್ಟು ತೋರಿಸುವಷ್ಟು ಸಾಮರ್ಥ್ಯಳಾದದ್ದು ವಿಪರ್ಯಾಸವಲ್ಲ.

ಅದಕ್ಕೆ ಪಾರಿಜಾತಳ ಸಹಮತವಿಲ್ಲ. ತನ್ನನ್ನು ಸಮರ್ಥಿಸಿಕೊಳ್ಳಲು ಒಂದು ಶ್ಲೋಕವನ್ನು ನನ್ನ ಮುಂದಿಟ್ಟರು.

'ಅಹಲ್ಯಾ ದ್ರೌಪತಿ ತಾರಾ ತಾರಾ ಮಂಡೋದರಿ ತಥಾ
ಪಂಚಕನ್ಯಾಃ ಸ್ಮರೇನ್ನಿತ್ಯಂ ಮಹಾಪಾತಕ ನಾಶನಮ್ ॥

"ಈ ಶ್ಲೋಕದಲ್ಲಿ ಬರುವ ಅಹಲ್ಯಾ ಗೌತಮ ಮಹರ್ಷಿಯ ಧರ್ಮಪತ್ನಿ. ಪಾಂಡವರ ಸಹಧರ್ಮಿಣಿ ದ್ರೌಪತಿ. ಇನ್ನ ತಾರೆ ವಾಲಿಯ ಹೆಂಡತಿ, ಇನ್ನೊಬ್ಬ ತಾರೆ ಬೃಹಸ್ಪತಿಯ ಭಾರ್ಯೆ, ರಾವಣನ ಪ್ರಿಯ ಮಡದಿ ಮಂಡೋದರಿ' - ಈ ಐದು ಜನ ಪತಿವ್ರತೆಯರನ್ನು ನೆನೆದರೆ ಮಹಾ ಪಾಪಗಳು ನಾಶವಾಗುತ್ತೆ ಅದು... ಹೇಗೆ? ಈ ಐದು ಜನ ಪತಿವ್ರತೆಯರಲ್ಲಿ ಐದು ಜನ ಪತಿಯರಿದ್ದರೂ ದ್ರೌಪತಿ ಕರ್ಣನನ್ನು ಬಯಸಿದಳು!

ಮಿಕ್ಕ ನಾಲ್ವರಿಗೂ ಅನ್ಯ ಪುರುಷರ ಸಂಪರ್ಕವಿತ್ತು! ಅಂಥವರ ಸ್ಮರಣೆಯಿಂದ ಪಾಪಗಳು ನಾಶವಾಗುವುದಾದರೆ ನಾನು ಮಾಡಿದ ತಪ್ಪೇನು? ಅವರೆಲ್ಲ ಸರಿಯೆನ್ನುವುದಾದರೆ ಸಮಾಜ ನನ್ನ ಕಡೆಗೆ ಯಾಕೆ ಬೆಟ್ಟು ಮಾಡಬೇಕು? ಐ ಡೋಂಟ್... ಕೇರ್" ಆವೇಗಗೊಂಡ ಆಕೆಯ ಕಣ್ಣುಗಳಿಂದ ಕಂಬನಿ ಕೆನ್ನೆಯ ಮೇಲೆ ಉರುಳಿತು.

ಆಕೆ ವಾದ ಸರಿಯೇ ದಿಟ್ಟಳಾಗಿ ತನಗೆ ಬೇಕಾದ ಬದುಕನ್ನು ಆಯ್ಕೆ ಮಾಡಿ ಕೊಂಡಿದ್ದಳು.

ನನ್ನನ್ನು ಒಂದು ಗಂಭೀರವಾದ ಚಿಂತನೆಗೆ ಹಚ್ಚಿದರು ತಾಯಿ ಮಗಳು. ಅಹಲ್ಯೆ, ತಾರೆ, ಮಂಡೋದರಿಯ ವಿಚಾರ ರಾಮಾಯಣದಲ್ಲಿ ಬರುತ್ತೆ. ಅದನ್ನು ಬರೆದವರು ಆದಿಕವಿ ವಾಲ್ಮೀಕಿ. ಮಹಾ ತಪಸ್ವಿ. ಅವರ ವಾಣಿಯೆ ಸರಸ್ವತಿಯೆನ್ನುತ್ತಾರೆ. ಇನ್ನು ಮಹಾಭಾರತ ರಚಿಸಿದವರು ಸಾಮಾನ್ಯರಲ್ಲ, ವ್ಯಾಸರು. ಅಂಥ ಮಹನೀಯರು ರಚಿಸಿದ ಕಾವ್ಯಗಳು, ಅವರ ಐವರಲ್ಲು ನಿಗೂಢವಾದ ಪರಿಶುದ್ಧತೆ ಇದೆ ಎನ್ನುವ ತಿಳಿವಳಿಕೆಯನ್ನು ಆಕೆಯ ಮುಂದೆ ಬಿಚ್ಚಿಟ್ಟೆ. ನಾನು ತಿಳಿದುಕೊಂಡ ರೀತಿಯಲ್ಲಿ. ಆದರೆ ಅವರೆಷ್ಟು ಒಪ್ಪಿದರೋ ನನಗೆ ಗೊತ್ತಿಲ್ಲ. ಆದರೆ ಪಾರಿಜಾತ ಸ್ವಲ್ಪ ಸಪ್ಪಗಾದರು.

ಆದರೆ ಶರಧಿ ಮಾತ್ರ ತನ್ನ ನಿಲುವನ್ನು ಬದಲಾಯಿಸಲಿಲ್ಲ "ನನ್ನ ಅಮ್ಮ ತನ್ನ ಬಯಕೆಗೆ ತೆತ್ತ ಬೆಲೆ ನನ್ನ ಜನ್ಮ. ನೋ... ನೋ... ಇದು ನನ್ನ ಮಟ್ಟಿಗೆ ಅಪರಾಧವೇ" ಎನ್ನುತ್ತ ಅಂಥ ತಾಯಂದಿರ ಮೂಲಭೂತ ಹಕ್ಕಿನ ಬಗ್ಗೆ ಪ್ರಶ್ನಿಸುತ್ತ ಪ್ರತಿಭಟಿಸಿದಳು. ತೀರಾ ತಮ್ಮ ಆಸೆ, ದೌರ್ಬಲ್ಯ, ಬಯಕೆಗಳಿಗಾಗಿ ಮಕ್ಕಳನ್ನು ಹೆರುವುದು ದೊಡ್ಡ ತಪ್ಪು ಎಂದು ಅಂಥ ಮಾತೆಯರಿಗೆ ಬುದ್ಧಿ ಹೇಳಲು ಹೊರಟಿರುವ ಅವಳದು ಬರೀ ಆವೇಗವಲ್ಲವೆನಿಸಿತು. ಅದರಲ್ಲಿ ದಟ್ಟವಾದ ಆಲೋಚನೆಯ ಜೊತೆ ಅಂಥ ಸಂತಾನಕ್ಕೆ ಆಗುವ ಅನ್ಯಾಯದ ಬಗ್ಗೆ ಮರಗುತ್ತಿದ್ದದ್ದು ಗೋಚರವಾಯಿತು. ಹೆತ್ತು ಸಾಕಿ, ಅಕ್ಕರೆಯಿಂದ ಮಗಳ ಜವಾಬ್ದಾರಿಯನ್ನು ಹೊತ್ತು ಪೋಷಿಸುತ್ತಿರುವ ತಾಯಿಯ ಬಗ್ಗೆ ಪ್ರೀತಿ ಇರುವುದಿರಲೀ, ದ್ವೇಷಿಸುತ್ತಿದ್ದುದ್ದು ಪಾರಿಜಾತಳ ಬದುಕಿನ ದೊಡ್ಡ ದುರಂತವೆನಿಸಿತು.

"ಹೇಗೆ ಬದುಕಲೀ?" ಎಂದು ಪಾರಿಜಾತ ಕಣ್ಣೀರಿಟ್ಟರು. ಬಹುಶಃ ಅವರ ಕಣ್ಣೀರಿಗೆ ಶರಧಿ ಕಲ್ಲಾಗಿದ್ದಳು.

ಆಮೇಲೆ ತಮ್ಮ ಕತೆಯನ್ನು ಪಾರಿಜಾತ, ಶರಧಿ ಪಕ್ಕಕ್ಕಿಟ್ಟು ತಾವು ಓದಿದ ನನ್ನ ಕಾದಂಬರಿಗಳನ್ನು ತಾನು ಮುಂದು, ನಾನು ಮುಂದು ಎಂದು ನನ್ನ ಮುಂದಿಟ್ಟರು. "ಬಾಡದ ಹೂನ ಹೇಮ, ಶ್ರೀರಸ್ತು ಶುಭಮಸ್ತುನ ಜೊತೆ ಸುಭಾಷಿಣಿ ಇಷ್ಟವಾದ್ಲು" ಅಂದ ಶರಧಿ ಮತ್ತೆ ಕಣ್ಣು ತುಂಬಿ "ಪ್ಲೀಸ್, ಈ ಶರಧಿಯ ಬದ್ಕನ್ನು ಕಾದಂಬರಿಯ

ರೂಪದಲ್ಲಿ ಚಿತ್ರಿಸಿ ನಿಮ್ಮ ಮುಕ್ತಾಯವೇ ನನ್ನ ಜೀವನದ ಮುಕ್ತಾಯ! ನಂಗೆ ಬರೀ ತಾಯಿಯ ಪ್ರೀತಿ ಮಾತ್ರವಲ್ಲ. ತಂದೆಯ ಆಸರೆಯು ಬೇಕು" ಎಂದ ಆ ಕನಸುಗಣ್ಣಿನ ಹುಡುಗಿಯ ಕಣ್ಣುಗಳಲ್ಲಿ ಅಪಾರವಾದ ವೇದನೆ ಇತ್ತು. ಅವಳನ್ನು ಅಪ್ಪಿ ಸಂತೈಸ ಬೇಕೆನಿಸಿತು. ಸಮಾಜದಲ್ಲಿ ತನ್ನ ಐಡೆಂಟಿಟಿಗಾಗಿ ಅವಳ ಹೋರಾಟವೆನಿಸಿತು.

ಪಾರಿಜಾತ ತನ್ನ ನಿಲುವಿಗೆ ಬದ್ಧರಾಗಿದ್ದಂತೆ ಕಂಡಿತು "ತಾಯ್ತನ ಹೆಣ್ಣಿನ ಜನ್ಮ ಸಿದ್ಧ ಹಕ್ಕು. ಅದೊಂದು ಅನುಭೂತಿ ಎಲ್ಲಾ ಹೆಣ್ಣುಗಳಿಗೂ ಬೇಕೆನಿಸುತ್ತೆ. ಕೆಲವೊಮ್ಮೆ ಅನಿವಾರ್ಯ ಕೂಡ. ಹೆತ್ತವರು ಪ್ರಶ್ನಿಸಿದಾಗ ಕೇರ್ ಮಾಡಲಿಲ್ಲ. ಸಮಾಜಕ್ಕೆ ಹೆದರಲಿಲ್ಲ. ಆದರೆ... ಇವಳು ನಾನು ಹೆತ್ತ ಮಗಳು. ಅಕ್ಕರೆಯಿಂದ ಸಲಹುತ್ತಿದ್ದೇನೆ. ಆದರೆ ಇವಳ ಒಂದೊಂದು ಮಾತು ಸಿಡಿಗುಂಡು. ನಾನು ಹೇಗೆ... ಉತ್ತರಿಸ್ಲೀ" ಆಕೆ ದಿಕ್ಕೆಟ್ಟಂತೆ ತೋಡಿಕೊಂಡರು. ಆಕೆಯ ಆಂದೋಲನ ಅರ್ಥವಾಗಿತ್ತು. ಸರಿ ಮಾಡುವುದು ಸಾಧ್ಯವಿರಲಿಲ್ಲ. ನಿಸ್ಸಹಾಯಕತೆ ಆಕೆಯನ್ನ ದಟ್ಟವಾಗಿ ಆವರಿಸಿತು. ಶರಧಿ ಹೊರಗೆದ್ದು ಹೋದಾಗ ತಮ್ಮ ಬದುಕಿಗೆ ಸಿಕ್ಕ ಇನ್ನೊಂದು ತಿರುವಿನ ಬಗ್ಗೆ ಹೇಳಿಕೊಂಡರು. "ನಂಗೆ ಬಾಚಿಕೊಳ್ಳುವಷ್ಟು ಸುಖ ಬೇಕಿತ್ತು. ಬಯಕೆ ಹೊಗೆಯಾಡುತ್ತಿತ್ತು. ಸಿಕ್ಕಾಗ ಹಿಂಜರಿಯದೆ ಎಲ್ಲವನ್ನು ಪಡೆದುಕೊಂಡೇ. ಯಾರನ್ನ ಕೇರ್ ಮಾಡದ ನಾನು, ಈಗ ನಾನು ಹೆತ್ತ ಮಗಳಿಂದ ನೋವು, ನಿಂದನೆ, ಅವಮಾನವನ್ನು ಅನುಭವಿಸುತ್ತಿದ್ದೇನೆ. ನನ್ನ ತಾಯ್ತನವನ್ನು ಹಂಗಿಸ್ತಾಳೆ. ಹೀನಾಯವಾಗಿ ನೋಡ್ತಾಳೆ. ಇದ್ನ ಹೇಗೆ ಸಹಿಸಿಕೊಳ್ಳೋದು?" ಕಣ್ಣೀರಿಟ್ಟರು. ಅಂದಿನದನ್ನು ತಪ್ಪಾಗಿ ಭಾವಿಸಿ ಕಾನೂನಲ್ಲ, ಸಮಾಜವಲ್ಲ... ಹೆತ್ತ ಮಗಳು ಶಿಕ್ಷಿಸುತ್ತಾ ಇದ್ದಾಳೆ. ಇದರ ವಿರುದ್ಧ ಯಾವ ಕೋರ್ಟಿಗೆ ಹೋಗುವುದು?

ಎರಡು ಗಂಟೆ ಮೂವತ್ತು ನಿಮಿಷ ಕಳೆದು ಹೋಗಿತ್ತು. ಕ್ಷಮೆ ಕೇಳಿ ಹೊರಟು ನಿಂತ ಶರಧಿಯ ಕಣ್ಣುಗಳು ನಿಮ್ಮ ಬರವಣಿಗೆಯಲ್ಲಾದರು ನ್ಯಾಯ ದೊರಕಿಸಿಕೊಡಿ ಯೆನ್ನುವಂತಿತ್ತು. ನಾಲ್ಕು ಹೆಜ್ಜೆ ಮುಂದೆ ಹೋಗಿ ಹಿಂದಕ್ಕೆ ಬಂದ ಶರಧಿ "ಯಾವಾಗ ಬರೀತೀರ, ನನ್ನ ಕತೆಯನ್ನ ಕಾದಂಬರಿಯಾಗಿ?" ಎಂದು ಕೇಳಿದ ಶರಧಿಗೆ ನನ್ನ ಮೌನ ಇಷ್ಟವಾಗಲಿಲ್ಲ "ಪ್ಲೀಸ್, ಯಾವಾಗ ಬರೀತೀರಾ ನನ್ನ ಕತೆಯನ್ನು? ಸಾಕಷ್ಟು ಜನ ನನ್ನಂಥವರ ಕತೆಯಾಗುತ್ತೆ. ನಂಗೆ ಅಪ್ಪ ಬೇಕು, ಮೇಡಮ್. ನಂಗೆ ತಂದೆಯ ಪ್ರೀತಿ, ಪ್ರೇಮ ಇಲ್ದಂಗೆ ಮಾಡೋ ಹಕ್ಕು ಈ ಪಾರಿಜಾತಗೆ ಯಾರು ಕೊಟ್ರು? ಯಾವ ಕೋರ್ಟಿನಲ್ಲಿ ಪ್ರಶ್ನಿಸಲೀ" ಎಂದವಳ ಕಣ್ಣೊರೆಸಿ ಸಮಾಧಾನಿಸಿದೆ. ಆ ಚಿತ್ರ ನನ್ನ ಕಣ್ಮುಂದೆ ಎಷ್ಟು ದಟ್ಟವಾಯಿತೆಂದರೆ ರಾತ್ರಿ ಹಗಲು ಕಾಡಿತು. ಶರಧಿಯ ಕತೆಯನ್ನು ಕಾದಂಬರಿಯನ್ನಾಗಿ ಬರೆಯಲು ನಿಶ್ಚಯಿಸಿದೆ.

ಈಗ ಕಾದಂಬರಿ ಮುಕ್ತಾಯದ ಹಂತದಲ್ಲಿದೆ. ಶರಧಿಗೆ ನ್ಯಾಯ ದೊರಕಿಸಿ ಕೊಡಬೇಕು, ಹೇಗೆ? ಒಂದು ಉತ್ತಮ ಮುಕ್ತಾಯ ಬೇಕು ಹೇಗೆ? ಬಯಕೆ, ಲಾಲಸೆ,

ದೌರ್ಜನ್ಯ, ಕಾಮನೆಗಳಿಗೆ ಪ್ರತಿಫಲವಾಗುವ ಶರಧಿ ಮಾತ್ರವಲ್ಲ... ಎಷ್ಟೋ ಕೂಸುಗಳು.

ಕಾದಂಬರಿ ಮುಗಿದಿದೆ. ಅಂದು 'ಶರಧಿ ಹೋಗಿ ಬಾ' ಅಂದದ್ದು ಇಂದು ಹೇಳಿದಂತಿದೆ.

ಶರಧಿ ಅಂಥ ಪುಷ್ಪಗಳು ಹಂತ ಹಂತವಾಗಿ ನರಳಿ ಬಾಡಿ ಹೋಗಬಾರದು. ಅಂಥ ಯುವತಿಯರ ನೋವು, ಪ್ರತಿಭಟನೆಯನ್ನು ಅರ್ಥ ಮಾಡಿಕೊಳ್ಳಬೇಕು, ತಪ್ಪಿಲ್ಲದವರಿಗೆ ಶಿಕ್ಷೆ ಬೇಡ.

ಆ ತಾಯಿ, ಮಗಳ ಕತೆ, ವ್ಯಥೆ, ಭೇಟಿ ಎಲ್ಲಾ ಇದಾದರೂ ಹೆಸರುಗಳು ಮಾತ್ರ ಬದಲಾಗಿದೆ.

ಯುಗದ ಕವಿ ಬೇಂದ್ರೆ

'ಸಾಹಿತ್ಯವನ್ನು ಅರ್ಥ ಮಾಡಿಕೊಳ್ಳುವ ಪ್ರಕ್ರಿಯೆ ಒಂದು ಸಜೀವ ವಿಕಾಸ ಪ್ರಕ್ರಿಯೆ. ಅದಕ್ಕೆ ಶತಮಾನಗಳು ಬೇಕಾಗಬಹುದು. ನನ್ನನ್ನ ಅರ್ಥ ಮಾಡಿಕೊಳ್ಳುವುದು ಭವಿಷ್ಯತ್‌ನಲ್ಲಿ' ಇದು ದ.ರಾ. ಬೇಂದ್ರೆಯವರ ಮಾತುಗಳು ಅಂಬಿಕಾತನಯದತ್ತರ ನಂಬಿಕೆ.

ಬೇಂದ್ರೆಯವರ ಸಾಹಿತ್ಯವನ್ನು ಪ್ರವೇಶಿಸುವುದೆಂದರೆ ಶ್ರಾವಣದ ಜಡಿ ಮಳೆಯ ಸೊಗಸಿನಲ್ಲಿ ತುಂಬು ಭೋರ್ಗರೆಯುವ ಹೊಳೆಯನ್ನು ಪ್ರವೇಶಿಸಿದಂತೆ. ರುದ್ರ ರಮಣೀಯತೆಯ ಕಾವ್ಯಪ್ರಭೆಯಲ್ಲಿ ಮಿನುಗುವ ಸಖೀಗೀತ, ನಾದಲೀಲೆ, ಹಾಡು-ಪಾಡು, ಗಂಗಾವತರಣ, ಸೂರ್ಯಪಾನ, ಮತ್ತೆ ಬಂತು ಶ್ರಾವಣ ಪುಷ್ಪೋದ್ಯಾನದಲ್ಲಿ- ಮೇಘದೂತ, ಸಂಚಯ, ನಮನ, ಚೈತ್ರಾಲಯ, ಯಕ್ಷ-ಯಕ್ಷಿ, ಶ್ರೀಮಾತಾ ಮುಂತಾದ ಕಾವ್ಯ ಕುಸುಮಗಳ ನಡುವೆ ಸಾಹಿತ್ಯ ಸಂಶೋಧನೆ, ಸಾಹಿತ್ಯ ವಿಮರ್ಶೆಗಳ ಹೊನ್ನ ತೇರಿನ ಮೇಲೆ 'ನಾಕು ತಂತಿ'ಯ ಪ್ರಭೆಯ ಮಧ್ಯೆ 'ಸಾಹಿತ್ಯ ವಿರಾಟ್'ನ ದರ್ಶನ. ಇಂಥ ಸಾಹಿತ್ಯ ತೇರಿಗೆ, ಹುಚ್ಚಾಟಗಳು, ಹೊಸ ಸಂಸಾರ, ಕಥೆ, ನಗೆ-ಹಾಡುನ, ನಿರಾಭರಣ ಸುಂದರಿಯ ಕನ್ನಡದ ಕಂಠಾಭರಣ- ಈ ಅನರ್ಘ್ಯ ರತ್ನಗಳ ಕಾವ್ಯ ವೈಭವದ ಸತ್ಯದರ್ಶನ, ಮೈಮರೆಸುವಂಥ ಅದ್ಭುತ ದೃಶ್ಯ. ದಿಕ್ಕೆಟ್ಟು ಕುರುಕ್ಷೇತ್ರದಲ್ಲಿ ನಿಂತ ನರನಾದ ಅರ್ಜುನನಿಗೆ... ನಾರಾಯಣನಾದ ಶ್ರೀಕೃಷ್ಣನ ವಿಶ್ವರೂಪ ದರ್ಶನ.

ಈ ಪ್ರಕಾಂಡ ವೈಖರಿಯ ಹೊಳೆಯಲ್ಲಿ ಬಿದ್ದಾಗ ಅನುಭವಿಸುವ ಚಿತ್ರಭ್ರಮೆಯೆ ನನ್ನದು. ಇಲ್ಲಿ ಮಹಾಭಾರತದ ನರನಾದ ಅರ್ಜುನ ನಾನಲ್ಲ; ಮುಗ್ಧನಾಗಿ ಪರಮಾತ್ಮನಾದ ಶ್ರೀಕೃಷ್ಣನ ದರ್ಶನ ನೋಡಿ ಆನಂದಿಸುವ ಮಗು. ಭಯ, ಭಕ್ತಿ, ಆಂದೋಲನ, ಆಪ್ಯಾಯಮಾನದ ತೊದಲ್ನುಡಿಯಷ್ಟೆ ಈ ಬರಹ.

ಬೇಂದ್ರೆಯವರ ಅಭ್ಯಾಸಕ್ಕೆ ಅವರ ಪ್ರಾರಂಭದ ಕವಿತೆಗಳು ಮುಂದಿನ ಅವರ ಹೆಜ್ಜೆಗಳನ್ನು ತಿಳಿಯಲು ಅವರು ಸ್ವೀಕರಿಸುತ್ತಿದ್ದ ಪ್ರಭಾವಗಳು ಬೀಜರೂಪದಲ್ಲಿ ಇದ್ದು ನೆರವಾಗುತ್ತಿದೆ. ಅದರಿಂದಲೇ ಅವರ ಮೊದಲ ಪ್ರಕಟಣೆ 'ಕೃಷ್ಣಕುಮಾರಿ' ಐತಿಹಾಸಿಕ ಮಹತ್ವ ಪಡೆದಿದೆ.

ಶ್ರೀ ಅರವಿಂದರು ಸಂಪಾದಿಸುತ್ತಿದ್ದ 'ಆರ್ಯ' ಮಾಸಿಕಗಳನ್ನು ಓದುತ್ತಿದ್ದ ಶ್ರೀ ಬೇಂದ್ರೆಯವರು 'ಸಾವಿತ್ರಿ'ಯ ಶ್ರೇಷ್ಠತೆಯನ್ನು ಅರಿತು ಅರವಿಂದರ ದರ್ಶನದ ಆಳ ಅಳೆದು ಗುರುವಾಗಿ ಸ್ವೀಕರಿಸಿದ್ದೊಂದು ಮಹತ್ವದ ಘಟ್ಟವಾಗಿ ಅರವಿಂದರ ಕಾವ್ಯಮೀಮಾಂಸೆಯ ಮೂಲಕ ಕಾವ್ಯ ಪ್ರಜ್ಞೆಯನ್ನು ಪಡೆದು ಕೃತಜ್ಞರಾದರು. ಎಮರ್ಸನ್ ವಿಚಾರಗಳನ್ನು ಶ್ರೀ ಅರವಿಂದರು ಒಪ್ಪಿಕೊಂಡಿದ್ದರಿಂದ ಅಂಬಿಕಾತನಯದತ್ತರಿಗೆ ಅತ್ಯಂತ ಪ್ರಿಯವಾದರು ಎಮರ್ಸನ್. ಟಾಗೋರರ ಶಿಶುಕಾವ್ಯ, ಪ್ರಣಯ ನಾಟಕಗಳನ್ನು ಮೆಚ್ಚಿ ಮೆಚ್ಚಿ 'ನನ್ನ ಕಾವ್ಯದೃಷ್ಟಿಯ ಹಿನ್ನಿಲವು ರವೀಂದ್ರರ ರಸಿಕೋದ್ಧಾರಗಳಿಂದಲೆ ಆಗಿತ್ತು' ಎಂದು ಟಾಗೋರರ ಋಣವನ್ನು ಅತ್ಯಂತ ಕೃತಜ್ಞತೆಯಿಂದ ಸ್ಮರಿಸುವ ಕವಿ 'ವಿಚಾರಮಂಜರಿ'ಯಲ್ಲಿ ಸಂಗ್ರಹಿತವಾದ 'ಹಿಗ್ಗಿನ ನೆಲೆಯು', 'ನೋವಿನ ಬೆಲೆ'ಯ ವಚನಗಳನ್ನು ಕನ್ನಡಿಗರಿಗೆ ನೀಡಿ ಉಪಕಾರ ಮಾಡಿದ್ದಾರೆ.

ಪಾಶ್ಚಾತ್ಯ ಪೌರಾತ್ಯ ಕವಿಗಳ ಪ್ರಭಾವವಿದ್ದರೂ ಬೇಂದ್ರೆಯವರು ಕನ್ನಡದ ಮೂಲ ತತ್ವವನ್ನು ಬಿಟ್ಟುಕೊಡದೆ ಭಾರತೀಯ ಕಾವ್ಯ ಸಾಧನೆಯ ಶ್ರೇಷ್ಟಮಟ್ಟದ್ದು, ಪರಂಪರೆಯನ್ನು ಇಡಿಯಾಗಿ ಗ್ರಹಿಸಬೇಕೆನ್ನುವ ಮಹತ್ವಾಕಾಂಕ್ಷೆ ಹೊತ್ತ ಕವಿಗಳಲ್ಲಿ ಇವರು ಪ್ರಮುಖರು. 'ಮುದ್ದಣ-ಮನೋರಮೆ' ಸಂವಾದದಲ್ಲಿ 'ಸತ್ಯ-ಪ್ರೀತಿಯ' ದರ್ಶನ ಕಂಡ ಕವಿ ತಮ್ಮ ಪ್ರಾರಂಭದ ಕವಿತೆ 'ಮುದ್ದಣ'ನಲ್ಲಿ 'ಸತ್ಯದಲ್ಲಿಯೆ ಪ್ರೀತಿ; ಪ್ರೀತಿಯಲ್ಲಿಯೆ ಸತ್ಯ', ನಿತ್ಯ ನಿಜವಿದೆ ಎನ್ನುವ ಸಾಲಿನಲ್ಲಿ 'Beauty is truth; truth is beauty' ಎಂದು ಕೀಟ್ಸ್‌ನ ನೆನಪಿಸುತ್ತಾರೆ.

ಅಂಬಿಕಾತನಯದತ್ತರು ತಮ್ಮ ಕಾವ್ಯ ಜೀವನದ ಮೊದಲಿನಿಂದಲೂ ಕೊನೆಯವರೆಗೂ ಒಂದೇ ರೀತಿಯ ಕವನಗಳನ್ನು ರಚನೆ ಮಾಡಲಿಲ್ಲ. ತಮ್ಮ ಅದ್ಭುತ ಪಾಂಡಿತ್ಯದಿಂದ ನಾಡಿನ ಸಂಪ್ರದಾಯ ರಚನೆಗಳಾದ 'ಹಾಡು-ಲಾವಣಿ' ಸೀಸಪದ್ಯ, ತತ್ವಪದ, ರೂಪಕಗಳ ಜೊತೆಯಲ್ಲಿಯೆ 'ಸಾನೆಟ್' ಮತ್ತು 'ನಾಕು-ತಂತಿ'ಯಂಥ ಸಂಕೀರ್ಣ ರಚನೆಯನ್ನು ರಚಿಸಿದರು. 'ಕೃಷ್ಣಾಕುಮಾರಿ'ಯಂಥ ಆಧ್ಯಾತ್ಮಿಕ ವಿಕಾಸ ಮತ್ತು ಸಿದ್ಧಿಯಂಥ ಕೇಂದ್ರ ವಸ್ತು ಒಳಗೊಂಡ ಹರಿದ ಕಾವ್ಯದ ಪನ್ನೀರು 'ಗಂಗಾವತರಣ'ದಿಂದ ನಿರಂತರವಾಗಿ ಹರಿದಿದ್ದು ಕನ್ನಡಿಗರ ಭಾಗ್ಯ.

'ಮೇಘಸಂದೇಶ' ಮೆಚ್ಚಿದ ಬೇಂದ್ರೆಯವರು ಕಾಳಿದಾಸನನ್ನು ತಮ್ಮ ಪ್ರೀತಿಯ ಕವಿಯಾಗಿ ಮಾಡಿಕೊಂಡು 'ಕುಮಾರಸಂಭವ' ಮತ್ತು 'ಶಾಕುಂತಲ' ಕೃತಿಗಳಿಂದ

ಗಾಢವಾಗಿ ಪ್ರಭಾವಿತರಾಗಿದ್ದಾರೆ ಎಂದುಕೊಂಡರೂ ಪ್ರೇಮಮೀಮಾಂಸೆಯಲ್ಲಿ ವಿರಹಕ್ಕೆ ವಿಶಿಷ್ಟ ಸ್ಥಾನ ಕೊಡುವ ಕವಿವರ್ಯರ ಕಲ್ಪನ ವಿಕಾಸದ ಸಾಹಿತ್ಯ ಸಾಧನೆ ವೈಯಕ್ತಿಕವಾದದ್ದು.

ಎರಡು ನೂರಕ್ಕೂ ಹೆಚ್ಚು ಸಾಲುಗಳ ಅಖಂಡ ಕಾವ್ಯ 'ಸಖೀಗೀತ' ದಾಂಪತ್ಯಕ್ಕೆ ಮೀಸಲೆನಿಸಿದರೂ ವೈವಾಹಿಕ ಚೌಕಟ್ಟನ್ನು ಮೀರಿ ಪ್ರಕೃತಿ ಸಾನಿಧ್ಯ ಪಡೆಯುತ್ತದೆ. ವಿವಾಹ ಸಂಸ್ಕಾರದ ಪವಿತ್ರ ಹಿನ್ನೆಲೆಯಲ್ಲಿ ಅಗ್ನಿಸಾಕ್ಷಿಯಾಗಿ ದಾನವಾಗಿ ಬರುವ ಕನ್ಯೆಯನ್ನು ಸ್ನೇಹಮಯವಾಗಿ ಸುಖದುಃಖಗಳಲ್ಲಿ ಸಮಭಾಗಿಯಾಗುವ ದಾಂಪತ್ಯಕ್ಕೆ ಮೀಸಲಾದ 'ಸಖೀಗೀತ' ಕೆಲವೊಮ್ಮೆ ಕಾಳಿದಾಸನ ಕೃತಿಗಳನ್ನು ನೆನಪಿಸುತ್ತದೆ. ಆದರೆ ರೊಮ್ಯಾಂಟಿಕ್ ಪರಂಪರೆಯ 'ಸಖೀಗೀತ' ಆಧುನಿಕತೆಯೆನಿಸಿದರೂ ನಿಷ್ಠೂರವಾದ ಆತ್ಮಪರೀಕ್ಷೆ. ನಿಖರವಾದ ವಾಸ್ತವ ಪ್ರಜ್ಞೆಗಳ ಮೂಲಕ ಓದುಗರ ಮನಸ್ಸಿನಲ್ಲಿ ಬಹಳ ಕಾಲ ನಿಲ್ಲುವ ಗೀತೆಯ ಬಗ್ಗೆ ಅಂಬಿಕಾತನದತ್ತರು 'ಈ ಗೀತದಲ್ಲಿ ನನ್ನ ಜೀವನ ಕಥೆಯ ಹಂದರದ ಮೇಲೆ ಸಾಮಾನ್ಯ ಸಂಸಾರದ ಸುಖದುಃಖದ ಹಂಬನ್ನು ಹಚ್ಚಿಬಿಟ್ಟಿದ್ದೇನೆ' ಎನ್ನುವ ಕವಿ ವೈಯಕ್ತಿಕ ಮತ್ತು ಸಾಮಾಜಿಕ ಮುಖಗಳ ಮೇಲೆ ನವಿರಾದ, ಆತ್ಮೀಯವಾದ ಬೆಳಕನ್ನು ಚೆಲ್ಲಿದ್ದಾರೆ.

ನಾನು ಬಡವ ಆತ ಬಡವ
ಒಲವೆ ನಮ್ಮ ಬದುಕು
ಬಳಸಿಕೊಂಡವದನೆ ನಾವು
ಅದಕು ಇದಕು ಎದಕು
ಆತ ಕೊಟ್ಟ ವಸ್ತು ಒಡವೆ
ನನಗೆ ಅವಗೆ ಗೊತ್ತು
ತೊಳಗಳಲ್ಲಿ ತೊಳ ಬಂಧಿ
ಕೆನ್ನೆ ತುಂಬ ಮುತ್ತು

ಎಲ್ಲಾ ಆನಂದದ ಮೂಲ 'ಒಲವು' ಎನ್ನುವುದು ಬೇಂದ್ರೆಯವರ ಕಾವ್ಯಚಿಂತನೆ. ತ್ರೇತಾಯುಗದಲ್ಲಿ ಮಂತ್ರ ರೂಪವಾಗಿದ್ದ 'ವಿವಾಹ' ಕಲಿಯುಗದಲ್ಲಿ ತಂತ್ರರೂಪವಾಗಿದೆ ಎನ್ನುವ ಮಿಡಿತದಲ್ಲಿ ಸಂದೇಹ ವ್ಯಕ್ತಪಡಿಸುವ ಕವಿ ಭಕ್ತಿಯಲ್ಲಿ ಹೇಗೋ, ಪ್ರೇಮದಲ್ಲಿ ಕೂಡ ಬುದ್ಧಿ, ತರ್ಕಗಳಿಗೆ ಎಡೆ ಬಿಟ್ಟು ನಿಲ್ಲಬೇಕೆಂದು ವ್ಯಾಖ್ಯಾನಿಸುವ ಕವಿ, ದಾಂಪತ್ಯದಲ್ಲಿ ವಾದ ವಿವಾದಗಳಿಲ್ಲ. ಒಮ್ಮೆ ಕಾಳು ಸಿಡಿದು ಬೆಳೆಯಾದರೇ, ಮತ್ತೆ ಕೂಡಿ ಕಾಳಾಗುವುದಿಲ್ಲ ಎಂದು ಚಿಂತಿಸುವ ಕವಿಶ್ರೇಷ್ಠರು ಮತ್ತಷ್ಟು ಮುಂದೆ ಹೋಗಿ ಯಾವುದೇ ದಾಂಪತ್ಯಕ್ಕೆ ಅನುರಾಗ ಹೊರೆಸಿದ ಹೊರೆವೊಂದಿದೆ - ಅದೇ ಮುಂದಿನ ಪೀಳಿಗೆಯ ಹೊಣೆ.

ಚೆಲುವು-ಒಲವುಗಳ ಅನ್ಯೋನ್ಯತೆಯನ್ನು 'ಸಚ್ಚಿದಾನಂದ' ಎಂಬ ಬೇಂದ್ರೆಯ ಕವಿತೆಯಲ್ಲಿ ಸತಿ-ಪತಿಯರ ಸಂವಾದವನ್ನು ಜೀವ-ಪರಮಾತ್ಮನ ಸಂವಾದವಾಗಿ ಮಾರ್ಪಟ್ಟಿದೆ. ಮತ್ತೆ ನಾದಲೀಲೆಯ ಮನದನ್ನೆ ವಾದ-ಪ್ರತಿವಾದಗಳನ್ನು ಮೀರಿ ಸಂವಾದಿಸುತ್ತಾಳೆ. 'ಹೊಸ ಹುಟ್ಟು ಬರುವುದಿದೆ' ಇನ್ನು ಮುಂದೆ ಆಗೋಣ ಜಗದ ತಾಯಿ-ತಂದೆ. ಸೃಷ್ಟಿಯ ವಿಶಿಷ್ಟತೆಯನ್ನು, ಸಂಬಂಧಗಳ ಸೂಕ್ಷ್ಮತೆಯನ್ನು ಎತ್ತಿ ತೋರಿಸುವ ಅಪರೂಪದ ಹೊಣೆಗಾರಿಕೆ ಕೊನೆಗೊಂಡರೂ 1966ರ ಜುಲೈ 'ಸಖೀ'ಯ ಮರಣಾನಂತರ 'ಸಖೀಗೀತ' ಛಾಪು ಮರುಕಳಿಸುವಂತೆ 'ಅಮವಾಸಿ ದಾಟಿತ್ತು' ಕವಿತೆಯಲ್ಲಿ 'ಸಖೀಗೀತ' ಭಾವಕೇಂದ್ರದ ಮುಂದುವರಿಕೆಯಂತೆ "ನನಗೂ ನಿನಗೂ ಅಂಟಿದ ನಂಟಿನ ಕೊನೆಯ ಕಂಡವರಾರೇ ಕಾಮಾಕ್ಷಿ" ಎನ್ನುವ ನೋವಿನಾಳದ ಪದಗಳು 'ನನಗೂ ನಿನಗೂ ಹಬ್ಬಿದ ನಂಟಿದು! ಮಲ್ಲಿಗೆಯಂತಾಗಿ ಗಂಟೊಡೆಯಲಿ!' 'ಸಖೀಗೀತ'ದ ಪುನಃ ಸೃಷ್ಟಿಯ ಸಂಕೇತ - ಇಲ್ಲಿ ಕಾಣುವುದು ಹೃದಯವಂತ ಬೇಂದ್ರೆಯವರು. ವರ್ಡ್ಸ್‌ವರ್ತ್ ಮಹಾ ಕವಿಯ ಹೃದಯ ಪಾವಿತ್ರ್ಯದ ನೆನಪುಗಳನ್ನು ಹೊತ್ತು ತರುವ ಕವಿ... ಕವಿಧರ್ಮ ಪಾಲಿಸಿದ ಸಂತೃಪ್ತಿಯನ್ನು ಈ ಗೀತೆಗಳಲ್ಲಿ ಕಾಣಬಹುದು.

'ರಸವೆ ಜನನ, ವಿರಸ ಮರಣ, ಸಮರಸವೇ ಜೀವನ' ಇದು ಉದಾತ್ತ ಮನೋಭಾವದ ಬೇಂದ್ರೆಯವರ ಉವಾಚ. ಅಂಬಿಕಾತನಯದತ್ತರು ಅತ್ಯುತ್ತಮ ಮಾನವಧರ್ಮದ ಹಿನ್ನೆಲೆಯಲ್ಲಿ ಸಾಮಾಜಿಕ ಸಮಸ್ಯೆಗಳ ಬಗ್ಗೆ ಆಳವಾಗಿ ಚಿಂತಿಸಿ ಸಾಂಪ್ರದಾಯಿಕ ಹಾಗೂ ನವ್ಯ ಛಂದಸ್ಸುಗಳಲ್ಲಿ ಕಾವ್ಯ ಪ್ರಯೋಗ ಮಾಡಿದ್ದಾರೆ. ಇಂಥ ಅದ್ಭುತ ಸಮತೋಲನ ಸಾಧಿಸಿ ನಾಡು-ನುಡಿ, ವಿಶ್ವಮಾನವತೆಯನ್ನು ಜಪಿಸುತ್ತ ನೆಮ್ಮದಿ ಸಮೃದ್ಧಿಯ ಸಾಹಿತ್ಯದ ಹಣತೆಯನ್ನು ಹಚ್ಚಿ ಜನತೆಯ ಬಾಳು ಅರಳಿ ಬೆಳಗಲಿ ಎಂದೂ ಹಾರೈಸಿದ ಮಹಾಚೇತನ ನಮ್ಮ ಕವಿ ಪೂಜ್ಯ ಬೇಂದ್ರೆಯವರು. ಈ ಭಾವಗೀತೆಯ ಕವಿ ಕವಿತೆ, ನಾಟಕ, ವಿಮರ್ಶೆ, ಸಂಶೋಧನೆ, ಪ್ರಬಂಧಗಳಲ್ಲಿ ತಮ್ಮನ್ನು ತೊಡಗಿಸಿಕೊಂಡ ಸರಳಜೀವಿ.

ಬೇಂದ್ರೆಯವರು ಸಾಹಿತ್ಯದಿಂದ ಕಡಲನ್ನು ತಟ್ಟಿದ್ದಾರೆ. ಮುಗಿಲನ್ನು ಮುಟ್ಟಿದ್ದಾರೆ. ಮಹಾಪುರುಷರಾಗಿ ಮೆರೆದಿದ್ದಾರೆ. ಲಲ್ಲೆ ಮಾತುಗಳ ಲಾಲಿತ್ಯ, ದೇಸಿಯ ನುಡಿ ಛಂದ, ಲಾವಣಿಗೆ ಸೊಬಗಿನ ಅಲಂಕಾರ. ಪಂಡಿತ, ಪಾಮರರನ್ನು ರಂಜಿಸುವ ರಸದೂಟ.

ಬೇಂದ್ರೆಯವರನ್ನು ಅರಿತು ಬರೆದಿರುವ, ಬರೆಯುವ ಎಲ್ಲರಲ್ಲಿ ನಾನು ಚಿಕ್ಕವಳು. ಅಮೂಲ್ಯ ಭಂಡಾರದ ಕಾವ್ಯ ಪ್ರಭೆಯಲ್ಲಿ, ಅನಂತ ಸಾಹಿತ್ಯ ಸಾಗರದಲ್ಲಿ ನಾನು ಆಯ್ದದ್ದು ಬಹಳ ಸ್ವಲ್ಪವೇ. ಮೇರು ಪರ್ವತದ ಮುಂದೆ ನೋಡುವ ಸಾಹಸವಷ್ಟೆ ನಾನು ಮಾಡಿರುವುದು.

ಜಗದ ಕವಿ, ಯುಗದ ಕವಿ... ಹೃದಯಂತ ಕವಿ ನಿನಗೆ ನನ್ನ ನಮಹಃ